AF761580

കേരള നവോത്ഥാനം

മതാചാര്യർ മതനിഷേധികൾ

രണ്ടാം സഞ്ചിക

kerala navodhanam

mathacharyar mathanishedhikal

randam sanchika

•

p govinda pillai

•

first edition
may 2003

•

second edition
june 2009

•

third edition
january 2011

•

forth edition
may 2014

•

typesetting and published
chintha publishers, thiruvananthapuram

•

•

cover
vinod

•

വിതരണം

ദേശാഭിമാനി ബുക്ക് ഹൗസ്

H O തിരുവനന്തപുരം–695 035
phone: 0471-2303026, 6063026
www.chinthapublishers.com
chinthapublishers@gmail.com

ബ്രാഞ്ചുകൾ

ഹെഡ്ഡാഫീസ് ബ്രാഞ്ച് കുന്നുകുഴി • സ്റ്റാച്യൂ തിരുവനന്തപുരം • കെ എസ് ആർ ടി സി ബസ് സ്റ്റേഷൻ ആലപ്പുഴ • കെ എസ് ആർ ടി സി ബസ് സ്റ്റേഷൻ എറണാകുളം • മച്ചിങ്ങൽ ലെയ്ൻ തൃശൂർ • ഐ ജി റോഡ് കോഴിക്കോട് • മാവൂർ റോഡ് കോഴിക്കോട് • എൻ ജി ഒ യൂണിയൻ ബിൽഡിങ് കണ്ണൂർ • സെൻട്രൽ ബസ് ടെർമിനൽ കോംപ്ലക്സ് താവക്കര കണ്ണൂർ

CR - 1327 / 3303

കേരള നവോത്ഥാനം

മതാചാര്യർ മതനിഷേധികൾ

രണ്ടാം സഞ്ചിക

പി ഗോവിന്ദപ്പിള്ള

ചിന്ത പബ്ലിഷേഴ്സ്
തിരുവനന്തപുരം-695 035

പി ഗോവിന്ദപ്പിള്ള

പെരുമ്പാവൂരിനടുത്തുള്ള പുല്ലുവഴിയിൽ 1926 മാർച്ച് 23 ന് ജനിച്ചു. വിദ്യാർഥി പ്രസ്ഥാനത്തിലും കേരള കർഷകസംഘത്തിലും പ്രവർത്തിച്ചു. 1951 ൽ തിരു-കൊച്ചി നിയമസഭയിലും 1957 ൽ കേരള നിയമസഭയിലും അംഗമായിരുന്നു. ക്വിറ്റ്ഇന്ത്യാ സമരത്തിലും മറ്റും പങ്കെടുത്ത് പലതവണ ജയിൽവാസം അനുഭവിച്ചു. 1964 മുതൽ 1982 വരെ *ദേശാഭിമാനി*യുടെ മുഖ്യപത്രാധിപരായിരുന്നു.

കൃതികൾ: *ഇസങ്ങൾക്കിപ്പുറം, വിപ്ലവ പ്രതിഭ, കേരളം ഇന്ത്യയിലെ അധഃകൃത സംസ്ഥാനം, സാഹിത്യവും രാഷ്ട്രീയവും, മാർക്സിസ്റ്റ് സൗന്ദര്യശാസ്ത്രം: ഉത്ഭവവും വളർച്ചയും, വിപ്ലവങ്ങളുടെ ചരിത്രം, സാഹിത്യം: അധോഗതിയും പുരോഗതിയും, പൂന്താനം മുതൽ സൈമൺ വരെ, ചരിത്രശാസ്ത്രം പുതിയ മാനങ്ങൾ, ഭഗവദ്ഗീത - ബൈബിൾ-മാർക്സിസം, മഹാഭാരതം മുതൽ മാർക്സിസം വരെ, കേരള നവോത്ഥാനം ഒരു മാർക്സിസ്റ്റ് വീക്ഷണം ഒന്നാം സഞ്ചിക, കേരള നവോത്ഥാനം: യുഗസന്തതികൾ യുഗശിൽപ്പികൾ മൂന്നാം സഞ്ചിക, കേരള നവോത്ഥാനം: മാധ്യമപർവം നാലാം സഞ്ചിക, മാർ ഗ്രിഗോറിയോസിന്റെ മതവും മാർക്സിസവും, സ്വാതന്ത്ര്യത്തിന്റെ സാർവദേശീയത, ആഗോളവൽക്കരണം സംസ്കാരം മാധ്യമം, ഫ്രെഡറിക് എംഗൽസ്: സ്നിഗ്ധനായ സഹകാരി വരിഷ്ഠനായ വിപ്ലവകാരി, ഇ എം എസും മലയാള സാഹിത്യവും, ഇ എം എസ്* (ജീവചരിത്രം), *സംസ്കാരവും നവോത്ഥാനവും മുൽക്രാജ് മുതൽ പവനൻ വരെ, തെരഞ്ഞെടുത്ത പ്രബന്ധങ്ങൾ, കെ ദാമോദരൻ: പോരും പൊരുളും, വൈജ്ഞാനിക വിപ്ലവം: ഒരു സാംസ്കാരിക ചരിത്രം, സ്വദേശാഭിമാനി പ്രതിഭാവിലാസം, പി ജിയുടെ വായനാലോകം.*

പരിഭാഷകൾ: *കാട്ടുകടന്നൽ, ഭൂതകാലവും മുൻവിധികളും, ഇന്ത്യാചരിത്ര വ്യാഖ്യാനം മാർക്സിസ്റ്റ് വീക്ഷണത്തിൽ, ആര്യദ്രാവിഡ വിവാദവും മതനിരപേക്ഷതയും* തുടങ്ങി നിരവധി കൃതികൾ.

2012 നവംബർ 22-ാം തീയതി വ്യാഴാഴ്ച അന്തരിച്ചു.

ഭാര്യ : എം ജെ രാജമ്മ

മക്കൾ : എം ജി രാധാകൃഷ്ണൻ,
ആർ പാർവതി ദേവി

മൂന്നാം പതിപ്പിനുള്ള കുറിപ്പ്

കേ*രള നവോത്ഥാനം* എന്ന ഈ ലേഖകന്റെ ഗ്രന്ഥപരമ്പ രയിലെ രണ്ടാമത്തെ സഞ്ചികയുടെ മൂന്നാം പതിപ്പാണിത്. ഒന്നാം പതിപ്പിന്റെ ആമുഖത്തിൽ വാഗ്ദാനം ചെയ്തിരുന്ന കൂട്ടിച്ചേർക്കലുകളും മാറ്റങ്ങളും ഇതിൽ വരുത്തിയിട്ടില്ല. കാരണം ഇതിന്റെ മൂന്നാം സഞ്ചികയായ *കേരള നവോ ത്ഥാനം യുഗസന്തതികൾ യുഗശിൽപ്പികൾ* ഇതിനകം പുറത്തിറ ങ്ങിക്കഴിഞ്ഞു. കൂടാതെ, ഈ പരമ്പരയിൽപ്പെടാത്ത മറ്റു ചില പുസ്തകങ്ങൾ പണിപ്പുരയിലാണ്. ഇക്കാരണങ്ങ ളാൽ ചില ചെറിയ തിരുത്തലുകളും മാറ്റങ്ങളും മാത്രമേ ഈ മൂന്നാം പതിപ്പിൽ വരുത്തിയിട്ടുള്ളൂ. വിമർശനങ്ങളും നിർദേശങ്ങളും നൽകി സഹായിക്കണമെന്ന് ഒരിക്കൽ ക്കൂടി അനുവാചകരോട് അപേക്ഷിക്കുന്നു. കേരള നവോ ത്ഥാനം ഗ്രന്ഥപരമ്പരയിലെ മൂന്നാം പതിപ്പ് സസന്തോഷം വായനക്കാർക്കായി സമർപ്പിക്കട്ടെ.

ഉള്ളടക്കം

ആചാര്യപർവം

അബ്രഹാം മൽപ്പാൻ

1 പാലക്കുന്നത്ത് അബ്രഹാം മൽപ്പാനും ക്രിസ്തീയ നവോത്ഥാനവും

കേരളം ഉൾപ്പെടെ ഭാരതമാകെ 19-ാം നൂറ്റാണ്ടിന്റെ ആദ്യം ആരംഭിക്കുകയും അവസാനത്തോടുകൂടി മിക്കവാറും പൂർണമായി വ്യാപിക്കുകയും ചെയ്ത റിനൈസൻസ് അഥവാ നവോത്ഥാനം ഏറിയോ കുറഞ്ഞോ സ്പർശിക്കാത്ത ജനവിഭാഗങ്ങൾ ഒന്നും ഇല്ല. മതനവീകരണ പ്രസ്ഥാനത്തിന്റെ ആവരണം അണിഞ്ഞാണ് പലപ്പോഴും ഈ മഹാ സാംസ്കാരിക സംക്രമണം പ്രത്യക്ഷപ്പെട്ടത്. ഹൈന്ദവ-മുസ്ലീം-ക്രൈസ്തവ-സിഖ്-പാർസി മതവിഭാഗങ്ങളെ പ്രത്യേകം പ്രത്യേകമായി ഈ നവീകരണ പ്രക്രിയ ഇളക്കിമറിച്ചു. കൂടാതെ ഈ മതങ്ങളിൽപ്പെട്ട ജാതികളെയും മറ്റ് ഉപവിഭാഗങ്ങളെയും പ്രത്യേകം പ്രത്യേകമായും പരിഷ്കരണപ്രക്രിയ മാറ്റിമറിച്ചിട്ടുണ്ട്.

ഈ ഓരോ വിഭാഗത്തിലെയും നവോത്ഥാന സംരംഭങ്ങൾക്ക് അതതിന്റേതായ പ്രത്യേക സവിശേഷതകൾ ഉണ്ടായിരുന്നു എങ്കിലും അവയ്ക്ക് എല്ലാം ഈ പ്രത്യേകതകളോടൊപ്പം സമാന ധർമങ്ങളും സ്വഭാവങ്ങളും ഉണ്ടായിരുന്നു. 15-ാം നൂറ്റാണ്ടിൽ യൂറോപ്പിൽ ആരംഭിച്ച നവോത്ഥാന പ്രസ്ഥാനങ്ങളെയും ഭാരതത്തിലെ നവോത്ഥാന പ്രവണതകളെയും കൂട്ടിയിണക്കുന്ന സമാന ധർമങ്ങൾ കണ്ടെത്തുക ദുഷ്കരമല്ല.

ഈ സമാന ധർമങ്ങളിൽ ഏറ്റവും മുൻനിൽക്കുന്നത് പൗരോഹിത്യം, ഭൂവുടമ, അധികാരഘടന, വിജ്ഞാനവിതരണം എന്നിവയിലെ ഉച്ചനീചത്വ ശ്രേണിസമ്പ്രദായത്തിന് എതിരെയുള്ള ജനകീയതയുടെ വേലിയേറ്റം വർഗസമരവീക്ഷണപ്രകാരം നവോത്ഥാനം ഫ്യൂഡൽ അഥവാ നാടുവാഴിത്ത വ്യവസ്ഥയിൽനിന്ന് ബൂർഷ്വാ വ്യവസ്ഥയിലേക്കുള്ള പരിവർത്തനത്തിനുള്ള അരങ്ങൊരുക്കലാണ് നിർവഹിക്കുക. നാടുവാഴിത്ത വ്യവസ്ഥയുടെ അടിസ്ഥാന പ്രമാണമായ ജന്മംകൊണ്ടുള്ള പ്രാമാണ്യം കർമസിദ്ധമായ പ്രാമാണ്യത്തിന് വഴിയൊരുക്കുന്നു. രാജാവ്, ഭൂവുടമ, പുരോഹിതൻ തുടങ്ങിയ അധികാരസ്ഥരുടെ ആധിപത്യങ്ങൾ ചോദ്യം ചെയ്യപ്പെടുകയും ഈ ഉച്ചനീചത്വ വ്യവസ്ഥയുടെ സാംസ്കാരിക അടിത്തറയായ വരേണ്യഭാഷാ മേൽക്കോയ്മയുടെ സ്ഥാനത്ത് (യൂറോപ്പിൽ ലത്തീനും ഇന്ത്യയിൽ സംസ്കൃതവും മറ്റുംപോലെ) ജനകീയ ഭാഷ സാഹിത്യത്തിലും മതാചാരങ്ങളിലും പുണ്യഗ്രന്ഥങ്ങളിലും ഭരണനിർവഹണത്തിലും കൂടുതൽ കൂടുതലായി അംഗീകരിക്കപ്പെടുന്നു.

കേരളത്തിന്റെ സവിശേഷ സാമൂഹ്യ സാഹചര്യങ്ങളിൽ ഈ പരിവർത്തനങ്ങൾ വർണാശ്രമ വ്യവസ്ഥയ്ക്കും സവർണ മേൽക്കോയ്മയ്ക്കും എതിരെയുള്ള കലാപംകൂടി ആയിരുന്നു. ശ്രീനാരായണഗുരു തൊട്ടുള്ള സന്യാസിവര്യരും ജി പി പിള്ളയെയും പൽപ്പുവിനെയും അയ്യങ്കാളിയെയും വി ടി ഭട്ടതിരിപ്പാടിനെയുംപോലുള്ള മതേതര പ്രതിഭാശാലികളുടെ പ്രവർത്തനവും ആചാര്യന്മാരുടെ ഉപദേശങ്ങളും സമന്വയിച്ച്, വിവേകാനന്ദന്റെ ഭാഷയിൽ അയിത്തത്തിന്റെയും ജാതിവ്യത്യാസത്തിന്റെയും "ഭ്രാന്താലയമായിരുന്ന" കേരളത്തെ കുറെക്കൂടി മെച്ചപ്പെട്ട ഇന്നത്തെ അവസ്ഥയിൽ എത്തിച്ചു. ഇനിയും ആ വഴിക്കുള്ള കർത്തവ്യങ്ങൾ പൂർത്തീകരിച്ചുകഴിഞ്ഞതായി അവകാശപ്പെടാൻ ആവില്ലെന്നത് മറ്റൊരു കാര്യം.

ഇവിടെ വിവരിച്ച സമ്പ്രദായത്തിലുള്ള കേരള നവോത്ഥാനത്തിന്റെ ചരിത്രം കുറെയൊക്കെ ചരിത്ര ശാസ്ത്രജ്ഞർ കൈകാര്യം ചെയ്തിട്ടുണ്ട് എങ്കിലും ഹൈന്ദവേതര മതങ്ങളിൽപ്പെട്ടവരുടെ നവോത്ഥാന യത്നങ്ങൾ അവരവരുടെ ചില ചരിത്രകൃതികളിൽ മാത്രമായി ഒതുങ്ങിക്കിടക്കുകയാണ്. പലപ്പോഴും അവ സമഗ്രമായ നവോത്ഥാനത്തിന്റെ ഭാഗമായി വ്യാഖ്യാനിക്കപ്പെടുകയോ വിലയിരുത്തപ്പെടുകയോ ചെയ്തിട്ടില്ല. കേരളത്തിലെ ഹൈന്ദവ വിഭാഗങ്ങൾക്കിടയിലെ നവോത്ഥാന യത്നങ്ങളെക്കാൾ ഒരു തരത്തിലും താഴെക്കിടയിൽ അല്ലാത്ത വമ്പിച്ച ശ്രമങ്ങൾ മുസ്ലീങ്ങളുടെയും ക്രിസ്ത്യാനികളുടെയും സമൂഹങ്ങളിലും സംഭവിച്ചിട്ടുണ്ട്. സംഘടനകളും പ്രസ്ഥാനങ്ങളും എതിർപ്പുകളും ഒത്തുതീർപ്പുകളും പ്രതിഭാശാലികളും സ്ഥാപിത താൽപ്പര്യക്കാരും എല്ലാം ഹൈന്ദവ നവോത്ഥാന ചരിത്രത്തിൽ എന്നപോലെ മുസ്ലീം–ക്രൈസ്തവ സമൂഹങ്ങളിലും നമുക്ക് കണ്ടെത്താം. അത്തരം യത്നങ്ങളിൽ ഒന്നിന്റെ മാത്രം ചരിത്രവും അതിന് നേതൃത്വം നൽകിയവരുടെ പ്രവർത്തനങ്ങളും മാത്രമേ ഈ പ്രബന്ധത്തിന്റെ പരിമിതിയിൽ പറയാൻ ശ്രമിക്കുന്നുള്ളൂ.

II

കേരളത്തിലെ പരമ്പരാഗത ക്രിസ്തീയസഭയായ സുറിയാനി യാക്കോബായ സഭയ്ക്ക് പല കാര്യങ്ങളിലും കത്തോലിക്കാ സഭയെക്കാൾ മേന്മ ഉണ്ടായിരുന്നു എന്നതിൽ തർക്കമില്ല. 1498-ൽ വാസ്കോഡഗാമ കേരളക്കരയിൽ വന്നതിനുശേഷമാണ് പരമ്പരാഗത ക്രിസ്ത്യാനികളിൽ ഒരു വിഭാഗത്തെ മാർപ്പാപ്പയുടെ കീഴിൽ കൊണ്ടുവന്ന് കത്തോലിക്കരാക്കിയത്. കേരളത്തിലെ പരമ്പരാഗത ക്രിസ്ത്യാനികളെ കത്തോലിക്കാ വിഭാഗത്തിൽ ആക്കാൻ നടന്ന ശ്രമങ്ങളും അതിന്റെ ഭാഗമായി 1599-ൽ ഗോവയിലെ ആർച്ച് ബിഷപ്പ് മെനേസിസിന്റെ നേതൃത്വത്തിൽ ഉദയംപേരൂർ വച്ച് നടന്ന സുന്നഹദോസും (മതാധികാരികളുടെ സമ്മേളനം) അവിടെ അംഗീകരിക്കപ്പെട്ട കാനോനകളും (കാനൺ അഥവാ മതാചാരങ്ങളും വിശ്വാസങ്ങളും സംബന്ധിച്ച ചട്ടവട്ടങ്ങൾ) ഇവയ്ക്കെല്ലാം എതിരായി 1653-ൽ നടന്ന കൂനൻ കുരിശ് സത്യവും മറ്റും ചരിത്രപ്രസിദ്ധമാണ്. പരമ്പരാഗത മലങ്കരസഭയെ പടിഞ്ഞാറൻ അധിനിവേശത്തിന്റെ ഇരയാക്കി മാറ്റാൻ നടന്ന ശ്രമങ്ങൾക്ക് എതിരെ മലങ്കര ക്രിസ്ത്യാനികൾക്കിടയിലെ ഒരു വലിയ വിഭാഗം നടത്തിയ കൂനൻ കുരിശ് സത്യം ആണ് ആധുനിക കേരളത്തിലെ ആദ്യത്തെ നവോത്ഥാന സംരംഭം എന്നു പറയാം.

പിന്നീട് ആ വഴിക്കുള്ള പല സംരംഭങ്ങളും ഏറിയും കുറഞ്ഞും പല തോതിൽ നടന്നിട്ടുണ്ടെങ്കിലും 19-ാം നൂറ്റാണ്ടിലെ മാർത്തോമാസഭ രൂപീകരണം ആണ് അവയിൽ ഏറ്റവും കൂടുതൽ ശക്തവും വ്യാപകവും എന്നു പറയാം. മാർത്തോമാസഭയുടെ രൂപീകരണത്തിന് തുടക്കംകുറിച്ച് സൈദ്ധാന്തികവും സംഘടനാപരവും ആയ നവീകരണത്തിന്റെ പ്രഥമ പഥികനായിരുന്നു കോഴഞ്ചേരിയിലെ പാലക്കുന്നത്ത് അബ്രഹാം മൽപ്പാൻ (1796–1845).

യൂറോപ്പിലെ പരമ്പരാഗത ക്രിസ്തീയ സഭയായ റോമൻ കത്തോലിക്കാസഭയ്ക്കകത്തെ ദുരാധിപത്യങ്ങൾക്കും അനാചാരങ്ങൾക്കും എതിരെ കലാപം ഉയർത്തി പ്രൊട്ടസ്റ്റന്റ് സഭ സ്ഥാപിച്ച ജർമൻ പാതിരിയും നവോത്ഥാന നായകനും ആയ മാർട്ടിൻ ലൂഥറോട് (1483–1546) അബ്രഹാം മൽപ്പാനെ ചില ചരിത്രകാരന്മാർ താരതമ്യപ്പെടുത്താറുണ്ട്.

III

മലങ്കരയിലെ പരമ്പരാഗത ക്രിസ്തീയസഭയ്ക്ക് കത്തോലിക്കാസഭയെ അപേക്ഷിച്ച് ചില മേന്മകൾ ഉണ്ടെന്ന് പറഞ്ഞുവല്ലോ. ഈ മേന്മകളിൽ ഏറ്റവും പ്രധാനം ക്രിസ്തുവിന്റെ സുവിശേഷവും കുരിശ് മരണത്തിന്റെ അർഥവും സ്വാംശീകരിക്കുമ്പോൾത്തന്നെ, ദേശീയ പാരമ്പര്യവും മണ്ണിന്റെ മണവും ഒത്തുചേർന്ന ഒരു സംസ്കാരം അതിന്റെ അവിഭാജ്യ ഘടകമായിരുന്നു എന്നതാണ്. മാർപ്പാപ്പയുടെ നേതൃത്വത്തിലുള്ള റോ

മൻ കത്തോലിക്കാസഭയിലെ പൗരോഹിത്യ മേൽക്കോയ്മയും ഉച്ചനീചത്വ ശ്രേണിബദ്ധമായ അധികാര ഘടനയും മലങ്കരസഭയ്ക്ക് ഇല്ലായിരുന്നു. ഈ ഉച്ചനീചത്വ ശ്രേണിവ്യവസ്ഥയും ഉദയംപേരൂർ സുന്നഹദോസോടുകൂടി അരക്കിട്ടുറപ്പിച്ച വൈദേശിക സമ്പ്രദായങ്ങളും മലങ്കരയുടെ പാരമ്പര്യത്തിന്റെ നിഷേധങ്ങളായിരുന്നു. ഈ പാരമ്പര്യങ്ങളെക്കുറിച്ച് പരാമർശിക്കുന്നതിനുമുമ്പ് മലങ്കര ക്രിസ്ത്യാനികളെ വിശേഷിപ്പിക്കാൻ ഉപയോഗിക്കുന്ന പദപ്രയോഗങ്ങൾ വിശദീകരിക്കേണ്ടതുണ്ട്. അവയെ സംബന്ധിച്ച് ഡോ. സ്കറിയ സക്കറിയ നൽകുന്ന വിവരണം താഴെ ചേർക്കുന്നു:

> മാർത്തോമാ നസ്രാണികൾ എന്ന് ഉദയംപേരൂർ സുന്നഹദോസിന്റെ കാനോനകളിൽ പരാമർശിക്കപ്പെടുന്ന ഈ സമുദായം ഇന്ന് സുറിയാനി ക്രിസ്ത്യാനികൾ എന്ന് അറിയപ്പെടുന്നു. ഈ പുതിയ പേര് ഡച്ചുകാർ ഉപയോഗിച്ചു തുടങ്ങിയതും ഇംഗ്ലീഷുകാർ ഔദ്യോഗികമായി പ്രചരിപ്പിച്ചതുമാണ്. ലത്തീൻ ആരാധനാഭാഷയായി ഉപയോഗിക്കുന്നവർ ലത്തീൻകാർ. അതുപോലെ നസ്രാണികളുടെ മെത്രാന്മാർ സുറിയാനി ആരാധനാഭാഷയായി ഉപയോഗിച്ചിരുന്നതിനാൽ അവരെ സുറിയാനിക്കാർ എന്ന് വിളിച്ചു. നസ്രാണി എന്ന അറബി വാക്കിന് ക്രിസ്ത്യാനി എന്ന് അർഥം. (*ഉദയംപേരൂർ സുന്നഹദോസ് കാനോനകൾ*, ഇടമറ്റം, 1994, പുറം 12)

യേശുക്രിസ്തുവിന്റെ പന്ത്രണ്ട് ശിഷ്യന്മാരിൽ ഒരാളായിരുന്ന തോമാശ്ലീഹ ക്രിസ്തുവർഷം 52–ാമാണ്ടിടയ്ക്ക് കേരളത്തിൽ വന്നിരുന്നു എന്നും അദ്ദേഹമാണ് കേരളീയരെ ആദ്യമായി ക്രിസ്തുമതത്തിൽ ചേർത്തത് എന്നും ഉള്ള ഐതീഹ്യത്തെ ആസ്പദമാക്കിയാണ് കേരളീയ ക്രിസ്ത്യാനികളെ 'മാർത്തോമ ക്രിസ്ത്യാനികൾ' എന്ന് വിളിച്ചുവന്നത്.

ഇങ്ങനെ ദേശീയ സംസ്കാരത്തിന്റെ സൗരഭ്യം കലർന്നതാണെങ്കിലും അതേ സംസ്കാരത്തിന്റെ തന്നെ ജീർണവശങ്ങൾ നസ്രാണികളെ ബാധിച്ചിരുന്നു. ഹൈന്ദവ പാരമ്പര്യത്തിലെ നിരവധി അനാചാരങ്ങളും അന്ധവിശ്വാസങ്ങളും നസ്രാണികളും ഹൈന്ദവരും തമ്മിലുള്ള അതിർവരമ്പ് മിക്കവാറും മായ്ച്ചുകളഞ്ഞിരുന്നു. ഉദയംപേരൂർ സുന്നഹദോസ് കാനോനകൾ കൽപ്പിക്കും പ്രകാരം ഹൈന്ദവരെയും ക്രിസ്ത്യാനികളെയും ഇരുധ്രുവങ്ങളായി അകറ്റിനിർത്തേണ്ടതില്ലെങ്കിലും അന്ധവിശ്വാസങ്ങളിൽനിന്നും അനാചാരങ്ങളിൽനിന്നും മന്ത്ര തന്ത്ര ജ്യോതിഷാദികളിൽനിന്നും വിമോചിക്കപ്പെടേണ്ടതുണ്ട്. ക്രിസ്തീയ പരിഷ്കർത്താക്കൾ അഭിലഷിച്ചതിനെ തെറ്റായി കരുതാൻ ആവുകയില്ല. മലങ്കരസഭയിലെ ക്രിസ്ത്യാനികൾ ആകട്ടെ അവരുടെ അത്യുന്നത മതാധികാരിയായി കണ്ടത് റോമാ നഗരത്തിലെ മാർപ്പാപ്പയെ അല്ല; പശ്ചിമേഷ്യയിൽ അന്ത്യോക്യ (ഇംഗ്ലീഷിൽ ആന്റിയോക്ക്) ആസ്ഥാനമായി പ്രവർത്തിച്ചുവന്ന പാത്രി

യാർക്കീസ്(ഇംഗ്ലീഷിൽ പേട്രിയാർക്ക്)മാരെയാണ്. പാശ്ചാത്യ ക്രിസ്തീയസഭയുടെ പ്രചാരകരും പ്രയോക്താക്കളുമായി പോർത്തുഗീസ് മുതലായ രാഷ്ട്രങ്ങൾ ഉണ്ടായിരുന്നതുപോലെ കിഴക്കൻ സഭകൾക്ക് രാജാധികാരത്തിന്റെയോ സൈന്യവ്യൂഹങ്ങളുടെയോ പിൻബലം ഇല്ലായിരുന്നു. അത് മലങ്കര ക്രിസ്ത്യാനികൾക്ക് തങ്ങളുടെ സ്വാതന്ത്ര്യവും ദേശീയ സവിശേഷതകളും കാത്തുസൂക്ഷിക്കാൻ സഹായകമാവുകയും ചെയ്തു. ഈ സ്വാതന്ത്ര്യം നന്മയ്ക്ക് എന്നതുപോലെ തിന്മകൾക്കും വഴിവച്ചതിനാൽ 19–ാം നൂറ്റാണ്ടിലെ മലങ്കര സുറിയാനിസഭ യാഥാസ്ഥിതികത്വത്തിന്റെയും അനാചാരങ്ങളുടെയും ഭൂരിപക്ഷം വിശ്വാസികൾക്ക് ദുർഗ്രഹമായ സുറിയാനി ശുശ്രൂഷകളുടെയും പിടിയിൽ അമർന്ന് ജീർണതയിലേക്ക് നീങ്ങുകയായിരുന്നു. ഈ സാഹചര്യത്തിലാണ് മലങ്കരസഭയിൽ നവീകരണത്തിന്റെ കാഹളമായി അബ്രഹാം മൽപ്പാൻ രംഗപ്രവേശം ചെയ്തത്.

IV

അബ്രഹാം മൽപ്പാന്റെ ദൗത്യം വിവരിക്കുന്നതിനുമുമ്പ് അദ്ദേഹത്തിന്റെ ജീവചരിത്രം ചുരുക്കമായി വിവരിക്കാം. ഇന്നത്തെ പത്തനംതിട്ട ജില്ലയിലെ കോഴഞ്ചേരിയിൽ ഇക്കാലത്ത് എന്നപോലെ അക്കാലത്തും പ്രശസ്തിയാർജിച്ചിരുന്ന പാലക്കുന്നത്ത് വീട്ടിൽ മാത്തൻകുഞ്ഞിന്റെയും പാണ്ടനാട്ട് മുല്ലശേരിൽ മറിയാമ്മയുടെയും രണ്ടാമത്തെ പുത്രനായിട്ടാണ് 1796–ൽ അബ്രഹാം ജനിച്ചത്. അതിനു മുമ്പുതന്നെ പ്രസിദ്ധരായ പല പുരോഹിതന്മാർക്കും ജന്മം നൽകിയിട്ടുള്ള പാലക്കുന്നത്തെ പുതിയ സന്താനമായ അബ്രഹാമും ചെറുപ്പം തൊട്ടേ വൈദിക കാര്യങ്ങളിലും പഠനത്തിലും പ്രകടിപ്പിച്ച അതീവ താൽപ്പര്യം മൂലം പുരോഹിതവൃത്തിക്കായി ഉഴിഞ്ഞുവയ്ക്കപ്പെട്ടതുപോലെ മാതാപിതാക്കൾക്കും ബന്ധുമിത്രാദികൾക്കും തോന്നി. നാട്ടാശാന്മാരിൽനിന്നും മലയാളത്തിലും കണക്കിലും മറ്റും പ്രാഥമിക വിദ്യാഭ്യാസം നേടിയശേഷം കൈതയിൽ ഗീവർഗീസ് മൽപ്പാന്റെ കാരണവരായിരുന്ന പുതുപ്പള്ളിയിൽ പടിഞ്ഞാറെക്കുറ്റ് കോര മൽപ്പാന്റെ ശിക്ഷണത്തിൽ സുറിയാനി പഠനം ആരംഭിച്ചു. (സാധാരണ പുരോഹിതന്മാരെക്കാൾ അറിവും നേതൃത്വവും ഉള്ള ഗുരുസ്ഥാനീയരെയാണ് മൽപ്പാൻ എന്ന് പറഞ്ഞുവരുന്നത്.)

ഭാഷാപഠനവും വേദപഠനവും തുടരുമ്പോൾത്തന്നെ തുമ്പമൺ തൊണ്ടംവേലിൽ കൊച്ചുകോശി തരകന്റെ മകൾ ഏലിയാമ്മയെ വിവാഹം ചെയ്തു. അധികം താമസിയാതെ എട്ടാം മാർത്തോമ എന്ന വിവാദ നായകനായ മെത്രാനിൽനിന്ന് അബ്രഹാം പുരോഹിതപട്ടം ഏറ്റു. എന്നാൽ എട്ടാം മാർത്തോമയ്ക്ക് പട്ടം നൽകാൻ അവകാശമില്ലെന്നും അദ്ദേഹം നൽകിയ പട്ടം ക്രമപ്രകാരം ഉള്ള ആചാരങ്ങൾ അനുസരിച്ച് ആയിരുന്നി

ല്ലെന്നും ആക്ഷേപം ഉയർന്നതിനെത്തുടർന്ന് അത്തനാസ്യോസ് അബ്ദു ശ്ലീഹ എന്ന പശ്ചിമേഷ്യക്കാർ മെത്രാനിൽനിന്ന് "അഴിച്ചുപട്ടം" ഏറ്റു. ഇതും വിവാദമാവുകയും സംസ്ഥാന സർക്കാർ ഇടപെടുകയും അബ്രഹാം മൽപ്പാന് കേസ് വിചാരണയെത്തുടർന്ന് തടവുശിക്ഷ അനുഭവിക്കേണ്ടി വരികയും ചെയ്തു. ഈ കുഴഞ്ഞുമറിഞ്ഞ കഥകളും അധികാര വടംവലികളും പട്ടമേൽക്കലും അഴിച്ചു പട്ടമേൽക്കലും തടവുശിക്ഷയും മറ്റും രസകരമായ വായനാവിഭവങ്ങൾ ആണെങ്കിലും നമ്മുടെ വിഷയത്തിലേക്ക് വലിയ വെളിച്ചം വീശുന്നതല്ലാത്തതിനാൽ വിട്ടുകളയുന്നു. ഈ കീഴ്മേൽമറിച്ചിലും കേസും കൂട്ടവും എല്ലാം അന്നത്തെ മലങ്കരസഭയുടെ ദയനീയ അവസ്ഥയെ പ്രതിഫലിപ്പിക്കുന്നു എന്നുമാത്രം ഗ്രഹിച്ചാൽമതി.

19–ാം നൂറ്റാണ്ടിന്റെ ആദ്യപാദത്തോടുകൂടി തിരുവിതാംകൂറിലെയും കൊച്ചിയിലെയും രാഷ്ട്രീയ കാലാവസ്ഥ കീഴ്മേൽ മറിയുകയായിരുന്നു. 1809–ൽ വേലുത്തമ്പി ദളവയുടെ നേതൃത്വത്തിലുള്ള ബ്രിട്ടീഷ്വിരുദ്ധ കലാപം പരാജയപ്പെടുകയും തമ്പി ആത്മഹത്യ ചെയ്യുകയും ചെയ്തതോടെ തിരുവിതാംകൂർ ഭരണത്തിനുമേൽ ബ്രിട്ടീഷ് ആധിപത്യം പിടിമുറുക്കി. വേലുത്തമ്പി ആത്മഹത്യ ചെയ്ത 1809–ൽത്തന്നെ ഇംഗ്ലണ്ടിലെ ഔദ്യോഗിക ക്രിസ്തീയ സഭയായ ആംഗ്ലിക്കൻ സഭയുടെ ആഭിമുഖ്യത്തിൽ ഉള്ള ലണ്ടൻ മിഷൻ സൊസൈറ്റി (എൽ എം എസ്) ഇപ്പോഴത്തെ കന്യാകുമാരി ജില്ലയിലെ മൈലാടിയിൽ ഒരു പള്ളി പണിത് മതപരിവർത്തന ശ്രമങ്ങൾ ഊർജിതപ്പെടുത്തി എന്നത് അർഥവത്താണ്. അവർക്കു പുറമെ സി എം എസ്, സ്കോട്ട്സ് ക്രിസ്ത്യൻ മിഷൻ തുടങ്ങിയ ക്രിസ്തീയ മിഷനറി സംഘങ്ങളും തിരുവിതാംകൂറിലേക്ക് വരാൻതുടങ്ങി. അക്കാലത്ത് തിരുവിതാംകൂറിലെ ബ്രിട്ടീഷ് റസിഡന്റ് ആയിരുന്ന കേണൽ മെക്കാളെയും തുടർന്ന് റസിഡന്റായി വരികയും 1815 വരെ തിരുവിതാംകൂറിന്റെയും കൊച്ചിയുടെയും ദിവാനായി പ്രവർത്തിക്കുകയും ചെയ്ത കേണൽ ജോൺ മൺറോയും ക്രിസ്ത്യൻ മിഷനറി പ്രവർത്തനങ്ങളെ അധിനിവേശ പദ്ധതിയുടെ അവിഭാജ്യഘടകമായിത്തന്നെ അംഗീകരിച്ച് പ്രോത്സാഹിപ്പിച്ചുവന്നു. കത്തോലിക്കരുമായി വലിയ അടുപ്പമൊന്നും ഇല്ലാതിരുന്ന ഈ ആംഗ്ലിക്കൻ റസിഡന്റുമാരും മിഷനറിമാരും തദ്ദേശീയ മലങ്കര സുറിയാനി ക്രിസ്ത്യാനികളെ സ്വാധീനിക്കാനും ഹൈന്ദവരിലെ അധഃസ്ഥിത വിഭാഗങ്ങളെ മതപരിവർത്തനം ചെയ്ത് സ്വാധീനമേഖല വ്യാപിപ്പിക്കാനും കിണഞ്ഞ് പരിശ്രമിച്ചുകൊണ്ടിരുന്ന അവസരത്തിലാണ് അബ്രഹാം മൽപ്പാൻ വളർന്നുവന്നതും പട്ടം ഏറ്റതും.

ആംഗ്ലിക്കൻ ക്രിസ്ത്യാനികളുടെ ആധുനിക ശൈലികളും സാമാന്യേന അഭ്യസ്തവിദ്യരായ ആംഗ്ലിക്കൻ മിഷനറിമാരുടെയും പുരോഹിതന്മാരുടെയും സംസ്കാര വിശേഷങ്ങളും മൽപ്പാനെ തുടക്കംതൊട്ടേ ആകർഷിച്ചുവന്നു. പരമ്പരാഗത മലങ്കര നസ്രാണിമാരുടെ ഇടയിലുള്ള അന്ധവിശ്വാസങ്ങളുടെയും അനാചാരങ്ങളുടെയും സാധാരണക്കാർക്ക്

മരാമണ്ണ് പള്ളി

മനസിലാകാത്ത സുറിയാനി ഭാഷയിലുള്ള ശുശ്രൂഷകളുടെയും ആധുനിക വിദ്യാഭ്യാസം ലഭിക്കാത്ത പുരോഹിതന്മാരുടെ അജ്ഞതയുടെയും തേർവാഴ്ച പരത്തിയ പൊടിപടലത്തിൽ മൽപ്പാന് മടുപ്പ് തോന്നിയിരുന്നു. സ്വാഭാവികമായും ആംഗ്ലിക്കൻ സമ്പ്രദായങ്ങൾ അദ്ദേഹത്തെ ആകർഷിച്ചു.

ഈ പുതുവെളിച്ചം നൽകിയ ഉൾക്കാഴ്ച തന്റെ പ്രവർത്തന മേഖലയിൽ പല നൂതന പരിഷ്കാരങ്ങളും നടപ്പാക്കാൻ മൽപ്പാന് പ്രേരകമായി. ആംഗ്ലിക്കൻ, കത്തോലിക്ക മുതലായ സഭകളിലെ കെട്ടുറപ്പുള്ള സംഘടനാ ശ്രേണിയോ അതികേന്ദ്രീകൃതമായ നേതൃത്വശക്തിയോ ഇല്ലാതിരുന്നതിനാൽ മലങ്കരസഭയിൽ ഇത്തരം ചില പരിഷ്കാരങ്ങൾ വരുത്താൻ അത്യുന്നതസ്ഥാനീയൻ അല്ലെങ്കിലും മൽപ്പാനെപ്പോലെ ഉൾക്കാഴ്ചയും സാമർഥ്യവും ഉള്ളവർക്ക് കഴിയുമായിരുന്നു. മൽപ്പാന്റെ സ്വാധീന മേഖലയിൽ ആദ്യം പരീക്ഷിച്ച് നോക്കിയ പരിഷ്കാരങ്ങളിൽ ഒന്ന് പള്ളിയിലെ പ്രാർഥനകളും മറ്റ് ശുശ്രൂഷകളും മലയാളത്തിൽ ആക്കുക എന്നതാണ്. മാർട്ടിൻ ലൂഥറെയും വൈക്ലിഫിനെയും പോലുള്ള യൂറോപ്യൻ മതപരിഷ്കർത്താക്കളും തുടക്കം കുറിച്ചത് വേദപുസ്തകത്തെ ലത്തീനിൽനിന്നും വിവർത്തനം ചെയ്ത് തദ്ദേശീയ സംസാര ഭാഷകളിൽ ആക്കുകയും ആ ഭാഷകളിൽ സഭാ ശുശ്രൂഷകൾ നടത്തുകയും ചെയ്തുകൊണ്ടാണ്. മൽപ്പാൻ ഇത് ആദ്യം പരീക്ഷിച്ചത് 1837-ൽ പരിഷ്കരിച്ച പ്രാർഥനാക്രമം (തക്സ) ഉപയോഗിച്ച് മരാമൺ പള്ളിയിൽ മലയാളത്തിൽ വിശുദ്ധ കുർബാന ആദ്യമായി അർപ്പിച്ചുകൊണ്ടായിരുന്നു. മുത്തപ്പന്റെ ചാത്തം (ശ്രാദ്ധം) എന്ന പൂർവിക പൂജാസമ്പ്രദായം മൽപ്പാൻ നിറുത്തിവയ്ക്കുകയും ചെയ്തു. വലിയൊരു പുരുഷാരത്തെ സാക്ഷിനിർത്തി മൽപ്പാൻ മുത്തപ്പന്റെ കോലം നശിപ്പിച്ച് കിണറ്റിലെറിഞ്ഞു.

ഈ പരിഷ്കാരങ്ങൾ ഒന്നും സഹിഷ്ണുതയോടെയല്ല യാഥാസ്ഥിതിക ക്രിസ്ത്യാനികൾ സ്വീകരിച്ചത്. അവർ അദ്ദേഹത്തെയും അനുയായികളെയും ഒറ്റപ്പെടുത്താനും ഊരുവിലക്ക് ഏർപ്പെടുത്താനും മടിച്ചില്ല. വി

വാഹം തുടങ്ങിയ സാമൂഹ്യ ചടങ്ങുകളിൽ മൽപ്പാനെയും അനുകൂലികളെയും ഒഴിച്ചുനിർത്താൻ ശ്രമിച്ചു. പക്ഷേ ഈ പീഡനങ്ങൾ ഒന്നും മൽപ്പാനെ തളർത്തിയില്ല. മരാമൺ ഇടവകയിലെ വിശ്വാസികൾ മൽപ്പാനോടൊപ്പം ഉറച്ചുനിൽക്കുകയും കുറേശെ കുറേശെയായി മറ്റ് ഇടവകകളിലേക്ക് മൽപ്പാന്റെ നവീന ആശയങ്ങൾ പ്രവഹിക്കാൻ തുടങ്ങുകയും ചെയ്തു. മൽപ്പാന്റെ പരിഷ്കാരങ്ങൾ ഒന്നൊന്നായി വായിച്ചുപോകുമ്പോൾത്തന്നെ അവയുടെ ആധുനിക പ്രവണതയും ജനകീയ ശൈലിയും നവോത്ഥാന പ്രകൃതവും വ്യക്തമാവും എന്നുള്ളതുകൊണ്ട് അവ പട്ടികയായി താഴെ ചേർക്കുന്നു:

തക്സായിൽ വരുത്തിയ ഭേദഗതികൾ

1. പരിശുദ്ധന്മാരോടുള്ള പ്രാർഥനകൾ എല്ലാം നീക്കിക്കളഞ്ഞു.
2. മരിച്ചവർക്കുവേണ്ടിയുള്ള പ്രാർഥനകൾ എല്ലാം നീക്കിക്കളഞ്ഞു.
3. 'ലോകാതിർത്തികളെ അധീനമാക്കിയിരുന്ന നിന്നെ ഞാൻ എടുക്കുന്നു..... ദൈവമായ നിന്നെ എന്റെ വായിൽ വയ്ക്കുന്നു'—ഈ പ്രാർഥന എടുത്തുകളഞ്ഞു.
4. 'സർവലോകത്തിലുമുള്ള നിന്റെ വിശുദ്ധ സഭയ്ക്കുവേണ്ടി രക്തം കൂടാത്ത ബലിയെ ഞങ്ങൾ അണയ്ക്കുന്നു' എന്ന പ്രാർഥന 'കർത്താവേ .... സഭയ്ക്കുവേണ്ടി ഈ പ്രാർഥനയെ നിനക്ക് ഞങ്ങൾ അണയ്ക്കുന്നു' എന്നിങ്ങനെ ഭേദപ്പെടുത്തി.
5. 'ജീവനുള്ള ബലിയെ.......... അണയ്ക്കുന്നു' എന്ന പ്രഖ്യാപനത്തെ 'കൃപയും സമാധാനവും സ്തോത്രവുമാകുന്ന ബലിയെ അണയ്ക്കുന്നു' എന്നിങ്ങനെ ഭേദപ്പെടുത്തി.
6. 'ഈ കുർബാന.......... ബലിയും സ്തോത്രവുമാകുന്നു' എന്നുള്ള പ്രഖ്യാപനം നീക്കിക്കളഞ്ഞു.
7. 'വിശുദ്ധ റൂഹ ധൂപശകലത്തെ ശുദ്ധീകരിക്കുന്നവനാകുന്നു' എന്ന പ്രഖ്യാപനം നീക്കിക്കളഞ്ഞു.
8. ധൂപക്കുറ്റി വാഴ്ത്തണമെന്നുള്ള കുറിപ്പ് എടുത്തുകളഞ്ഞു.
9. 'ഈ അപ്പത്തെ ജീവനുണ്ടാക്കുന്ന ശരീരമായി രക്ഷാകരമായ ശരീരമായി ആക്കിത്തീരുമാറാകട്ടെ' എന്നതിനെ അവൻ '(പരിശുദ്ധ റൂഹാ) ആവസിച്ചുകൊണ്ട് ഈ അപ്പത്തെ അതിനെ കൈക്കൊള്ളുന്നവർക്ക് പാപങ്ങളുടെ മോചനത്തിനും നിത്യജീവനുമായി യേശുമിശിഹായുടെ ശരീരമാക്കിത്തീർക്കുമാറാകട്ടെ' എന്നിങ്ങനെ ഭേദപ്പെടുത്തി.
10. 'നമ്മുടെ രക്ഷിതാവിന്റെ കല്ലറമേൽ വയ്ക്കപ്പെട്ട ആ തീക്കൽപ്പാറയും നീയാകുന്നു' എന്നതിനെ 'പണിക്കാർ നിരസിച്ചു ശോധന ചെ

യ്യപ്പെട്ടതും വിലയേറിയതുമായ ആ തീക്കൽപ്പാറയും നീയാകുന്നു' എന്ന് ഭേദപ്പെടുത്തി.

ആചാരത്തിൽ ചെയ്ത ഭേദഗതികൾ

1. കുർബാന രണ്ടായിട്ടു കൊടുക്കണമെന്ന് നിശ്ചയിച്ചു.

2. പട്ടക്കാരോട് പാപം ഏറ്റുപറഞ്ഞ് പാപമോചനം വാങ്ങിക്കണമെന്നുള്ള ഏർപ്പാട് നിർത്തലാക്കി.

3. കൈക്കൊള്ളാൻ ആളില്ലാത്തപ്പോൾ കുർബാന ചൊല്ലുന്ന ഏർപ്പാട് നിർത്തലാക്കി. (*മരാമൺ പാലക്കുന്നത്ത് കുടുംബചരിത്രം*, 1995, പുറം 85–86)

മാത്യൂസ് മാർ അത്തനേഷ്യസ്

സഭയുടെ അത്യുന്നത സ്ഥാനം ലഭിച്ചില്ലെങ്കിലും ഒരു മെത്രാൻ സ്ഥാനമെങ്കിലും മൽപ്പാൻപക്ഷത്തിന് കിട്ടിയാൽ മാത്രമേ ഈ പരിഷ്കരണ പദ്ധതികൾ വിജയകരമാക്കാൻ ഒക്കൂ എന്ന് മൽപ്പാന് ബോധ്യപ്പെട്ടു. ഇതിനകംതന്നെ ഒരു വിമതൻ എന്ന പരിവേഷം വാർന്നുവീണതുകൊണ്ടും വിവാഹിതനായതുകൊണ്ടും അബ്രഹാം മൽപ്പാന് മെത്രാൻ സ്ഥാനത്തേക്ക് പ്രവേശിക്കാൻ കഴിയുമായിരുന്നില്ല. ഈ സാഹചര്യത്തിലാണ് തന്റെ ജ്യേഷ്ഠസഹോദരന്റെ പുത്രനായ മാത്യൂസ് ശെമ്മാശനെ മെത്രാനായി ഉയർത്താനുള്ള പരിപാടികൾ മൽപ്പാൻ ആവിഷ്കരിച്ചത്. അക്കാലത്ത് മലങ്കരസഭയിലെ മെത്രാൻ സ്ഥാനം ലഭിക്കേണ്ടത് പശ്ചിമേഷ്യയിലെ അന്ത്യോക്യ ആസ്ഥാനമായി പ്രവർത്തിക്കുന്ന കിഴക്കൻ നാടുകളുടെ ക്രൈസ്തവ മേലധ്യക്ഷനായ പാത്രിയാർക്കീസ് ബാവയിൽനിന്നായിരുന്നു. അക്കാലത്തെ ബാവ ഏലിയാസ് പാത്രിയാർക്കീസ് ആയിരുന്നു. പാലക്കുന്നത്തെ മാത്യൂസ് ശെമ്മാശനെ മൽപ്പാനും സുഹൃത്തുക്കളും ചേർന്ന് അന്ത്യോക്യയിൽ അയച്ച് മെത്രാൻ പട്ടം നേടി തിരിച്ചുവന്നത് മൽപ്പാൻ പക്ഷത്തിന്റെ ഒരു വിജയം ആയിരുന്നു എങ്കിലും അതെല്ലാം അക്കാലത്തെ മലങ്കരസഭയിലെ ആഭ്യന്തര തർക്കങ്ങൾക്കും വിധേയമായി കുഴപ്പത്തിലാണ് കലാശിച്ചത്. ഈ തർക്കങ്ങളിൽ തിരുവിതാംകൂർ രാജാധികാരവും ഇടപെടാൻ നിർബന്ധിതരായി. ആദ്യം പാലക്കുന്നത്ത് മാത്യൂസ് മാർ അത്തനേഷ്യസ് മെത്രാനെ രാജകീയ വിളംബരപ്രകാരം അംഗീകരിച്ചു എങ്കിലും പിന്നീട് ചില തിരിമറികൾക്ക് ഇരയായി അംഗീകാരം പിൻവലിക്കപ്പെട്ടു. ഇതിനിടയിൽ അബ്രഹാം മൽപ്പാൻ 1845–ൽ അമ്പതാമത്തെ വയസിൽ നിര്യാതനായതോടെ ഈ മഹത്തായ പരിഷ്കരണ ദൗത്യത്തിന്റെ

ഭാരം മുഴുവൻ ഇളമുറക്കാരനായ മാത്യൂസ് മാർ അത്തനേഷ്യസിന്റെ ചുമലിൽ വന്നുചേർന്നു.

തോമസ് മാർ അത്തനേഷ്യസ്

V

മലങ്കരസഭയുടെ ഈ പരിവർത്തനദശയിൽ അബ്രഹാം മൽപ്പാൻ ഉൾപ്പെടെ പരിഷ്കർത്താക്കളെയെല്ലാം അലട്ടിയ പ്രശ്നം ആംഗ്ലിക്കൻ സഭയുമായി പുലർത്തേണ്ട ബന്ധത്തെക്കുറിച്ചാണ്. ആംഗ്ലിക്കൻ മിഷനറിമാർ ബ്രിട്ടീഷ് പരമാധികാരസ്ഥാനത്തിന്റെ പ്രതിനിധികൾ ആകയാലും അവരുടെ സമ്പ്രദായങ്ങൾ പരിഷ്കൃതങ്ങൾ ആകയാലും മലങ്കരസഭയെ തങ്ങളോടൊപ്പം കൊണ്ടുവരുക എന്ന ഉദ്ദേശ്യത്തോടെ പലവിധ സഹായങ്ങൾ നൽകുകയാൽ ആദ്യഘട്ടത്തിൽ മലങ്കരസഭയിലെ ഭൂരിപക്ഷം പട്ടക്കാരും അവരോട് അനുഭാവം പ്രകടിപ്പിച്ചുവന്നു. അന്ന് സഭയുടെ മേലധ്യക്ഷനായിരുന്ന ചേപ്പാട് മാർ ദിവന്നാസ്യോസ് മെത്രാപോലിത്ത ആദ്യമൊക്കെ ആംഗ്ലിക്കൻ മിഷനറിമാരോട് അനുഭാവവും സൗഹൃദവും ആണ് വളർത്തിവന്നത്. അതുകൊണ്ട് മൽപ്പാന്റെ പ്രവർത്തനങ്ങളെ തടസപ്പെടുത്താനൊന്നും മുതിർന്നില്ല. എന്നാൽ മലങ്കരസഭയിലെ പൊതുജനാഭിപ്രായം ഈ പുത്തൻ പരിഷ്കാരങ്ങളോട് ആഭിമുഖ്യം പ്രകടിപ്പിച്ചില്ല. പലപ്പോഴും എതിർപ്പ് പ്രകടിപ്പിക്കുകയും ചെയ്തു. ഇക്കാരണങ്ങളാലും മൽപ്പാൻകക്ഷി ഒരു സമാന്തര അധികാര കേന്ദ്രമായി വളരുകയല്ലേ എന്ന സംശയംകൊണ്ടും ചേപ്പാട് മെത്രാപോലിത്ത നിലപാട് മാറ്റുകയും പരിഷ്കരണവാദികളോട് ശത്രുത ആരംഭിക്കുകയും ചെയ്തു.

അബ്രഹാം മൽപ്പാനെയും അദ്ദേഹവുമായി സഹകരിക്കുന്നവരെയും സഭയിൽനിന്ന് മുടക്കുകയും മൽപ്പാന്റെ ശിഷ്യന്മാർക്ക് പട്ടം നിഷേധിക്കുകയും ചെയ്യുന്നതുവരെ കാര്യങ്ങൾ എത്തിയപ്പോൾ ഇനിയെന്ത് ചെയ്യേണ്ടൂ എന്ന ചിന്ത മൽപ്പാൻകക്ഷിക്കാരെ അലട്ടാൻ തുടങ്ങി. രണ്ടു മാർഗങ്ങളേ അവരുടെ മുമ്പിൽ ഉണ്ടായിരുന്നുള്ളൂ: ഒന്നുകിൽ ആംഗ്ലിക്കൻ സഭയിൽ ലയിച്ച് ചേരുക, അല്ലെങ്കിൽ സ്വതന്ത്രമായ ഒരു വേർപാട് സഭ രൂപീകരിക്കുക. ആംഗ്ലിക്കൻ സഭയിൽ ലയിച്ചുചേരാൻ തീരുമാനിച്ചാൽ തങ്ങളുടെ അനുയായികളിൽ ഭൂരിപക്ഷം അത് സ്വീകരിക്കാൻ ഇടയില്ലെന്ന് പരിഷ്കർത്താക്കൾക്ക് തോന്നി. കത്തോലിക്കാസഭയുടെ ഉഗ്രമായ

കടന്നാക്രമണത്തെ ചെറുത്തുനിൽക്കാൻ മലങ്കരക്കാരെ സഹായിച്ചത് തദ്ദേശീയ സംസ്കാരത്തോടുള്ള പ്രതിബദ്ധതയും വൈദേശിക അധിനിവേശത്തോടുള്ള അകൽച്ചയും ആണല്ലോ. ഈ അടിസ്ഥാന മൂലധനം കൈവെടിയുന്നത് വിത്തെടുത്ത് കുത്തി കഴിക്കുന്നതുപോലെ ഭാവിയിൽ അപകടത്തിന് വഴിവയ്ക്കുമെന്ന് മൽപ്പാനും കൂട്ടരും കരുതി. അതുകൊണ്ട് ഗത്യന്തരമില്ലാതെ ഒരു പുതിയ സഭാരൂപീകരണത്തിലേക്ക് പരിഷ്കർത്താക്കൾ തിരിഞ്ഞു. അങ്ങനെയാണ് മാർത്തോമാസഭ മലങ്കര യാക്കോബാ സുറിയാനി സഭയിൽനിന്നും പിരിഞ്ഞുപോന്നത്. മലങ്കര ക്രിസ്തീയസഭയുടെ ആദിമ സ്ഥാപകനായി വാഴ്ത്തപ്പെടുന്ന ക്രിസ്തുശിഷ്യൻ തോമാശ്ലീഹായുടെ പേരുതന്നെ തങ്ങളുടെ സഭയ്ക്ക് നൽകിയതിൽനിന്നും പരിഷ്കർത്താക്കളുടെ ചിന്താശക്തി അനുമാനിച്ചെടുക്കാം.

മലങ്കര യാക്കോബായ സഭയിൽനിന്ന് വേർപെട്ട് മാർത്തോമാസഭ രൂപീകൃതമായത് ഏത് വർഷത്തിലാണെന്ന് തിട്ടപ്പെടുത്താൻ പ്രയാസമാണ്. അബ്രഹാം മൽപ്പാന്റെ പരിഷ്കരണപരമ്പരയിലെ പ്രഥമവും പ്രധാനവുമായ മലയാളഭാഷാ ശുശ്രൂഷ മരാമൺ പള്ളിയിൽ ആരംഭിച്ച 1837–ൽ ആണ് സഭയുടെ ആരംഭം എന്ന് ചില ചരിത്രങ്ങളിൽ കാണുന്നു. മറ്റു ചില ചരിത്രകാരന്മാർ പറയുന്നത് പാലക്കുന്നത്ത് മാത്യൂസ് മാർ അത്തനേഷ്യസ് പശ്ചിമേഷ്യയിൽനിന്ന് മെത്രാൻപട്ടം സ്വീകരിച്ച് 1843–ൽ കേരളത്തിൽ എത്തിയപ്പോഴാണ് എന്നത്രെ. വേറെയും ചില പ്രധാനപ്പെട്ട സംഭവങ്ങളുടെ ആണ്ടുമാസതീയതികൾ ഏതെങ്കിലും സഭയുടെ ജന്മനാളായി പ്രഖ്യാപിക്കുന്നതിൽ തെറ്റൊന്നും ഇല്ലെങ്കിലും വെറും അക്കാദമിക പ്രാധാന്യം മാത്രമുള്ള ആ പ്രശ്നം ഇവിടെ ചർച്ച ചെയ്യുന്നില്ല. പിൽക്കാലത്തെ മാർത്തോമാസഭയ്ക്ക് നേതൃത്വം നൽകിയവരിൽ പാലക്കുന്നത്തെ കുടുംബക്കാർ പലരുമുണ്ടായിരുന്നു. തോമസ് മാർ അത്തനോസ് (1837–93), പാലക്കുന്നത്ത് തിത്തൂസ് I മെത്രാപോലിത്ത (1843–1911), പാലക്കുന്നത്ത് തിത്തൂസ് II മെത്രാപോലിത്ത (1866–1944) എന്നിവർ അവരിൽപ്പെടുന്നു. ഈ വരികൾ കുറിക്കുമ്പോൾ (2003) മാർത്തോമാസഭയുടെ അത്യുന്നത പുരോഹിതൻ മാർ ക്രിസോസ്റ്റം ആണ്. രണ്ടാം സ്ഥാനീയനാണ് പാലക്കുന്നത്ത് കുടുംബാംഗമായ മെത്രാൻ ഡോ. ജോസഫ് മാർ ഐറേനിയസ്.

അബ്രഹാം മൽപ്പാന്റെയും മാർത്തോമാസഭയുടെയും ചരിത്രദൗത്യത്തെക്കുറിച്ച് സാർവദേശീയ പ്രശസ്ത വിമോചന ദൈവശാസ്ത്രജ്ഞനും ഇടതുപക്ഷ രാഷ്ട്രീയ ചിന്തകനും ആയിരുന്ന ഡോ. എം എം തോമസ് ഇപ്രകാരം വിലയിരുത്തുന്നു:

> മതബോധത്തിലുണ്ടാകുന്ന വ്യതിയാനങ്ങൾ സാംസ്കാരിക മൂല്യങ്ങളിലും സാമൂഹ്യ വീക്ഷണത്തിലും മാറ്റങ്ങളുണ്ടാക്കും. തിരിച്ച് സാംസ്കാരിക രംഗത്തും മനുഷ്യരുടെ പുതിയ ദർശനങ്ങൾ മതത്തെ സ്വാധീനപ്പെടുത്തും. ഏത്

> നവീകരണ പ്രസ്ഥാനത്തിന്റെയും മൂലകാരണം മതത്തിലാണോ സംസ്കാരത്തിലാണോ സാമൂഹ്യഘടനയിലാണോ എന്നു പരിശോധിക്കാതെ തീരുമാനിക്കാനും സാധ്യമല്ല. അതിനാൽ അബ്രഹാം മൽപ്പാനച്ചന്റെ നവീകരണ പ്രസ്ഥാനത്തിന്റെ സാംസ്കാരിക പശ്ചാത്തലവും സാമൂഹ്യ മേഖലയിൽ അതു ചെലുത്തിയ സ്വാധീനവും മനസിലാക്കേണ്ടത് പ്രസ്തുത നവീകരണത്തിന്റെ സമഗ്രമായ വ്യാഖ്യാനത്തിന് അത്യന്താപേക്ഷിതമാണ്.
>
> അബ്രഹാം മൽപ്പാനച്ചന്റെ 'നവീകരണത്തിലടങ്ങിയിരുന്ന മാനവദർശനം പ്രത്യക്ഷമായിത്തന്നെ സാമൂഹ്യ, രാഷ്ട്രീയ സാക്ഷ്യം ഗൗരവമായി എടുക്കുന്നതിന് മാർത്തോമാസഭയ്ക്ക് പ്രേരണ നൽകി. മനുഷ്യന്റെ ആത്മം സ്വതന്ത്രമാണെന്നും മനുഷ്യന്റെ സാമൂഹ്യബന്ധങ്ങളും കെട്ടുപാടുകളും ധാർമിക ഉത്തരവാദിത്വത്തിന്റെ പ്രതിബിംബമായിരിക്കണമെന്നും വിശ്വസിച്ച നവീകരണപ്രസ്ഥാനം ഒരു ഉത്തരവാദിത്വസമൂഹവും രാഷ്ട്രീയവും ലക്ഷ്യമാക്കി പ്രവർത്തിക്കുന്ന ആശയമാർഗത്തിലേക്ക് മാർത്തോമാസഭയെ ആനയിച്ചു.' ഭാരതസഭയുടെ ക്രിസ്തീയ ദൗത്യവും ഭാരത സമൂഹത്തിന്റെ മാനവിക ലക്ഷ്യവും ഒരുമിച്ചുകാണുന്ന ഒരു പ്രവാചകന്റെ ക്രാന്തദർശിത്വം അബ്രഹാം മൽപ്പാനച്ചന്റെ നവീകരണ ചിന്തയുടെ ആണിക്കല്ലായിരുന്നു.

മാർത്തോമാസഭയിൽ ചേരാതെ പഴയ യാക്കോബായ സുറിയാനി സഭയിൽത്തന്നെ ഉറച്ചുനിൽക്കുന്ന കണ്ടത്തിൽ കുടുംബത്തിൽപ്പെട്ട *മലയാള മനോരമ* പത്രാധിപരായിരുന്ന കെ സി മാമൻ മാപ്പിള അബ്രഹാം മൽപ്പാനെ ഇപ്രകാരമാണ് വിലയിരുത്തുന്നത്:

> ഉപദേശാചാരങ്ങൾക്കതീതമായ സഭയുടെ ആത്മീയ പുരോഗതിയാണ് നവീകരണ ലക്ഷ്യമെങ്കിൽ അത് മാർത്തോമാസഭയിൽ ഒതുക്കാവുന്നതല്ല. സുറിയാനി സഭയ്ക്കാകമാനമാണ് പ്രസ്തുത ആത്മീയ പുരോഗതി മൽപ്പാന്റെ നവീകരണ പ്രസ്ഥാനം പ്രദാനം ചെയ്തത്. സുറിയാനി സഭയുടെ പരമോൽക്കൃഷ്ടമായ ധർമം നിർവഹിക്കുന്നതിനും പരിപൂർണമായ കർമസ്വാതന്ത്ര്യം സമ്പാദിക്കുന്നതിനും ഇദംപ്രഥമമായി സാരമായ പ്രയത്നം ചെയ്ത ഒരു മഹാത്മാവായിരുന്നു അബ്രഹാം മൽപ്പാൻ. സുറിയാനി സഭയെ ആത്മാർഥമാക്കിത്തീർക്കുന്ന പ്രക്രിയയായിരുന്നു മൽപ്പാന്റെ നവീകരണം.

ഇപ്രകാരമുള്ള നവോത്ഥാന മൂല്യങ്ങൾക്കും ആധുനിക ജനകീയ സമ്പ്ര ദായങ്ങൾക്കും ആയിരുന്നു അബ്രഹാം മൽപ്പാന്റെ നവീകരണ യത്ന ത്തിൽ മുൻതൂക്കം എങ്കിലും സ്ഥാപനവൽക്കരണത്തിന്റെയും അധികാര രാഷ്ട്രീയത്തിന്റെയും സമ്മർദങ്ങളിൽനിന്ന് അത് പൂർണമായും വിമുക്ത മായിരുന്നില്ല. അതുകൊണ്ട് മാർത്തോമാസഭയുടെ വിമർശകനായ ക ത്തോലിക്കാപ്പള്ളിതന്നെ, ഫാദർ തോമസ് ഇഞ്ചയ്ക്കലോടി തന്റെ *കേരള ത്തിലെ ക്രൈസ്തവസഭകൾ* (1962) എന്ന പുസ്തകത്തിൽ നടത്തുന്ന വി മർശനം അപ്പാടെ തിരസ്കരിക്കേണ്ടതില്ല. "വത്തിക്കാൻ സുന്നഹദോസ് സ്മാരക"മായി പ്രസിദ്ധീകരിക്കപ്പെട്ട ഈ കൃതിക്ക് ഒരു അർധ ഔദ്യോ ഗിക പദവിയും അവകാശപ്പെടാം. കാലം പിന്നിട്ടതോടെ അബ്രഹാം മൽ പ്പാന്റെ നവീകരണ ആശയങ്ങളെക്കാൾ മുൻതൂക്കം ലഭിച്ചത് അധികാര വും സ്വത്തും പങ്കിട്ടെടുക്കുന്ന പ്രക്രിയക്കാണ്. ഈ പ്രക്രിയകൾ സഞ്ച രിച്ച ഊടുവഴികളെക്കുറിച്ച് ഇഞ്ചയ്ക്കലോടി പറയുന്നതിൽ അതിശയോ ക്തി നിഴലിക്കുന്നുണ്ടെങ്കിലും സത്യത്തിന്റെ അംശങ്ങളും കുറവല്ല. ഇഞ്ച യ്ക്കലോടി എഴുതുന്നു:

> യാക്കോബായ സമുദായ സ്വത്തുക്കളെല്ലാം കൈവിടേണ്ടിവ ന്നതു നിമിത്തം തോമസ് മാർ അത്താനാസ്യോസും കൂട്ടരും അതിയായി വിഷമിച്ചു. ഇനിയും എന്താണ് വേണ്ടതെ ന്നുള്ള ആലോചന അണിയറയിൽ നടക്കുകയുണ്ടായി. അന്ത്യോക്യാ പാത്രിയാർക്കീസിന് കീഴ്പ്പെടുകയോ അഥവാ ഒരു കക്ഷി രൂപവൽക്കരിക്കുകയോ അതുമല്ലെ ങ്കിൽ ആംഗ്ലിക്കൻ സഭയിൽ ചേരുകയോ ഏതാണ് വേണ്ട തെന്നുള്ള ആലോചനയായിരുന്നു അവർ നടത്തിക്കൊണ്ടി രുന്നത്. തങ്ങളുടെ പട്ടത്വം പോലും സമ്മതിക്കാത്തവരും കേസിൽ തങ്ങളെ പരാജയപ്പെടുത്തിയവരുമായ യാക്കോ ബായക്കാരുമായി യോജിച്ച് അന്ത്യോക്യാ പാത്രിയാർക്കീ സിന് കീഴ്വഴങ്ങുന്നതിൽ വൈമനസ്യമാണ് പലരും പ്രകടി പ്പിച്ചത്. ആംഗ്ലിക്കൻസഭയിലെ വിശ്വാസാചാരങ്ങൾ ഹിതക രമല്ലാതിരുന്നതിനാൽ പ്രസ്തുത സഭയിൽ ചേരുന്നതിന് പലരും വിമുഖത പ്രദർശിപ്പിച്ചു. തന്മൂലം അനന്തരകരണീ യം എന്തെന്ന് അവർ ആലോചിച്ചതിന്റെ ഫലമായി ഉടലെടു ത്തതത്രേ "നവീകരണകക്ഷി". പത്രോസ് പാത്രിയാർക്കീ സ് മാത്യൂസ് മാർ അത്താനാസ്യോസ് മെത്രാപോലിത്തയെ മുടക്കിയിരുന്നുവെങ്കിൽ 1876-ൽ തിരുവെഴുത്തു വിളംബരം പിൻവലിച്ചില്ലായിരുന്നുവെങ്കിൽ—സമുദായസ്വത്തുക്കൾ ക്കുവേണ്ടിയുള്ള വ്യവഹാരത്തിൽ തോമസ് മാർ അത്താനാ സ്യോസും കൂട്ടരും വിജയിച്ചിരുന്നുവെങ്കിൽ—"നവീകരണക

> ക്ഷി" എന്ന പേരിൽ ഒരു പുതിയ കക്ഷി ഈ കേരളക്കരയിൽ ആവിർഭവിക്കുകയില്ലായിരുന്നു എന്നത് അവിതർക്കിതമായ പരമാർഥമത്രേ.

> യാക്കോബായസഭയിൽ ഒരു പുതിയ കക്ഷി ഉണ്ടാക്കണമെന്നുള്ളതായിരുന്നു അബ്രഹാം മൽപ്പാന്റെയും അനുയായികളുടെയും ആഗ്രഹം. ഈ ഉദ്ദേശ്യസാധ്യത്തിനുവേണ്ടിയായിരുന്നു മാത്യൂസ് മാർ അത്താനാസ്യോസിനെ അന്ത്യോക്യയിലേക്ക് അയച്ചതും അദ്ദേഹത്തിന് മെത്രാൻപട്ടം ലഭിക്കുന്നതിനുവേണ്ടി പരിശ്രമിച്ചുകൊണ്ടിരുന്നതും. എന്നാൽ മെത്രാൻപട്ടവും ലഭിച്ച് ഇവിടെ എത്തിയ മാത്യൂസ് മാർ അത്താനാസ്യോസാകട്ടെ, ഒരു പുതിയ കക്ഷിയെ ഇവിടെ ഉണ്ടാക്കുന്നതിനല്ല പിന്നെയോ, യാക്കോബായസഭയുടെ ഭരണാധ്യക്ഷസ്ഥാനം കരസ്ഥമാക്കുന്നതിനുവേണ്ടിയത്രേ പരിശ്രമിച്ചുതുടങ്ങിയത്. അതിനുവേണ്ടിയായിരുന്നു ഗവൺമെന്റിൽനിന്നും തിരുവെഴുത്തുവിളംബരവും അദ്ദേഹം സമ്പാദിച്ചത്. പക്ഷേ, ഇരുപതിൽപ്പരം വർഷക്കാലത്തെ ഭരണത്തിനുശേഷം അന്ത്യോക്യാ പാത്രിയാർക്കീസിന്റെ മുടക്കും രാജകീയ വിളംബരത്തിന്റെ പിൻവലിക്കലും മാത്യൂസ് മാർ അത്താനാസ്യോസിനെ ഭരണാധികാരരഹിതനാക്കിത്തീർത്തു. അദ്ദേഹത്തിന്റെ പിൻഗാമിയായ തോമസ് മാർ അത്താനാസ്യോസാകട്ടെ, യാക്കോബായസഭയുടെ സ്വത്തുക്കൾ കൈവശം ലഭിച്ചതിനാൽ പ്രസ്തുത സഭയുടെ മെത്രാപോലിത്തയായിത്തന്നെ ഭരണം തുടരാമെന്ന് അഭിലഷിച്ചു. പക്ഷേ, വ്യവഹാരത്തിൽ പരാജയമടഞ്ഞ് സ്വത്തുക്കളെല്ലാം ഉപേക്ഷിക്കേണ്ടിവന്നതോടുകൂടി അദ്ദേഹത്തിന്റെ ആശാസൗധവും ഇടിഞ്ഞുവീഴുകയാണുണ്ടായത്. തന്മൂലം ഒരു പുതിയ കക്ഷി ആവിർഭവിക്കുകയും അതിന്റെ പ്രചാരണത്തിനുവേണ്ടി മധ്യതിരുവിതാംകൂറിൽ പല സ്ഥലങ്ങളിലും തോമസ് മാർ അത്താനാസ്യോസും അനുയായികളും അശ്രാന്തം പരിശ്രമിച്ചുതുടങ്ങുകയും ചെയ്തു. (പുറം 174–175)

ചില ആകസ്മിക സംഭവങ്ങളും വ്യക്തികളുടെ ഭാഗ്യാന്വേഷണത്തിന്റെ ഗതിവിഗതികളും ആണ് ചരിത്രത്തിലെ നിയാമകശക്തി എന്ന ഇഞ്ചയ്ക്കലോടിയുടെ അഭിപ്രായം സ്വീകരിക്കാനാവുകയില്ല. ഈ വ്യക്തികൾ അല്ലെങ്കിൽ മറ്റു വ്യക്തികൾ ചരിത്രത്തിന്റെ അനിവാര്യമായ ആഹ്വാനങ്ങൾ കേട്ടറിഞ്ഞ് പരിവർത്തനങ്ങൾക്കുവേണ്ടി പരിശ്രമിക്കും എന്നതാണ് ചരിത്രത്തിന്റെ നിയമം. എങ്കിലും വ്യക്തികളുടെ ഹിതാഹിതങ്ങളും ഭാഗ്യാന്വേഷണ വിപര്യയങ്ങളും അവയുടേതായ മുദ്ര ചരിത്രഗതിയിൽ പതിപ്പിക്കും എന്നതിൽ തർക്കമില്ല. അബ്രഹാം മൽപ്പാന്റെ നവീകരണശ്രമം നി

ഷ്ഫലമായിരുന്നു എന്നു പറയാൻ ഇഞ്ചയ്ക്കലോടിക്കും കഴിയുന്നില്ല. അദ്ദേഹം മാർത്തോമാസഭയെ വിലയിരുത്തുന്നത് ശ്രദ്ധിക്കുക:

> കേരളത്തിലുള്ള അകത്തോലിക്കാസഭകളിൽവച്ച് വിദ്യാഭ്യാസപരമായി ഉൽകൃഷ്ടനിലയിലെത്തിയിട്ടുള്ള വൈദികരോടും അൽമേനികളോടും കൂടിയ സഭ മാർത്തോമാസഭയാണെന്നു പ്രസ്താവിക്കാൻ സാധിക്കും. യാക്കോബായ സഭയിലെ വൈദികന്മാരെപ്പോലെതന്നെ വിവാഹിതരാണെങ്കിലും പ്രോട്ടസ്റ്റന്റുകാരുമായുള്ള സമ്പർക്കം നിമിത്തം സംസ്കാരത്തിലും പാണ്ഡിത്യത്തിലും പ്രസ്തുത സഭയിലെ വൈദികന്മാർ ഉയർന്ന നിലയിലെത്തിയിട്ടുണ്ട്. നാന്നൂറോളം ഇടവകകളും ഇരുന്നൂറിൽപ്പരം വൈദികന്മാരും രണ്ടുലക്ഷത്തോളം ജനങ്ങളും ഇപ്പോൾ മാർത്തോമാസഭയ്ക്കുണ്ട്. മൂന്ന് കോളേജുകളും (തിരുവല്ലയിലും കോഴഞ്ചേരിയിലും) 25 ഇംഗ്ലീഷ് ഹൈസ്കൂളുകളും 160 പ്രൈമറി സ്കൂളുകളും പ്രസ്തുത സഭ വകയായിട്ടുണ്ട്. സൺഡേ സ്കൂൾ സമാജം, സുവിശേഷസംഘം, സേവികാസമാജം, മരാമൺ കൺവെൻഷൻ ആദിയായ പല സംഘടനകളും സമാജങ്ങളും ഇവർ സ്തുത്യർഹമായി നടത്തിവരുന്നുണ്ട്. വിദേശമിഷൻ എന്ന പേരിൽ കേരളത്തിന് പുറത്ത് കാർവാർ, അങ്കോള, നേപ്പാൾ എന്നീ സ്ഥലങ്ങളിൽ ചില സ്ഥാപനങ്ങൾ നിർമിച്ചുകൊണ്ട് സുവിശേഷവേല ഇവർ നടത്തിക്കൊണ്ടിരിക്കുന്നുവെങ്കിലും കാര്യമായ ഫലം അത് പുറപ്പെടുവിക്കുന്നുണ്ടെന്നു പറയുവാൻ നിവൃത്തിയില്ല. (പുറം 178)

ഇപ്പറഞ്ഞ നേട്ടങ്ങൾ എല്ലാം 1960–കളുടെ ആദ്യം രേഖപ്പെടുത്തിയതാണ്. ഇത്തരം നേട്ടങ്ങൾ തുടർന്നുവന്ന പതിറ്റാണ്ടുകളിലും ഉണ്ടായിക്കൊണ്ടിരുന്നു എന്നതിൽ തർക്കമില്ല. എന്നാൽ എല്ലാ നവോത്ഥാന വേലിയേറ്റങ്ങൾക്കും സംഭവിക്കുന്ന വേലിയിറക്കം മാർത്തോമസഭയെയും ബാധിച്ചുകൊണ്ടിരിക്കുന്നു. മൽപ്പാന്റെ കാലത്തെ ദൗത്യബോധവും ആദർശശുദ്ധിയും ചോർന്നുപൊയ്ക്കൊണ്ടിരിക്കുകയാണ്. ഇവയുടെ ഫലമായി 1960–ാം ആണ്ടോടുകൂടി മാർത്തോമസഭയ്ക്ക് അകത്തുതന്നെ ഒരു പിളർപ്പ് സംഭവിക്കുകയും അതിൽ നിന്ന് "സെന്റ് തോമസ് ഇവാഞ്ചലിക്കൽ ചർച്ച ഓഫ് ഇന്ത്യ" എന്നൊരു പുതിയ സഭ രൂപംകൊള്ളുകയും ചെയ്തിട്ടുണ്ട്. മാർത്തോമസഭയുടെ സ്ഥാപനകാലത്തെ ആദർശങ്ങളും മൂല്യങ്ങളും തങ്ങളാണ് ഉയർത്തിപ്പിടിക്കുന്നത് എന്ന് അവർ വാദിക്കുന്നു. കൃത്യമായി പറഞ്ഞാൽ, 1961 ജനുവരി 26–ാം തീയതി ആണ് ഈ പുതിയ സഭ രൂപംകൊണ്ടത്. പ്രശസ്ത മതചിന്തകനും മതചരിത്രകാരനും ആയ കെ എം ദാനിയൽ ആയിരുന്നു ഈ പുതിയ സഭയുടെ താത്വിക ആചാര്യൻ എന്നു പറയാം.

ഏതാനും പതിറ്റാണ്ടുകളായി മാർത്തോമാസഭയിൽ സ്ഥാപകാചാര്യനായ അബ്രഹാം മൽപ്പാൻ ഉയർത്തിപ്പിടിച്ച മൂല്യങ്ങൾക്ക് അപചയം സംഭവിച്ചുകൊണ്ടിരിക്കുന്നു എന്നതും സഭയുടെ അന്നത്തെ അത്യുന്നത പുരോഹിതൻ ആയിരുന്ന യൂഹാനാൻ മാർത്തോമാ (1948–1976) മെത്രാപോലിത്ത ഈ അപചയ പ്രക്രിയയെ അതിന്റെ അന്ധകൂപത്തിൽ എത്തിച്ചിരിക്കുന്നു എന്നുമായിരുന്നു കെ എം ദാനിയലിന്റെ വിമർശനം. സ്വതന്ത്ര സഭാ രൂപീകരണത്തിനുമുമ്പ് ദാനിയൽ സുപ്രീംകോടതി വരെ കേസ് നടത്തി മാർത്തോമസഭയുടെ ആകമാന നേതൃത്വം നേടാൻ ശ്രമിച്ചെങ്കിലും പരാജയപ്പെട്ടു. അതേത്തുടർന്നാണ് പുതിയ സഭയുടെ രൂപീകരണം. കെ എം ദാനിയലിന്റെ കാലശേഷം ഈ വേർപാട്സഭയിലും ഭിന്നതകൾ പ്രത്യക്ഷപ്പെട്ടുകൊണ്ടിരിക്കുന്നതായി കേൾക്കുന്നു. ●

വേദബന്ധു

2 വേദബന്ധു ജ്ഞാനിയുടെ കർമപഥം

ആയിരത്തി എണ്ണൂറ്റി എഴുപത്തിയഞ്ചിൽ സ്വാമി ദയാനന്ദസരസ്വതി (1824–1883) സ്ഥാപിച്ച ആര്യസമാജം ഭാരതീയ നവോത്ഥാന പ്രസ്ഥാന ചരിത്രത്തിലെ ശ്രദ്ധേയമായ ഒരു അധ്യായമാണ്. ബംഗാളിലെ ബ്രഹ്മസമാജം, മഹാരാഷ്ട്രയിലെ പ്രാർഥനാസമാജം മുതലായവയിൽ നിന്നും വ്യത്യസ്തമായി ഹൈന്ദവ ആഭിമുഖ്യം പ്രകടിപ്പിക്കുകയും മതം മാറിപ്പോയ ഹിന്ദുക്കളെ ശുദ്ധിപ്രസ്ഥാനത്തിലൂടെ തിരികെ ഹിന്ദുമതത്തിലേക്ക് പുനഃപരിവർത്തനം ചെയ്യുകയും മറ്റും ആര്യസമാജത്തിന്റെ മുഖമുദ്രകൾ ആകയാൽ നവോത്ഥാന സ്വഭാവത്തെക്കാൾ അതിന്റെ വിപരീത ദിശയിലുള്ള പുനരുദ്ധാരണ പ്രവണതയാണ് ആര്യസമാജത്തിൽ മുന്തിനിൽക്കുന്നത് എന്ന് വാദിക്കുന്നവർ ഉണ്ട്. ഈ വിമർശനം തീരെ അസ്ഥാനത്താണ് എന്ന് പറഞ്ഞുകൂടെങ്കിലും നവോത്ഥാന പ്രവണതകളും ആര്യസമാജത്തിൽ ഉണ്ടായിരുന്നു എന്ന കാര്യവും നിഷേധിക്കത്തക്കതല്ല. ഏകദൈവ വിശ്വാസം, വിഗ്രഹാരാധനയോട് എതിർപ്പ്, ജാതി നിർമാർജന യത്നങ്ങളിൽ ഊർജസ്വലമായ പങ്ക്, സ്ത്രീവിദ്യാഭ്യാസം ഉൾപ്പെടെ ആധുനിക വിദ്യാഭ്യാസത്തോട് ആഭിമുഖ്യം, ബാല്യവിവാഹങ്ങളോട് എതിർപ്പ് തുടങ്ങി നവോത്ഥാന പ്രവണതകളെ പ്രകടിപ്പിക്കുന്ന പല ഘടകങ്ങളും ദയാനന്ദസരസ്വതിയുടെ മതനവീകരണ പ്രസ്ഥാന

ത്തിൽ ഉൾപ്പെട്ടിരുന്നു.

വേദങ്ങളിലേക്ക് തിരിച്ചുപോവുക എന്ന മുദ്രാവാക്യം ഉയർത്തി *സത്യാർഥപ്രകാശം* എന്ന പുതിയ വേദാഖ്യാനം എഴുതിയ ദയാനന്ദൻ ഇതിഹാസ പുരാണാദികളെയും അനാചാരങ്ങളെയും ആപൽക്കരവും അനാര്യവും ആയി വിലയിരുത്തി. ഈ ആദർശങ്ങളെ മുൻനിർത്തി വിഗ്ര ഹപ്രതിഷ്ഠ ഇല്ലാത്ത പ്രാർഥനാലയങ്ങളും ഔപചാരിക വിദ്യാഭ്യാസം പ്രചരിപ്പിക്കാൻ വിദ്യാലയങ്ങളും കോളേജുകളും മറ്റും ആര്യസമാജം സ്ഥാപിക്കുകയുണ്ടായി.

പഞ്ചാബ് മുതൽ മഹാരാഷ്ട്രം വരെ പശ്ചിമഭാരതത്തിലാണ് ആര്യ സമാജം പ്രവർത്തനങ്ങൾ മുന്നേറിയതെങ്കിലും കേരളം ഉൾപ്പെടെ ഇന്ത്യ യുടെ മറ്റ് ഭാഗങ്ങളിലും ആര്യസമാജം 19–ാം നൂറ്റാണ്ടിന്റെ അവസാനം ആ കുമ്പോഴേക്കും വ്യാപിച്ചുതുടങ്ങിയിരുന്നു. കേരളത്തിൽ 1990–കളിൽ ത്തന്നെ കോഴിക്കോടും മറ്റും ചെറിയതോതിൽ പ്രവർത്തിച്ചു തുടങ്ങിയ ആര്യസമാജം 1920–കളോടെ ആണ് തങ്ങളുടെ സാന്നിധ്യം ജനങ്ങൾ അറിയത്തക്കവണ്ണം പ്രവർത്തിക്കാൻ തുടങ്ങിയത്. 1921–ലെ മലബാർ ല ഹളക്കാലത്ത് ഇസ്ലാം മതത്തിലേക്ക് നിർബന്ധിതമായ പരിവർത്തനം വ്യാപകമായി നടക്കുന്നു എന്ന വാർത്തകേട്ട് ഉൽക്കണ്ഠാകുലരായ ഏതാനും ആര്യസമാജക്കാർ പഞ്ചാബിൽനിന്നും മലബാറിൽ എത്തി. അങ്ങനെ വന്നവരിൽ കൊട്ടാരക്കരക്കാരനായ ഒരു തമിഴ് ബ്രാഹ്മണനും ഉണ്ടായിരുന്നു. കൊട്ടാരക്കരയ്ക്ക് സമീപം തൃക്കണ്ണമംഗലത്ത് ജനിച്ച വെ ങ്കിടാചലം അയ്യർ ജാതിസൂചകമായ പേര് ഉപേക്ഷിച്ച് ആര്യസമാജം മാതൃകയിൽ 'വേദബന്ധു' (1901–1995) എന്ന പേരിലാണ് അന്ന് അറിയപ്പെ ട്ടിരുന്നത്. പിൽക്കാലത്ത് പ്രശസ്ത കഥാകൃത്തായി പേരെടുത്ത വടക്കൻ പറവൂരിലെ കെടാമംഗലത്തുകാരൻ കേശവപിള്ളയും ആര്യസമാജം പ്രവർത്തനങ്ങളിൽ ആകൃഷ്ടനായി വാലുമുറിച്ച് കേശവദേവ് ആയത് ഇക്കാലത്താണ്.

വേദബന്ധു മതപരിഷ്കർത്താക്കളായ സന്യാസിവര്യരെപ്പോലെ സന്യാസമൊന്നും സ്വീകരിച്ചില്ലെങ്കിലും ഒരേസമയം മഹാനായ ജ്ഞാന യോഗിയും കർമയോഗിയും ആയിരുന്നതിനാൽ ആചാര്യസ്ഥാനീയൻ തന്നെയായിരുന്നു. അതുകൊണ്ട് അദ്ദേഹത്തെക്കുറിച്ചുള്ള വിവരണവും ആചാര്യപർവത്തിൽ ചേർക്കുന്നു.

കൊട്ടാരക്കരയ്ക്ക് സമീപം തൃക്കണ്ണമംഗലത്ത് ഇരുപതാം നൂറ്റാണ്ടി ന്റെ ആദ്യവർഷം ജനിച്ച വെങ്കിടാചലത്തിന്റെ കുടുംബം അനേക നൂറ്റാ ണ്ടുകളായി പ്രശസ്തിക്കും പാണ്ഡിത്യത്തിനും പേരുകേട്ട ഒന്നായിരുന്നു. മാർത്താണ്ഡവർമ മഹാരാജാവ് 18–ാം നൂറ്റാണ്ടിൽ വെട്ടിപ്പിടിക്കുന്നതിനു മുമ്പ് നിലനിന്നിരുന്ന ഇളയിടത്ത് സ്വരൂപം തുടങ്ങിയ രാജകുടുംബങ്ങളി ലെ ഇളമുറക്കാരുടെ ഗുരുക്കന്മാരും മുതിർന്നവരുടെ ഉപദേഷ്ടാക്കളും മ ന്ത്രിമാരും മറ്റുമായി പ്രവർത്തിച്ചിട്ടുള്ളവർ ആയിരുന്നു വെങ്കിടാചലത്തി

'താണ്ഡവലക്ഷണ'ത്തിന്റെ കവർ പേജ്

ന്റെ പൂർവികർ. വെങ്കിടാചലം പ്രാഥമിക വിദ്യാഭ്യാസവും ഹൈസ്കൂൾ വിദ്യാഭ്യാസവും കൊട്ടാരക്കരയിൽത്തന്നെ നിർവഹിച്ചു. അതോടൊപ്പം കാരണവന്മാരിൽനിന്ന് പരമ്പരാഗതശൈലിയിൽ സംസ്കൃതത്തിലും തമിഴിലും അവഗാഹം നേടുകയുണ്ടായി.

പതിനേഴ് വയസ് ആയപ്പോഴേക്കും സ്കൂൾ വിദ്യാഭ്യാസം പൂർത്തിയാക്കി ഉപരിവിദ്യാഭ്യാസത്തിനും വേദേതിഹാസ പഠനങ്ങൾക്കുമായി വാരണാസിയിലെ ഹിന്ദു സർവകലാശാലയിൽ ചെന്നെത്തി. സർവകലാശാലയിലെ ഔപചാരിക പാഠ്യപദ്ധതികൾക്ക് അനുസരണമായ വിദ്യാഭ്യാസത്തോടൊപ്പം ബുദ്ധിമാനും പഠനങ്ങളിൽ അതീവ തൽപ്പരനും ആയിരുന്ന വെങ്കിടാചലം സർവകലാശാലയ്ക്ക് പുറത്തുള്ള പാരമ്പര്യ പണ്ഡിതന്മാരിൽനിന്നും ആർഷജ്ഞാനം നേടിക്കൊണ്ടിരുന്നു. വെങ്കിടാചലം വാരണാസിയിൽ ഉപരിപഠനത്തിനായി ചെന്നെത്തുമ്പോഴേക്കും ഒന്നാം ലോകമഹായുദ്ധം (1914–1918) സമാപിക്കുകയും ഇന്ത്യ പുതിയൊരു സ്വാതന്ത്ര്യസമരഘട്ടത്തിലേക്ക് പ്രവേശിച്ചു തുടങ്ങുകയും ചെയ്തിരുന്നു. റൗലത്ത് ആക്ട് എന്ന കരിനിയമവും ജാലിയൻവാലാബാഗ് കൂട്ടക്കൊലയും അഖിലേന്ത്യാ ഹർത്താലുകളും മഹാത്മാഗാന്ധിയുടെ രംഗപ്രവേശവും ഇന്ത്യൻ രാഷ്ട്രീയത്തെ കീഴ്മേൽമറിക്കാൻ തുടങ്ങുകയായിരുന്നു. അറിവിനോടുള്ള അദമ്യമായ അഭിനിവേശത്തിനുപോലും ഈ രാഷ്ട്രീയ കോളിളക്കങ്ങളിൽനിന്ന് വെങ്കിടാചലത്തെ അകറ്റിനിർത്താൻ കഴിഞ്ഞില്ല. കൈയും മെയ്യും മറന്ന് ദേശസ്നേഹിയായ ആ യുവ വിദ്യാർഥി സ്വാതന്ത്ര്യസമരത്തിലേക്ക് എടുത്തുചാടി.

എന്നാൽ പ്രൊഫ. എസ് ഗുപ്തൻനായർ പറയുന്നതുപോലെ, "ഈ പൊതുപ്രവർത്തനങ്ങളിലുടെയും സമരത്തിലൂടെയും വെങ്കിടാചലം

കൽപ്പാത്തി ക്ഷേത്രം

എത്തിച്ചേർന്നത് തന്റെ വേദപഠനത്തിന്റെ പ്രയുക്തരൂപമായ ആര്യസമാജത്തിലാണ്." അതോടെ വെങ്കിടാചല അയ്യർ വേദബന്ധുവായി പുനർജനിക്കുകയും ചെയ്തു. (*താണ്ഡവലക്ഷണം*, തിരുവനന്തപുരം, 1997, അവതാരിക). ആര്യസമാജം പ്രവർത്തനവുമായി ബന്ധപ്പെട്ട് വടക്കേ ഇന്ത്യയിൽ പലയിടത്തും സഞ്ചരിച്ച വേദബന്ധു ആര്യസമാജം പ്രവർത്തനങ്ങളുടെ കേന്ദ്രമായ പഞ്ചാബിലെ ലാഹോർ, ഹോഷിയാർപൂർ, ജലന്ധർ, ഫരീദാബാദ് മുതലായ നഗരങ്ങളിൽ താമസിച്ച് പഠനവും പ്രവർത്തനവും തുടർന്നുകൊണ്ടിരുന്നു. അങ്ങനെയിരിക്കെയാണ് മുകളിൽ പരാമർശിച്ചതുപോലെ, 1921–ലെ മലബാർ ലഹളക്കാലത്ത് മതപരിവർത്തനം നടത്താൻ നിർബന്ധിതരായവരെ തിരികെ ഹിന്ദുമതത്തിലേക്ക് പരിവർത്തനം ചെയ്യിക്കുക എന്ന ഉദ്ദേശ്യത്തോടുകൂടി ആര്യസമാജം പ്രവർത്തകനായ ഋഷിറാമിന്റെ നേതൃത്വത്തിൽ ഉള്ള സംഘത്തോടുകൂടി വേദബന്ധു കേരളത്തിൽ എത്തിയത്. ഋഷിറാമിന്റെ സഹായിയും ദ്വിഭാഷിയും ആയിട്ടാണ് വേദബന്ധു വന്നതെങ്കിലും കാഴ്ചയിൽ സുഭഗനും പാണ്ഡിത്യത്തിൽ ഉന്നതനും വാഗ്‌വൈഭവത്തിൽ കിടയറ്റവനും ആയിരുന്ന ഈ യുവാവ് അതിവേഗം കേരളത്തിലെ ആര്യസമാജ പ്രവർത്തന നേതൃത്വത്തിലേക്ക് ഉയർന്നു. കോഴിക്കോട് ആയിരുന്നു ആര്യസമാജത്തിന്റെ ആസ്ഥാനം. എങ്കിലും വേദബന്ധുവും സംഘവും കേരളമാകെ ചുറ്റിസഞ്ചരിച്ച് ആദർശങ്ങൾ പ്രചരിപ്പിക്കുകയും മതം മാറിപ്പോയ ഹിന്ദുക്കളെ 'ശുദ്ധി' ചെയ്ത് തിരികെ കൊണ്ടുവരാനുള്ള പരിശ്രമങ്ങളിൽ ഏർപ്പെടുകയും ചെയ്തു. മതം മാറിപ്പോയവരെ തിരികെ ഹിന്ദുമതത്തിലേക്ക് കൊണ്ടുവരുന്ന പ്രക്രിയക്ക് ഹൈന്ദവ പുനരുദ്ധാരണത്തിന്റെ ഛായയാണ് ഉള്ളതെങ്കിലും യാഥാസ്ഥിതിക ഹിന്ദുക്കൾ ഈ നടപടിയെ കഠിനമായി എതിർക്കുകയും പുനഃപരിവർത്തനം ചെയ്ത് ഹിന്ദുക്കളായവരെ ഹൈന്ദവരായി സ്വീകരിക്കാനോ അവരുമായി ഇടപഴകാനോ വിസമ്മതിക്കുകയും ചെയ്തു. ഈ പുനഃപരിവർത്തനത്തിന് നേതൃത്വം നൽകിയ ആര്യസമാജ പ്രവർത്തകരെ അവർ ശക്തിയായി എതിർക്കുകയും ചിലപ്പോൾ സംഘർഷങ്ങൾ തന്നെ ഉണ്ടാവുകയും ചെയ്തു. എന്നാൽ ഹൈന്ദവരെന്ന് അഭിമാനിക്കുന്ന ഈ സങ്കുചിത ബുദ്ധികളെക്കാൾ ഹൈന്ദവ പാ

രമ്പര്യത്തെക്കുറിച്ച് അറിവും കൂറും തങ്ങൾക്കാണെന്ന് ഉറപ്പുണ്ടായിരുന്ന വേദബന്ധുവും കൂട്ടരും ഒരു ചെറിയ സംഘം ആയിരുന്നെങ്കിലും ചെറുത്തുനിൽപ്പിൽ ഒട്ടും പിന്നിലായിരുന്നില്ല.

പി. കേശവദേവ്

ഈ സംഭവങ്ങളെത്തുടർന്നാണ് പാലക്കാട്ടെ കൽപ്പാത്തി പ്രക്ഷോഭം പൊട്ടിപ്പുറപ്പെട്ടത്. മുഖ്യമായും തമിഴ് ബ്രാഹ്മണരും അവരുടെ ആശ്രിതരും മറ്റുമായ മറ്റ് സവർണരും മാത്രം തിങ്ങിപ്പാർക്കുന്ന കൽപ്പാത്തി അഗ്രഹാരത്തിന്റെ മുന്നിലുള്ള പൊതുനിരത്തിലൂടെ അവർണർ നടന്നുകൂടാ എന്ന് വ്യവസ്ഥയുണ്ടായിരുന്നതും അതിനെതിരെ നടന്ന രൂക്ഷമായ സമരവും ഇതിനുമുമ്പ് പരാമർശിച്ചിട്ടുണ്ടല്ലോ. (പ്രസ്ഥാനപർവം: കൽപ്പാത്തി മുതൽ ശുചീന്ദ്രം വരെ, *കേരളനവോത്ഥാനം ഒരു മാർക്സിസ്റ്റ് വീക്ഷണം*)

മുഖ്യമായും യാഥാസ്ഥിതിക തമിഴ് ബ്രാഹ്മണരുടെ അസഹിഷ്ണുതയെ എതിർത്തുകൊണ്ട് പതിവ് ലംഘിച്ച് കൽപ്പാത്തി നിരത്തിലൂടെ സമരോത്സുകരായി നടന്നുകയറിയ അവർണരോടൊപ്പം തമിഴ് ബ്രാഹ്മണകുടുംബത്തിൽ ജനിച്ച വേദബന്ധുവും ജാതിഭ്രാന്തന്മാരുടെ പ്രഹരത്തിനിരയായി.

വേദബന്ധുവും സുഹൃത്തുക്കളും സവർണ പ്രമാണിമാരുടെ അതിക്രമത്തെ ക്ഷമാപൂർവം സഹിക്കുകയല്ല ചെയ്തത്. ഈ സമരങ്ങളിൽ വേദബന്ധുവിനോടൊപ്പം പങ്കെടുത്ത പി കേശവദേവ് ആത്മകഥയായ *എതിർപ്പിൽ* ഇപ്രകാരം രേഖപ്പെടുത്തിയിരിക്കുന്നു:

> പാലക്കാട്ടെ കൽപ്പാത്തി അഗ്രഹാരം, അന്നത്തെ അജയ്യമായ ഒരു ജാതിക്കോട്ടയായിരുന്നു. പല ഉപഗ്രാമങ്ങളുമുള്ള ഒരു അഗ്രഹാരത്തിൽ ബ്രാഹ്മണഗൃഹങ്ങൾ മാത്രമേയുള്ളൂ. സവർണർക്ക് മാത്രമേ അവിടെ പ്രവേശനമുണ്ടായിരുന്നുമുള്ളൂ. ഗ്രാമത്തിനകത്തോ പരിസരങ്ങളിലോ അവർണർ പ്രവേശിച്ചുകൂടാ എന്നാണ് നിയമം.
>
> കൽപ്പാത്തി അഗ്രഹാരത്തിൽ പ്രവേശിക്കാനുള്ള അവകാശത്തിനുവേണ്ടി ഒരു സമരം ആര്യസമാജക്കാർ ആരംഭിച്ചിരുന്നു. അഗ്രഹാരത്തിലെ പൊതുനിരത്തുകളിൽ അവർണർക്ക് നടക്കാൻ അവകാശമുണ്ടെന്നു മാത്രമായിരുന്നില്ല

ആര്യസമാജക്കാരുടെ വാദം. ഏതു ജാതിയിൽപ്പെട്ടവരായാലും ആര്യസമാജത്തിൽ ചേർന്നാൽ, ആര്യബ്രാഹ്മണരാകുമെന്നും ആര്യബ്രാഹ്മണർക്ക് അയിത്തമില്ലെന്നുംകൂടി അവർ വാദിച്ചിരുന്നു.

ഈ അഗ്രഹാരസമരത്തിന്റെ ആദ്യപടി എന്ന നിലയിൽ, അഗ്രഹാരത്തിലുള്ള ഒരു പീടികമുറി വാടകയ്ക്കെടുത്ത് അതിൽ ആര്യസമാജ പ്രസിദ്ധീകരണങ്ങൾ വിൽക്കാൻ തുടങ്ങി. പ്രസിദ്ധീകരണങ്ങൾ ചെലവാകണമെന്നുള്ളതല്ല, ഒരു ആര്യസമാജക്കാരൻ എപ്പോഴും അവിടെ ഉണ്ടായിരിക്കണമെന്നുള്ളതാണ് അതിന്റെ പ്രധാന ഉദ്ദേശ്യം. ആ ബുക്ക് സ്റ്റാളിന്റെ ചുമതല, രാമദാസ് എന്നു പേരായ ഒരു ആര്യസമാജം പ്രവർത്തകനെയാണ് ഏൽപ്പിച്ചിരുന്നത്. പിന്നീട് ആ ചുമതല കേശവനെ ഏൽപ്പിച്ചു. അതിനിടയിൽ അഗ്രഹാരസമരം ഊർജിതപ്പെടുത്താനുള്ള ആലോചനയും ഉണ്ടായിരുന്നു. ഒരുദിവസം വൈകുന്നേരം പി സി ഗോപാലൻ, തീത്തേലൻ മുതലായ പത്തുപതിനൊന്ന് ആര്യസമാജക്കാർ വേദബന്ധുവിന്റെ നേതൃത്വത്തിൽ അഗ്രഹാരത്തിൽക്കൂടി ഒരു പര്യടനം നടത്തി. എല്ലാവരുടെയും കൈയിൽ കഠാരയുണ്ടായിരുന്നു. സമരരംഗത്ത് നിൽക്കുന്നതുകൊണ്ട് കേശവനും തോലുറയിൽ കഠാരയും തിരുകിക്കൊണ്ടാണ് ബുക്ക് സ്റ്റാളിൽ ഇരിക്കുന്നത്.

വേദബന്ധുവിന്റെ നേതൃത്വത്തിലുള്ള പര്യടനസംഘം ബുക്ക് സ്റ്റാളിൽ കയറി അൽപ്പം വിശ്രമിച്ചതിനുശേഷം അഗ്രഹാരത്തിലെ അന്നപൂർണേശ്വരീക്ഷേത്രത്തിന്റെ മുമ്പിൽക്കൂടി കൽപ്പാത്തി നദിയിലേക്ക് ഇറങ്ങി, മണൽത്തിട്ടയിൽ ഇരുന്നു. അപ്പോഴേക്ക് അവർണർ അഗ്രഹാരത്തിൽ പ്രവേശിച്ച് അശുദ്ധമാക്കി എന്ന സംഭ്രമജനകമായ വാർത്ത അഗ്രഹാരം മുഴുവൻ പ്രചരിച്ചു. ബ്രാഹ്മണരെല്ലാം വടി, തടി ആയുധങ്ങളോടുകൂടി അന്നപൂർണേശ്വരീക്ഷേത്രത്തിന്റെ മുമ്പിൽ കൂടി. റോഡിൽനിന്ന് കരിങ്കൽച്ചില്ലുകളും പെറുക്കിക്കൂട്ടിയിരുന്നു.

ഈ സമരസന്നാഹങ്ങളെ നേരിടുവാൻതന്നെ വേദബന്ധുവും കൂട്ടരും നിശ്ചയിച്ചു. അവർ മണൽത്തിട്ടയിൽനിന്ന് വീണ്ടും അഗ്രഹാരത്തിലേക്ക് പ്രവേശിച്ചു. ആയിരത്തിലധികം ബ്രാഹ്മണരും പതിനൊന്ന് ആര്യസമാജക്കാരും തമ്മിൽ ഉഗ്രമായ ഒരു സംഘട്ടനം നടന്നു.

ബഹളം കേട്ട് കേശവൻ ബുക്ക് സ്റ്റാളിൽനിന്ന് ഇറങ്ങിനോക്കി. അവന് കാര്യം മനസിലായി. അവൻ ആൾക്കൂട്ടത്തിലേക്കു കുതിച്ചുകയറി. ബ്രാഹ്മണർ പിശാചുക്കളെപ്പോലെ, വേദബന്ധുവിനെയും കൂട്ടരെയും വളഞ്ഞുനിന്ന് ആക്രമിക്കുകയാണ്. ആര്യസമാജക്കാർ ധീരതയോടുകൂടി എതിർക്കുന്നുമുണ്ട്. ഇടികളും അടികളും ഏറ്റുകൊണ്ട് അവൻ അവന്റെ കൂട്ടുകാരുടെ അടുത്തെത്തി. ഒരാൾ ചോരയൊലിച്ച് വീണുകിടക്കുന്നുണ്ട്. തലയിൽ ഒരു അടിയേറ്റതാണത്. പെട്ടെന്ന് വേദബന്ധു കഠാര വലിച്ചൂരി. ശേഷമുള്ളവരും കഠാര എടുത്തു. ഒരു കഠാര ഒരു ബ്രാഹ്മണന്റെ വയറ്റിലേക്കു പാഞ്ഞുകയറി. അയാൾ മലർന്നുവീണു. അതോടുകൂടി ബ്രാഹ്മണർ അകന്നു. പക്ഷേ, അവർ സമരരംഗത്തുനിന്ന് പോയില്ല. അവർ കരിങ്കൽക്കഷണങ്ങൾ എടുത്ത് ഏറുതുടങ്ങി. എറിയുന്ന കല്ലുകൾ എടുത്ത് ആര്യസമാജക്കാർ തിരിച്ചെറിഞ്ഞു.

ഒടുവിൽ അടിയേറ്റ് വീണുകിടന്ന കൂട്ടുകാരനെ താങ്ങിയെടുത്തുകൊണ്ട് കഠാരകൾ ചുഴറ്റിക്കൊണ്ട് കേശവനും കൂട്ടുകാരനും ഓടി ബുക്ക് സ്റ്റാളിനുള്ളിൽ കടന്ന് മിന്നൽവേഗത്തിൽ പലകകൾ നിരത്തി. ഒരു പലകമാത്രം ഇട്ടില്ല. ആ വിടവിൽക്കൂടി പിന്നെയും കല്ലുകൾ പാഞ്ഞുവന്നുകൊണ്ടിരുന്നു.

സമയം സന്ധ്യയായി. ബുക്ക് സ്റ്റാളിനുള്ളിൽ കൂരിരുട്ടാണ്. അടിയേറ്റ കൂട്ടുകാരൻ മോഹാലസ്യപ്പെട്ടുകിടക്കുന്നു. മറ്റുള്ളവരുടെയെല്ലാം ശരീരത്തിൽനിന്ന് രക്തം ഒലിക്കുന്നുണ്ട്. ഒരിറ്റു വെള്ളം! ഒരു തുള്ളി കാറ്റ്!

“പോലീസ്! പോലീസ്!” പുറത്തുനിന്ന് ആരോ വിളിച്ചുപറഞ്ഞു.

“കഠാരയൊന്നും പോലീസിനെ കാണിക്കരുത്.” വേദബന്ധു കേശവനോട് പറഞ്ഞു. എല്ലാവരും കഠാരകൾ കേശവന്റെ കൈയിൽ കൊടുത്തു. എവിടെയാണ് ഒളിച്ചുവയ്ക്കുക?

പോലീസ് ബുക്ക് സ്റ്റാളിന്റെ മുമ്പിൽ എത്തിക്കഴിഞ്ഞു.

“ഒളിക്കണം—എവിടെയെങ്കിലും ഒളിക്കണം.” വേദബന്ധു പറഞ്ഞു.

കേശവൻ കാൽകൊണ്ട് തപ്പിത്തടഞ്ഞ് ഒരു പുൽച്ചൂൽ കൈയിലെടുത്തു. കഠാരകളെല്ലാം ആ പുൽച്ചൂലിൽ തിരുകി; ഒരു മൂലയിൽ വച്ചു. പോലീസ് അത് കാണുകയില്ലെന്നാണ് അവന്റെ സങ്കൽപ്പം.

ഇൻസ്പെക്ടറും ഒരു ഹെഡ്കോൺസ്റ്റബിളും നാല് കോൺസ്റ്റബിൾമാരും ബുക്ക്സ്റ്റാളിനുള്ളിൽ കടന്നു. ഒരു കോൺസ്റ്റബിൾ മെഴുകുതിരി കത്തിച്ചുവച്ചു.

"ഞങ്ങൾക്കു വെള്ളം തരണം." വേദബന്ധു ഇൻസ്പെക്ടറോട് പറഞ്ഞു. ഇൻസ്പെക്ടറുടെ ആജ്ഞയനുസരിച്ച് ഒരു കോൺസ്റ്റബിൾ സോഡാ കൊണ്ടുവന്നു. എല്ലാവരും സോഡാ കുടിച്ചു.

ഇൻസ്പെക്ടർ മുറിവുകൾ പരിശോധിച്ച് മഹസർ എഴുതിത്തുടങ്ങി. ഒടുവിൽ അയാൾ ചോദിച്ചു:

"നിങ്ങളുടെ കൈയിൽ ആയുധങ്ങൾ വല്ലതുമുണ്ടോ?"

"ഇല്ല." കേശവൻ ഉടൻ ഉത്തരം കൊടുത്തു.

"പരിശോധിക്കൂ!" ഇൻസ്പെക്ടർ ആജ്ഞാപിച്ചു.

ഒരു കോൺസ്റ്റബിൾ എല്ലാവരുടെയും ദേഹപരിശോധന ചെയ്തു. മറ്റൊരു കോൺസ്റ്റബിൾ മുറി പരിശോധിച്ച്, പുൽച്ചൂൽ കൈയിലെടുത്തു. പെട്ടെന്ന് കഠാരകൾ ചിതറിവീണു. ഇൻസ്പെക്ടർ പൊട്ടിച്ചിരിച്ചു.

നാല് ജഡ്ക്കകളിൽ പോലീസ്ഗാട്ടോടുകൂടി അവരെ ആശുപത്രിയിലേക്കു കൊണ്ടുപോയി. മുറിവുകൾ വച്ചുകെട്ടി. രണ്ടുപേർ മാത്രം ആശുപത്രിയിൽ കിടക്കേണ്ടിവന്നു. മറ്റുള്ളവർ സമാജമന്ദിരത്തിലേക്കു പോയി.

കേശവന് കൈക്കൊരു ചതവുണ്ടായിരുന്നു. കവിളിൽ ഏറുകൊണ്ട് ഒരു മുറിവും. അവൻ സമാജത്തിൽ ഒരു ബഞ്ചിൽ ചെന്നുകിടന്നു. പാലക്കാട്ടെ തണുത്ത കാറ്റിന്റെ ദുസ്സഹമായ കുളിര് അവന് അനുഭവപ്പെട്ടില്ല.

സമാജമന്ദിരത്തിന്റെ തൊട്ടു തെക്കുവശത്ത്, ആൾപ്പാർപ്പില്ലാത്ത ഒരു കൊച്ചു വീടുണ്ട്. ആറേഴുദിവസമായി ആ

വീട്ടിൽ ഒരു ഭ്രാന്തൻ താമസമാക്കിയിരിക്കുകയാണ്. രാത്രിയും പകലും ഒരുപോലെ, വാതോരാതെ, ഇംഗ്ലീഷിലും തമിഴിലും സംസാരിച്ചുകൊണ്ടിരിക്കുന്ന ഒരു ഭ്രാന്തനാണത്. ഏതോ സർക്കാരുദ്യോഗസ്ഥനായിരുന്ന അയാൾ ഭ്രാന്തുപിടിച്ച്, ഉദ്യോഗവും നാടും വീടും ഉപേക്ഷിച്ച് അലഞ്ഞുനടക്കുകയാണ്. കൽപ്പാത്തി അഗ്രഹാരത്തിൽ നടന്ന ലഹള, ആ ഭ്രാന്തൻ എങ്ങനെയോ അറിഞ്ഞു. നിർത്തില്ലാത്ത സംസാരത്തിനിടയിൽ അയാൾ ഉച്ചത്തിൽ വിളിച്ചു പറയും:

“Don't kill each other.” (പരസ്പരം കൊല്ലരുതേ!)

ആ വാക്കുകൾ കേശവന്റെ ഹൃദയത്തിൽ ആഞ്ഞുകയറി. അവന് ഉറക്കം വന്നില്ല. അവൻ എഴുന്നേറ്റ് മുറ്റത്തിറങ്ങി നോക്കി. ചെറിയ വീടിന്റെ വരാന്തയിൽ ഉലാത്തിക്കൊണ്ട് ആ ഭ്രാന്തൻ വിളിച്ചുപറയുകയാണ്: “Don't kill each other.”

വെളുപ്പാൻകാലത്ത് അവൻ ഒന്നു മയങ്ങി. പ്രഭാതത്തിൽ അവൻ ഞെട്ടിയുണർന്നു. ഭ്രാന്തൻ അപ്പോഴും വിളിച്ചുപറയുന്നുണ്ട്:

“Don't kill each other.”

അക്രമവും അക്രമരാഹിത്യവും കേശവന്റെ മനസിനെ മഥിച്ചുകൊണ്ടിരുന്ന പ്രശ്നങ്ങളിൽ ഏറ്റവും പ്രധാനപ്പെട്ടവയായിരുന്നു. വൈക്കം സത്യഗ്രഹരംഗം കണ്ടപ്പോൾ, അതൊരു തമാശയാണെന്ന് അവന് തോന്നിയതും കൽപ്പാത്തി അഗ്രഹാരസമരത്തിലേക്ക് അവൻ കുതിച്ചുചാടിയതും അക്രമത്തിലുള്ള അവന്റെ വാസനയുടെ വ്യക്തമായ തെളിവുകളാണ്. പക്ഷേ, അന്നു രാത്രിയിൽ ആ ഭ്രാന്തൻ ഉച്ചത്തിൽ വിളിച്ചുപറഞ്ഞ വാക്കുകൾ, വിദൂരതയിലെങ്ങോ നിന്നെന്നപോലെ അവന്റെ ചെവിയിൽ മുഴങ്ങിക്കൊണ്ടിരുന്നു.

“Don't kill each other.” അവൻ ചിലപ്പോൾ പിറുപിറുക്കും.

അഗ്രഹാരത്തിൽ ലഹളയുണ്ടാക്കിയെന്ന് പോലീസ് ഒരു ന്യൂയിസൻസ് കേസ്, ഏതാനും ആര്യസമാജക്കാരെയും ഏതാനും ബ്രാഹ്മണരെയും പ്രതിചേർത്ത് ചാർജ് ചെയ്തു. കേശവൻ കേസിൽ പ്രതിയല്ലെങ്കിലും കേസ്‌വിസ്താരം കേൾക്കുവാൻ കോടതിയിൽ പോകുമായിരുന്നു. ഒരു ദി

> വസം ആര്യസമാജക്കാരായ പ്രതികളുടെ ഭാഗത്തേക്ക് ഡോക്ടർ കൃഷ്ണനെ വിസ്തരിക്കുകയുണ്ടായി. ഡോക്ടർ കൃഷ്ണൻ പ്രശസ്തനായ ഒരു സർജൻ ആയിരുന്നു. അദ്ദേഹം തീയ്യനാണെങ്കിലും കൽപ്പാത്തി അഗ്രഹാരത്തിലെ ബ്രാഹ്മണഭവനങ്ങളിൽ തന്നെ ക്ഷണിച്ചുകൊണ്ടുപോകാറുണ്ടെന്ന് അദ്ദേഹം കോടതിയിൽ മൊഴികൊടുത്തു. ബ്രാഹ്മണരുടെ അടുക്കളയിൽവരെ കയറേണ്ടിവന്നിട്ടുണ്ടെന്നും അദ്ദേഹം പറഞ്ഞു. അഗ്രഹാരത്തിൽ അവർണർക്ക് പ്രവേശനമില്ലെന്നുള്ള വാദം അങ്ങനെ പൊളിഞ്ഞപ്പോൾ, ബ്രാഹ്മണവക്കീൽ പറഞ്ഞു, അത് ആപത്ധർമമാണെന്ന്. അതായത്, ആപൽക്കാലത്ത് ജാതിവ്യത്യാസവും ധർമാധർമവും നോക്കേണ്ട ആവശ്യമില്ലെന്നായിരുന്നു ആ വക്കീലിന്റെ വാദം. കേശവൻ ആ വാദം ഓർത്തോർത്ത് ചിരിക്കാറുണ്ടായിരുന്നു.
>
> അഗ്രഹാര ലഹള കഴിഞ്ഞതിൽപ്പിന്നെ ആര്യസമാജക്കാരെപ്പറ്റി പൊതുജനങ്ങൾക്കിടയിൽ ഒരു ഭയമുണ്ടായി. ആര്യസമാജക്കാർ എപ്പോഴും കഠാരയുംകൊണ്ട് നടക്കുന്നവരാണെന്നും അവരോട് എതിരുപറഞ്ഞാൽ കുത്തുമെന്നും ആയിരുന്നു ഭയം. (*എതിർപ്പ്*-രണ്ടാം ഭാഗം, രണ്ടാം അധ്യായം, പരസ്പരം കൊല്ലരുതേ!)

കൽപ്പാത്തി സമരത്തിന്റെ താൽക്കാലികമായ പരാജയത്തിൽ ഖിന്നരായവർ മുസ്ലീം-ക്രൈസ്തവ-ബൗദ്ധമതങ്ങൾ സ്വീകരിച്ച് സവർണരോട് പ്രതികാരം നടത്താൻ മതപരിവർത്തനം ചെയ്ത കാര്യം വിശദീകരിച്ചിരുന്നുവല്ലോ. അവരിൽ കുറെപ്പേരെയെങ്കിലും 'ശുദ്ധികലശം' നടത്തി ഹിന്ദുമതത്തിലേക്ക് തിരികെ കൊണ്ടുവരാനുള്ള ശ്രമത്തിലാണ് വേദബന്ധുവും കേശവദേവും മറ്റും വ്യാപൃതരായത്. തുടർന്നുള്ള മതപരിവർത്തന ശ്രമങ്ങൾ തടയാനല്ലാതെ പരിവർത്തനം ചെയ്തവരെ തിരിച്ചുകൊണ്ടുവരുന്നതിൽ അത്ര വലിയ വിജയമൊന്നും ആര്യസമാജത്തിന് ലഭിച്ചതായി തോന്നുന്നില്ല.

കൽപ്പാത്തി പ്രക്ഷോഭത്തിനുശേഷം ആര്യസമാജം പ്രവർത്തനങ്ങളിൽ കേന്ദ്രീകരിക്കാനായി വേദബന്ധു കോഴിക്കോട്ടേക്കും കേശവദേവ് തിരുവനന്തപുരത്തേക്കും തിരിച്ചുപോയി. വേദബന്ധു കുറെക്കാലം കോഴിക്കോട്ട് താമസിച്ച് ആര്യസമാജം പ്രവർത്തനങ്ങൾക്ക് നേതൃത്വം നൽകുകയും ഹിന്ദിയിലും ഇംഗ്ലീഷിലും മലയാളത്തിലും മലബാർ ലഹളയെക്കുറിച്ചും കൽപ്പാത്തി പ്രക്ഷോഭം ഉയർത്തുന്ന പ്രശ്നങ്ങളെക്കുറിച്ചും ലഘുലേഖകളും ലേഖനങ്ങളും എഴുതി കേരളത്തിലും കേരളത്തിനു പുറത്തും പ്രചരിപ്പിക്കുകയുണ്ടായി. ഇക്കാലത്താണ് ദയാനന്ദസരസ്വതിയുടെ സുപ്രസിദ്ധ ഗ്രന്ഥമായ *സത്യാർഥപ്രകാശം* അദ്ദേഹം ഹിന്ദിയിൽനി

ന്ന് മലയാളത്തിലേക്ക് വിവർത്തനം ചെയ്തത്. ഹിന്ദു–മുസ്ലീം വൈരാഗ്യ ത്തിന് വഴിവയ്ക്കും എന്ന് ആരോപിച്ചുകൊണ്ട് ഇന്ത്യയിലെ ബ്രിട്ടീഷ് സർക്കാർ അത് നിരോധിച്ചതിനാൽ അധികംപേർക്കൊന്നും വായിക്കാൻ സന്ദർഭം ലഭിച്ചില്ല. വേദബന്ധുവിന്റെ വിവർത്തനം ഇപ്പോൾ കിട്ടാനുമില്ല. കേശവദേവ് ഈ ഘട്ടത്തിൽ തിരുവനന്തപുരത്തേക്ക് പോവുകയും വഴു തയ്ക്കാട്ട് ഉണ്ടായിരുന്ന ആര്യസമാജ കേന്ദ്രം ആസ്ഥാനമാക്കി പ്രവർത്ത നങ്ങളിൽ ഏർപ്പെടുകയും ചെയ്തെങ്കിലും അധികം താമസിയാതെ എല്ലാ മതങ്ങളോടും എതിർപ്പ് തോന്നുകയാൽ രംഗത്തുനിന്നും ക്രമേണ നിഷ്ക്രമിക്കുകയും ചെയ്തു. തുടർന്ന് അദ്ദേഹം ആലപ്പുഴ കേന്ദ്രമായി ഉത്തരവാദഭരണ പ്രക്ഷോഭങ്ങളിലും തൊഴിലാളിവർഗ സംഘടനാ പ്ര വർത്തനങ്ങളിലും ആണ് വ്യാപൃതനായത്. വേദബന്ധു കേരളത്തിലെ പ്രവർത്തനങ്ങളിൽനിന്നും വിരമിച്ച് വീണ്ടും പഞ്ചാബിലേക്ക് യാത്രയാ യി. അവിടെ ഗവേഷണ പഠനങ്ങളിലും ആര്യസമാജ പ്രവർത്തനങ്ങളി ലും മുഴുകിയ വേദബന്ധു മുഖ്യമായും ലാഹോറിലാണ് ആസ്ഥാനം ഉറ പ്പിച്ചത്. 1947-ൽ ഇന്ത്യാവിഭജനത്തെത്തുടർന്ന് തന്റെ വിലപിടിച്ച ഗ്ര ന്ഥങ്ങൾ തലച്ചുമടായും മറ്റു മാർഗങ്ങളിലും ഇന്ത്യയിലേക്ക് കടത്തിയ തും യാതനാനിർഭരമായ കാൽനടയാത്ര നടത്തി നാട്ടിലെത്തിയതും മറ്റും അദ്ദേഹത്തിന്റെ പ്രക്ഷുബ്ധമായ ജീവിതത്തിലെ മറ്റൊരു അധ്യായ മായി. കുറെക്കാലം കൂടി പഞ്ചാബിലും ദില്ലിയിലും എല്ലാമായി കഴിച്ചു കൂട്ടി.

ഇക്കാലത്ത് ആര്യസമാജത്തിന്റെയും ദേശീയപ്രസ്ഥാനത്തിന്റെയും ആദർശങ്ങൾ ജീവിതത്തിന്റെ പ്രചോദന ശ്രോതസായും വഴികാട്ടിയാ യും വർത്തിച്ചിരുന്നു. എങ്കിലും വേദബന്ധു അവയുടെ ദൈനംദിന പ്രവർ ത്തനങ്ങളിൽനിന്ന് പതുക്കെ അകലുകയും പഠനത്തിനും ഗവേഷണത്തി നും ഗ്രന്ഥരചനയ്ക്കും ആയി സമരത്തിന്റെ വലിയ പങ്ക് നീക്കിവയ്ക്കുക യും ചെയ്തു. ഇക്കാലത്തെ തന്റെ പ്രവർത്തനത്തെക്കുറിച്ച് *രസഭാരതി* (സാഹിത്യ അക്കാദമി, 1985) എന്ന ഭാരതീയ സൗന്ദര്യശാസ്ത്ര ഗ്രന്ഥത്തി ന്റെ പ്രസ്താവനയിൽ ഇപ്രകാരം എഴുതുന്നു:

> എന്റെ ദില്ലി പ്രവാസകാലത്ത് ആഴ്ചതോറും രണ്ടുദിവസം വീതം വൃന്ദാവനത്തിലെ ആര്യസമാജം ഗുരുകുലത്തിന്റെ ആചാര്യപദം അലങ്കരിച്ച സർവതന്ത്രസ്വതന്ത്രനായ ശ്രീ വിശ്വേശ്വരസിദ്ധാന്തശിരോമണിയുമൊന്നിച്ച് സഹവസി ക്കുവാൻ അവസരം ലഭിച്ചു. അന്ന് അദ്ദേഹം നാട്യശാസ്ത്ര ത്തിൽ ഗവേഷണം ചെയ്യുകയായിരുന്നു. ആ ആചാര്യനിൽ നിന്ന് നേരിട്ടും മൗലികമായും ലിഖിതങ്ങൾ വഴിയും ഗ്ര ഹിച്ച പലതും മൂലപാഠത്തിന്റെ സംശോധിതരൂപംപോലും അതേപടി *രസഭാരതി*യിൽ പകർത്തിയിട്ടുണ്ട്. പഞ്ചാബ് ഹോഷിയാർപുരത്തിലെ വിശ്വേശ്വരാനന്ദ വൈദികശോധനാ സ്ഥാപനത്തിൽ അസിസ്റ്റന്റ് ഡയറക്ടറായി സേവനമനു

> ഷ്ഠിക്കവെ, ആ മഹാസ്ഥാപനത്തിന്റെ സ്ഥാപകനും ആജീവന സഞ്ചാലകനും എന്റെ ഗുരുവുമായ പത്മഭൂഷൺ ആചാര്യ വിശ്വബന്ധുശാസ്ത്രിയിൽനിന്ന് അഭിനവഭാരതിയിലെ പല ജടില സന്ദർഭങ്ങളും സാരള്യേന മനസിലാക്കാൻ ഭാഗ്യമുണ്ടായി. ശബ്ദബ്രഹ്മോപാസനയിൽ തന്മയരായി കഴിഞ്ഞ ദിവംഗതരായ ഈ രണ്ട് ആചാര്യന്മാരിൽ നിന്നു മനസിലാക്കിയവ എടുത്തുമാറ്റിയാൽ രസഭാരതിയിൽ എന്റേതായി ഏതാനും പ്രമാദങ്ങളും അപക്വവിചാരങ്ങളുമല്ലാതെ ഒന്നുമേ ശേഷിക്കുകയില്ലെന്ന് എനിക്ക് ബോധ്യമുണ്ട്. അതിനാൽ അവരോടുള്ള എന്റെ കടപ്പാട് ശ്രദ്ധാപൂർവം സ്മരിക്കുന്നു.

വേദബന്ധുവിന്റെ മലയാള കൃതികളിൽ ഏറ്റവും ശ്രേഷ്ഠവും ബൃഹത്തും എന്ന് കരുതാവുന്നത് കേരള സാഹിത്യ അക്കാദമി പ്രസിദ്ധീകരിച്ച *ഋഗ്വേദ പ്രവേശിക*യാണ് (1988). ഋഗ്വേദത്തിന്റെ കാവ്യരീതിയിലുള്ള വിവർത്തനം ഒ എം സി നമ്പൂതിരിപ്പാട് നിർവഹിച്ചിട്ടുള്ളത് മലയാളികൾക്ക് ലഭിച്ചിട്ടുണ്ട്. കൂടാതെ ഋഗ്വേദത്തെക്കുറിച്ച് ഗ്രന്ഥരൂപത്തിലും ഉപന്യാസരൂപത്തിലുമായി ഏതാനും പഠനങ്ങളും മലയാളത്തിൽ വന്നിട്ടുണ്ട്. വള്ളത്തോളിന്റെ വിവർത്തനം മലയാളം മാത്രം അറിയാവുന്നവർക്ക് വലിയൊരു അനുഗ്രഹം ആയതിനാലും നല്ലൊരു തുടക്കമായതിനാലും വേദബന്ധു മഹാകവിയെ പ്രശംസിക്കുന്നുണ്ടെങ്കിലും ആ വിവർത്തനത്തിൽ അദ്ദേഹം തൃപ്തനല്ല. ഒ എം സിയുടേത് അദ്ദേഹം കണ്ടിരിക്കാൻ ഇടയില്ലെന്നുവേണം കരുതാൻ. കണ്ടിരുന്നു എങ്കിലും അദ്ദേഹത്തിനത് പൂർണതൃപ്തി നൽകുമായിരുന്നോ എന്ന് സംശയമാണ്. കാരണം വള്ളത്തോളിനെപ്പോലെ ഒ എം സിയും മുഖ്യമായും ആശ്രയിച്ച ഋഗ്വേദ പാഠവും വ്യാഖ്യാനവും സായണന്റെയായിരുന്നു. 14–ാം നൂറ്റാണ്ടിൽ വിജയനഗര സാമ്രാജ്യത്തിലെ മന്ത്രിയും പ്രഗത്ഭനായ രാഷ്ട്രതന്ത്രജ്ഞനും വേദേതിഹാസങ്ങളിൽ അനന്യ സാധാരണമായ പാണ്ഡിത്യം നേടിയും ഋഷിതുല്യനായി കരുതപ്പെടുന്ന ഗുരുനാഥനും ആയ സായണന്റെ വേദപഠനവും വ്യാഖ്യാനവും ആണ് വേദം ഇംഗ്ലീഷിലേക്ക് വിവർത്തനം ചെയ്ത മാക്സ് മുള്ളർ ഉൾപ്പെടെ ആധുനികരിൽ ബഹുഭൂരിപക്ഷവും അംഗീകരിച്ചുപോരുന്നത്. എന്നാൽ ഋഗ്വേദത്തെ ആധുനിക സാമൂഹ്യ പരിഷ്കരണത്തിനുള്ള ഒരു ഉപാധിയും നവോത്ഥാനത്തിന്റെ മൂലസ്രോതസായും പുനർവ്യാഖ്യാനം ചെയ്യാൻ ശ്രമിച്ച ആര്യസമാജം സ്ഥാപകൻ ദയാനന്ദസരസ്വതി, സായണന്റെ വ്യാഖ്യാനം അംഗീകരിച്ചിരുന്നില്ല. സായണൻ എഴുതിയ *സത്യാർഥപ്രകാശ*ത്തിന് ഒരു മറുപടി കൂടിയായിരുന്നു ദയാനന്ദസരസ്വതി എഴുതിയ *സത്യാർഥപ്രകാശം.* തന്റെ വേദവ്യാഖ്യാനം താൻ സ്വന്തമായി ആവിഷ്കരിച്ച ഒരു മൗലിക വ്യാഖ്യാനം ആണെന്ന് ദയാനന്ദൻ അവകാശപ്പെട്ടിരുന്നില്ല. സായണനെക്കാൾ ആയിരമോ അതിലേറെയോ

കാലം മുമ്പ് ജീവിച്ചിരുന്ന യാസ്കന്റെ ചുവടുപിടിച്ചാണ് വേദപാഠത്തെയും വ്യാഖ്യാനത്തെയും സായണപ്രഭൃതികളുടെ അബദ്ധവ്യാഖ്യാനങ്ങളിൽനിന്ന് താൻ സംരക്ഷിച്ചെടുക്കുന്നത് എന്നായിരുന്നു ദയാനന്ദന്റെ വാദം. വേദപഠനത്തിൽ യാസ്കന്റേത് നൈരുക്തികം എന്നും സായണന്റേതിന് ഐതിഹാസികം എന്നും വിശേഷിപ്പിച്ചുവരുന്നു. ഈ വ്യത്യസ്ത പദ്ധതികളെയും വേദബന്ധുവിന്റെ നിലപാടിനെയും കുറിച്ച് പ്രൊഫ. എസ് ഗുപ്തൻനായർ *താണ്ഡവലക്ഷണ*ത്തിന് എഴുതിയ അവതാരികയിൽ ഇപ്രകാരം പറയുന്നു:

> വേദമന്ത്രങ്ങളുടെ വ്യാഖ്യാനത്തിൽ പണ്ടുതന്നെ വ്യക്തമായ രണ്ടു പദ്ധതിക്കാരുണ്ട്. ഒരു കൂട്ടരെ ഐതിഹാസികപക്ഷമെന്നും മറ്റേ കൂട്ടരെ നൈരുക്തികപക്ഷമെന്നും പറയാം. സായണനും മഹീധരനും മറ്റും ഐതിഹാസികപക്ഷത്ത് നിലയുറപ്പിച്ചപ്പോൾ ദയാനന്ദസരസ്വതി നൈരുക്തികപക്ഷത്ത് ഉറച്ചുനിൽക്കുന്നു. ഇവരുടെ വ്യാഖ്യാനത്തിൽ അഹല്യയുടെ ജാരസംഗമം പോലെയുള്ള ഉദ്വേഗജനകങ്ങളായ കഥകളൊന്നും കാണുകയില്ല. കുശാഗ്രസൂക്ഷ്മമായ യുക്തിയാണ് അവരുടെ ആയുധം. പക്ഷേ ഈശ്വരീയ പ്രകാശമെന്നപോലെ സത്യം കണ്ടെത്തിയതും അവർ തന്നെയാണ്. മഹർഷി അരവിന്ദൻ ഈ സത്യം മുക്തകണ്ഠം സമ്മതിച്ചിട്ടുണ്ട്. "അനാദിയായ കാലം എന്നോ പൂട്ടി മുദ്ര വച്ചുകളഞ്ഞ മുറിയുടെ താക്കോൽ കണ്ടെടുത്തത് ദയാനന്ദനാണ്. അടിയിൽ തളം കെട്ടിനിൽക്കുന്ന ജലാശയത്തിന്റെ ഉറവുകൾ തുറന്നുവിട്ടത് അദ്ദേഹമാണ്." (അരവിന്ദൻ)

ഇതിൽനിന്നെല്ലാം പ്രാചീന വേദപാഠങ്ങളെ വ്യാഖ്യാനിക്കുമ്പോഴും വേദബന്ധു നവോത്ഥാന പ്രവണതകളെ എങ്ങനെ പ്രതിനിധീകരിക്കുന്നു എന്ന് നമുക്ക് മനസിലാക്കാം.

അതിപ്രാചീന കൃതികളിൽനിന്ന് ആധുനിക ഭൗതികവാദത്തിന് ഉപോൽബലകമായ *ലോകായതം* മുതലായ സിദ്ധാന്തസരണികളെ ദേബിപ്രസാദ് ചതോപാധ്യായ മുതൽപേർ അനാവരണം ചെയ്യുന്നതുപോലെ തന്നെയാണല്ലോ ആദിമ ക്രിസ്തുമത പാരമ്പര്യങ്ങളിൽനിന്നും ബൈബിളിൽനിന്നും വിമോചന ദൈവശാസ്ത്രജ്ഞന്മാർ പുതിയ ഊർജത്തിന്റെ ഉറവിടങ്ങൾ കണ്ടെത്തുന്നത്. അത്രത്തോളം വിപ്ലവകരം എന്നൊന്നും അവകാശപ്പെട്ടുകൂടെങ്കിലും ദയാനന്ദന്റെയും വേദബന്ധുവിന്റെയും ഋഗ്വേദവ്യാഖ്യാനം പിൽക്കാലത്ത് ബ്രാഹ്മണാധിപത്യം അതിന്റെമേൽ വാരിക്കൂട്ടിയ യജ്ഞസംസ്കാരത്തിന്റെയും മുടിനാരിഴ കീറുന്ന മീമാംസാ വ്യാഖ്യാനങ്ങളുടെയും ചപ്പുചവറുകൾ ഒട്ടൊക്കെ തൂത്ത് നീക്കുന്നു

ണ്ട്. ഡോ. സുകുമാർ അഴീക്കോടിന്റെ *തത്ത്വമസി*യിലും ഈ ശുദ്ധീകരണം തന്നെയാണ് നടത്തിയത്. കേരളത്തിലെ വൈദിക ബ്രാഹ്മണ പാരമ്പര്യത്തെക്കുറിച്ച് ചില നല്ല വാക്കുകൾ വേദബന്ധുവിന് പറയാനുണ്ടെങ്കിലും പൊതുവെ അതിന്റെ യജ്ഞസംസ്കാര മലിനീകരണത്തെക്കുറിച്ച് അദ്ദേഹത്തിന് തീരെ മതിപ്പില്ല. *ഋഗ്വേദപ്രവേശിക*യിൽ ഉടനീളം പ്രകടമാകുന്ന ഈ പുതിയ കാഴ്ചപ്പാടിന് പ്രചോദനമായ പരിഗണനകളെ വേദബന്ധു 'ഉപക്രമ'ത്തിൽ ഇപ്രകാരം വിവരിക്കുന്നു:

> മഹാകവി വള്ളത്തോൾ തയ്യാറാക്കിയ ഋഗ്വേദസംഹിതാവിവർത്തനം മലയാളഭാഷയ്ക്കും മലയാളികൾക്കും വളരെ അഭിമാനഹേതുകമാണ്. പ്രശംസനീയമായ ആ തുടക്കം കേരളീയരിൽ വേദത്തെപ്പറ്റി ജിജ്ഞാസ ഉണർത്തിയെന്നു പറയണം. ഇന്നും കേരളത്തിൽ വേദവേത്താക്കളായ കുറെ ബ്രാഹ്മണർ ജീവിച്ചിരിപ്പുണ്ട്. വൈദിക കർമകാണ്ഡത്തിൽ കേരളീയ ബ്രാഹ്മണർ ലബ്ധപ്രതിഷ്ഠരാണുതാനും. മീമാംസയ്ക്ക് പ്രാധാന്യം കൊടുക്കുന്നവരാണ് കേരള ബ്രാഹ്മണരിൽ ഭൂരിഭാഗവുമെങ്കിലും വേദാർഥാനുസന്ധാനത്തിൽ ഇവർ സർവഥാ പിന്നിലാണെന്നോ ആസക്തി ഇല്ലാത്തവരായിരുന്നുവെന്നോ പറയാവുന്നതല്ല. ഈ പരമ്പര ഇന്ന് വേണ്ടുവോളം പുലരുന്നില്ലെന്നു ഖേദപൂർവം പറയേണ്ടിയിരിക്കുന്നു. മീമാംസാശാസ്ത്രത്തിലെ യജ്ഞാദികളിൽ നമുക്കുള്ള ശ്രദ്ധപോലെ, വേദമന്ത്രങ്ങളുടെ ആധ്യാത്മികമായ അർഥവും അതിന് ആസ്പദമായ ദാർശനികതയും അറിയാൻ ശ്രദ്ധാസ്പദരായ നമ്മുടെ ഓത്തന്മാർ വേണ്ടുന്നത്ര ഊർജിതമായി ശ്രമിക്കുന്നുണ്ടെന്നു തോന്നുന്നില്ല. യോഗിയും ദാർശനികനുമായ അരവിന്ദഘോഷ് പരാതിപ്പെട്ടതുപോലെ, നാം സായണഭാഷ്യത്തിൽ വേദാർഥം മുഴുവൻ ദർശിച്ച് തൃപ്തിപ്പെടുകയാണ്. സായണാചാര്യൻ മീമാംസാപോഷകനും അദ്വൈതവേദാന്തപക്ഷപാതിയുമാണെന്നതുകൊണ്ട്, അദ്ദേഹത്തിന്റെ അനർഘമായ വേദഭാഷ്യത്തിൽ ആ രണ്ടു പ്രസ്ഥാനങ്ങളുടെയും നിറം ആദ്യന്തം കഴുകിമാറ്റാനാവാത്തമാതിരി പറ്റിപ്പിടിച്ചുപോയി. നാരായണാചാര്യരുടെ പാണ്ഡിത്യം അത്യന്തം വ്യാപകവും ആശ്ചര്യകരവും വേദാർഥാന്വേഷകന്മാർക്ക് മാർഗദർശകമാകുമാറ് പ്രാമാണികവുമാകുന്നു. എങ്കിലും ആ ഭാഷ്യം വേദാത്മാവിനെ വേണ്ടത്ര തുറന്നുകാട്ടാൻ സഹായിക്കുന്നില്ല. (പുറം 7)

ഇങ്ങനെ വേദങ്ങളുടെ ആത്മാവിലേക്കുള്ള പ്രവേശനത്തിന് വാതിൽ തു

റക്കുമ്പോഴും ആധുനികർക്ക് അംഗീകരിക്കാൻ കഴിയാത്ത ചില അടിസ്ഥാന സങ്കൽപ്പനങ്ങളിൽ ദയാനന്ദനും വേദബന്ധുവും ഉറച്ചുതന്നെ നിൽക്കുന്നു. അത്തരത്തിലുള്ള ഒരു അടിസ്ഥാന വിശ്വാസമാണ് വേദങ്ങൾ അപൗരുഷേയം ആണെന്നും അവ ഈശ്വരപ്രോക്തങ്ങൾ ആണെന്നും മറ്റുമുള്ള അവകാശവാദങ്ങൾ. ഇത്തരം ചില അടിസ്ഥാന വിശ്വാസങ്ങൾ നിലനിർത്തിക്കൊണ്ടാണെങ്കിലും വേദങ്ങളെക്കുറിച്ചുള്ള പല യുക്തിരഹിതമായ ധാരണകളും, പിൽക്കാലത്ത് പുരാണങ്ങളും ഐതിഹ്യങ്ങളും പ്രചരിപ്പിച്ചുപോന്ന പ്രമാദങ്ങളും തിരുത്തിക്കുറിക്കാൻ അരവിന്ദനും ഗുപ്തൻനായരും പറയുന്ന നിശിതമായ യുക്തിയുടെ സൂചിമുന ഇത്തരം ഊതിവീർപ്പിച്ച ബലൂണുകളുടെ നേരെ വേദബന്ധു പ്രയോഗിക്കുന്നു. ഒരു ഉദാഹരണം മാത്രം ഉദ്ധരിക്കട്ടെ:

> പ്രസംഗവശാൽ വേറൊരു തെറ്റായ ധാരണകൂടി നീക്കേണ്ടിയിരിക്കുന്നു. വേദം ഒന്നായിരുന്നുവെന്നും വേദവ്യാസൻ അത് പകുത്ത് നാലാക്കി എന്നും ഒരു ഐതിഹ്യം മഹാഭാരതവും വിഷ്ണുപുരാണവും പ്രചരിപ്പിച്ചു. കൽപ്പിതമായ ഈ ഐതിഹ്യം മഹീധരൻ തന്റെ (ശുക്ല) യജുർവേദ ഭാഷ്യത്തിൽ ഇപ്രകാരം ആവർത്തിക്കുന്നു—“ആരംഭത്തിൽ ബ്രഹ്മാവിൽനിന്ന് പരമ്പരവഴിക്ക് കിട്ടിയ വേദം മന്ദബുദ്ധികളായ മനുഷ്യരെ ഉദ്ദേശിച്ച് വ്യാസൻ ഋക്, യജുസ്, സാമം, അഥർവം എന്ന് നാലായി പിരിച്ചിട്ട് പൈലൻ, വൈശമ്പായനൻ, ജൈമിനി, സുമന്തു എന്നിവരെ മുറയ്ക്ക് ഉപദേശിച്ചു.” വ്യാസന്റെ മാഹാത്മ്യം കൂട്ടുവാനോ വേദവ്യാസനെന്ന അഭിധ അന്വർഥമാക്കുവാനോ വേണ്ടി മാത്രം കെട്ടിച്ചമച്ചതാവാം ഈ ഐതിഹ്യം. മഹാഭാരതത്തിലെ ആദിപർവത്തിൽ പ്രസിദ്ധമായ ശകുന്തളോപാഖ്യാനം വർണിതമാണ്. ദുഷ്യന്തൻ കശ്യപകണ്വന്റെ രമ്യമായ ആശ്രമത്തിൽ കടക്കുന്നു. അപ്പോൾ അവിടെ ഋഗ്വേദീയരിൽ പ്രമുഖരായവർ പദപാഠവും ക്രമപാഠവും ചേർത്ത് ഋഗ്വേദമോതി ദുഷ്യന്തനെ കേൾപ്പിച്ചു. എല്ലാ യാജ്ഞികരും മാനിക്കുന്ന അഥർവവേദി പ്രമുഖന്മാർ പദവും ക്രമവും വിടാതെ അഥർവവേദം മുഴക്കി. ദുഷ്യന്തന്റെ കാലം കഴിഞ്ഞ് എത്രയോ ആണ്ടുകൾക്കിപ്പുറമാണ് വ്യാസൻ പിറന്നത്. വ്യാസന്റെ പിതാവും പിതാമഹനും പ്രപിതാമഹനുമായ പരാശരനും ശക്തിയും വസിഷ്ഠനും നാല് വേദവും പഠിച്ചു എന്ന ഐതിഹാസികമായ പ്രമാണമുള്ളപ്പോൾ വ്യാസൻ വേദം പകുത്ത് നാലാക്കി എന്ന കൽപ്പിതകഥ എങ്ങനെ വിശ്വസിക്കാം?

> ഈ ഐതിഹ്യം തന്നെയും മറ്റൊരു പ്രമാദമായ ധാരണയിൽനിന്ന് ഉണ്ടായതാണെന്നു കരുതേണ്ടിയിരിക്കുന്നു. പ്രസിദ്ധ വേദജ്ഞനായ ദുർഗാചാര്യൻ *നിരുക്തടീക*യിൽ (1–20) എഴുതുന്നു: "വേദം താവദേകം സന്തം അതിമഹത്വാദ് ദുരദ്ധ്യേയമനേകശാഖാഭേദേനസമാമ്നാതവന്തഃ"—ഇതിൽ ഭ അനേകശാഖാഭേദേന സമാമ്നാവന്തഃ' എന്ന വാക്യാംശവുമായി സമന്വയിക്കുമ്പോൾ ഭവേദം ഏകം സന്തം' എന്ന അംശത്തിലെ വേദശബ്ദം ഓരോ മൂലവേദത്തെയും കുറിക്കുന്നുവെന്ന് പകൽപോലെ വ്യക്തം. (പുറം 25)

ഇരുപതാം നൂറ്റാണ്ടിൽ മാത്രം പാശ്ചാത്യ സർവകലാശാലകളിൽ വികസിപ്പിച്ചെടുത്ത 'പാഠവിമർശനം', 'ഘടനാവാദം' മുതലായ വിശകലന സാമഗ്രികൾ ഭാരതത്തിൽ അവയുടെ പ്രാഥമിക രൂപത്തിലെങ്കിലും നേരത്തെതന്നെ പ്രചരിച്ചിരുന്നു എന്ന് വ്യക്തമാക്കുന്നതാണ് ദയാനന്ദന്റെയും മറ്റും ഈദൃശ വിശകലനങ്ങൾ. തൃക്കണ്ണാമംഗലത്ത് താമസിച്ചുകൊണ്ട് പുസ്തകങ്ങൾ എഴുതിത്തുടങ്ങിയെങ്കിലും ആദ്യമൊക്കെ അവ പ്രസിദ്ധീകരിക്കാൻ വിഷമം അനുഭവപ്പെട്ടു എന്നാണ് അനുമാനിക്കേണ്ടത്. അതുകൊണ്ട് എളിയതോതിൽ 'ആര്യപ്രകാശനം' എന്നൊരു പ്രസിദ്ധീകരണശാല തന്നെ അദ്ദേഹം ആരംഭിക്കുകയും ചില പുസ്തകങ്ങൾ അതു മുഖേന പ്രസിദ്ധീകരിക്കുകയും ചെയ്തു. പക്ഷേ അധികം താമസിയാതെ സാഹിത്യ അക്കാദമിയും ഭാഷാ ഇൻസ്റ്റിറ്റ്യൂട്ടും പോലുള്ള സ്ഥാപനങ്ങളും സാഹിത്യ പ്രവർത്തക സഹകരണ സംഘം പോലുള്ള വൻ പ്രസാധകരും വേദബന്ധുവിന്റെ പുസ്തകങ്ങൾ അന്വേഷിച്ചുപിടിച്ച് പ്രസിദ്ധീകരിക്കാൻ തുടങ്ങി.

പ്രായം ഏറുംതോറും വേദബന്ധുവിന് ജ്ഞാനോൽപ്പാദനശേഷിയും ത്വരയും വർധിച്ചുകൊണ്ടിരുന്നു എന്നാണ് അവസാനകാലത്തെ അദ്ദേഹത്തിന്റെ രചനകളുടെ ഗുണവും ഗണവും കൊണ്ട് ഊഹിക്കേണ്ടത്. നേരത്തെ ഓരോരോ സന്ദർഭങ്ങളിൽ പരാമർശിച്ച് പ്രസിദ്ധീകരിച്ചതും പ്രസിദ്ധീകരിക്കാത്തതുമായ കൃതികൾക്കു പുറമെ അദ്ദേഹത്തിന്റെ ഏതാനും കൃതികളുടെ പേരുകൂടി താഴെ ചേർക്കുന്നതിൽനിന്ന് ഇക്കാര്യം ആർക്കും ബോധ്യമാവും:

അഭിനവഗുപ്തൻ രസസിദ്ധാന്തം – 1986
യവന കാവ്യ തത്വങ്ങൾ – 1974
പ്ലേറ്റോ, അരിസ്റ്റോട്ടിൽ, ലോംഗിനസ്
കാവ്യശിൽപ്പം (ലത്തീൻ ദാർശനികനായ
ഹൊറേസിന്റെ കൃതി)

ഭാരതീയ കാവ്യ ശാസ്ത്രസാരം, കാവ്യകലയെപ്പറ്റി, രസഭാരതി ഇങ്ങനെ പോകുന്നു ആ നീണ്ട പട്ടിക. ഇംഗ്ലീഷിലും ഹിന്ദിയിലും

അദ്ദേഹം എഴുതിയിട്ടുള്ള കൃതികൾകൂടി കണക്കിലെടുത്താൽ 30 എണ്ണമെങ്കിലും വരുമെന്നാണ് എൻ വി കൃഷ്ണവാരിയർ ഒരിക്കൽ എന്നോട് പറഞ്ഞത്. നിർഭാഗ്യവശാൽ ഡോ. സുകുമാർ അഴീക്കോട് *രസഭാരതി*യുടെ അവതാരികയിൽ എഴുതിയതുപോലെ വേദബന്ധു വിലയേറിയ അനേകം ഗ്രന്ഥങ്ങൾ മലയാളത്തിൽ എഴുതിയിട്ടുണ്ടെങ്കിലും അദ്ദേഹം അവയ്ക്ക് അർഹമാംവണ്ണം മലയാളികൾക്ക് സുപരിചിതനായ ഒരു എഴുത്തുകാരനല്ല. അദ്ദേഹത്തിന്റെ ജീവചരിത്രത്തിന്റെ ഒരു രൂപരേഖ ഏതാനും വാചകങ്ങളിൽ എഴുതി ഒപ്പിക്കാൻതന്നെ വളരെയേറെ ക്ലേശിക്കേണ്ടിവന്നു. എന്നിട്ടും ഇനിയും പല വിടവുകൾ അതിൽ ബാക്കിയാണ്. സ്വാതന്ത്ര്യസമരസേനാനി, സാമൂഹ്യ തിന്മകൾക്കെതിരെ തൂലിക കൊണ്ടും ശരീരംകൊണ്ടും പോരാടിയ ധീരാത്മാവും വിവിധ ഭാഷാപണ്ഡിതനായ പ്രഗത്ഭ ഗ്രന്ഥകർത്താവും മറ്റും ആയിരുന്ന വേദബന്ധുവിനെയും അദ്ദേഹം അവശേഷിപ്പിച്ച പൈതൃകത്തെയും മലയാളികൾ ഇനിയും ഏറെ അറിയേണ്ടതുണ്ട്. ●

ശ്രീനാരായണഗുരു

3 ശ്രീനാരായണഗുരു നാഴികക്കല്ലുകൾ

കേരള നവോത്ഥാനത്തിന്റെ പിതാവെന്നും രാജശിൽപ്പി എന്നും മറ്റും പ്രകീർത്തിക്കപ്പെട്ടുവരുന്ന ശ്രീനാരായണ ഗുരുദേവന്റെ (1856–1928) ചരിത്ര ദൗത്യത്തെയും സംഭാവനകളെയുംകുറിച്ച് 'മതനവീകരണ പർവം' എന്ന വിഭാഗത്തിൽ നേരത്തെ തന്നെ വിശദീകരിച്ചിരുന്നു. വാസ്തവത്തിൽ അദ്ദേഹത്തിന്റെ ചരിത്ര ദൗത്യം മതനവീകരണ യത്നത്തോടുകൂടിയും ആചാര പരിഷ്കാരങ്ങളോടുകൂടിയും ആണ് ആരംഭിച്ചതെങ്കിലും അവയുടെ പരിധിയിൽ മാത്രമായി ഒതുങ്ങി നിന്നില്ല. അക്കാര്യവും മുൻ അധ്യായത്തിൽ ചുരുക്കമായി പ്രതിപാദിച്ചിരുന്നു. ഇവിടെ ചെയ്യാൻ പോകുന്നത് ഗുരുവിന്റെ ജീവചരിത്രത്തിലെ പ്രധാന ഘട്ടങ്ങളും നാഴികക്കല്ലുകളും വളരെ ചുരുക്കമായി കുറിച്ചുപോവുക മാത്രമാണ്.

II

തിരുവനന്തപുരം ജില്ലയിലെ ചരിത്രപ്രസിദ്ധമായ ചെമ്പഴന്തി ഗ്രാമത്തിൽ വയൽവാരം എന്ന വയ്ക്കോൽ മേഞ്ഞ എളിയ വീട്ടിൽ മാടനാശാന്റെയും കുട്ടിയമ്മയുടെയും ഇളയ സന്താനമായി 1856 ആഗസ്ത് 20–ന്

ശ്രീനാരായണഗുരു ജനിച്ച വീട്

(1032 ചിങ്ങത്തിൽ ചതയം നക്ഷത്രത്തിൽ) കഥാപുരുഷൻ പിറന്നു. നാലാം വയസിൽ വിധിപോലെ വിദ്യാരംഭം കഴിച്ചശേഷം പ്രസിദ്ധനും പണ്ഡിതനും ആയ കുമ്മൻപള്ളി രാമൻപിള്ളയാശാന്റെ കീഴിൽ വിദ്യ അഭ്യസിച്ചു. ചെറുപ്പത്തിലേ ചിന്താശീലനും വിജ്ഞാനദാഹിയുമായി കാണപ്പെട്ട നാണു എന്ന നാരായണൻ, ആശാന്റെ കീഴിൽ വിദ്യാഭ്യാസം പൂർത്തിയാക്കിയശേഷം 1881–ൽ ചെമ്പഴന്തി ഗ്രാമത്തിൽ സ്വന്തമായി ഒരു കളരി ആരംഭിച്ച് വിദ്യാർഥികളെ പഠിപ്പിച്ചു തുടങ്ങിയതോടെ ' നാണുവാശാൻ' എന്ന പേര് ലഭിച്ചു. നാണുവിന്റെ ചിന്താശീലവും സാത്വിക പ്രകൃതിയും അയൽക്കാരുടെയും വിദ്യാർഥികളുടെയും ആദരം നേടിയെങ്കിലും അച്ഛനമ്മമാർക്ക് ആശങ്കയ്ക്കാണ് അത് വഴിവച്ചത്. തങ്ങളുടെ ഓമനപ്പുത്രൻ ഐഹിക കാര്യങ്ങൾ ഉപേക്ഷിച്ച് പരലോക പ്രണയിയായി സന്യാസാശ്രമത്തിലേക്ക് പ്രവേശിച്ചേക്കുമോ എന്നതായിരുന്നു അവരുടെ ആശങ്കയ്ക്ക് അടിസ്ഥാനം. അത് ഒഴിവാക്കാനുള്ള ശ്രമത്തിന്റെ ഭാഗമായി മകനെ ഒരു വിവാഹബന്ധത്തിൽ അവർ ഏർപ്പെടുത്തി. 1882–ൽ കാളിയമ്മ എന്ന സുശീലയായ ഒരു യുവതി ആയിരുന്നു വധു. അച്ഛനമ്മമാരുടെ ഹിതത്തിന് വഴങ്ങിയെങ്കിലും നാണുവും കാളിയും തമ്മിൽ ഭാര്യാഭർതൃബന്ധമൊന്നും ഉണ്ടായതായി തോന്നുന്നില്ല. ഈ ഔപചാരിക ബന്ധം പോലും അഞ്ച് മാസം മാത്രമേ നീണ്ടുനിന്നുള്ളൂ. അപ്പോഴേക്കും നാണുവിലെ അവധൂതപ്രകൃതി മേൽക്കൈ നേടുകയും വീടും കളരിയും എല്ലാം ഉപേക്ഷിച്ച് നാടുവിടുകയും ചെയ്തു. മലയാളത്തിനു പുറമെ തമിഴിലും സംസ്കൃതത്തിലും അവഗാഹം നേടിയിരുന്ന നാണു വായനയും ധ്യാനവും ആയി ദക്ഷിണേന്ത്യയിൽ പലയിടത്തും സഞ്ചരിക്കുകയും സന്യാസിമാരും പണ്ഡിതന്മാരും ആയി ബന്ധപ്പെടുകയും ചെയ്തതായിട്ടാണ് ഐ

ശ്രീനാരായണഗുരു പ്രതിഷ്ഠ നടത്തിയ അരുവിപ്പുറം ശിവക്ഷേത്രം

തിഹ്യം. ഈ തീർഥാടന വേളകൾക്കിടയിൽ അദ്ദേഹം ഏറ്റവും കൂടുതൽ ചെലവഴിച്ചത് പേരുകേട്ട മരുത്വാമലയിൽ ആയിരുന്നു എന്നും അവിടെ തപസും ധ്യാനവും ആയി നീണ്ടനാൾ കഴിഞ്ഞിരുന്നു എന്നും പറയപ്പെടുന്നു.

ഇക്കാലത്താണ് ഗുരുവിന്റെ പിൽക്കാല ജീവിതത്തിലും കേരള ചരിത്രത്തിലും മായാത്ത മുദ്ര പതിച്ച അരുവിപ്പുറത്തും അദ്ദേഹം ചെന്നെത്തിയത്. ഈ കാലയളവിൽ പലരുമായി ഇടപഴകാൻ ഗുരുവിന് സന്ദർഭം ലഭിച്ചു എങ്കിലും അവയിൽ ഏറ്റവും പ്രധാനപ്പെട്ടത് തൈക്കാട് അയ്യാസ്വാമിയും ചട്ടമ്പി സ്വാമികളും ആയുള്ള പരിചയവും സ്നേഹബന്ധവും ആണ്. പാണ്ഡിത്യത്തിലും ഹഠയോഗാദികളിലും എന്നപോലെ ലൗകിക കാര്യങ്ങളിലും പ്രവീണനായിരുന്ന അയ്യാസ്വാമിയിൽനിന്നും കുഞ്ഞൻപിള്ള ചട്ടമ്പിസ്വാമികളെപ്പോലെ നാരായണഗുരുവും പലതും അഭ്യസിക്കുകയുണ്ടായി എന്ന് ജീവചരിത്രകാരന്മാർ രേഖപ്പെടുത്തുന്നു.

ഇപ്രകാരം 1888 ആകുമ്പോഴേക്കും നാരായണഗുരു തന്റെ ജീവിത ദൗത്യത്തെയും പ്രവർത്തന പരിപാടികളെയും കുറിച്ച് ഏകദേശം ഒരു ധാരണയിൽ എത്തിച്ചേർന്നതായി കരുതാം. അങ്ങനെയാണ് ചരിത്രപ്രസിദ്ധമായ അരുവിപ്പുറം ശിവപ്രതിഷ്ഠ നടത്തിക്കൊണ്ട് അദ്ദേഹം ഏകാന്ത ധ്യാനങ്ങളിൽനിന്നും തീർഥയാത്രകളിൽനിന്നും നേടിയ ഓജസും ആദർശങ്ങളും ഉൾക്കാഴ്ചകളും കേരള ചരിത്രത്തെ മാറ്റിമറിച്ച നവോത്ഥാന പ്രസ്ഥാനത്തിന് സമർപ്പിച്ചത്. തുടർന്നുള്ള ഗുരുവിന്റെ

ജീവിതത്തിലെ സ്മരണീയ സംഭവങ്ങൾ പ്രൊഫസർ എം കെ സാനു നൽകുന്നപ്രകാരം കുറിക്കുവാൻ മാത്രമേ സ്ഥലപരിമിതി അനുവദിക്കുന്നുള്ളൂ.

1891 കുമാരു ശ്രീനാരായണഗുരുവിനെ കണ്ടുമുട്ടുന്നു.

1893 അരുവിപ്പുറം ക്ഷേത്രകാര്യങ്ങൾക്കുള്ള വ്യവസ്ഥകൾ തയ്യാറാക്കി.

1895 ഗുരുവിന്റെകൂടെ ആശാൻ ബാംഗ്ലൂർക്ക് പോകുന്നു.

1898 അരുവിപ്പുറം ക്ഷേത്രയോഗം.

1903 എസ് എൻ ഡി പി യോഗസ്ഥാപനം. (ജനുവരി 7—ധനു 27)

1904 എസ് എൻ ഡി പി യോഗത്തിന്റെ പ്രഥമ വാർഷികത്തിൽ സംബന്ധിച്ചു.

വക്കത്ത് സ്കൂൾ സ്ഥാപിച്ചു. (ഫെബ്രുവരി—കുംഭം)

1904 വർക്കല ശിവഗിരിയിൽ വിശ്രമം തുടങ്ങി. (ആഗസ്ത്—ചിങ്ങം)

1904 അനാചാരങ്ങൾ അവസാനിപ്പിക്കുന്നതിനെപ്പറ്റി ആലോചിക്കാൻ പറവൂരിൽ മഹാസമ്മേളനം (ഒക്ടോബർ—കന്നി).

1907 ബാംഗ്ലൂർ യാത്ര, ഡോ. പൽപ്പുവുമൊന്നിച്ച്. (ഡിസംബർ—വൃശ്ചികം)

1908 കോഴിക്കോട് ശ്രീകണ്ഠേശ്വരം ക്ഷേത്രത്തിന്റെ ശിലാസ്ഥാപനം; തിയോസഫിക്കൽ സൊസൈറ്റിയുടെ സ്വീകരണവും മംഗളപത്രവും. (ജനുവരി—ധനു)

1908 തലശേരി ജഗന്നാഥക്ഷേത്ര പ്രതിഷ്ഠ. (ഫെബ്രുവരി—കുംഭം)

1908 *ജനനീ നവരത്നമഞ്ജരി* രചിച്ചു; കണ്ണൂർ ക്ഷേത്രസ്ഥാപനം.

1909 മംഗലാപുരം യാത്ര.

1911 കരിങ്കുളത്ത് കെട്ടുകല്യാണം വേണ്ടെന്നുവയ്പിക്കുന്നു. (ജനുവരി—മകരം)

1911 തെക്കേ ഇന്ത്യയിലെ പര്യടനം. (ഒക്ടോബർ—തുലാം)

1912 ശിവഗിരിയിൽ ശാരദപ്രതിഷ്ഠ. (ഏപ്രിൽ—മേടം)

1914 ആലുവ അദ്വൈതാശ്രമം സ്ഥാപനം. (ആഗസ്ത്—ചിങ്ങം)

1915 പുലയവിദ്യാർഥികളെ ഉൾപ്പെടുത്തി മിശ്രഭോജനം സംഘടിപ്പിച്ചു.

1915 അദ്വൈതാശ്രമ സംസ്കൃത പാഠശാല ആരംഭിച്ചു. (ആഗസ്ത്—ചിങ്ങം)

1916 തിരുവണ്ണാമല വിശ്രമം, രമണമഹർഷിയുടെ ക്ഷണം. (ഫെബ്രുവരി—കുംഭം)

1916 ഷഷ്ടിപൂർത്തി ആഘോഷങ്ങൾ.

1916 മദ്രാസ് യാത്ര; കാഞ്ചീപുരം ശ്രീനാരായണ സേവാശ്രമസ്ഥാപനം.

1918 കൊളമ്പ്യാത്ര. (ആഗസ്ത്—ചിങ്ങം)

1920 കാരമുക്ക് ക്ഷേത്രപ്രതിഷ്ഠ—ദീപം. (മെയ് 15—ഇടവം 2)

1921 സമസ്തകേരള സഹോദര സമ്മേളനം ആലുവയിൽ(മെയ് 15—ഇടവം 2)

1921 മുരുക്കുംപുഴയിൽ 'ഓം: സത്യം, ധർമം, ദയ, ശാന്തി' എന്നെഴുതിയ പ്രഭയുടെ പ്രതിഷ്ഠ.

1922 മഹാകവി രവീന്ദ്രനാഥടാഗോറിന്റെ സന്ദർശനം, ശിവഗിരിയിൽ.

1924 മഹാകവി കുമാരനാശാന്റെ ചരമം. (ജനുവരി 16—മകരം 3)

1924 ആലുവാസർവമത സമ്മേളനം. (ഫെബ്രുവരി—കുംഭം)

1924 സത്യഗ്രഹാശ്രമത്തിന് സ്വാമികൾ വെല്ലൂർമഠം വിട്ടുകൊടുത്തു. (മാർച്ച്—മീനം)

1924 വൈക്കം സത്യഗ്രഹാശ്രമം സന്ദർശിച്ചു. (സപ്തംബർ—ചിങ്ങം)

1925 ഗാന്ധിജി സ്വാമികളെ സന്ദർശിച്ചു, ശിവഗിരിയിൽ. (മാർച്ച് 12—കുംഭം 29)

1925 ശ്രീമത് ബോധാനന്ദസ്വാമികളെ പിൻഗാമിയായി അഭിഷേകം ചെയ്തു. (സപ്തംബർ 27—കന്നി 11)

1925 ബ്രഹ്മവിദ്യാലയത്തിന് ശിലാസ്ഥാപനം നടത്തി. (ഒക്ടോബർ 17—തുലാം 1)

1926 ശ്രീനാരായണഗുരുവിന്റെ വിൽപ്പത്രം. (മെയ് 3—മേടം 21)

1926 സ്വാമി സത്യവ്രതന്റെ സമാധി. (സപ്തംബർ 1—ചിങ്ങം 16)

1926 വീണ്ടും സിലോൺ സന്ദർശനം. (ഒക്ടോബർ—കന്നി)

1927 കളവങ്കോടം ക്ഷേത്രപ്രതിഷ്ഠ—'ഓം ശാന്തി' എന്നെഴുതിയ നിലക്കണ്ണാടി. (ജൂൺ 14—ഇടവം 31)

1927 പള്ളാത്തുരുത്ത് എസ് എൻ ഡി പി യോഗ വാർഷികത്തിൽ സന്നിഹിതനായി. (ഏപ്രിൽ—മേടം)

1928 ശ്രീനാരായണ ധർമസംഘം രജിസ്റ്റർ ചെയ്തു. (ജനുവരി 9—ധനു 23)

1928 കോട്ടയം എസ് എൻ ഡി പി വാർഷികത്തിൽ സംബന്ധിച്ച് ശാഖായോഗങ്ങൾക്ക് സർട്ടിഫിക്കറ്റ് വിതരണം ചെയ്തു. (ജനുവരി—മകരം)

1928 ഗുരുദേവന് ആലസ്യം. (ജനുവരി 16—മകരം 3)

1928 മഹാസമാധി. (സപ്തംബർ 20—കന്നി 5)

(*നാരായണഗുരുസ്വാമി*, 1976, ഇരിങ്ങാലക്കുട) ●

വക്കം മൗലവി

4 വക്കം മൗലവിയും ഐക്യ മുസ്ലീം സംഘവും

വക്കം മൗലവി എന്ന ചുരുക്കപ്പേരിൽ അറിയപ്പെടുന്ന വക്കം അബ്ദുൾ ഖാദർ മൗലവി (1873–1932) തിരുവനന്തപുരത്തിന് വടക്കുള്ള ചിറയിൻകീഴ് താലൂക്കിൽ വക്കം എന്ന സ്ഥലത്തെ പ്രശസ്തവും സമ്പന്നവും ആയ പൂന്ത്രാംവിളാകം കുടുംബത്തിലാണ് ജനിച്ചത്. പൊതുജനസമ്മതനും ഉറച്ച മതഭക്തനും ഭേദപ്പെട്ട വ്യാപാരിയും ആയിരുന്ന അയിരൂർ കായിപ്പുറത്ത് മുഹമ്മദ്കുഞ്ഞ് ആയിരുന്നു പിതാവ്. ഹാഷുബി മാതാവും. അബ്ദുൾ ഖാദറിന് നാല് സഹോദരന്മാരും അഞ്ച് സഹോദരിമാരും ഉണ്ടായിരുന്നു. അക്കാലത്തെ ധനികരായ മുസ്ലീങ്ങളുടെ പതിവനുസരിച്ച് മലബാറിൽ നിന്നും മറ്റും വരുത്തിയ മതപണ്ഡിതരും മതേതര വിദ്വാന്മാരും ആണ് അബ്ദുൾ ഖാദറിന്റെ ആദ്യകാല അധ്യാപകരായി പ്രവർത്തിച്ചത്.

മലബാറിലുള്ള അണ്ടത്തോട് കുഞ്ഞിപ്പോക്കർ മുസല്യാരാണ് തർക്കശാസ്ത്രം അഭ്യസിപ്പിച്ചത്. അമ്പലപ്പുഴക്കാരനും സ്ഥലത്തെ മലയാളം സ്കൂളിലെ മുൻഷിയും ആയിരുന്ന കേശവപിള്ള ആണ് മലയാളവും സംസ്കൃതവും അബ്ദുൾ ഖാദറിനെ പഠിപ്പിച്ചത്. കായൽപ്പട്ടണം, കീഴക്കര എന്നിവിടങ്ങളിൽനിന്ന് വന്ന തമിഴ് പണ്ഡിതന്മാർ തമിഴ് ഭാഷയും തിരുവള്ളുവരുടെ *തിരുകുറൽ*, അഗസ്ത്യരുടെ *തോൽക്കാപ്പിയം*, *നന്നൂൽ*

തുടങ്ങിയ പ്രാചീന തമിഴ് ക്ലാസിക്കുകളും ആൾവാർമാരുടെയും നായന്മാരുടെയും ഭക്തിസാഹിത്യ കൃതികളും കമ്പരാമായണവും മറ്റും പഠിപ്പിച്ചു. ഇവയോടൊപ്പം ഏറ്റവും പ്രാധാന്യം നൽകി അറബിയും *ഖുറാൻ, ഹദീസ്* തുടങ്ങിയ ഇസ്ലാമിക പുണ്യഗ്രന്ഥങ്ങളും വിവിധ വിദഗ്ധന്മാരിൽനിന്നും പഠിച്ചു. അങ്ങനെ കൗമാരം പിന്നിടുമ്പോഴേക്കും മലയാളം, തമിഴ്, അറബി, പേർഷ്യൻ, സംസ്കൃതം, ഉറുദു, ഇംഗ്ലീഷ് തുടങ്ങിയ ഭാഷകളിലും മതവിജ്ഞാനീയത്തിൽ എന്നപോലെ മതേതര വിജ്ഞാന ശാഖയിലും അബ്ദുൾ ഖാദർ എന്ന ബുദ്ധിമാനും വിജ്ഞാനദാഹിയും ആയിരുന്ന വിദ്യാർഥി അസൂയാവഹമായ അവഗാഹം നേടി.

ഈ വിപുലമായ വിദ്യാസമ്പാദനം അദ്ദേഹത്തെ മുസ്ലീം മതപണ്ഡിതൻ എന്നപോലെ പൂർവികരെപ്പോലെ വ്യവസായ വ്യാപാരാദികളിൽ വിദഗ്ധനായ ധനാഢ്യനും ആക്കി ഉയർത്തും എന്നാണ് മാതാപിതാക്കളും ബന്ധുജനങ്ങളും പ്രതീക്ഷിച്ചിരുന്നത്. എന്നാൽ ചെറുപ്പം തൊട്ടേ ധനസമ്പാദനത്തെക്കാൾ നല്ല കാര്യങ്ങൾക്കായി ധനം ചെലവിടുന്നതിൽ ആയിരുന്നു അബ്ദുൾ ഖാദറിന് താൽപ്പര്യം.

അബ്ദുൾ ഖാദറുടെ ആദർശവികാസങ്ങൾക്കും ഭാവി ജീവിതചര്യക്കും വളരെയേറെ പ്രചോദനം നൽകിയ ഘടകങ്ങളിൽ പ്രധാനപ്പെട്ടതാണ് ചിറയിൻകീഴ് താലൂക്കിലെ ചെമ്പഴന്തി ഗ്രാമത്തിൽ പിറന്ന അയൽക്കാരൻ തന്നെയായ ശ്രീനാരായണഗുരുവുമായുള്ള ഗാഢ സമ്പർക്കം. ശ്രീനാരായണൻ പൂന്ത്രാംവിളാകത്തെ ഒരു നിത്യ സന്ദർശകനും അബ്ദുൾ ഖാദറിന്റെ പിതാവ് മുഹമ്മദ് കുഞ്ഞിന്റെയും ജ്യേഷ്ഠൻ മുഹമ്മദ് മുഹിയ്യദ്ദീൻ മുസല്യാരുടെയും സുഹൃത്തുമായിരുന്നു. ജ്യേഷ്ഠൻ മുഹമ്മദ് മൊഹിയ്യദ്ദീൻ മുസല്യാർ ഇസ്ലാമിക മതത്തിലെ കരുത്തുറ്റ പരിഷ്കർത്താക്കളായ സൂഫികളിൽ അത്യന്തം ആകൃഷ്ടനായിരുന്നു. അച്ഛനും സഹോദരനും ആയി ധർമശാസ്ത്രങ്ങളെയും ആചാര പരിഷ്കാരങ്ങളെയും കുറിച്ചുള്ള ശ്രീനാരായണന്റെ ചർച്ചകളിൽ അബ്ദുൾ ഖാദറും ഇടപെട്ട് സംസാരിക്കുകയും പല പുതിയ അറിവുകളും നേടുകയും പതിവായിരുന്നു. പൂന്ത്രാംവിളാകത്തെ മറ്റ് സന്ദർശകരിൽ പ്രധാനിയായിരുന്ന റവറന്റ് ഫാദർ സാമുവൽ ഡാനിയൽ എന്ന മിഷണറി പ്രവർത്തകനുമായുള്ള സമ്പർക്കം ക്രിസ്തീയ മത പാരമ്പര്യത്തെക്കുറിച്ച് പഠിക്കാൻ അബ്ദുൾ ഖാദറിന് അവസരം നൽകി.

19-ാം നൂറ്റാണ്ടിന്റെ അന്ത്യപാദത്തിൽ അന്നത്തെ തിരുവിതാംകൂർ കേന്ദ്രമായി വളർന്നുവന്ന രാഷ്ട്രീയ സാമൂഹ്യ പ്രസ്ഥാനങ്ങളും കേരളവർമ വലിയകോയിത്തമ്പുരാന്റെയും മറ്റും നേതൃത്വത്തിൽ പ്രകാശം പരത്തിത്തുടങ്ങിയ മലയാള സാഹിത്യ നവീകരണ ശ്രമങ്ങളും വർത്തമാന പത്രങ്ങളും എല്ലാം അബ്ദുൾ ഖാദറിന്റെ പൊതുകാര്യ താൽപ്പര്യത്തെയും വിജ്ഞാനദാഹത്തെയും പോഷിപ്പിക്കാൻ സഹായകമായി.

II

പ്രമുഖ നവോത്ഥാന നായകരെയെല്ലാംപോലെ സാമൂഹ്യവും സാംസ്കാരികവും സാമ്പത്തികവും രാഷ്ട്രീയവും ആയ ജീവിതത്തിന്റെ സകല മേഖലകളെയും സ്പർശിക്കുന്നതായിരുന്നു വക്കം മൗലവിയുടെ വീക്ഷണവും താൽപ്പര്യവും. എങ്കിലും സ്വാഭാവികമായി അദ്ദേഹത്തെ ഏറ്റവും കൂടുതൽ ആകർഷിച്ചത് താൻ ഉൾക്കൊള്ളുന്ന സമുദായത്തിന്റെ അക്കാലത്തെ ദയനീയ അവസ്ഥയായിരുന്നു. ഈ ദയനീയ അവസ്ഥയ്ക്ക് കാരണം അനേക വർഷങ്ങളായി അടിഞ്ഞുകൂടിക്കൊണ്ടിരുന്ന അനാചാരങ്ങളും അന്ധവിശ്വാസങ്ങളും വിദ്യാഭ്യാസപരമായ പിന്നോക്ക അവസ്ഥയും ആയിരുന്നു എന്ന് അദ്ദേഹം നേരത്തെ തന്നെ മനസിലാക്കി. ഈ രംഗങ്ങളിൽ ഉള്ള പരിഷ്കാരത്തിനും പരിശ്രമത്തിനും മറ്റെല്ലാ സമുദായങ്ങളിലും എന്നപോലെ മുസ്ലീങ്ങൾക്കിടയിലും യാഥാസ്ഥിതികരും സ്ഥാപിതതാൽപ്പര്യക്കാരും പുരോഹിതവർഗവും (മുസ്ലീങ്ങൾക്കിടയിൽ പുരോഹിതത്വം ഇല്ലെന്നാണ് വയ്പ് എങ്കിലും ഫലത്തിൽ മൗലവിമാരും മുസല്യാർമാരും ഇമാമുകളും ഖാസികളും വർത്തിച്ചുപോന്നത് പുരോഹിതന്മാരായിട്ടാണ്) നിശിതമായ എതിർപ്പുകൾ ഉയർത്തുക സ്വാഭാവികമാണ്. പ്രവാചകന്മാരുടെയും മതാചാര്യന്മാരുടെയും വിശുദ്ധ പാഠങ്ങൾ ഉയർത്തിപ്പിടിച്ചാൽ അവയെ മതനിന്ദയും ഈശ്വരനിഷേധവും പാരമ്പര്യലംഘനവുമായി ഈ വകക്കാർ മുദ്രകുത്തി പരിഷ്കർത്താക്കളെ ഒറ്റപ്പെടുത്താനും പീഡിപ്പിക്കാനും ശ്രമിക്കുക സാധാരണമത്രെ.

ഇത്തരം എതിർപ്പുകളെ നേരിട്ടുകൊണ്ടാണ് ലോകത്തിലെങ്ങും എന്നപോലെ കേരളത്തിലും വക്കം മൗലവിയുടെ പൂർവികരായ സയ്ദ് സനാഉള്ള മക്തി തങ്ങൾ, ഷെയ്ഖ് ഹമദാനി തങ്ങൾ, ചാലിലകത്ത് കുഞ്ഞഹമ്മദ് ഹാജി തുടങ്ങിയവർ തങ്ങളുടെ ദൗത്യം നിർവഹിച്ചതെന്ന് വക്കം മൗലവിക്ക് ബോധ്യമായിരുന്നു. ഇന്ത്യയുടെയും ലോകത്തിന്റെയും ചരിത്രത്തിലെ മുസ്ലീം പരിഷ്കർത്താക്കളുടെയും നവോത്ഥാന നായകരുടെയും ജീവിതവും കൃതികളുമായി മൗലവി പരിചയപ്പെട്ടു. ഇക്കാര്യത്തിൽ ഇപ്പോഴത്തെ മലപ്പുറം ജില്ലയിലെ എടവണ്ണ സ്വദേശി അറയ്ക്കൽ മുഹമ്മദ് എന്നൊരു പുരോഗമനവാദിയായ പണ്ഡിതൻ മൗലവിക്ക് ആവശ്യമായ അറിവുകളും പുസ്തകങ്ങളും നൽകിയതായി പറയപ്പെടുന്നു. ഈജിപ്തിലെ മുഹമ്മദ് അബ്ദു (1849–1905), റഷീദ് റിദ (1865–1935), ഇന്ത്യാക്കാരനായ ഷെയ്ഖ് അഹമ്മദ് സിർഹിന്ദി (1563–1624), ജമാൽ അൽ ദിൻ അൽ അഫ്ഘാനി (1839–1897), ദില്ലിയിലെ ഷാ വലിയുള്ള (1702–1763), മുഹമ്മദ് ഇബ്ൻ അബ്ദുൾ വഹാബ് (1703–1792) തുടങ്ങിയവരുടെ ചരിത്രവും ആശയങ്ങളും മൗലവി സ്വാംശീകരിച്ചു. മുസ്ലീം സർവകലാശാല സ്ഥാപകനും ഇന്ത്യൻ മുസ്ലീങ്ങൾക്കിടയിൽ ആധുനിക വിദ്യാഭ്യാസത്തിനുവേണ്ടി അനവരതം പ്രവർത്തിച്ച മഹാനും ആയിരുന്ന സർ സയ്ദ് അഹമ്മദ് ഖാൻ (1817–1898) മൗലവിയുടെ ആരാധനാമാതൃക

കളിൽ പ്രമുഖനായിരുന്നു. എന്നാൽ സർ സയ്ദ് അമ്മഹദ്ഖാന് നിലവിലുള്ള രാഷ്ട്രീയ ഭരണവ്യവസ്ഥയോടുണ്ടായിരുന്ന ആഭിമുഖ്യം രാജ്യദ്രോഹ കുറ്റാരോപണത്തിനു വിധേയനായി നാടുകടത്തപ്പെട്ട *സ്വദേശാഭിമാനി* രാമകൃഷ്ണപിള്ളയുടെ സുഹൃത്തും സംരക്ഷകനും ആയിരുന്ന മൗലവിക്ക് ഉണ്ടായിരുന്നില്ല എന്ന് പ്രത്യേകം പറയേണ്ടതില്ലല്ലോ.

തന്റെ ദൗത്യനിർവഹണത്തിന് മൗലവി കൈക്കൊണ്ട മാർഗങ്ങൾ പലതായിരുന്നു. ശ്രീനാരായണനെപ്പോലെ വിദ്യ അഭ്യസിച്ച് സ്വതന്ത്രരാകാനും സംഘടിച്ച് ശക്തരാകാനും മൗലവി ജനങ്ങളെയും പ്രത്യേകിച്ച് മുസ്ലീങ്ങളെ ആഹ്വാനം ചെയ്തു.

താൻ പത്രാധിപരായുള്ള *മുസ്ലീം* എന്ന വാർത്താപത്രികയിൽ ഇക്കാര്യത്തെക്കുറിച്ച് "മുഹമ്മദീയ സഭയുടെ ആവശ്യകത" എന്ന ലേഖനത്തിൽ ഇപ്രകാരം പറയുന്നു:

> കേരളത്തിലെ മുഹമ്മദീയ വർഗക്കാർ ഏറ്റവും ശോചനീയമായ അവസ്ഥയിലാണെന്നു പറയാതെ നിവൃത്തിയില്ല. ഈ വാസ്തവത്തെ അവർ തന്നത്താൻ അറിഞ്ഞ് വേണ്ടത് പ്രവർത്തിക്കാതിരുന്നത് മാത്രമല്ല, ഇതര മതസ്ഥർ പത്രം മുഖേനയും മറ്റും പല വിധത്തിലും അവരെ ഓർമിപ്പിച്ചിട്ടുപോലും ആരും ഈ വിഷയത്തിൽ ശ്രദ്ധിക്കാതിരുന്നതിൽ വ്യസനിക്കുകയല്ലാതെ എന്താണ് ചെയ്ക? കേരള മുഹമ്മദീയരെക്കുറിച്ച് വിദ്യാവിഹീനന്മാർ എന്നുള്ള ധ്വനികൾ കർണങ്ങളെ ഭേദിക്കുമാറ് ഇപ്പോഴും ഏതു ഭാഗത്തുനിന്നും മുഴങ്ങിക്കൊണ്ടിരിക്കുന്നു.
>
> കേരളത്തിൽ ഒരു മുഹമ്മദീയ മഹാസഭയുടെ ആവശ്യകത, അതിന്റെ മൂർധന്യത്തെ പ്രാപിച്ചിരിക്കുന്നു. മലബാർ, കൊച്ചി, തിരുവിതാംകൂർ എന്നീ സ്ഥലങ്ങളിലുള്ള മുസ്ലീം സഹോദരങ്ങൾ ഏക മനസോടുകൂടി ഒരു സഭ സ്ഥാപിക്കുന്നതായാൽ, ഈ സമുദായത്തിന് ഇപ്പോൾ നേരിട്ടിരിക്കുന്ന ദോഷങ്ങളെ അതുവഴിയായി അചിരേണ പരിഹരിക്കാവുന്നതാണ്. ഇപ്രകാരമുള്ള സഭകളും യോഗങ്ങളും കൊണ്ടല്ലാതെ യാതൊരു സമുദായവും ഉൽഗതി പ്രാപിച്ചിട്ടില്ലെന്ന് ചരിത്രങ്ങൾ നമ്മെ പഠിപ്പിക്കുന്നു....

മൗലവിയുടെ നവോത്ഥാന സംഘടനാ യത്നങ്ങളുടെ ഉച്ചകോടി അദ്ദേഹത്തിന്റെ അധ്യക്ഷതയിൽ രൂപീകരിക്കപ്പെട്ട 'കേരള മുസ്ലീം ഐക്യസംഘം' ആയിരുന്നെങ്കിലും അതിനു മുമ്പുതന്നെ ഈ അഖിലകേരള സംഘടനയ്ക്ക് വഴിയൊരുക്കിയ പല പ്രാദേശിക സംഘടനാ യത്നങ്ങൾ തിരുവിതാംകൂറിൽ വക്കം മൗലവിയും കൊച്ചിയിലും മലബാറിലും മറ്റു പരിഷ്കർത്താക്കളും ആരംഭിക്കുകയുണ്ടായി. ചിറയിൻകീഴ് മുസ്ലീം സമാജം

(ചിറയിൻകീഴ് ജമാഅത്തെ ഇർഷാദ്), ആലപ്പുഴ ലജ്നത്തുൽ മുഹമ്മദീയ, തിരുവിതാംകൂർ മുസ്ലീംസഭ മുതലായ പല സംഘടനകൾ മൗലവി സ്ഥാപിക്കുകയോ പങ്കുചേർന്ന് നേതൃത്വം നൽകുകയോ ചെയ്തു. ഈ സംഘടനകളുടെ പൊതുപരിപാടിയും ദിശാബോധവും മനസിലാക്കാൻ വക്കം മൗലവിയുടെ അധ്യക്ഷതയിൽ പെരുമാതുറയിൽ 1923 മെയ് 5, 6 തീയതികളിൽ ചേർന്ന ചിറയിൻകീഴ് താലൂക്ക് മുസ്ലീം സമാജത്തിന്റെ പ്രഥമ സമ്മേളനത്തിൽ അംഗീകരിച്ച 12 മാർഗനിർദേശക തത്ത്വങ്ങൾ ഉപകരിക്കും. അവ താഴെ ചേർക്കുന്നു:

1. ഓരോ മഹല്ലിലും അധിവസിക്കുന്ന മുസ്ലീങ്ങളുടെ വയസ്, മതപരവും ലൗകികവുമായ വിദ്യാഭ്യാസയോഗ്യത, തൊഴിൽ, വാണിജ്യവ്യവസായനില, കൃഷിഭൂമിയുടെ വിസ്തീർണം, വാർഷിക വരുമാനം മുതലായവ വെളിപ്പെടുത്തുന്ന സെൻസസ് എടുക്കുക.
2. മുസ്ലീം ആൺകുട്ടികൾക്കും പെൺകുട്ടികൾക്കും കാലോചിത വിദ്യാഭ്യാസം നൽകുകയും അവരെ ഉപരിപഠനത്തിന് പ്രോത്സാഹിപ്പിക്കുകയും ചെയ്യുക.
3. പള്ളികളിൽ വിവാഹം, വിവാഹമോചനം, ജനനം, മരണം എന്നിവ രേഖപ്പെടുത്തുന്ന രജിസ്റ്റർ സൂക്ഷിക്കുക.
4. മഹല്ലുകളിൽ സമാജത്തിന്റെ യൂണിറ്റുകൾ സ്ഥാപിക്കുക.
5. പള്ളികളുടെ പുനരുദ്ധാരണം നടത്തുന്നതോടൊപ്പം പള്ളിയോടനുബന്ധിച്ച മദ്രസ, ഗ്രന്ഥശാല, വായനശാല എന്നിവ സ്ഥാപിക്കുക.
6. പള്ളികളിൽ പുരോഗമനവാദികളും പണ്ഡിതന്മാരുമായ ഖത്തീബന്മാരെ നിയമിക്കുക.
7. പള്ളികളിൽ നടത്തുന്ന ഖുത്വബയും വിവാഹാവസരങ്ങളിലെ ഖുത്വബയും—പ്രാർഥനാഭാഗം ഒഴികെ—മലയാളത്തിൽ നടത്തുക.
8. അന്ധവിശ്വാസങ്ങളിൽ അധിഷ്ഠിതമായ അനാചാരങ്ങൾ നിറുത്തുക.
9. മുസ്ലീങ്ങളെ ലൗകിക വിദ്യാഭ്യാസത്തിലേക്ക് ആകർഷിക്കാനുതകുംവിധം കൂടുതൽ വിദ്യാലയങ്ങൾ സ്ഥാപിക്കുക. ഗവൺമെന്റ് വിദ്യാലയങ്ങളിൽ അറബി അധ്യാപകരെ നിയമിക്കുക. ഈ അടിയന്തരാവശ്യങ്ങൾ നേടുന്നതിനായി അധികൃതസമക്ഷം നിവേദനം സമർപ്പിക്കുക.
10. മുസ്ലീങ്ങളുടെ ഇടയിലുള്ള സാമ്പത്തിക ദുരിതവും തൊഴിലില്ലായ്മയും പരിഹരിക്കുന്നതിനായി ഓരോ മഹല്ലിലും സാഹചര്യങ്ങൾക്ക് യോജിച്ച കുടിൽ വ്യവസായങ്ങൾ ആരംഭിക്കുക.
11. ഇസ്ലാമിക ഗ്രന്ഥങ്ങൾ മലയാളത്തിലും അറബ്-മലയാളത്തിലും പ്രസിദ്ധീകരിക്കുക.
12. ഒരു പ്രസിദ്ധീകരണാലയവും ഒരു വൃത്താന്തപത്രവും തുടങ്ങുക.

III

മുസ്ലീങ്ങളുടെ വിദ്യാഭ്യാസകാര്യത്തിൽ വക്കം മൗലവിയും അദ്ദേഹത്തിന്റെ അനുയായികളും നൽകിയ സേവനത്തിന്റെ വൈപുല്യവും പ്രാധാന്യവും മനസിലാക്കാൻ അക്കാലത്തെ തിരുവിതാംകൂറിലെ മുസ്ലീം വിദ്യാഭ്യാസത്തിന്റെ ശോചനീയമായ അവസ്ഥ മനസിലാക്കേണ്ടിയിരിക്കുന്നു. 1914 ഡിസംബർ 15–ാം തീയതിയിലെ *തിരുവിതാംകൂർ സ്റ്റേറ്റ് ഗസറ്റി*ലെ നടപടിക്കുറിപ്പ് കാണുക:

> മുഹമ്മദീയ വിദ്യാഭ്യാസം ഇപ്പോഴും അതൃപ്തികരമായ സ്ഥിതിയിൽ ഇരിക്കുന്നു എന്നും വിദ്യാഭ്യാസത്തിന് ആ വർഗക്കാർക്ക് നൽകിയിട്ടുള്ള സൗകര്യങ്ങളെ അവർ മതിയായിടത്തോളം ഉപയോഗപ്പെടുത്തിയിട്ടില്ലെന്നും ഡയറക്ടറുടെ റിപ്പോർട്ടിൽനിന്നും ഗവൺമെന്റ് വ്യസനസമേതം അറിയുന്നു. ലോവർ ഗ്രേഡ് ഗവൺമെന്റ് പാഠശാലകളിൽ ഫീസുകൂടാതെ നൽകപ്പെടുന്ന വിദ്യാഭ്യാസത്തെ ആ വർഗത്തിൽ ചേർന്നവരായ കൂടുതൽ എണ്ണം ബാലന്മാർ ഉപയോഗപ്പെടുത്താതിരിക്കുന്ന കാലത്തോളം, ഫീസിൽ കൂടുതൽ ആനുകൂല്യങ്ങളാകട്ടെ, അന്യരാജ്യങ്ങളിൽനിന്ന് സാങ്കേതികവിദ്യകൾ അഭ്യസിക്കുന്നതിന് വിദ്യാർഥി വേതനങ്ങൾ ആകട്ടെ, മുഹമ്മദീയരുടെയിടയിൽ വിദ്യാഭ്യാസം അഭിവൃദ്ധിപ്രാപിക്കുന്നതിന് ഉപയോഗിക്കുകയില്ലെന്ന് ഡയറക്ടർ അഭിപ്രായപ്പെട്ടതിനോട് ഗവൺമെന്റ് യോജിക്കുന്നു. ആ വർഗത്തിലെ പ്രമാണികൾ ഉത്സാഹിക്കുകയും പാഠശാലകളിൽ കൂടുതൽ ഹാജരാകുന്നതിന് യത്നിക്കുകയും ചെയ്യേണ്ടത് അതിപ്രധാനമാകുന്നു. അങ്ങനെ ചെയ്യുമ്പോൾ ആ വർഗക്കാർക്ക് കൂടുതലായി എന്തു സൗകര്യങ്ങൾ നൽകണം എന്ന് ആലോചിക്കുന്നതിനുള്ള കാലം എത്തും. മുഹമ്മദീയ വിദ്യാഭ്യാസത്തെപ്പറ്റി കൂടുതലായി അന്വേഷണം നടത്താൻ ഡയറക്ടർ ആലോചിക്കുന്നുണ്ട്. കാര്യനടത്തിപ്പിന് ഉതകുന്ന വല്ല നിർദേശങ്ങളും കിട്ടുന്നപക്ഷം അദ്ദേഹം ഗവൺമെന്റിന് എഴുതി ബോധിപ്പിക്കുന്നതും ആകുന്നു.
>
> ഉത്തരവിൻപ്രകാരം,
>
> എ ജെ വിയറാ
> ഗവൺമെന്റ് ചീഫ് സെക്രട്ടറി

ഈ അറിയിപ്പിൻപ്രകാരം പല നിർദേശങ്ങളും സർക്കാരിന് ലഭിക്കുകയുണ്ടായി. അതേ സംബന്ധിച്ച് വിശദമായ ചർച്ചകൾ വക്കം മൗലവിയും സുഹൃത്തുക്കളും പത്രപംക്തികളിൽ നടത്തുകയും ചെയ്തു. ഇവയുടെ പരിണതഫലമായി മുസ്ലീം വിദ്യാഭ്യാസം പ്രചരിപ്പിക്കുക എന്ന ലക്ഷ്യം മുൻനിർത്തി ഒരു ആലോചനായോഗം വിദ്യാഭ്യാസ ഡയറക്ടർ വിളിച്ചുചേർത്തു. സംസ്ഥാനത്തിന്റെ വിവിധ ഭാഗങ്ങളിൽ നിന്നുള്ള പ്രതിനിധികളുമായുള്ള ചർച്ചകൾക്കുശേഷം താഴെ ചേർക്കുന്ന അഞ്ച് പൊതു നിഗമനങ്ങൾ സമ്മേളനം ആവിഷ്കരിച്ചു.

ഒന്ന്, വിദ്യാഭ്യാസവിഷയത്തിൽ മുസ്ലീങ്ങൾ പിന്നോക്കം നിൽക്കുന്നതിന്റെ പ്രധാന കാരണം അലസതയാണ്. അവരെ സമീപിച്ച് ഉൽബുദ്ധരാക്കാനും കുട്ടികളെ സ്കൂളുകളിൽ ചേർക്കാനും താലൂക്ക് കമ്മിറ്റികൾ രൂപീകരിക്കുക.

രണ്ട്, മുസ്ലീങ്ങൾ മതവിഷയത്തിൽ പ്രത്യേകം നിഷ്ഠയുള്ളവരാകയാൽ, അറബി ഭാഷാഭ്യസനത്തിൽ നിലവിലുള്ളതിൽ കൂടുതൽ ശ്രദ്ധ ചെലുത്തുക. ഇരുപത്തഞ്ചോ അതിൽ കൂടുതലോ മുഹമ്മദീയ ബാലന്മാർ പഠിക്കുന്ന സ്കൂളുകളിൽ അറബി മുൻഷിമാരെ നിയമിക്കുക.

മൂന്ന്, ഈ കാര്യങ്ങളിൽ പ്രത്യേകം ശ്രദ്ധ ചെലുത്തുന്നതിനായി അറബി ഭാഷയിൽ വ്യുൽപ്പത്തിയുള്ള രണ്ടിൽ കുറയാതെ ഇൻസ്പെക്ടർമാരെ നിയമിക്കുക.

നാല്, മെട്രിക് ക്ലാസ് മുതൽ പഠിക്കുന്ന കുട്ടികൾക്ക് സ്കോളർഷിപ്പ് ഏർപ്പെടുത്തുക.

അഞ്ച്, മുഹമ്മദീയ ഗ്രാന്റ് സ്കൂളുകൾക്ക് മുഴുവൻ ശമ്പളവും നൽകുക.

ഇവയുടെ അടിസ്ഥാനത്തിൽ 74 പ്രാദേശിക സമിതികൾ സ്ഥാപിക്കുകയും 75 പുതിയ മുസ്ലീം സ്കൂളുകൾ ആരംഭിക്കുകയും ചെയ്തു. ഈ സ്കൂളുകളിൽ ആധുനിക പാഠ്യപദ്ധതി അനുസരിച്ചുള്ള വിഷയങ്ങൾക്ക് പുറമെ ഖുറാൻ പഠിപ്പിക്കാനും വ്യവസ്ഥ ചെയ്തിരുന്നു. ഈ സ്കൂളുകളിലും മറ്റ് എല്ലാ പൊതുവിദ്യാലയങ്ങളിലും മുസ്ലീങ്ങൾക്ക് ഫീസ് ആനുകൂല്യവും അറബി മുൻഷിമാർക്ക് പ്രോത്സാഹകമായ സഹായധനവും നൽകിത്തുടങ്ങി. അറബി മുൻഷിമാരെ നിയമിക്കുന്നതിനാവശ്യമായ യോഗ്യത നിർണയിക്കാൻ വക്കം മൗലവിയെ അധികാരപ്പെടുത്തി. പാഠ്യപദ്ധതി തയ്യാറാക്കുന്ന സമിതികളിൽ മൗലവിയും നിയമിക്കപ്പെട്ടു. പ്രാഥമിക വിദ്യാലയങ്ങളിൽ പഠിപ്പിക്കാനുള്ള അറബി പാഠപുസ്തകങ്ങൾ മൗലവി തന്നെ തയ്യാറാക്കി.

മൗലവിയുടെയും മറ്റ് പരിഷ്കർത്താക്കളുടെയും ലക്ഷ്യങ്ങളിൽ സ്ത്രീവിദ്യാഭ്യാസത്തിന് പ്രത്യേകം ഊന്നൽ നൽകി. സ്ത്രീവിദ്യാഭ്യാസത്തിന് മുസ്ലീം യാഥാസ്ഥിതികർക്കുള്ള എതിർപ്പിനെ നേരിടാൻ പുണ്യഗ്രന്ഥങ്ങളിലെ ഉദ്ധരണികളും യുക്തിവാദങ്ങളും മൗലവി സുലഭമായി ഉപയോഗിച്ചു.

ഇതിൽനിന്നൊക്കെ വ്യക്തമാകുന്ന ഒരു കാര്യം വക്കം മൗലവിയും പരിഷ്കർത്താക്കളും മുസ്ലീം വിദ്യാഭ്യാസ പ്രചാരണത്തിനുവേണ്ടി സ്വന്തമായ സ്കൂളുകൾ സ്ഥാപിക്കുന്നതിനുപകരം സർക്കാരിനെക്കൊണ്ട് ആ കൃത്യം നിർവഹിപ്പിക്കുക എന്നതായിരുന്നു. സ്വന്തമായി മുസ്ലീങ്ങൾക്കുവേണ്ടി മദ്രസ പോലെയും മറ്റും സ്വകാര്യ വിദ്യാലയങ്ങൾ സ്ഥാപിക്കുന്നതിന് സംഘടനാപരമായും സാമ്പത്തികമായും വൈഷമ്യങ്ങൾ ഉണ്ടായിരുന്നിരിക്കാം എന്ന വസ്തുത വിസ്മരിക്കുന്നില്ല. എന്നാൽ അത് മാത്രമായിരുന്നു ഈ പരിപാടിക്ക് കാരണം എന്ന് തോന്നുന്നില്ല. വേണ്ടത്ര പഠി

പ്പോ മറ്റ് യോഗ്യതകളോ ഇല്ലാത്ത പ്രാദേശിക മുല്ലമാരും മറ്റും ആധുനിക വിജ്ഞാന മേഖലകളെ ഒഴിവാക്കിക്കൊണ്ട് പള്ളിക്കാരുടെ കീഴിൽ വിദ്യാലയങ്ങൾ നടത്തുന്നതിനെക്കാൾ ഭേദം സർക്കാരിന്റെ കീഴിൽ അറബിയും ഖുറാനും പഠിപ്പിച്ചുകൊണ്ടാണെങ്കിലും അതിനപ്പുറം മതനിരപേക്ഷമായ ആധുനിക വിദ്യാഭ്യാസം നൽകുക എന്ന ഉചിതമായ ലക്ഷ്യം പരിഷ്കർത്താക്കൾക്ക് ഉണ്ടായിരുന്നിരിക്കണം. മുസ്ലീങ്ങൾക്കിടയിൽ ഈ പരിപാടികൾ ഉളവാക്കിയ പുരോഗതി 1921–ലെയും 1931–ലെയും കനേഷുമാരി കണക്കുകളിൽനിന്ന് വ്യക്തമാകും.

ഈ വമ്പിച്ച മാറ്റങ്ങൾക്കു പുറകിൽ പ്രവർത്തിച്ച മുഖ്യ പരിഷ്കർത്താവ് വക്കം അബ്ദുൾ ഖാദർ മൗലവി ആയിരുന്നെന്നും മൗലവിയുടെ ഈ വഴിക്കുള്ള യത്നങ്ങൾ മുസ്ലീങ്ങളുടെ മാത്രമല്ല, കേരളീയരുടെ ആകെ പുത്തനുണർവിന് നൽകിയ സേവനമായിരുന്നു എന്നും ആർക്കും കാണാൻ കഴിയും.

ഇക്കാര്യം അധികൃതർക്കും ജനങ്ങൾക്കും ബോധ്യമായിരുന്നു എന്നതിന് തെളിവാണ് അന്നത്തെ തിരുവിതാംകൂർ വിദ്യാഭ്യാസ ഡയറക്ടർ ഇപ്രകാരം പറഞ്ഞതായി കേരള സർവകലാശാലയിലെ ചരിത്രവകുപ്പ് പ്രൊഫസറായിരുന്ന എ പി ഇബ്രഹാം കുഞ്ഞ് രേഖപ്പെടുത്തുന്ന ഈ പ്രസ്താവം:

> മൗലവിയും 'മുസ്ലീ'മും കൂടി മുസ്ലീം സമുദായത്തിന് വിദ്യാഭ്യാസവിഷയത്തിൽ ചെയ്തിട്ടുള്ള സേവനം സർക്കാർ ഇന്നുവരെ ചെയ്തിട്ടുള്ളതിൽ എത്രയോ വലുതാണ്. ഒരുപക്ഷേ, സർക്കാരിന് ഇത്രയെങ്കിലും മുന്നോട്ടുപോകാൻ കഴിഞ്ഞത് ആ പ്രവർത്തനങ്ങളുടെ പിന്തുണയുണ്ടായിരുന്നതുകൊണ്ട് മാത്രമാണ്.... (*മാപ്പിള: മുസ്ലീംസ് ഓഫ് കേരള*, തിരുവനന്തപുരം, 1983, പുറം 243)

IV

ദൗത്യനിർവഹണത്തിനും ആശയ പ്രചാരണത്തിനും ആയി പത്രമാസികകളും പുസ്തകങ്ങളും വക്കം മൗലവി പ്രസിദ്ധീകരിച്ചുപോന്നു. മലയാളത്തിലും അറബി–മലയാളത്തിലും അദ്ദേഹം ഊർജസ്വലമായ ശൈലിയിൽ ലേഖനങ്ങളും പുസ്തകങ്ങളും ലഘുലേഖകളും എഴുതി പ്രസിദ്ധീകരിച്ചുപോന്നു. വക്കം മൗലവിയുടെ പത്രപ്രവർത്തന യത്നത്തിൽ പ്രഥമവും കേരള രാഷ്ട്രീയ ചരിത്രത്തിൽ അവിസ്മരണീയമായ കോളിളക്കം സൃഷ്ടിച്ചതും *സ്വദേശാഭിമാനി* എന്ന പ്രതിവാര പത്രമായിരുന്നു. 1905–ൽ ബ്രിട്ടീഷ് അധീനതയിൽ ആയിരുന്ന അഞ്ചുതെങ്ങിൽനിന്നാണ് അത് ആരംഭിച്ചത് എങ്കിലും 1906–ൽ അതിന്റെ ആസ്ഥാനം വക്കത്തേക്ക് മാറ്റുകയാണ് ഉണ്ടായത്. ഉടമസ്ഥനും മാനേജിംഗ് എഡിറ്ററും മൗലവി തന്നെയായിരുന്നു. തുടക്കത്തിൽ അൽപ്പകാലം ചിറയിൻകീഴ് സി പി ഗോ

REGD. No. M. 498

സ്വദേശാഭിമാനി

THE SVADESABHIMANI

PUBLISHED EVERY WEDN

സ്വദേശാഭിമാനി പത്രത്തിന്റെ ആദ്യ പുറം

വിന്ദപ്പിള്ള ആയിരുന്നെങ്കിലും വക്കത്തേക്ക് ആസ്ഥാനം മാറ്റിയതിനെത്തുടർന്ന് പിൽക്കാലത്ത് *സ്വദേശാഭിമാനി* എന്ന വിശേഷണത്തോടുകൂടി അറിയപ്പെട്ട കെ രാമകൃഷ്ണപിള്ള പത്രാധിപത്യം ഏറ്റെടുത്തു. സ്വതന്ത്രബുദ്ധിയും അഴിമതിക്കും കൊള്ളരുതായ്മയ്ക്കും എതിരെ പടപൊരുതുന്ന നിർഭയനും ആയിരുന്ന രാമകൃഷ്ണപിള്ള ആദ്യം മൗലവിയുടെ ക്ഷണം നിരസിക്കുകയാണ് ചെയ്തതെങ്കിലും പത്രാധിപരുടെ പ്രവർത്തന സ്വാതന്ത്ര്യത്തിൽ താനൊരിക്കലും ഇടപെടുന്നതല്ലെന്ന് വാക്കുകൊടുത്തശേഷമാണ് രാമകൃഷ്ണപിള്ള ഈ ചുമതല ഏറ്റത്. വക്കം മൗലവി ഈ വാഗ്ദാനം നൽകിയത് വേണ്ടത്ര ആലോചിക്കാതെ തൽക്കാലത്തെ കാര്യം നേടാനാണെന്ന് ധരിക്കാൻ പഴുത് കാണുന്നില്ല. *സ്വദേശാഭിമാനി* എന്ന പേരുതന്നെ മൗലവിയുടെ രാജ്യസ്നേഹത്തിനും സ്വതന്ത്രബുദ്ധിക്കും തെളിവാണ്. അതിനു പുറമെ, അഞ്ചുതെങ്ങിൽനിന്ന് പുറപ്പെട്ട പ്രഥമ ലക്കത്തിലെ ആദർശലക്ഷ്യങ്ങൾ വിവരിക്കുന്ന മുഖപ്രസംഗത്തിൽ പിൽക്കാലത്ത് 'അറം പറ്റിയത്' പോലെ പരിണമിച്ച അവസാന വാചകം ശ്രദ്ധേയമാണ്:

> "ഞങ്ങൾക്കുണ്ടാകുന്ന വല്ല ആപത്തുകളെയും ഭയന്ന് പൊതുജന സങ്കടങ്ങളെ ഞങ്ങൾ മറച്ചുവയ്ക്കുന്നതല്ല, നിശ്ചയം."

ഇവ വീൺവാക്കുകളായിരുന്നില്ലെന്ന് ചരിത്രം തെളിയിച്ചു. രാജകുടുംബവും ശങ്കരൻതമ്പിയെപ്പോലുള്ള ആശ്രിതന്മാരും ദിവാൻ രാജഗോപാലാചാരിയും മറ്റ് ഉന്നതസ്ഥാനീയരും നടത്തിവന്ന സ്വജനപക്ഷപാത പ്രവർത്തനങ്ങളെയും അഴിമതികളെയും തുറന്നുകാട്ടുന്ന രാമകൃഷ്ണപിള്ളയുടെ മുഖപ്രസംഗങ്ങളും വാർത്താ ലേഖനങ്ങളും അപകടത്തിലേക്കാണ് പോകുന്നതെന്ന് തുടക്കം മുതലേ വ്യക്തമായിരുന്നു. ഈ പോക്ക് ശരിയല്ലെന്ന് മൗലവിയെ പല സുഹൃത്തുക്കളും ഉപദേശിച്ചുവരികയും ചെയ്തിരുന്നു. പക്ഷേ, അതൊന്നുംകൊണ്ട് മൗലവി തന്റെ പത്രാധിപരെ നിയന്ത്രിക്കാൻ ശ്രമിക്കാതിരുന്നത് വാഗ്ദാനപാലനത്തിനുള്ള നിഷ്കർഷ കൊണ്ടെന്നപോലെ രാമകൃഷ്ണപിള്ളയോടൊപ്പം പൊതുജീവിത ശുദ്ധി

യിലുള്ള വിശ്വാസവും അഴിമതികളോടുള്ള വിരോധവും കൊണ്ടുകൂടി ആയിരുന്നു. ഒടുവിൽ 1910 സപ്തംബർ 26-ന് സർക്കാർ പത്രം നിരോധിക്കുകയും പത്രാധിപരെ രായ്ക്കുരാമാനം നാടുകടത്തുകയും അച്ചുകൂടവും സാമഗ്രികളും എല്ലാം കണ്ടുകെട്ടുകയും ചെയ്തപ്പോഴും ആദർശധീരനായ വക്കം മൗലവി അൽപ്പംപോലും പതറിയില്ല. അക്കാലത്ത് പതിവുള്ള പ്രകാരം തിരുമനസിനോട് ക്ഷമാപണം നടത്തിയതുമില്ല. നാടുവിട്ട തന്റെ ഉത്തമ സുഹൃത്ത് രാമകൃഷ്ണപിള്ളയുമായി ബന്ധം പുലർത്തിയതായും കഴിവുള്ള സഹായ സഹകരണങ്ങൾ രഹസ്യമായിട്ടെങ്കിലും ചെയ്തു വന്നിരുന്നതായും കേൾവിയുണ്ട്. സർക്കാരിന്റെ കഴുകൻകണ്ണുകൾ ഇതൊക്കെ കാണാറുണ്ടായിരുന്നെങ്കിലും വക്കം മൗലവിയുടെ സാമൂഹ്യ പദവിയെയും പ്രശസ്തിയെയും പരിഗണിച്ച് മൗനംഭജിക്കുകയായിരുന്നു എന്നും പറയപ്പെടുന്നു. 1957-ൽ അധികാരത്തിൽ എത്തിയ ഇ എം എസ് നമ്പൂതിരിപ്പാടിന്റെ പ്രഥമ കമ്യൂണിസ്റ്റ് മന്ത്രിസഭയാണ് മൗലവി കുടുംബത്തിന് അച്ചുകൂടവും മറ്റ് സാമഗ്രികളും തിരികെ നൽകിയത് എന്നത് അർഥവത്താണ്.

JANUARY. 1907.

മുസ്ലീം.

The Muslim.

MONTHLY.

മാസംതോറം പ്രസിദ്ധമാക്കുന്നതു

അനുക്രമണിക.

൨. ഹജ്ജ്പെരുന്നാൾ.

൩. ഇന്ത്യയിലെ മുഹമ്മദീയപരിഷ്കാരം.

൪. പലവക.

മുസ്ലീം മാസികയുടെ പുറം ചട്ട

വക്കം മൗലവിയുടെ നവോത്ഥാന യത്നങ്ങളുടെ ദീപശിഖയായി വർത്തിച്ച *മുസ്ലീം* എന്ന മാസികയാണ് അദ്ദേഹം ആരംഭിച്ച രണ്ടാമത്തെ പത്രിക (1906 ജനുവരി) എന്നു പറയാം. സാമ്പത്തികമായി *സ്വദേശാഭിമാനി* പോലെതന്നെ *മുസ്ലീമും* ഒരു നഷ്ടക്കച്ചവടം ആയിരുന്നു. അതിന്റെ ഒമ്പത് ലക്കം മാത്രമേ ഇറക്കാൻ കഴിഞ്ഞുള്ളൂ. പക്ഷേ ഈ ഒമ്പത് ലക്കങ്ങളിലൂടെ ആ മാസിക തൊടുത്തുവിട്ട പരിവർത്തനത്തിന്റെ അലകൾ കേരളത്തിന്റെ അന്തരീക്ഷത്തിൽ ഇനിയും നിലച്ചിട്ടില്ല. *മുസ്ലീം* മാസികയുടെ ആദർശലക്ഷ്യങ്ങൾ ആവിഷ്കരിക്കുന്ന പ്രഥമ മുഖപ്രസംഗത്തിൽനിന്ന് ചില ഭാഗങ്ങൾ:

തിരുവിതാംകൂറിൽത്തന്നെ

1,90,568 മുഹമ്മദീയ മതക്കാരുണ്ട്. ഇവർ ആകെക്കൂടിയുള്ള ജനസംഖ്യയിൽ നൂറിന് ആറര വീതമേ ആകുന്നുള്ളൂ. ഈ തുക സാധാരണയിൽ കുറവാണെന്നു പറഞ്ഞുകാണുന്നു. സ്ത്രീപുരുഷന്മാരുടെ കണക്കുനോക്കുമ്പോൾ മുസൽമാന്മാരിൽ പതിനഞ്ചു പുരുഷന് ഒരു സ്ത്രീ വീതമാണ് അക്ഷരജ്ഞാനമുള്ളവരെന്നും വെളിവാകുന്നതാണ്. മുസൽമാന്മാരിൽ ആയിരം ആണുങ്ങളിൽ എൺപത്തിനാലുപേർവീതം അക്ഷരജ്ഞാനമുള്ളവരായുണ്ട്. സ്ത്രീകളാകട്ടെ, നൂറിന് ഒരാൾവീതമേ അക്ഷരജ്ഞാനമുള്ളവരായുള്ളൂ. ഇരുപതുവയസിനുമേൽ പ്രായമുള്ള മുസൽമാന്മാരിൽ നൂറിന് എഴുപത്തിമൂന്നേമുക്കാലിൽപ്പരം വീതം ആളുകൾ എഴുതുവാനോ വായിക്കുവാനോ പരിചയമില്ലാത്തവരാകുന്നു. ഈ വിധ കണക്കുകൾ നോക്കുമ്പോൾ ഈ നാട്ടിലെ മുസൽമാന്മാരുടെ വളർച്ചയില്ലായ്മയെപ്പറ്റി വ്യസനം തോന്നുന്നു.

കൃഷി, കച്ചവടം, ചില്ലറ കൈത്തൊഴിൽ എന്നീ വേലകളിലാണ് മുസൽമാന്മാർ കാലക്ഷേപം ചെയ്തുപോന്നത്. ഇവ നടത്തുന്നത് പാരമ്പര്യത്തിൽ കിട്ടുന്ന അറിവുകൊണ്ടല്ലാതെ അതതു തൊഴിലിലുള്ള വിശേഷ വിദ്യാഭ്യാസം കൊണ്ടല്ല; പഠിത്തം കൂടാതെ നടന്നുവരുന്ന ഈ തൊഴിലുകളിലും മുസൽമാന്മാർ താഴോട്ട് പോകുന്നു എന്നു ശങ്കിക്കാൻ വക കാണുന്നുണ്ട്. ഈ സമുദായത്തിന്റെ ഇടയിലുള്ള മതാചാരങ്ങളുടെയും നടപടികളുടെയും സംഗതിയിലും പല കുറവുകളും കുഴക്കുകളും ഉണ്ടായിട്ടുണ്ട്. ഈ വിഷയങ്ങളിൽ മുസൽമാന്മാർ ശരിയായ അറിവും വഴിയും മനസിലാക്കേണ്ടത് ആവശ്യമെന്നു കണ്ടിരിക്കുന്നു. മുഹമ്മദീയരുടെ ഇടയിൽ കാലോചിത വിദ്യാഭ്യാസത്തിന് അഭിവൃദ്ധിയുണ്ടാകാത്തത് മതസംബന്ധമായ തടസത്താലാണെന്ന് ചിലർക്ക് ഒരു പക്ഷമുണ്ട്. ഇതു തീരെ അടിസ്ഥാനമില്ലാത്തതാകുന്നു. പബ്ലിക് പള്ളിക്കൂടങ്ങളിൽ ചേർന്ന് പഠിക്കുവാൻ കുട്ടികളെ അയയ്ക്കുന്നതിന് ഈ ജനങ്ങൾക്ക് വേണ്ടുവോളം ഉത്സാഹം ഉണ്ടായിട്ടുമില്ല. പള്ളിക്കൂടങ്ങളെപ്പോലെതന്നെ അറിവിനെ പ്രചരിപ്പിക്കുന്ന വിഷയത്തിൽ പത്രികകളും വളരെ ശക്തിയുള്ള യന്ത്രങ്ങളാകുന്നു. മേൽപ്പറഞ്ഞ പല കാര്യങ്ങളിലും മുസൽമാന്മാർക്ക് ഉണർവു വരുത്തുവാൻ ഒരു പ്രത്യേക പത്രിക ഉണ്ടായിരിക്കുന്നത് അനാവശ്യമെന്നു വരുന്നതല്ലല്ലോ.

1918 ഏപ്രിലിൽ അറബി–മലയാളം ഭാഷയിൽ വക്കം മൗലവി ആരംഭിച്ച *അൽ ഇസ്ലാം* മാസിക അഞ്ചുലക്കങ്ങളേ പുറത്തുവന്നുള്ളൂവെങ്കിലും

അവയും അക്കാലത്ത് പരിഷ്കരണ പ്രവർത്തനങ്ങൾക്ക് ഉത്തേജകമായിരുന്നു. 1932-ൽ അന്തരിക്കുന്നതിന് ഏതാനും മാസങ്ങൾക്കുമുമ്പ് അദ്ദേഹം ആരംഭിച്ച *ദീപിക* എന്ന കാലികവും എടുത്തുപറയത്തക്കതാണ്.

അദ്ദേഹം അറബിയിലും മലയാളത്തിലും അറബി-മലയാളത്തിലും രചിച്ച പുസ്തകങ്ങളുടെ വിവരം ചുരുക്കമായി താഴെ ചേർക്കുന്നു:

> മതസാമുദായിക വിഷയങ്ങളെക്കുറിച്ച് ഒട്ടേറെ മികച്ച ലേഖനങ്ങൾ വക്കം മൗലവി എഴുതിയിട്ടുണ്ട്. അദ്ദേഹത്തിന്റെ രചനകളുടെയെല്ലാം ഉദ്ദേശ്യം സമുദായപരിഷ്കരണമായിരുന്നു. ഇവയ്ക്കുപുറമെ ഏതാനും ഗ്രന്ഥങ്ങളും അദ്ദേഹം രചിച്ചിട്ടുണ്ട്. *നബിമാർ, ഖുർആൻ വ്യാഖ്യാനം, തഅ്ലീമുൽ ഖിറാഅഃ, ഇൽമുത്തജ്‌വീദ്* എന്നീ കൃതികൾ ആനുകാലിക പ്രസിദ്ധീകരണങ്ങളിൽ വന്ന ലേഖനങ്ങൾ സമാഹരിച്ചവയാണ്. മതപാഠശാലകളിലെ വിദ്യാർഥികൾക്കുവേണ്ടി രചിച്ചവയാണവ. *ഇസ്ലാം മതസിദ്ധാന്ത സംഗ്രഹം, ദൗഉസ്വബാഹ്* എന്നിവയാണ് വക്കം മൗലവിയുടെ സ്വതന്ത്ര രചനകൾ. മുഹമ്മദുബ്നു അബ്ദിൽ വഹാബ്, ഇബ്നുതൈമിയ്യഃ എന്നിവർക്കെതിരെയുള്ള യാഥാസ്ഥിതിക പണ്ഡിതരുടെ വിമർശനങ്ങൾക്കു മറുപടിയാണ് *ദുഉസ്വബാഹ് (പുലർവെളിച്ചം).* 1930-ൽ രചിച്ച ഈ കൃതി പ്രസിദ്ധപ്പെടുത്തിയത്, നിലക്കാമുക്ക് ഇസ്ലാം ധർമപരിപാലന സംഘമാണ്. സയിദ് സുലൈമാൻ നദ്‌വിയുടെ *മആരിഫ്* എന്ന ഉർദു മാസികയിൽ പ്രസിദ്ധപ്പെടുത്തിയ 'അഹ്‌ലുസുന്നതി വൽജമാഅഃ' എന്ന ലേഖനം അദ്ദേഹം അറബി-മലയാളത്തിലേക്ക് വിവർത്തനം ചെയ്ത് പുറത്തിറക്കി. നദ്‌വിയുടെ മറ്റൊരു ഉർദു ഗ്രന്ഥം *ഇസ്ലാമിന്റെ സന്ദേശം* എന്ന പേരിൽ വിവർത്തനം ചെയ്തു. ഇമാം ഗസാലിയുടെ *കീമിയാസആദഃ* (പേർഷ്യൻ)യും അദ്ദേഹം ഭാഷാന്തരംചെയ്ത് പ്രസിദ്ധീകരിച്ചു. 1917-ൽ വക്കത്ത് ഇസ്ലാമിക് പബ്ലിഷിംഗ് ഹൗസ് സ്ഥാപിച്ചു. (*ഇസ്ലാമിക വിജ്ഞാനകോശം*, പുറം 50-51)

V

വക്കം മൗലവിയുടെ കാലത്തെ കേരള മുസ്ലീം സമൂഹം വിദ്യാഭ്യാസരംഗത്ത് മാത്രമല്ല അധോഗതിയിൽ പെട്ടിരുന്നത്. ഇസ്ലാം മതവിശ്വാസത്തിന്റെയും ആരാധനാക്രമങ്ങളുടെയും കാര്യത്തിലും മൗലവിയെപ്പോലുള്ളവർ 'അനിസ്ലാമികം' എന്ന് വിശേഷിപ്പിച്ച അനാചാരങ്ങളും അന്ധവിശ്വാസങ്ങളും വ്യാപകമായിരുന്നു. *വക്കം മൗലവിയുടെ തിരഞ്ഞെടുത്ത*

കൃതികളുടെ (വക്കം, 1979) ആമുഖ ഉപന്യാസത്തിൽ എ മുഹമ്മദ് ജവാദ് എഴുതുന്നു:

> ലോകത്തെല്ലായിടത്തും മുസ്ലീം സമുദായത്തെ അടിമുടി ഗ്രസിച്ചിരുന്ന അതേ ദുഷ്പ്രവണതകളെത്തന്നെയാണ്, കേരളത്തിൽ ഓരോ സ്ഥലത്തുമുള്ള മുസ്ലീംസമുദായവും ഓരോരോ നാടൻരൂപത്തിൽ കെട്ടിപ്പുണർന്നിരുന്നത്. അറിവിന്റെ വെളിച്ചത്തിനു നേർക്ക് പുറംതിരിച്ചുവച്ചിരുന്ന അവരുടെ മനസിൽ അന്ധവിശ്വാസങ്ങളുടെ ഇരുട്ടുകയറി നിറഞ്ഞു. മതത്തിന്റെ പട്ടംകെട്ടിയ പാമരന്മാരെയും സെയിദ് വേഷധാരികളെയും മുസ്ലീം സാമാന്യജനങ്ങൾ അത്ഭുതാദരങ്ങളോടെ ആരാധനാപൂർവം സ്വീകരിച്ചുവന്നു. അവർക്ക് ദിവ്യമായ കഴിവുകളുണ്ടെന്നും മരുന്ന്, മന്ത്രം, പ്രാർഥന തുടങ്ങിയവകൊണ്ട് അത്ഭുതഫലങ്ങളുളവാക്കാൻ കഴിയുമെന്നുമായിരുന്നു പൊതുവിലുള്ള വിശ്വാസം. സാധാരണ മുസലിയാക്കന്മാരും നാടൻ പണ്ഡിതന്മാരും അതിനൊക്കെ വളമിട്ടുകൊടുത്തു. ദൈവത്തിന്റെ പേരിലുള്ള ഏറ്റവും വലിയ ദൈവനിഷേധമായിരുന്നു അത്. ആ ദിവ്യന്മാർ മരണപ്പെട്ടാൽ അവരുടെ ഖബറുകളിൽ വിളക്കു കത്തിക്കുകയും നേർച്ചയിടുകയും അവരുടെ സഹായത്തിലൂടെയും ഇടനിലയിലൂടെയും പ്രാർഥിക്കുകയും മറ്റും പാമരജനങ്ങളുടെ ഇടയിൽ പതിവായിത്തീർന്നു. ഇസ്ലാമിന്റെ ഏകദൈവവിശ്വാസവും ആ വിശ്വാസത്തിൽനിന്ന് ഉദ്ഭൂതമാകുന്ന പരാശ്രയരഹിതമായ സ്വാതന്ത്ര്യബോധവും ദൈവത്തിനല്ലാതെ മറ്റാർക്കും വഴങ്ങിക്കൊടുക്കാത്ത മുസ്ലീം വ്യക്തിത്വവുമെല്ലാം ജീർണിച്ചൊടുങ്ങുന്നതിനെതിരെ ഇബ്നു തൈമിയായും മുഹമ്മദിബ്നു അബ്ദുൽവഹാബും മറ്റനേകം സാമൂഹ്യപരിഷ്കർത്താക്കളും നിർവഹിച്ച സേവനങ്ങൾ കേരള മുസ്ലീങ്ങളിൽ യാതൊരു ചലനവും സൃഷ്ടിക്കാതിരുന്ന അവസരമാണ് വക്കം മുഹമ്മദ് അബ്ദുൾ ഖാദർ മൗലവിയുടെ പ്രവർത്തന കാലഘട്ടത്തിന്റെ തുടക്കം. ഖബറുകളെ പുണ്യസ്ഥലങ്ങളാക്കിവച്ച് വന്ദിക്കുക, ഉത്സവങ്ങൾ കൊണ്ടാടുക, കാണിക്കപ്പെട്ടികൾ വച്ച് നേർച്ചയിടുക, രോഗശമനത്തിനും ആഗ്രഹസിദ്ധിക്കും ആപൽരക്ഷയ്ക്കും ആ ദിവ്യാത്മാക്കളോട് പ്രാർഥിക്കുക, ആഗ്രഹനിവൃത്തിക്കായി ഭജനമിരിക്കുക, തൊട്ടുമുത്തുക, വിളക്കും തിരിയും വയ്ക്കുക എന്നിവയെയൊക്കെ മൗലവിയും കൂട്ടരും എതിർത്തു. മുഹമ്മദ് നബി, മഹാത്മാക്കൾ, മൺമറഞ്ഞ സ്വന്തക്കാർ എന്നിവരെ മുൻനിർത്തിയുണ്ടാക്കിയ കെട്ടുകഥകളെയും ഊഹാ

> പോഹങ്ങളെയും അടിസ്ഥാനമാക്കിയുള്ള നടപടികൾ ഇസ്ലാമിന്റെ അകവും പുറവും ഒരുപോലെ കാർന്നുതിന്നുകയായിരുന്നു. ബീഭത്സമായ വേഷങ്ങൾ ധരിച്ച് നടത്തുന്ന മുഹർ ആഘോഷങ്ങൾ പോലുള്ളവയെക്കുറിച്ച് ഓർക്കുമ്പോൾത്തന്നെ അറപ്പും വെറുപ്പുമാണുണ്ടാവുക. മുണ്ടുടുക്കുന്നതിലും മുടിവയ്ക്കുന്നതിലുമൊക്കെ വിധികൽപ്പനകൾ പുറപ്പെടുവിച്ച്, അവ തെറ്റിപ്പോകുന്നവരെ കാഫിറായി മുദ്രയടിച്ച് പീഡിപ്പിക്കുകയും പതിവായി.
>
> പൊതുവിദ്യാലയങ്ങളെ നിഷിദ്ധമാക്കി, അവിടങ്ങളിലെ അഭ്യസനം മുസ്ലീങ്ങൾക്ക് വിലക്കപ്പെട്ടു. മദ്രസകളെന്ന് വിളിക്കപ്പെട്ടിരുന്ന മതപാഠശാലകളിലാകട്ടെ, അറബി അക്ഷരങ്ങൾ കൂട്ടിച്ചേർത്ത് വായിക്കാനുള്ള അഭ്യസനം മാത്രമാണ് മുസ്ലീം കുട്ടികൾക്ക് നൽകിയിരുന്നത്. *ഖുർ-ആൻ* പാരായണം പോലും അക്ഷരങ്ങളിലൂടെയുള്ള വായനയിലൊതുങ്ങിനിന്നു. അന്ധവിശ്വാസജഡിലമായ കള്ളക്കഥകളും നബിവചനങ്ങളെന്ന പേരിൽ വ്യാജഹദീസുകളും സാമാന്യജനങ്ങളുടെയിടയിൽ പ്രചരിപ്പിക്കുന്നതിൽ മൗലവിമാരും മുസലിയാക്കന്മാരും മുല്ലമാരുമായി സമുദായത്തിൽ ഇരിപ്പുറപ്പിച്ചിരുന്നവർ വലിയ പങ്ക് വഹിച്ചു. പള്ളിപ്പുരകളിലെ പഠിപ്പിക്കലും പള്ളി അങ്കണങ്ങളിൽ രാത്രികാലങ്ങളിൽ നടത്തിയിരുന്ന 'വഅ്ള്' പ്രസംഗങ്ങളും ഇതിനെയെല്ലാം വളർത്തി. ദുരാചാരങ്ങൾ ദുർവൃത്തികൾക്ക് വളമായി. എല്ലാ വിജ്ഞാനശാഖകളുടെയും നേർക്ക് വാതിലുകൾ അടച്ചുപൂട്ടപ്പെട്ടു. എവിടെപ്പോയും അറിവ് നേടുക, ഉൾക്കൊള്ളുക, പ്രചരിപ്പിക്കുക എന്ന ഇസ്ലാമിക ജീവിതരീതി അപ്രത്യക്ഷമായി. (പുറം 21–23)

ഇവിടെ വിവരിച്ച പല അനാചാരങ്ങളും അന്ധവിശ്വാസങ്ങളും—രോഗത്തിന് മന്ത്രവാദവും വെള്ളം ജപിച്ച് കൊടുക്കുന്നതും ഉൾപ്പെടെ—ഇപ്പോഴും കേരളീയ മുസ്ലീങ്ങൾക്കിടയിൽ തീരെ അസ്തമിച്ചതായി അവകാശപ്പെടാൻ ആവില്ല. എന്നാൽ വക്കം മൗലവി ഉൾപ്പെടെയുള്ള ആദ്യകാല മതപരിഷ്കർത്താക്കൾ ഇത്തരം അനാചാരങ്ങൾക്കെതിരെ ശക്തിയുക്തം പോരാടി. പക്ഷേ ഇത്തരം പോരാട്ടങ്ങൾക്ക് അവർ ആശ്രയിച്ചത് ആധുനിക മൂല്യവ്യവസ്ഥകളെയും ശാസ്ത്രവിചാരത്തെയും ആയിരുന്നില്ല. കാലക്രമേണ അന്ധവിശ്വാസങ്ങളുടെ മാറാലകൾ പടർന്നുപിടിക്കുന്നതിന് മുമ്പുള്ള തിരുവെഴുത്തുകളെയും പ്രവാചക വചനങ്ങളെയും ആണ് അവർ ആശ്രയിച്ചത്—അതായത്, മുഖ്യമായും *ഖുർ-ആനെ*യും ആധികാരികം എന്ന് കരുതപ്പെടുന്ന ഹദ്ദീസുകളെയും. ഒരുപക്ഷേ, അവ

യിലൊക്കെ ഉറച്ചുവിശ്വസിക്കുന്നതുകൊണ്ടോ അല്ലെങ്കിൽ യാഥാസ്ഥിതികരുടെ എതിർപ്പിന്റെ മൂർച്ച കുറയ്ക്കുന്നതിനോ ആകാം ഈ അടവ്.

വക്കം മൗലവിയെപ്പോലുള്ള മുസ്ലീം നവോത്ഥാന നായകർ മാത്രമല്ല, ഇത്തരം അടവുകൾ സ്വീകരിച്ചിട്ടുള്ളത്. ഇന്ത്യൻ ആര്യസമാജം സ്ഥാപകനായ ദയാനന്ദസരസ്വതിയും ഉയർത്തിയ മുദ്രാവാക്യം വേദങ്ങളിലേക്ക് തിരിച്ചുപോവുക എന്നതായിരുന്നു. പതിനാറാം നൂറ്റാണ്ടിൽ കത്തോലിക്കാസഭയിലെ അനാചാരങ്ങൾക്കും അന്ധവിശ്വാസങ്ങൾക്കും എതിരെ 'മതനവീകരണ കലാപ'ത്തിന്റെ (പ്രോട്ടസ്റ്റന്റ്) കൊടിയുയർത്തിയ മാർട്ടിൻ ലൂഥറും (1483–1546) ആദിമ ക്രിസ്തുമതത്തിന്റെ വിശുദ്ധിയിലേക്കും ദുർവ്യാഖ്യാനങ്ങളിലേക്കും തിരിച്ചുപോവുക എന്നാണ് ആഹ്വാനം ചെയ്തത്. 20–ാം നൂറ്റാണ്ടിന്റെ ഉത്തരാർധത്തിൽ ഉയർന്നുവന്ന ക്രിസ്തീയ വിമോചന ദൈവശാസ്ത്രജ്ഞന്മാരും ആദിമ ക്രിസ്തുമതത്തിന്റെ നിഷ്കളങ്കതയിൽനിന്നും റോമൻ സാമ്രാജ്യത്വവിരുദ്ധ പോരാട്ടങ്ങളുടെ പാരമ്പര്യത്തിൽനിന്നും ഊർജം ഉൾക്കൊള്ളാനാണല്ലോ വിശ്വാസികളെ ഉപദേശിച്ചത്. ഈ സമീപനത്തെ ന്യായീകരിച്ചുകൊണ്ട് വക്കം മൗലവി എഴുതുന്നു:

> നവീകരണത്തിനുള്ള മാർഗം, ചുരുക്കിപ്പറഞ്ഞാൽ, *ഖുർആന്റെ* പ്രബോധനങ്ങളെയും റസൂലിന്റെ വചനങ്ങളെയും ചര്യകളെയും പൂർവാചാര്യന്മാരുടെ (സലഫിന്റെ) നടപടികളെയും പ്രത്യേകമായും ഏകദൈവവിശ്വാസ (തൗഹീദ്) സംബന്ധമായ യഥാർഥ തത്വങ്ങളെയും ജനങ്ങളുടെയിടയിൽ പ്രചരിപ്പിക്കുകയും ഇവയ്ക്ക് വിരോധമായി അവരുടെയിടയിൽ കാണപ്പെടുന്ന വിശ്വാസങ്ങളെയും നടപടികളെയും ചൂണ്ടിക്കാണിച്ച് അവയെ ത്യജിക്കുവാനും വിശ്വാസങ്ങളിലും നടപടികളിലും 'കിതാബി'നെയും 'സന്നത്തി'നെയും മാത്രം ആദർശമായി സ്വീകരിക്കുവാനും ഉപദേശിക്കുകയും ചെയ്യുകയാകുന്നു. പ്രസംഗങ്ങൾ നടത്തുക, പത്രങ്ങളും മാസികകളും വഴിയായി ലേഖനങ്ങൾ പ്രസിദ്ധീകരിക്കുക, ലഘുലേഖകൾ വിതരണം ചെയ്യുക, പുസ്തകങ്ങൾ എഴുതി പ്രസിദ്ധീകരിക്കുക. (അതേ പുസ്തകം, പുറം 167)

ഈ തന്ത്രപൂർവമായ നവീകരണ ശ്രമങ്ങളെ സുഗ്രഹമാക്കാൻ മൗലവി ഒരു രൂപകാലങ്കാരം കൂടി പ്രയോഗിക്കുന്നു:

> ഒരു യന്ത്രത്തെ അതിന്റെ ആദ്യരൂപത്തിലും ഘടനയിലും ചില ഭേദഗതികൾ വരുത്തി ഒരു നവീനരീതിയിൽ പരിഷ്കരിച്ചാൽ അതിനെ നവീകരിച്ചു എന്ന് പറയപ്പെടുന്നതുപോലെ തന്നെ ഒരു യന്ത്രത്തെ അതിന്റെ ആദ്യരൂപത്തിലോ ഘടനയിലോ യാതൊരു

> മാറ്റവും ചെയ്യാതെ കാലപ്പഴക്കത്തിൽ അതിന് സംഭവിച്ച കേടുപാടുകൾ തീർത്തും അതിൽ പറ്റിക്കൂടിയ അഴുക്കുകളും പൊടികളും തുരുമ്പുകളും തേയ്ച്ചിളക്കി പൂർവസ്ഥിതിയിൽ പുതുക്കിയാലും അതിനെ നവീകരിച്ചു എന്ന് പറയാവുന്നതാണ്. 'ഇസ്ലാം നവീകരണം' എന്നതിലെ നവീകരണ ശബ്ദത്തെ ഈ രണ്ടാമത്തെ അർഥത്തിലാണ് ഇവിടെ ഉപയോഗിച്ചിട്ടുള്ളത്. (അതേ പുസ്തകം, പുറം 158)

ഈ സമീപനത്തിന് ചില മേന്മകൾ എന്നപോലെ ചില ദൗർബല്യങ്ങളും ഉണ്ട്. നേർബുദ്ധികളായ വിശ്വാസികളെ ആകർഷിക്കാൻ സഹായിക്കുന്നതോടൊപ്പം തിരുവെഴുത്തുകളുടെ അപ്രമാദിത്വം മുറുകെ പിടിക്കുന്ന—അഥവാ ആന്തരാർഥത്തെക്കാൾ അക്ഷരാർഥത്തിന് പ്രാധാന്യം കൽപ്പിക്കുന്ന—മതമൗലികവാദികൾക്ക് കടന്നാക്രമിക്കാൻ പഴുതുകൾ നൽകുകയും ചെയ്യുന്നു. ജാതിവ്യത്യാസത്തിനും അയിത്താചരണത്തിനും എതിരെ പടവെട്ടുകയും അതിനായി *ഭഗവദ്ഗീത* ഉൾപ്പെടെ പുണ്യഗ്രന്ഥങ്ങളെ ആശ്രയിക്കുകയും ചെയ്ത മഹാത്മാഗാന്ധിയെ തിരുവെഴുത്തുകൾ ഉദ്ധരിച്ചുതന്നെ സനാതനികൾ പ്രതിരോധാവസ്ഥയിലാക്കിയത് ഈയവസരത്തിൽ ഓർമിക്കാവുന്നതാണ്. അതുപോലെ വക്കം മൗലവിക്കും കൂട്ടുകാർക്കും മതമൗലികവാദികളിൽനിന്ന് വലിയ എതിർപ്പുകൾ നേരിടേണ്ടിവരികയും അതിൻഫലമായി അദ്ദേഹം നയിച്ചിരുന്ന കേരള ഐക്യ മുസ്ലീം സംഘം പോലുള്ള സംഘടനകളിൽ ഉൾപ്പോരുകൾ ഉടലെടുക്കുകയും പിളർപ്പുകൾ സംഭവിക്കുകയും ചെയ്തിട്ടുണ്ട്. ആദർശധീരന്മാരായ ഈ മഹാമതികളുടെ പരിഷ്കരണം ഇപ്പോഴും പൂർണമായി സമൂഹത്തിൽ പ്രായോഗികമാകാത്തതിനു കാരണവും ഒരുപക്ഷേ ഈ ദൗർബല്യം ആയിരിക്കാം.

VI

ഇരുപത്തിയൊന്നാം നൂറ്റാണ്ടിൽപ്പോലും ആചാര പരിഷ്കാരശ്രമങ്ങൾ അതിരൂക്ഷമായ എതിർപ്പുകൾക്ക് കാരണമാകുന്നു എന്നു കാണുമ്പോൾ വക്കം മൗലവിയെപ്പോലുള്ള ആദ്യപഥികർ 20-ാം നൂറ്റാണ്ടിന്റെ ആദ്യപാദത്തിൽ പ്രകടിപ്പിച്ച ആദർശധീരതയെ എത്ര വാഴ്ത്തിയാലും മതിയാവുകയില്ല. ഇതുവരെ നാം ചുരുക്കമായി വിവരിച്ചുപോന്ന മൗലവിയുടെ വിവിധ മേഖലകളിലെ പ്രവർത്തന പരിപാടികളുടെയും ആദർശ ലക്ഷ്യങ്ങളുടെയും സാക്ഷാൽക്കാരം ആയി കരുതാവുന്നത് 1922-ൽ അദ്ദേഹത്തിന്റെ അധ്യക്ഷതയിൽ ആരംഭിച്ച 'കേരള മുസ്ലീം ഐക്യസംഘം' ആണെന്ന് പറയുന്നതിൽ അതിശയോക്തിയില്ല. ചരിത്രത്തിലെ ആദ്യത്തെ സമസ്തകേരള മുസ്ലീം സംഘടനയായിരുന്നു എന്നതിനു പുറമെ വക്കം മൗലവിയെ സംബന്ധിച്ചിടത്തോളം തന്റെ ബഹുമുഖ പ്രവർത്ത

കൊടുങ്ങല്ലൂരിലെ ചേരമാൻ പള്ളി

നങ്ങൾ ഉത്തരകേരളത്തിലേക്കുകൂടി വ്യാപിപ്പിക്കാൻ സംഘം അവസരം നൽകുകയും ചെയ്തു.

കേരള മുസ്ലീം ചരിത്രത്തിൽ സവിശേഷ പ്രാധാന്യം അർഹിക്കുന്ന കേന്ദ്രമേഖലയാണ് കൊടുങ്ങല്ലൂർ. ഇസ്ലാമിക മതത്തിൽ ആകൃഷ്ടനായി രാജ്യവും രാജാധികാരവും ഉപേക്ഷിച്ച് മക്കത്തേക്ക് പോയതായി ഐതിഹ്യങ്ങൾ വാഴ്ത്തുന്ന ചേരമാൻ പെരുമാളിന്റെ ആസ്ഥാനം കൊടുങ്ങല്ലൂർ ആയിരുന്നല്ലോ. കേരളത്തിലെ എന്നല്ല ഇന്ത്യയിലെതന്നെ പ്രഥമ മുസ്ലീം ആരാധനാലയം എന്ന പ്രശസ്തി കൊടുങ്ങല്ലൂരിലെ ചേരമാൻ പള്ളിക്കുള്ളതാണ്. ഈ മഹത്പാരമ്പര്യം ആധുനികകാലത്തും തുടർന്നതായി കാണാം. കൊടുങ്ങല്ലൂർ മുസ്ലീം ഉദ്ബുദ്ധതയുടെ ഉത്തമ നിദർശനമാണ്—മതം, രാഷ്ട്രീയം, സംസ്കാരം, ഇസ്ലാഹ് (നവീകരണം) എന്നീ രംഗങ്ങളിലെല്ലാം പാരമ്പര്യത്തിലും പ്രൗഢിയിലും പരിഷ്കരണയത്നങ്ങളിലും എന്നപോലെ ധനസമൃദ്ധിയിലും കൊടുങ്ങല്ലൂരിലെ പല മുസ്ലീം കുടുംബങ്ങളും മറ്റുള്ള പ്രദേശങ്ങളെ പിന്തള്ളുന്നു.

പക്ഷേ, ഈ പ്രൗഢിയും പ്രതാപവും നമ്മുടെ ഈ കാലത്ത് ഒത്തൊരുമയ്ക്കുപകരം നിരന്തരമായ കുടിപ്പകകൾക്കാണ് വഴിവച്ചത്. ഈ കുടിപ്പകകൾ അവസാനിപ്പിച്ച് മുസ്ലീങ്ങളെ ലക്ഷ്യബോധമുള്ളവരാക്കി തീർക്കാൻ ആദ്യം വിജയകരമായി മുൻകൈ എടുത്തത് കൊച്ചിക്കാരൻ തന്നെയായ മുഹമ്മദ് മാഹിൻ ഹമദാനി തങ്ങൾ ആയിരുന്നു. സൂഫി വിശ്വാസി ആയിരുന്ന ഹമദാനി തങ്ങൾ കൊടുങ്ങല്ലൂരിലെ മുസ്ലീങ്ങൾക്കിടയിലെ വൈരുധ്യങ്ങളും കുടിപ്പകകളും പരിഹരിച്ച് അവരെ സമുദായത്തിനും രാഷ്ട്രത്തിനും പ്രയോജനകരമായ ഒരു മാതൃകാസമൂഹമാക്കി വളർത്താൻ രൂപീകരിച്ച സംഘടനയുടെ പേര് നിഷ്പക്ഷസംഘം എന്നായിരുന്നു. വീടുതോറും കയറിയിറങ്ങിയും പൊതുയോഗങ്ങൾ വിളിച്ചുകൂട്ടിയും ബന്ധപ്പെട്ട കക്ഷികളെ നേരിൽകണ്ട് അനുനയിപ്പിച്ചും ഹമദാനി തങ്ങൾ നേടിയ വിജയമാണ് 1923-ൽ രൂപീകരിക്കപ്പെട്ട മുസ്ലീം ഐക്യ സംഘം.

ഈ ഐക്യ സംഘത്തിന്റെ ഒന്നാം സമ്മേളനത്തിനുമുമ്പുതന്നെ 1922–ൽ ഹമദാനി തങ്ങൾ നിര്യാതനായി.

വക്കം മൗലവിയെ ആയിരുന്നു എരിയാട് സമ്മേളനത്തിൽവച്ച് സംഘത്തിന്റെ അധ്യക്ഷനായി തിരഞ്ഞെടുത്തത്. അക്കാലത്തും പിൽക്കാലത്തും കേരള മുസ്ലീം നവോത്ഥാന പ്രസ്ഥാനത്തിൽ വ്യക്തിമുദ്രപതിച്ച മണപ്പാട് കുഞ്ഞഹമ്മദ് ഹാജി, സീതി മുഹമ്മദ് സാഹിബ്, കെ എം മൗലവി, ഇ കെ മൗലവി, എം സി സി അബ്ദുറഹ്മാൻ മൗലവി, പുത്തൻകാട്ടിൽ കുട്ടിക്കമദ് സാഹിബ് തുടങ്ങിയവരായിരുന്നു ഐക്യസംഘത്തിന്റെ കൊടുങ്ങല്ലൂർ പ്രദേശത്തെ പ്രമുഖ നേതാക്കൾ. സംഘത്തിന്റെ രൂപീകരണത്തിനുശേഷം 1932–ൽ നിര്യാതനാകുന്നതുവരെ വക്കം മൗലവിയുടെ മുഖ്യ ദൗത്യ നിർവഹണോപാധി ഈ സംഘം തന്നെയായിരുന്നു. 1934–ൽ കണ്ണൂരിലെ പ്രാചീന മുസ്ലീം രാജകുടുംബാംഗമായ അറയ്ക്കൽ വച്ച് ചേർന്ന പന്ത്രണ്ടാം വാർഷിക സമ്മേളനത്തോടെ സംഘത്തിന്റെ പ്രവർത്തനം സമാപിക്കുകയും അതിന്റെ ചുമതലകൾ പുതുതായി 1931–ൽ രൂപംകൊണ്ട കേരള മുസ്ലീം മജ്ലിസിന് കൈമാറുകയും ചെയ്തു. വിവിധ വാർഷിക സമ്മേളനങ്ങൾ കേരളത്തിന്റെ വിവിധ ഭാഗങ്ങളിൽ വച്ച് നടത്തിക്കൊണ്ട് സംഘത്തെ അക്ഷരാർഥത്തിൽത്തന്നെ ഒരു അഖില കേരള മുസ്ലീം നവോത്ഥാന സംഘടനയായി വളർത്താൻ വക്കം മൗലവിക്കും സഹപ്രവർത്തകർക്കും കഴിഞ്ഞു.

VII

ഇതുവരെ വിവരിച്ചതിൽ അധികവും വക്കം മൗലവി മുസ്ലീം സമൂഹത്തിന്റെ നവീകരണത്തിനും അഭ്യുന്നതിക്കും വേണ്ടി നടത്തിയ ശ്രമങ്ങളാണ്. എന്നാൽ അത് അദ്ദേഹത്തിന്റെ ജീവിത ദൗത്യത്തിന്റെ ഒരു ഭാഗം മാത്രമേ ആകുന്നുള്ളൂ. അദ്ദേഹത്തിന്റെ പൊതുജീവിതാരംഭകാലത്ത് പ്രകടമായ ദേശസ്നേഹത്തിനും സ്വാതന്ത്ര്യമോഹത്തിനും ഏറ്റ ഒരു കനത്ത പ്രഹരമായിരുന്നു 1910–ലെ *സ്വദേശാഭിമാനി* പത്രത്തിന്റെ നിരോധനവും പത്രാധിപർ രാമകൃഷ്ണപിള്ളയുടെ നാടുകടത്തലും. പക്ഷേ അതുകൊണ്ടൊന്നും മൗലവിയുടെ അദമ്യമായ സ്വാതന്ത്ര്യ വാഞ്ഛയെയോ മതാതീതമായ ദേശസ്നേഹത്തെയോ തളർത്തിയില്ല. ശ്രീനാരായണഗുരുവും സഹോദരൻ അയ്യപ്പനും മറ്റുമായി മൗലവിക്ക് ഉണ്ടായിരുന്ന ഗാഢമായ സുഹൃദ്ബന്ധം അദ്ദേഹത്തെ മറ്റ് ജനവിഭാഗങ്ങളുടെ അഭ്യുന്നതിക്കുവേണ്ടിയുള്ള പ്രവർത്തനങ്ങളിലേക്ക് നയിച്ചിരുന്നു. സഹോദരൻ അയ്യപ്പന്റെ സഹോദരസമാജത്തിന്റെ ഒരു ശാഖ വക്കത്ത് സ്ഥാപിച്ച് വിവിധ ജാതിമതസ്ഥരെ അതിൽ അണിനിരത്തി ജാതിവിരുദ്ധ പ്രവർത്തനങ്ങളിലും ഇതര പ്രവർത്തന മേഖലകളിലേക്ക് നയിക്കുന്നതിലും അദ്ദേഹം ഏർപ്പെടുകയുണ്ടായി.

ദേശീയ സ്വാതന്ത്ര്യരംഗത്ത് ബാരിസ്റ്റർ ജോർജ് ജോസഫ്, ബാരി

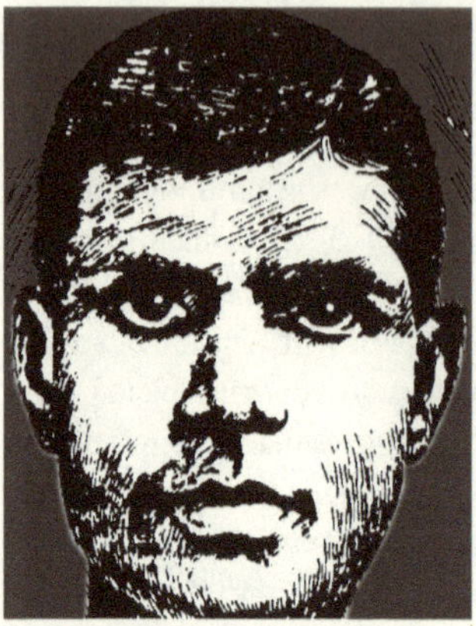

സ്വദേശാഭിമാനി രാമകൃഷ്ണപിള്ള

സ്റ്റർ എ കെ പിള്ള മുതലായവരുമായി വൈയക്തികവും ആദർശപരവും ആയ ബന്ധം മൗലവി പുലർത്തിപ്പോന്നു. 1921–ൽ ഒറ്റപ്പാലത്തുവച്ച് ഇന്ത്യൻ നാഷണൽ കോൺഗ്രസിന്റെ ആഭിമുഖ്യത്തിൽ നടന്ന പ്രഥമ സംസ്ഥാന രാഷ്ട്രീയ സമ്മേളനത്തിൽ വക്കം മൗലവി സജീവമായി പങ്കെടുത്തു. വക്കം സത്യഗ്രഹത്തെ തുടർന്ന് 1925–ൽ മഹാത്മാഗാന്ധി കേരളം സന്ദർശിച്ച അവസരത്തിൽ ശ്രീനാരായണഗുരു തുടങ്ങിയ മറ്റു പല പ്രമുഖരെയുംപോലെ മൗലവിയും അദ്ദേഹത്തെ കണ്ട് ദീർഘനേരം സംസാരിക്കുകയുണ്ടായി. ഒറ്റപ്പാലത്തെ ഗാന്ധി സന്ദർശനത്തിനും ശേഷം മൗലവി ഖദർ ധരിക്കാനും തുടങ്ങിയതായി അദ്ദേഹത്തിന്റെ ജീവചരിത്രകാരൻ ഹാജി എം മുഹമ്മദ്കണ്ണ് രേഖപ്പെടുത്തുന്നു.

കേരളത്തിലെ സമുദായപരിഷ്കർത്താക്കളിൽ മറ്റാരുംതന്നെ വക്കം മൗലവിയെപ്പോലെ ദേശീയ സ്വാതന്ത്ര്യപ്രസ്ഥാനത്തിലും രാഷ്ട്രീയ കാര്യങ്ങളിലും താൽപ്പര്യം പ്രകടിപ്പിച്ചിരുന്നതായി കാണുന്നില്ല. നേരത്തെ സൂചിപ്പിച്ചതുപോലെ, *സ്വദേശാഭിമാനി*യുടെ നിരോധനത്തോടുകൂടി ആ താൽപ്പര്യം ഒന്നും അസ്തമിച്ചതും ഇല്ല. അങ്ങനെ കേരളത്തിന്റെ ആധുനിക ചരിത്രത്തിലെ സർവാംഗീണമായ നവോത്ഥാന ചരിത്രത്തിൽ വക്കം അബ്ദുൾ ഖാദർ മൗലവി അനന്യസാധാരണനായി പ്രശോഭിക്കുന്നു. ●

ശുഭാനന്ദ ഗുരുദേവൻ

5 ശുഭാനന്ദ ഗുരുദേവൻ: ഇരുളിൽ നിന്നൊരു പ്രകാശഗോപുരം

കേരളത്തിന്റെ നവോത്ഥാന ചരിത്രത്തിൽ ഏതു നിലയ്ക്കും ശ്രദ്ധേയനായ ഒരു സന്യാസിവര്യനും സാമൂഹ്യ പരിഷ്കർത്താവും ആയിരുന്നു അധഃസ്ഥിതരിൽ അധഃസ്ഥിതരായ സാംബവ അഥവാ പറയ സമുദായത്തിൽ ജനിച്ച ശുഭാനന്ദ സ്വാമികൾ (1882–1950). എന്നാൽ പരമ്പരാഗത ചരിത്രവീക്ഷണത്തിന്റെ വൈകല്യം മൂലം ശുഭാനന്ദ സ്വാമികൾ സാധാരണ ചരിത്രകൃതികളിൽ അവഗണിക്കപ്പെടുന്നതായിട്ടാണ് കാണുന്നത്. അദ്ദേഹത്തിന്റെ ശിഷ്യപരമ്പരയിൽപ്പെട്ട സ്വാമി നീലകണ്ഠ തീർത്ഥർ അൽപ്പം അതിശയോക്തി കലർന്ന ഭാഷയിലാണെങ്കിലും ഇപ്രകാരം പറയുന്നത് സത്യമായി അവശേഷിക്കുന്നു.

> കേരളത്തിന്റെ ആധ്യാത്മിക പാരമ്പര്യത്തെപ്പറ്റി പഠിച്ചിട്ടുള്ളവരാരുംതന്നെ ഈ മഹദ്പുരുഷനെപ്പറ്റി അറിയാനോ അഥവാ അൽപ്പമായെങ്കിലും അറിഞ്ഞിട്ടുണ്ടെങ്കിൽത്തന്നെ അത് ലോകസമക്ഷം അറിയിക്കാനോ ശ്രമിച്ചിട്ടുണ്ടെന്നു തോന്നുന്നില്ല. സാംബവകുലജാതനായിപ്പോകയാൽ ഈ മഹദ്പുരുഷന്റെ മാഹാത്മ്യങ്ങൾ ജാതിയുടെ പതിത്വത്തിൽ മുങ്ങിപ്പോയി. ജാതിയെപ്പറ്റി മനുഷ്യരാശിയുടെ ജാ

> തകം തിരുത്തിക്കുറിക്കുവാൻ പാടുപെടുന്ന ഒരു സാമൂഹിക പരിഷ്കർത്താവെന്ന നിലയിലുള്ള ഗുരുദേവന്റെ കർമങ്ങൾ ആദരണീയങ്ങളാണ്. അറിവിന് ജാതിയില്ലെന്നും മതഭേദം ലേശംപോലുമില്ലെന്നും, അറിവാണ് ആത്മാവെന്നും ആത്മാവ് ദൈവത്തിന്റെ വസിപ്പിടമാണെന്നും ആത്മാവില വതരിപ്പിക്കുന്ന അറിവാണ് അവതാരമെന്നും ഗുരുവും ശിഷ്യനും രണ്ടല്ലെന്നും ഗുരുവും ഈശ്വരനും ഒന്നാണെന്നും ശുഭാനന്ദ ഗുരുദേവർ പഠിപ്പിച്ചു. (*അവതാരപുരുഷനായ എന്റെ ഗുരുനാഥൻ*, ചെറുകോൽ, 1989)

നീലകണ്ഠതീർഥർ പറയുന്നതിൽ സത്യം ഉണ്ടെങ്കിലും നിർഭാഗ്യകരമായ ഒരു വസ്തുത അദ്ദേഹം ഉൾപ്പെടെയുള്ള ശുഭാനന്ദ ശിഷ്യപരമ്പരയിൽപ്പെട്ട ഗ്രന്ഥകർത്താക്കൾ ആരുംതന്നെ ശുഭാനന്ദ സ്വാമികളുടെ ശാസ്ത്രീയവും വിശ്വാസ്യവും ആയ ജീവചരിത്ര രചനകൾ ഒന്നും നമുക്ക് നൽകിയിട്ടില്ല എന്നതാണ്. അവിശ്വാസ്യവും ആവർത്തനവിരസവും ആയ അത്ഭുത സംഭവങ്ങളുടെയും അത്ഭുത കൃത്യങ്ങളുടെയും വിവരണാതിപ്രസരത്തിൽ മഹാനായ സ്വാമികളുടെ യഥാർഥ ജീവിത സംഭവങ്ങളും സേവനങ്ങളും ചോർന്നുപോകുന്നതായിട്ടാണ് വായനക്കാർക്ക് അനുഭവപ്പെടുക. ഉദാഹരണത്തിന് പാപ്പൻകുട്ടിക്ക് (സ്വാമികളുടെ അച്ഛനമ്മമാർ വിളിച്ചുവന്ന പേര്) ഏഴാമത്തെ വയസിൽ ഉണ്ടായതോ ഉണ്ടായതായി സങ്കൽപ്പിക്കപ്പെടുന്നതോ ആയ ഒരു വിഭ്രാന്തിയെക്കുറിച്ച് നീലകണ്ഠതീർഥർ ഇപ്രകാരം എഴുതുന്നു:

> 1064 വൃശ്ചികം 3-ാം തീയതി വെള്ളിയാഴ്ച. പാപ്പൻകുട്ടിക്ക് ഏഴു വയസ് പ്രായം. അന്ന് അത്ഭുതകരമായ ഒരു വിശേഷ സംഭവമുണ്ടായി. അന്ന് പ്രഭാതം മുതൽതന്നെ ബാലനിൽ ഒരു ചൈതന്യവിശേഷം ദൃശ്യമായിരുന്നു. രാത്രി പ്രഥമ യാമത്തിന്റെ അവസാനത്തോടടുത്തപ്പോൾ ബാലന്റെ കായിക ചേഷ്ടകൾ ക്രമേണ അടങ്ങുകയും അന്തർബോധമണ്ഡലം തെളിഞ്ഞുനിൽക്കേ നിദ്രാരൂപത്തിലുള്ള ഒരു മയക്കം ഉണ്ടാകുകയും ചെയ്തു. നേത്രങ്ങൾ അർഥനിമീലിതങ്ങളായും നിശ്ചലമായും നിന്നു. പെട്ടെന്നൊരു ദിവ്യപ്രകാശം പ്രപഞ്ചമാകമാനം വ്യാപിച്ചു. ബ്രഹ്മാണ്ഡചക്രം നടുങ്ങുമാറ് ഒരു ഗംഭീര ധ്വനി കേട്ട് ബാലൻ അർധ നിദ്രയുടെ അബോധാവസ്ഥയിൽത്തന്നെ ഞെട്ടിയെഴുന്നേറ്റ് പരിഭ്രാന്തനായി. പരിസരബോധം നിശേഷം വിട്ടിരുന്നു. മാംസചക്ഷുസുകൾ ഉന്മീലിതങ്ങളായി വ്യോമമണ്ഡലത്തിലേക്കു കുതിച്ചു. അവിടെ ഒരേയൊരു നക്ഷത്രം മിന്നിത്തിളങ്ങി നിൽക്കുന്നതായി കാണപ്പെട്ടു. അത് വിവിധ വർണംപൂണ്ട് മെല്ലെ താണുവന്ന് ബാലന്റെ ഭ്രൂമധ്യദേശത്ത് ശ്യാമളദീപ്തി കലർന്ന

ഒരു വൃത്താകൃതി രചിച്ചുനിന്നു. നീലിമ കൈക്കൊണ്ട ആ തേജോവലയത്തിന്റെ മുകൾഭാഗത്ത് ഊർധ രശ്മികളുടെ പ്രഭ പ്രസരിച്ചുകൊണ്ട് ബാലാർക്കബിംബവും തൊട്ടുതാഴെ വെൺമ തിരളുന്ന ഒരു ശംഖും അതിനിടയിൽ മുക്കോൺരൂപത്തിൽ മൂന്നു നക്ഷത്രങ്ങളും അതിനുമടിയിൽ അർധ ചന്ദ്രക്കല വ്യക്തമായി കാണപ്പെട്ടു. വാചാമഗോചരമായ ഒരു പരമാനന്ദ നിദ്രയിൽ ആ പിഞ്ചുഹൃദയം നീന്തിക്കളിച്ച് മനസിനും ശരീരത്തിനും എന്തെന്നില്ലാത്ത ഒരു കുളിർമതോന്നി. ശാന്തിയുടെയും ബ്രഹ്മാനന്ദസദൃശമായ നിർവൃതിയുടെയും സ്വർഗീയ സൗധത്തിലാണ് താനെന്ന് ബാലനു തോന്നി. ഈ ദർശനത്തിന്റെയും തജ്ജന്യമായ ദിവ്യാനുഭൂതിയുടെയും മായാമണ്ഡപത്തിലൂടെ മൂന്ന് ദിനരാത്രങ്ങൾ കടന്നുപോയി.

മാതാപിതാക്കളും മറ്റും പരിഭ്രാന്തരായി. ഇതു വല്ല ഭൂതബാധയോ അല്ലെങ്കിൽ വല്ലവരുടെയും ക്ഷുദ്രപ്രയോഗമോ ആയിരിക്കുമെന്ന് അവർ ദൃഢമായി വിശ്വസിച്ച് വേലത്താനെ വരുത്തി കൊടിവയ്പിച്ചു, കണിയാരെ കൊണ്ടുവന്ന് മന്ത്രവാദം നടത്തി, പല വൈദ്യന്മാരെക്കൊണ്ടും ചികിത്സിപ്പിച്ചു. പക്ഷേ അതുകൊണ്ടൊന്നും യാതൊരു പ്രയോജനവുമുണ്ടായില്ല. നാലാം ദിവസം മുതൽ ബാലൻ സാധാരണ നിലയിലേക്ക് തിരിച്ചുവന്നുതുടങ്ങി. എന്നാൽ പഴയതുപോലെയുള്ള ചുറുചുറുക്കും ഉന്മേഷവും ഒന്നും കാണ്മാനില്ലായിരുന്നു. മാത്രവുമല്ല, മറ്റു ബാലന്മാരോടുകൂടിയുള്ള കളികളിലും വിനോദങ്ങളിലും മറ്റും നിശേഷം താൽപ്പര്യമില്ലാതാകുകയും ചെയ്തു. പകൽസമയം നദീതീരത്തിലും വിജനസ്ഥലങ്ങളിലും പോയി ചക്രവാളത്തിനപ്പുറത്തേക്ക് ദൃഷ്ടികളയച്ചുകൊണ്ട് ചിന്താഗ്രസ്തനായിരിക്കുന്നതിൽ വലിയ താൽപ്പര്യം പ്രദർശിപ്പിച്ചു. (അതേ പുസ്തകം, പുറം 202)

ഈ ഏഴാം വയസിൽത്തന്നെ താൻ ഒരു അവതാരപുരുഷനാണെന്ന വെളിപാട് സ്വാമിക്ക് ലഭിച്ചതായി കഥകളുണ്ട്. ഇതിനും അപ്പുറം പോയി ഗർഭസ്ഥ ശിശുവായിരുന്നപ്പോൾത്തന്നെ സ്വാമികൾ അത്ഭുതങ്ങൾ പ്രവർത്തിച്ചു എന്നും മറ്റും ചില പ്രസിദ്ധീകരണങ്ങളിൽ വായിക്കാം. എന്നാൽ ആരാധകരുടെ അത്യുക്തികളും ഭാവനാവിലാസവും ശുഭാനന്ദ സ്വാമികളിൽനിന്ന് നമ്മെ അകറ്റിക്കൂടാ. കേരളത്തിന് അകത്തും പുറത്തുമായി അനേകം ആശ്രമങ്ങളും സ്ഥാപനങ്ങളും സ്ഥാപിച്ച് എളിയ നിലയിൽനിന്ന് ഉയർന്ന് ആരാധക സഹസ്രങ്ങളെ ആകർഷിക്കാൻ കഴിഞ്ഞ സ്വാമിയുടെ മഹത്വവും അദ്ദേഹം കേരള സമൂഹത്തിൽ ഉളവാക്കിയ പ്രതികരണങ്ങളും മനസിലാക്കാൻ ശ്രമിക്കുകയാണ് ചരിത്രാന്വേഷികളുടെ കർത്തവ്യം.

II

ആയിരത്തി എണ്ണൂറ്റി എൺപത്തിരണ്ടിൽ (1057 മേടം 17, പൂരം നക്ഷത്രം) തിരുവല്ല ബുധനൂർ പടിഞ്ഞാറ്റുംമുറിയിൽ കുലായ്ക്കൽ കുടുംബത്തിലെ കൊച്ചുനീലിയുടെ മകനായിട്ടാണ് സ്വാമി ജനിച്ചത്. അദ്ദേഹത്തിന്റെ അച്ഛൻ തിരുവല്ലയിൽ ശ്രീവല്ലഭ ക്ഷേത്രത്തിനു തെക്കുമാറി വെൺപാല ഗ്രാമത്തിലെ പാരമ്പര്യമുള്ള ഒരു സാംബവ തറവാടായ മലയിത്തറയിലെ ഇട്ട്യാതി ആയിരുന്നു. ആചാരപ്രകാരം പ്രസവത്തിനായി കൊച്ചുനീലി മാതൃഗൃഹമായ കുലായ്ക്കലേക്കു പോയതാണ്.

അക്കാലത്ത് ദളിത ജനവിഭാഗങ്ങളിൽ അക്ഷരാഭ്യാസം ഉള്ളവർ വളരെ വിരളം ആയിരുന്നെങ്കിലും ഇട്ട്യാതി പ്രാഥമിക വിദ്യാഭ്യാസം നേടിയിരുന്നു. തിരുവല്ലയിൽ വീടിന് സമീപമുള്ള സി എം എസ് പ്രാഥമിക വിദ്യാലയത്തിൽ പഠിക്കാൻ സാധിച്ചതിനാലാണ് അക്ഷരവിദ്യ വശമായത്. ഈ അക്ഷരവിദ്യക്ക് പുറമെ സാധാരണ ദളിത കുടുംബങ്ങളിൽ കാണാറുള്ളതിനെക്കാൾ കൂടുതലായ ആചാരാനുഷ്ഠാനങ്ങളും ഭക്തിയും മലയിത്തറക്കാരെ സമുദായത്തിലെ പ്രമാണിമാരാക്കിയിരുന്നു. ഇട്ട്യാതി–കൊച്ചുനീലി ദമ്പതികളുടെ വിവാഹത്തിനുശേഷം 12 വർഷക്കാലം കുട്ടികൾ ജനിക്കാതെ കാത്തിരിക്കേണ്ടിവന്നു. ഈ അനുഭവം അവരെ കൂടുതൽ ഭക്തിപരവശരാക്കുകയും വഴിപാടുകളിലേക്കും പൂജാദികർമങ്ങളിലേക്കും നയിക്കുകയും ചെയ്തത് കുടുംബാന്തരീക്ഷത്തെ കൂടുതൽ ഭക്തിമയമാക്കി. ഈ അന്തരീക്ഷത്തിലാണ് പത്മനാഭൻ എന്ന പാപ്പൻകുട്ടി വളർന്നുവന്നത്.

ശുഭാനന്ദാശ്രമം, മാവേലിക്കര

അച്ഛൻ ഇട്ട്യാതി പള്ളിക്കൂടത്തിൽ പോവുകയും അക്ഷരാഭ്യാസം ചെയ്യുകയും ചെയ്തിരുന്നെങ്കിലും പാപ്പൻകുട്ടിക്ക് അതിന് ഇടകിട്ടിയതായി ജീവചരിത്രങ്ങളിൽ കാണു

ന്നില്ല. പിൽക്കാലത്ത് വേദേതിഹാസങ്ങളിലും പുരാണങ്ങളിലും മറ്റും അറിവ് നേടുകയും വേദാന്തം പോലുള്ള സിദ്ധാന്തങ്ങൾ അനായാസം കൈകാര്യം ചെയ്യുകയും ചെയ്തിരുന്നു എന്നതിൽ തർക്കമില്ല.

പാപ്പൻകുട്ടിയുടെ പന്ത്രണ്ടാം വയസിൽ അമ്മ കൊച്ചുനീലി മരിച്ചത് വലിയൊരു ആഘാതമായി അനുഭവപ്പെട്ടു. തുടർന്ന് നാടും വീടും വിട്ട് ദേശാന്തര സഞ്ചാരങ്ങളിൽ മുഴുകിയതായിട്ടാണ് കാണുന്നത്. ഈ സഞ്ചാരങ്ങൾക്കിടയിൽ പീരുമേട്ടിൽ ചീന്തലാർ തോട്ടത്തിൽ അദ്ദേഹം എത്തിപ്പെട്ടു. അവിടത്തെ അനുഭവങ്ങളെയും പ്രവർത്തനങ്ങളെയും പറ്റി നീലകണ്ഠതീർഥർ എഴുതുന്നു:

> ആതുരരും ദുഃഖിതരുമായി കാണപ്പെടുന്നവർക്കെല്ലാം യഥാശക്തി സഹായ സഹകരണങ്ങളും സാന്ത്വനവും നൽകി നാളുകൾ കഴിക്കുകയായിരുന്നു പതിവ്. ഒടുവിൽ പീരുമേട്ടിലുള്ള ചിന്തലാർ തോട്ടത്തിൽ ഒരു ദിവസം ചെന്നുചേർന്നു. അവിടെയുള്ള കൂലിക്കാരായ കുറെ ആളുകളെ രാത്രികാലങ്ങളിൽ വിളിച്ചിരുത്തി ധർമോപദേശ പ്രസംഗങ്ങൾ ചെയ്യുക, പാട്ടും പ്രാർഥനയും നടത്തുക, രോഗികളെ ശുശ്രൂഷിക്കുക മുതലായ കൃത്യങ്ങളിൽ ഏർപ്പെട്ട് ദിവസങ്ങൾ കഴിച്ചുകൂട്ടി. അത്തരം പ്രവർത്തനങ്ങൾ തൊഴിലാളികൾക്ക് അദ്ദേഹത്തെക്കുറിച്ച് നല്ല മതിപ്പിനും സ്നേഹബഹുമാനങ്ങൾക്കും കാരണമായിത്തീർന്നു. അദ്ദേഹത്തിന്റെ സഹവാസം അവരുടെ ജീവിതത്തിൽ പല മാറ്റങ്ങളും വരുത്തി. അവരിൽ ഒരു ഉണർവും ഐക്യബോധവും പരസ്പരമുള്ള സ്നേഹവിശ്വാസങ്ങളും സംജാതമാക്കുവാൻ അദ്ദേഹത്തിനു കഴിഞ്ഞു.
>
> ഒരു ദിവസം രാവിലെ മുതൽ അദ്ദേഹത്തിന്റെ ഭാവത്തിലും പെരുമാറ്റത്തിലും ചില മാറ്റങ്ങൾ കാണപ്പെട്ടു. പകൽ മുഴുവൻ ചിന്താഗ്രസ്തനായാണ് കഴിഞ്ഞത്. അന്നു രാത്രിയിൽ സാധാരണ പതിവുള്ള പ്രസംഗമോ പ്രാർഥനയോ ഒന്നും ഉണ്ടായിരുന്നില്ല. അദ്ദേഹത്തിന് എന്തോ അസുഖമാണെന്നു സംശയിച്ച് പലരും ഓരോന്നു ചോദിച്ചു. 'ഒന്നുമില്ല' എന്നുമാത്രം മറുപടി പറഞ്ഞ് മൗനമായി കഴിഞ്ഞു. അവർ കൊടുത്ത കുറച്ചു പാൽ മാത്രം കുടിച്ചിട്ട് ഉറങ്ങാനെന്ന ഭാവത്തിൽ അദ്ദേഹം പോയിക്കിടന്നു. എന്നാൽ ഒട്ടും ഉറങ്ങിയില്ല. ബാല്യത്തിലുണ്ടായ ദിവ്യദർശനത്തിന്റെ വ്യക്തമായ അനുസ്മരണം അന്ന് അദ്ദേഹത്തിൽ വിട്ടുമാറാതെ നിന്നു. മറ്റുള്ളവരെല്ലാം നിദ്രാധീനരായി കിടക്കവേ പ്രഭാതത്തിന് മുമ്പ് അദ്ദേഹം അപ്രത്യക്ഷനായി.

> രാവിലെ എല്ലാവരും ഉണർന്നപ്പോൾ കിടക്ക മാത്രമാണ് കാണാൻ സാധിച്ചത്. തങ്ങളുടെ ഉപദേഷ്ടാവും രക്ഷകനുമായ അദ്ദേഹത്തിന്റെ വേർപാടിൽ അവർ അത്യധികം ദുഃഖിച്ചു.
>
> ഏതാണ്ട് മൂന്നു കൊല്ലത്തിനുശേഷം ഒരു സന്ധ്യക്ക് തലമുടിയും ദീക്ഷയും വളർന്ന് മെലിഞ്ഞ ശരീരത്തോടുകൂടിയ ഒരു യുവാവ് വീണ്ടും ആ തോട്ടം തൊഴിലാളികളുടെ ഇടയിൽ വന്നുചേർന്നു. അവർ ആളിനെ തിരിച്ചറിഞ്ഞു, സന്തോഷപൂർവം അദ്ദേഹത്തെ സ്വീകരിച്ച് പരിചരിച്ചു. എന്നാൽ മൂന്നുകൊല്ലം മുമ്പ് തങ്ങളെ വിട്ടുപോയ ആളിൽനിന്നും തികച്ചും വ്യത്യസ്തനായ ഒരു വ്യക്തിയാണ് ഇപ്പോൾ വന്നിരിക്കുന്നതെന്ന് അവർക്ക് ബോധ്യമായി. അദ്ദേഹത്തിന്റെ പ്രകൃതത്തിലും വാക്കിലും ഗാംഭീര്യവും മുഖത്ത് ഒരു നവ ചൈതന്യവും ദൃശ്യമായിരുന്നു. അദ്ദേഹം അവരെ വിട്ടുപോയ കാലമത്രയും ചീന്തലാറിൽ കരിന്തിമലയുടെ മുകളിൽ ജ്ഞാനലബ്ധിക്കുവേണ്ടി തപോവൃത്തിയിൽ കഴിയുകയായിരുന്നു. തന്റെ തപശ്ചര്യകാലത്തിന്റെ അന്ത്യഘട്ടത്തിൽ ആത്മജ്ഞാനത്തിന്റെ അന്തർജ്വാല തെളിഞ്ഞുയരുകയും ചില അശരീരികളും ദർശനവും തുടരെ ഉണ്ടാവുകയും ചെയ്തു. അനന്തരം ഏവരെയും ആനന്ദനിർവൃതിയിൽ ലയിപ്പിച്ച് തന്നിലൂടെ മുക്തിപദം പ്രാപിക്കുന്നതിന് പര്യാപ്തമായ തത്വസംഹിതയുമായി ഗുരുദേവൻ തപോവനം വിട്ടിറങ്ങി. ഇങ്ങനെയാണ് തന്റെ പൂർവ ജനങ്ങളുടെയിടയിൽ വീണ്ടും പ്രത്യക്ഷപ്പെട്ടത്. (അതേ പുസ്തകം, പുറം 204–206)

ചീന്തലാർ തോട്ടം തൊഴിലാളികളുടെ ഇടയിലുള്ള ജീവിതവും അവരുമായുള്ള ഇടപഴകലും അവരുടെ ജീവിതത്തിന് പുതിയ ദിശാബോധവും വിശുദ്ധിയും നൽകാനുള്ള ശ്രമവും തുടർന്ന് മൂന്ന് വർഷക്കാലത്തെ അന്വേഷണനിരതമായ സഞ്ചാരങ്ങളും പാപ്പൻകുട്ടിയെ ശുഭാനന്ദ പദവിയിലേക്ക് നയിക്കാൻ ഉപകരിച്ചിരിക്കണം. ചീന്തലാർ വിട്ടശേഷം അദ്ദേഹം പരസ്യമായി ജീവിതദൗത്യ നിർവഹണത്തിലേക്ക് പ്രവേശിച്ചതായി കരുതാം. നീലകണ്ഠതീർഥർ വാചാലമായി വിവരിക്കുന്ന വരികൾക്കിടയിലൂടെ വായിച്ചാൽ ഇക്കാര്യം മനസിലാക്കാൻ കഴിയും. അതുപോലെ ശുഭാനന്ദന്റെ പിൽക്കാല ജീവിതശൈലിയും വ്യക്തമാകും. നീലകണ്ഠതീർഥർ തുടർന്നെഴുതുന്നു:

> നാട്ടിൽ പലയിടത്തും ചുറ്റിസഞ്ചരിച്ചുകൊണ്ടിരുന്നു. ഈ സഞ്ചാരത്തിനിടയിൽ പല മത പണ്ഡിതന്മാരോടും യതിവ

ര്യന്മാരോടും ആത്മീയ പ്രസ്ഥാനങ്ങളോടും ഇടപെട്ടുനോക്കി. ഒന്നും ഇവിടെ ദുരിതമനുഭവിക്കുന്ന പാവപ്പെട്ട ജനങ്ങളുടെ ഐഹികവും പാരത്രികവുമായ നന്മയ്ക്ക് ഉതകുന്നവയല്ലെന്ന് അദ്ദേഹത്തിന് ബോധ്യമായി.

ലൗകിക ജീവിത സുഖസൗകര്യങ്ങൾക്ക് അത്യന്താപേക്ഷിതമായ ഭൂസ്വത്ത്, മണിമന്ദിരങ്ങൾ, ധനധാന്യാദി വിഭവങ്ങൾ മുതലായവയെല്ലാം കൈയടക്കിവച്ച് സുഖിച്ചുകൊണ്ടിരിക്കുന്ന ഇവിടത്തെ ഹിന്ദു-ക്രൈസ്തവ വിഭാഗങ്ങളിൽപ്പെട്ട മതവൈതാളികന്മാരും സവർണജാതിക്കാരും സാധുജനങ്ങളോട്, എല്ലാ ജീവിത സൗകര്യങ്ങളിലുംനിന്നും ചവിട്ടി പുറത്താക്കപ്പെട്ട് നിത്യ ദാരിദ്ര്യത്തിലാണ്ട് നരകയാതന അനുഭവിക്കുന്ന പശുപ്രായമായ പാവങ്ങളോട് ഗീതയും ബൈബിളും ഖുറാനും മറ്റും ഉദ്ധരിച്ചുകൊണ്ടിരുന്നു; ഇഹത്തിൽ കഷ്ടപ്പാടും പട്ടിണിയും സഹിച്ച് പരോപകാരാർഥം ജീവിക്കുന്നവരാണ് മോക്ഷത്തിനും സ്വർഗത്തിനും അവകാശികളായി തീരുന്നത് എന്ന്.

‘‘എന്തൊരു വൈകൃതം ബ്രഹ്മവിദ്യേ നിന്നി-
ലെന്താണീകാണും വൈപരീത്യം”

പാവങ്ങൾ ഇതുകേട്ട് വ്യാമോഹിച്ച് ഇവിടെ കഷ്ടപ്പെട്ടാലെന്ത്? മരിച്ചുകഴിഞ്ഞ് സ്വർഗത്തിൽ പോകുമല്ലോ എന്നു കരുതി അവർ അക്കാലത്ത് ഇവിടെയുണ്ടായിരുന്ന സകല മതവിഭാഗങ്ങളുടെയും പിന്നാലെ പോയി. ഹിന്ദുക്കളെന്ന് പേരുമാത്രം പറഞ്ഞു കിടന്നവർ പണ്ടത്തെപ്പോലെതന്നെ സവർണ ഹിന്ദുക്കളുടെ അടിമകളായും ക്രിസ്ത്യാനികളായി പോയവർ ‘പുതു ക്രിസ്ത്യാനി’കളായി പറപ്പള്ളിയും പുലപ്പള്ളിയും ഉണ്ടാക്കി സവർണ ക്രിസ്ത്യാനികളുടെ അടിമകളായും കിടന്നു നരകിച്ചു. എവിടെയും അടിമത്തവും ചൂഷണവും മർദനവും തന്നെയായിരുന്നു നിത്യാനുഭവം. ഈ അവസ്ഥയാണ് തപശ്ചര്യാകാലം കഴിഞ്ഞ് നാട്ടിൽ തിരിച്ചെത്തിയ ആ പതിത കാരുണികന് കാണാൻ കഴിഞ്ഞ ഇവിടത്തെ അധഃസ്ഥിത വർഗങ്ങളുടെ മതപരവും സാമൂഹ്യവുമായ അവസ്ഥ.

ശോചനീയമായ ഈ ദുഃസ്ഥിതിയിൽനിന്ന് തന്റെ ജനങ്ങളെ മോചിപ്പിച്ച് സ്വതന്ത്രരാക്കുന്നതിനുള്ള മാർഗങ്ങളെക്കുറിച്ച് ആലോചിച്ചുകൊണ്ട് അദ്ദേഹം കൊല്ലവർഷം 1094-ാമാണ്ട് മാവേലിക്കര, ചെന്നിത്തല എന്ന സ്ഥലത്ത് വന്നുചേർന്നു. ഇക്കാലത്ത്, അദ്ദേഹം കാഷായമെടുത്ത് ‘ശുഭാനന്ദൻ’

> എന്ന പേര് കൈക്കൊണ്ടിരുന്നു. കാരാഴ്മ ചന്തയുടെ വടക്കുഭാഗത്ത് കല്ലേക്കാട്ടിൽ കുടുംബത്തിലാണ് ഗുരുദേവൻ ആദ്യം താമസിച്ചത്. തന്റെ പ്രവർത്തനങ്ങൾക്ക് തുടക്കമിട്ടതും അവിടെ മുതലാണ്. (അതേ പുസ്തകം, പുറം 206–207)

III

ശുഭാനന്ദസ്വാമികളുടെ പ്രധാന സ്വാധീന മണ്ഡലം ദളിത ജനങ്ങൾ ആയിരുന്നു എങ്കിൽ തുടക്കംതൊട്ടേ മേൽജാതിയിൽപ്പെട്ട പലരും അദ്ദേഹത്തിന്റെ സവിശേഷ വ്യക്തിത്വത്തിൽ ആകൃഷ്ടരായി ആരാധകരായും അനുയായികളായും ശിഷ്യസന്യാസിമാരായും വന്നുകൊണ്ടിരുന്നു. ഇവിടെ ഉദ്ധരിക്കപ്പെട്ട സ്വാമി നീലകണ്ഠതീർഥർ തന്നെ നായർസമുദായാംഗമായിരുന്നു. ശ്രീരാമകൃഷ്ണ പരമഹംസന് വിവേകാനന്ദനും ശ്രീനാരായണ ഗുരുവിന് ഡോ. പൽപ്പുവും എന്നപോലെ ശുഭാനന്ദ പ്രസ്ഥാനത്തിന്റെ ശക്തനായ സംഘാടകനും സ്വാമികളുടെ അംഗീകൃത പിൻഗാമിയും ആനന്ദജി ഗുരുദേവൻ ആയിരുന്നു. താൻ എങ്ങനെ ശുഭാനന്ദ സ്വാമികളുടെ പിൻഗാമിയായി എന്ന് ആനന്ദജി തന്നെ ഇപ്രകാരം വിവരിക്കുന്നു:

> നമ്മെ 1110–ൽ ചിങ്ങമാസം 10–ാം തീയതി ഞായറാഴ്ച വാലിൽ തെക്കതിൽ ഭവനത്തിൽവച്ച് ഗുരുദേവൻ ഉൾപ്പെടെ സന്യാസവൃന്ദവും ഭക്തജനസമൂഹങ്ങളും ചേർന്ന് വമ്പിച്ച ഒരു പ്രാർഥന നടത്തി ആശ്രമത്തിലെത്തി, ആശ്രമത്തിന് ഏഴ് പ്രദക്ഷിണവും ചെയ്ത് നമ്മുടെ പന്ത്രണ്ടാമത്തെ വയസിൽ ആ വിശ്വവിശാല ജ്ഞാനസ്വരൂപനും പരകോടി ഭക്തഹൃദയങ്ങളിൽ പൂജിതനുമായി വാഴുന്ന ഗുരുവിന്റെ തൃക്കരങ്ങളാൽ ഞായറാഴ്ച പൊതു പ്രാർഥനായോഗത്തിൽവച്ച് കാഷായവസ്ത്രം നൽകി തൃക്കരങ്ങളാൽ തന്റെ തലയ്ക്കുമുകളിൽ ഉയർത്തിപ്പിടിച്ച് 'എനിക്കു പകരമായി ഈ കുഞ്ഞിനെ ഞാൻ ശുഭാനന്ദാശ്രമത്തിലേക്ക് നേർച്ചയായി സ്വീകരിച്ചിരിക്കുന്നു' എന്ന് മൂന്നു പ്രാവശ്യം പ്രവചിച്ചു. (*ജ്ഞാനപ്രകാശം ശ്രീ ശുഭാനന്ദഗീതം*, ചെറുകോൽ, 1980)

ശുഭാനന്ദജിയുടെ ദൗത്യനിർവഹണത്തിന് അദ്ദേഹം സ്ഥാപിച്ച സംഘടനയാണ് 'ആത്മബോധിനി സംഘം'. 1932–ൽ 144–ാം നമ്പരായി സംഘം രജിസ്റ്റർ ചെയ്തു. ശുഭാനന്ദസ്വാമി സ്ഥാപകനും മാവേലിക്കര കൊട്ടാരത്തിലെ രാമവർമരാജയും ധർമതീർഥരും ആയിരുന്നു അതിന്റെ രക്ഷാധികാരികൾ. 'ഒരു ജാതി ഒരു മതം ഒരു ദൈവം' എന്നതായിരുന്നു സംഘത്തിന്റെ വിശ്വാസം. പൊതുവെ ഹൈന്ദവ പാരമ്പര്യത്തിൽ അധിഷ്ഠിതമായിരുന്നു ശുഭാനന്ദജിയുടെ വിശ്വാസങ്ങൾ എങ്കിലും ഏകദൈവ വിശ്വാസത്തിനാണ് അദ്ദേഹം ഊന്നൽ നൽകിയിരുന്നത്. വിഗ്രഹാരാധനയെ സ്വാ

മി അനുകൂലിച്ചിരുന്നില്ല. സർവമത സമഭാവന സ്വാമികളുടെ വിശ്വാസപ്രമാണം ആയിരുന്നതിനാൽ ശ്രീനാരായണഗുരുവിന്റെ വചനങ്ങൾ അനുസരിച്ച് 'ജാതിഭേദം മതദ്വേഷം ഏതുമില്ലാതെ സർവരും സോദരത്വേന വാഴണം' എന്ന് അദ്ദേഹം അനുയായികളെ ഉദ്ബോധിപ്പിച്ചുകൊണ്ടിരുന്നു. അനാചാരങ്ങൾക്കും പ്രാകൃതമായ ആരാധനാ സമ്പ്രദായങ്ങൾക്കും ദുർദേവതാരാധനകൾക്കും സ്വാമിജി എതിരായിരുന്നു. അതേക്കുറിച്ച് ആനന്ദജി ഇപ്രകാരം എഴുതുന്നു:

> അശുദ്ധിയെയും അനാചാരങ്ങളെയും കഠിനമായി ഭർത്സിച്ചു. മാടൻ, മറുത മുതലായ പിശാചുക്കളെ ദൂരത്തുതള്ളി. ഏകദൈവത്തെ ആരാധിക്കുവാൻ ഉറപ്പായിട്ട് ഉദ്ബോധിപ്പിച്ചു. മാടങ്ങളിൽനിന്ന് മറ്റു മതങ്ങളിലേക്ക് മറിഞ്ഞൊഴുകുന്ന മനുഷ്യനദിയെ മടകെട്ടി തടഞ്ഞുനിർത്തി; തന്നിമിത്തം വാദപ്രതിവാദങ്ങളും എതിർപ്പും തലയ്ക്കുമീതേ ഉയർന്നു. (അതേ പുസ്തകം)

IV

ആലപ്പുഴ ജില്ലയിലെ മാവേലിക്കര താലൂക്കിൽ മാവേലിക്കര നഗരത്തിന്റെ പ്രാന്തപ്രദേശത്തുള്ള രണ്ട് ആശ്രമങ്ങളാണ് ആത്മബോധോദയ സംഘത്തിന്റെ ആസ്ഥാനങ്ങൾ. ഇവയിൽ ആദ്യം സ്ഥാപിച്ചത് കൊറ്റാർക്കാവ്മുറിയിലെ ആശ്രമമാണ്. അത് ശുഭാനന്ദസ്വാമി തന്നെയാണ് സ്ഥാപിച്ചത്. രണ്ടാമത്തെ പ്രധാന ആശ്രമം ആനന്ദജി സ്ഥാപിച്ച ചെറുകോലിലുള്ള ശ്രീ ശുഭാനന്ദാശ്രമമാണ്. പല നിലകളുള്ള വലിയൊരു കെട്ടിടവും വിശാലമായ പുരയിടവും ഉള്ള ചെറുകോൽ ആശ്രമമാണ് ഇപ്പോൾ പ്രവർത്തനങ്ങൾകൊണ്ടും മറ്റും ഒന്നാം സ്ഥാനത്ത് എത്തിയിരിക്കുന്നത്. ദിവസംതോറും അവിടെ എത്തുന്ന നൂറുകണക്കിന് ഭക്തജനങ്ങൾക്ക് സൗജന്യമായി ഭക്ഷണം നൽകാനും വ്യവസ്ഥയുണ്ട്. ശുഭാനന്ദജിയുടെ പിറന്നാളായ ഇടവത്തിലെ പൂരം നാളിൽ സംസ്ഥാനത്തിൽനിന്ന് മാത്രമല്ല സംസ്ഥാനത്തിനു പുറത്തുനിന്നും അനേകായിരംപേർ ശബരിമല മകരവിളക്കിനും വർക്കല ശിവഗിരി തീർഥാടനത്തിനും പോകുന്നതുപോലെ വ്രതം നോറ്റ് ചിലപ്പോൾ ഇരുമുടി കെട്ടുമായി വന്നുചേരുന്നു എന്നത് പ്രസ്ഥാനത്തിന്റെ വ്യാപകമായ സ്വാധീനത്തിന് തെളിവാണ്.

ഈ സ്വാധീനത്തിന്റെ പുറകിലുള്ള പ്രേരണ നവോത്ഥാന മൂല്യങ്ങളായ വിദ്യാഭ്യാസം, ജാതി നശീകരണം, അനാചാര ധ്വംസനം, അടിമത്ത വിരോധം മുതലായവയാണെന്ന് കണ്ടെത്താൻ ഉതകുന്നതാണ് ശുഭാനന്ദജി രചിച്ചതായി പറയപ്പെടുന്ന കീർത്തനങ്ങളും അദ്ദേഹത്തിന്റെ ശിഷ്യന്മാരുടെ ശുഭാനന്ദ ഗീതങ്ങളും. പക്ഷേ അത്തരം ആശയങ്ങൾ കണ്ടെത്താൻ ആധുനിക സമ്പ്രദായത്തിലുള്ള പാഠവിമർശന സമ്പ്രദായവും

വരികൾക്കിടയിലൂടെ വായിക്കുക എന്ന പഠനവിദ്യയും ആവശ്യമാണ്. വേദങ്ങളെപ്പറ്റിയും ദൈവങ്ങളെപ്പറ്റിയും അവതാരങ്ങളെപ്പറ്റിയും മറ്റും ചൊല്ലിത്തിമിർക്കുന്ന കീർത്തനങ്ങളിലെ നവോത്ഥാന മൂല്യാശയങ്ങൾ കണ്ടെത്തുക ദുഷ്കരം എങ്കിലും അസാധ്യമല്ല. ഉദാഹരണത്തിന് താഴെ ചേർക്കുന്ന കീർത്തനം വായിക്കുക:

"ഏകത്വമായുള്ള ബോധത്തിലെത്തുമ്പോൾ
ഏകോപിച്ചേക കർമങ്ങൾ ചെയ്യാം
ഏതു യുഗത്തിലും ഈ ബോധം മർത്യരിൽ
എത്തി വസിക്കുമ്പോൾ മോക്ഷമുണ്ടാം.
ജാതിമതമില്ല എല്ലാം ഏകസൃഷ്ടി
ഏകത്വമില്ലാതെ ഒന്നുമില്ല
ആണുണ്ടെന്നാകിലോ ബോധം തന്നാകുന്നു
പെണ്ണുണ്ടെന്നാകിലോ സത്കർമങ്ങൾ
ഈ ലോകവാഴ്ചകൾക്കാണും പെണ്ണുമെന്ന
വേഷങ്ങളെന്താണെന്നോർത്തിടേണം
ഭൂമിയിൽനിന്നും മുളയ്ക്കുന്ന സസ്യവും
ഭൂമിയുമൊന്നാണെന്നോർത്തിടേണം.
ബോധത്തിൽക്കൂടുള്ള വാഴ്ചകൾ തീരുമ്പോൾ
ഭൂമി നരകമായ് തീർന്നുപോകും
ആയതുപോലല്ലോ ബോധം വിട്ടുപോയാൽ
കായവും മണ്ണായിത്തീർന്നുപോകും.
ഏകനിൽനിന്നുള്ള ഏക അനുരാഗം
ആയതുമോക്ഷമെന്നോർത്തിടേണം
ഏതു യുഗത്തിലും ഏകത്വമായുള്ള
ബോധം താൻ മർത്യനായ് വന്നുദിക്കും.
ഈ ലോകപ്രകാശം ഏതൊരുകാലത്തും
സൂര്യനിൽത്തന്നെ സ്ഥിതിചെയ്യുന്നു.
ആയതുപോലല്ലോ ആത്മബോധോദയം
മാനസലോകത്തിൽ വാണീടുന്നു."

(*ജ്ഞാനപ്രകാശം ശുഭാനന്ദഗീതം*, ചെറുകോൽ, പുറം 21)

ശുഭാനന്ദജിയുടെ ചൊല്ലുകളിലും കീർത്തനങ്ങളിലും അറിവിനോടുള്ള അദമ്യമായ അഭിനിവേശം തുടിച്ചുനിൽക്കുന്നത് അറിവിന്റെ പ്രകാശം നിഷേധിക്കപ്പെട്ട അധഃസ്ഥിതരുടെ അക്കാലത്തെയും ഇക്കാലത്തെയും സാമൂഹ്യ ചോദനയെ പ്രതിഫലിപ്പിക്കുന്നു. എന്നാൽ "അറിവുകൊണ്ട് സ്വതന്ത്രരാകുക" എന്ന ശ്രീനാരായണഗുരുവിന്റെ ഈ ലളിതമായ പാഠത്തെ ആത്മജ്ഞാനത്തിന്റെയും അദ്വൈതത്തിന്റെയും മറ്റും ആവരണങ്ങൾ അണിയിച്ചാണ് ശുഭാനന്ദജിയും ശിഷ്യരും അവതരിപ്പിക്കുന്നത്. നോക്കുക:

ശാശ്വതമായുള്ള നിത്യധനം
ജ്ഞാനം തന്നാണെന്നറിഞ്ഞിടേണം
ലോകധനമെത്രയുണ്ടായാലും
ജ്ഞാനമില്ലാത്തവർ ദുഃഖിക്കുന്നു.
ലോകധനം ലേശമില്ലെങ്കിലും
ജ്ഞാനമുള്ളാത്മാവങ്ങാനന്ദിക്കും.
ദുഃഖത്തെ മോചനം ചെയ്തിടുവാൻ
ലോകധനത്തിനു സാധ്യമല്ല.
ലോകത്തിൽ സമ്പന്നരായവർക്ക്
അന്തരംഗേസുഖം കാണുന്നില്ല.

(അതേ പുസ്തകം, പുറം 22)

ശുഭാനന്ദജി തന്നെ വാമൊഴിയായി പറഞ്ഞ് എഴുതിച്ചതായി അവകാശപ്പെട്ടുകൊണ്ട് അദ്ദേഹത്തിന്റെ ശിഷ്യഗണം ആത്മകഥാ ശൈലിയിലുള്ള ഒരു ലഘുഗ്രന്ഥം പ്രസിദ്ധീകരിക്കുകയുണ്ടായി. 1998–ൽ പ്രസിദ്ധീകരിക്കപ്പെട്ട ആ കൃതിയുടെ ആദ്യ പതിപ്പിന് *ശ്രീ ശുഭാനന്ദ ഗ്രന്ഥം* എന്നായിരുന്നു പേര്. സ്വാമികളുടെ 120–ാം ജന്മദിനം പ്രമാണിച്ച് 2002–ൽ പ്രസിദ്ധീകരിച്ച അതിന്റെ രണ്ടാം പതിപ്പിന്റെ പേര് *ആത്മദർശനം* എന്നാണ്. ഈ കൃതിയിലൂടെ ശുഭാനന്ദജിയോ അദ്ദേഹത്തിന്റെ പേരിൽ ഇത് രചിച്ച ആളോ അവകാശപ്പെടുന്നത് സ്വാമികൾ ഖഡ്ഗിയുടെ പുനരവതാരം എന്നത്രെ. ഈ അവകാശവാദം സ്വാമിജിയെ സമകാലിക കേരള നവോത്ഥാന നായകരായ ശ്രീനാരായണഗുരു, ചട്ടമ്പിസ്വാമി, ബ്രഹ്മാനന്ദ ശിവയോഗി തുടങ്ങിയവരിൽനിന്ന് വ്യത്യസ്തനാക്കുന്നു. അവരിൽ ചിലരുടെ അനുയായികൾ അവരെ ദേവാംശസംഭവനായും ആരാധനാവിഗ്രഹമായും അവതാരമായും മറ്റും വിവരിച്ച് പ്രചരിപ്പിക്കാൻ ശ്രമിച്ചിട്ടുണ്ടെങ്കിലും ഈ ഗുരുദേവന്മാർ ആരും സ്വയം അപ്രകാരം അവകാശപ്പെട്ടിട്ടില്ല. എന്നാൽ ശുഭാനന്ദജി സ്വയം അവകാശപ്പെട്ടതായിട്ടാണ് ഈ ആത്മകഥാകഥനം വിശ്വസിക്കാമെങ്കിൽ അതിൽനിന്ന് മനസിലാകുന്നത്.

ഖഡ്ഗി വിഷ്ണുവിന്റെ പത്താമത്തെ അവതാരമാണ്. കൽക്കി എന്ന് പാഠഭേദം. വിഷ്ണുവിന്റെ പത്താമത്തെ അവതാരം കൽക്കി ആണെന്നല്ലാതെ കൽക്കിക്ക് ഒരവതാരം ഉള്ളതായി പുരാണങ്ങളിൽ കാണുന്നില്ല. എങ്കിലും കൽക്കി എന്ന അവതാരത്തെക്കുറിച്ച് പുരാണങ്ങൾ നൽകുന്ന വിവരങ്ങൾ ശ്രദ്ധേയങ്ങളാണ്. ഉദാഹരണത്തിന് അഗ്നിപുരാണത്തിലെ 16–ാം അധ്യായത്തിൽ ഇപ്രകാരം വിവരിച്ചിരിക്കുന്നു:

> കലിയുഗത്തിലെ അവസാനത്തിൽ എല്ലാ ജനങ്ങളും നാസ്തികരായിത്തീരും. അധമങ്കൽ നിന്നും പ്രതിഗ്രഹം വാങ്ങും. അക്കാലത്ത് വർണസങ്കരങ്ങളും ഉണ്ടായിത്തീരും. ജനങ്ങൾ കള്ളന്മാരായും ശീലഗുണമില്ലാത്തവരായും ഭവി

> ക്കും. വാജസനേയം എന്ന വേദം പതിനഞ്ചു ശാഖകൾ മാത്രം പ്രമാണമായി ഭവിക്കും. ജനങ്ങൾ ധർമമെന്ന കഞ്ചുകംകൊണ്ട് മൂടി അധർമതൽപ്പരരായിത്തീരും. മ്ലേച്ഛന്മാർ രാജാക്കന്മാരുടെ രൂപംപൂണ്ട് മനുഷ്യരെത്തന്നെ ഭക്ഷിച്ചുതുടങ്ങും. ആ കാലഘട്ടത്തിൽ ഭഗവാൻ, വിഷ്ണുയശസിന്റെ പുത്രനും യാജ്ഞവൽക്യപുരോഹിതനുമായ കൽക്കിയായി അവതരിച്ച് അസ്ത്രാഭ്യാസവും ആയുധാഭ്യാസവും ചെയ്ത് മ്ലേച്ഛരെയെല്ലാം സംഹരിക്കും. പ്രജകളെ ചാതുർവർണ്യത്തിലും നാലാശ്രമങ്ങളിലും സനാതന ധർമമാർഗത്തിലും വീണ്ടും ഇരുത്തി യഥോചിതമായ മര്യാദ സ്ഥാപിക്കും. പിന്നെ ഭഗവാൻ കൽക്കിരൂപം പരിത്യജിച്ച് സ്വർഗാരോഹണം ചെയ്യും. അനന്തരം പിന്നെയും കൃതയുഗം ആരംഭിക്കും.

മറ്റെല്ലാ നവോത്ഥാന നായകർക്കും അവരുടെ ഉൽബോധനങ്ങൾക്കും സംഭവിച്ച വിപര്യയങ്ങളിൽനിന്ന് ശുഭാനന്ദസ്വാമികളും വിമുക്തനല്ല. അദ്ദേഹത്തിന്റെ മഹനീയമായ ജീവിത ദൗത്യത്തിലെ വിപ്ലവകരമായ ആദർശങ്ങൾക്കും സാമൂഹ്യ ലക്ഷ്യങ്ങൾക്കും ക്രമേണ ലോപം സംഭവിക്കുകയും അവയിൽനിന്നും വ്യാഖ്യാനിച്ച് എടുക്കാവുന്ന പുനരുജ്ജീവനാംശങ്ങൾക്ക് മേൽക്കോയ്മ ലഭിക്കുകയും ചെയ്തതായിട്ടാണ് ആത്മബോധോദയ സംഘത്തിന്റെ ഇപ്പോഴത്തെ പ്രവർത്തനങ്ങൾ നിരീക്ഷിക്കുന്നവർക്ക് തോന്നുക. പലപ്പോഴും ശുഭാനന്ദജിയുടെ ആശ്രമങ്ങൾ മതമൗലികതാവാദികളുടെയും ശുഭാനന്ദജിയുടെ സർവമത സമഭാവനാ സിദ്ധാന്തത്തെ എതിർക്കുന്നവരുടെയും വിഹാരകേന്ദ്രം ആകുന്നില്ലേ എന്ന് സംശയം തോന്നിപ്പോകുന്നു. ഈ സാഹചര്യത്തിൽ മഹാനായിരുന്ന ശുഭാനന്ദസ്വാമികളുടെ യഥാർഥ അനുയായികളുടെ കർത്തവ്യം സർവമത സമഭാവനയെയും സാമൂഹ്യ മതവാദത്തെയും പൊതുവെ നവോത്ഥാന മൂല്യങ്ങളെയും ഉയർത്തിപ്പിടിക്കുന്ന പ്രകാശ ഗോപുരങ്ങളായി ശുഭാനന്ദകേന്ദ്രങ്ങളെ വളർത്തിയെടുക്കുക എന്നതാണ് എന്നു തോന്നുന്നു. ●

6

വാഗ്ഭടാനന്ദൻ വടക്കുനിന്നൊരു സിംഹഗർജനം

കേരളത്തിലെ നവോത്ഥാന നായകരിൽ വാഗ്ഭടാനന്ദ ഗുരുദേവന് (1885–1939) സവിശേഷമായ സ്ഥാനമാണ് ചരിത്രം നൽകുന്നത്. ഇന്ത്യൻ നാഷണൽ കോൺഗ്രസ് രൂപീകരിക്കപ്പെട്ട 1885–ലാണ് തലശേരിക്കും കൂത്തുപറമ്പിനും മധ്യേയുള്ള ചരിത്രപ്രസിദ്ധമായ പാട്യം ഗ്രാമത്തിൽ സംസ്കാരത്തിനും പാണ്ഡിത്യത്തിനും പേരുകേട്ട ഒരു കുടുംബത്തിൽ വയലേരി കുഞ്ഞിക്കണ്ണൻ ജനിച്ചത്. നവോത്ഥാന പ്രസ്ഥാനത്തെയും ആത്മീയവും മതപരവുമായ നവീകരണ യത്നങ്ങളെയും സ്വാതന്ത്ര്യ സമരത്തെയും സമന്വയിപ്പിച്ച ഒരു പ്രതിഭാശാലി എന്ന നിലയിൽ ആ ജനനവർഷവും പ്രാധാന്യം അർഹിക്കുന്നു. 1939 ൽ 55–ാമത്തെ വയസിൽ അകാല ചരമം അടയുന്നതിനുമുമ്പ് അദ്ദേഹം കേരളത്തിന്റെ പുത്തനുണർവിന് നൽകിയ അന്യാദൃശമായ ലക്ഷ്യബോധവും സംഭാവനകളും മികച്ചതാണ്. പണ്ഡിതൻ, അധ്യാപകൻ, ഉജ്വല പ്രഭാഷകൻ, പത്രാധിപർ, തന്റെ മുഖ്യ പ്രവർത്തനോപാധിയായിരുന്ന 'ആത്മവിദ്യാസംഘ'

ത്തിന്റെ സ്ഥാപകൻ, തന്റെ പ്രവർത്തനങ്ങൾക്ക് അടിത്തറ പാകിയ കോഴിക്കോട്ടെ 'തത്ത്വപ്രകാശികാ' വിദ്യാലയത്തിന്റെയും ആശ്രമത്തിന്റെയും സ്ഥാപകൻ എന്നീ വിവിധ നിലകളിൽ 1920-കളിലും 1930-കളിലും കേരളത്തിലാകെ നിറഞ്ഞുനിന്ന ഒരു വ്യക്തിത്വമായിരുന്നു അദ്ദേഹത്തിന്റേത്.

വാഗ്ഭടാനന്ദന്റെ പേരിലെ "ആനന്ദ" ഘടകം അദ്ദേഹം ശ്രീനാരായണനെയും ചട്ടമ്പിസ്വാമിയെയും ബ്രഹ്മാനന്ദ ശിവയോഗിയെയും പോലെ ഒരു സന്യാസി ആയിരുന്നു എന്ന തെറ്റിദ്ധാരണ ചിലരിൽ ജനിപ്പിച്ചേക്കാം. അദ്ദേഹം അക്കാലത്തെ സന്യാസിവര്യരായ ശ്രീനാരായണ ഗുരു, ചട്ടമ്പിസ്വാമികൾ, ആഗമാനന്ദ സ്വാമികൾ തുടങ്ങിയവരുമായി നിരന്തരം ബന്ധം പുലർത്തുകയും ബ്രഹ്മാനന്ദ ശിവയോഗിയുടെ ശിഷ്യത്വം സ്വീകരിക്കുകയും ആത്മീയ പ്രശ്നങ്ങളെയും അദ്വൈത വേദാന്താദി സിദ്ധാന്തങ്ങളെയും കുറിച്ച് നിരന്തരമായി പ്രഭാഷണം നടത്തുകയും ചെയ്തിരുന്നു എന്നത് വാസ്തവംതന്നെ. എന്നാൽ വിവാഹം കഴിച്ച് ഗൃഹസ്ഥാശ്രമിയായി കഴിഞ്ഞ വാഗ്ഭടാനന്ദൻ സന്യാസദീക്ഷ സ്വീകരിച്ചിരുന്നില്ല. അദ്ദേഹത്തിന്റെ ധർമപത്നി വാഗ്മയിദേവി അദ്ദേഹത്തിന്റെ പണ്ഡിതയായ സഹപ്രവർത്തകയും കോഴിക്കോട്ടെ തത്ത്വപ്രകാശിക വിദ്യാലയത്തിലെ അധ്യാപികയും ആയിരുന്നു. എങ്കിലും ഒരർഥത്തിൽ ഡോ. സുകുമാർ അഴീക്കോട് പറയുന്നതുപോലെ വാഗ്ഭടാനന്ദനെ ഒരു സന്യാസിയായി കണക്കാക്കാം. *വാഗ്ഭടാനന്ദന്റെ സമ്പൂർണകൃതികൾ*ക്കുള്ള അവതാരികയിൽ അഴീക്കോട് ഇപ്രകാരം അഭിപ്രായപ്പെടുന്നു:

> വാഗ്ഭടാനന്ദൻ ആർഷസന്യാസിയായിരുന്നു, ആചാര സന്യാസിയായിരുന്നില്ല. അദ്ദേഹത്തിന്റെ ലൗകിക ജീവിതം ആധ്യാത്മികചര്യയുടെ ആന്തരതാളത്തിന് ഭംഗം വരുത്താത്തവണ്ണം മുന്നോട്ട് നയിക്കപ്പെട്ടു.

വയലേരി കുഞ്ഞിക്കണ്ണൻ ഗുരുക്കൾ എന്നതിന്റെ ചുരുക്കമായ വി കെ ഗുരുക്കൾ എന്ന പേരിലാണ് വാഗ്ഭടാനന്ദൻ ആദ്യകാലത്ത് അറിയപ്പെട്ടിരുന്നത്. എന്നാൽ അദ്ദേഹത്തിന്റെ ആദ്യകാല ഗുരുവും ആത്മീയ ഉപദേഷ്ടാവും ആയിരുന്ന ബ്രഹ്മാനന്ദ ശിവയോഗി അദ്ദേഹത്തിന്റെ പാണ്ഡിത്യത്തിലും പ്രഭാഷണചാരുതയിലും ആകൃഷ്ടനായി വാഗ്ഭടാനന്ദൻ എന്ന പേര് ചാർത്തിക്കൊടുക്കുകയാണ് ചെയ്തത്. ആ നാമകരണവും ബിരുദദാനവും ഒരു ചെറു ശ്ലോകത്തിലൂടെ ശിവയോഗി നിർവഹിച്ചു:

> "സരസ്വതീ സത്ഭടനായി വാക്കിനാൽ
> സദസ്സിനാനന്ദമതീവ നൽകിയാൽ
> സു' വാഗ്ഭടാനന്ദ വിശേഷ സംജ്ഞീയ
> സുഖേന കൈക്കൊൾക ജയിക്ക മംഗളം!"

വാഗ്ഭടാനന്ദന്റെ ആദ്യകാല ഗുരുവായിരുന്നു ബ്രഹ്മാനന്ദ ശിവയോഗി എന്ന് പറഞ്ഞുവെങ്കിലും കൗമാരപ്രായം കഴിഞ്ഞ് യൗവനത്തിലേക്ക് കാൽകുത്തുന്ന സന്ദർഭത്തിലാണ് കണ്ടുമുട്ടിയതും ശിഷ്യത്വം സ്വീകരിച്ചതും. അതിനുമുമ്പുള്ള അദ്ദേഹത്തിന്റെ വിദ്യാഭ്യാസം, പ്രത്യേകിച്ചും സംസ്കൃതത്തിലും വേദവേദാംഗങ്ങളിലും പുരാണേതിഹാസങ്ങളിലും ഉള്ള വിദ്യാഭ്യാസം, നിർവഹിച്ചത് പണ്ഡിതനായ പിതാവ് കോരൻ ഗുരുക്കളിൽനിന്നും എം കെ ഗുരുക്കൾ, രൈരുനായർ തുടങ്ങിയ തദ്ദേശീയരായ പ്രസിദ്ധ പണ്ഡിതന്മാരിൽനിന്നുമാണ്. *കൃഷ്ണഗാഥ* കർത്താവ് ചെറുശേരി, സാമൂതിരിപ്പാടിന്റെ പതിനെട്ടര കവികളിൽ ഒരാളും *രാമായണം ചമ്പു* തുടങ്ങിയ പ്രസിദ്ധ കൃതികളുടെ കർത്താവുമായ പുനം നമ്പൂതിരി തുടങ്ങിയ പ്രാചീന സൂരികളുടെ ആ നാട്ടിൽ 20–ാം നൂറ്റാണ്ടിലും അനേകം അതിപ്രഗത്ഭരായ പണ്ഡിതന്മാർ ഉണ്ടായിരുന്നു. അവരിൽ പലരുടെയും ശിഷ്യത്വം കുഞ്ഞിക്കണ്ണന് ലഭിച്ചിരുന്നു. ഈ സമ്പന്നമായ വൈജ്ഞാനിക സാഹചര്യവും പഠന നിപുണതയും ആത്മീയവും ഭൗതികവുമായ പ്രശ്നങ്ങളിൽ ചെറുപ്പം തൊട്ടേ പ്രകടമായ ഔത്സുക്യവും യൗവനോദയം ആയപ്പോഴേക്കും കുഞ്ഞിക്കണ്ണനെ സർവാദൃതനായ ഒരു പണ്ഡിതനും അധ്യാപകനും ആക്കി മാറ്റിയിരുന്നു. ഇക്കാലത്താണ് വിജ്ഞാന സ്രോതസ്സുകൾ തേടിയുള്ള യാത്രയ്ക്കിടയിൽ ദക്ഷിണ മലബാർ ആസ്ഥാനമാക്കി പ്രവർത്തിച്ചിരുന്ന ബ്രഹ്മാനന്ദ ശിവയോഗിയുമായി പരിചയപ്പെട്ടതും അദ്ദേഹത്തിന് ശിഷ്യപ്പെട്ടതും. അദ്ദേഹത്തിൽനിന്ന് വാഗ്ഭടാനന്ദന് ലഭിച്ച ഉൾക്കാഴ്ചകളാണ് വിഗ്രഹാരാധനയെയും അനവധി ദുരാചാരങ്ങളെയും എതിർക്കാൻ ആവശ്യമായ വാദമുഖങ്ങളും കർമശേഷിയും അദ്ദേഹം നേടിയെടുത്തത്. പക്ഷേ, പിൽക്കാലത്ത് വേദാന്തവും അദ്വൈതവും മറ്റും സംബന്ധിച്ച ചില പ്രശ്നങ്ങളിൽ ശിവയോഗിയുമായി ഭിന്നത വളരുകയും വാഗ്ഭടാനന്ദൻ ശിവയോഗിയുടെ സിദ്ധാശ്രമം വിട്ട് സ്വതന്ത്രനായ പരിഷ്കർത്താവും പ്രഭാഷകനും ആയി ജീവിതം തുടരുകയും ചെയ്തത്.

സാമൂഹ്യ പരിഷ്കരണത്തിലും മത നവീകരണത്തിലും മറ്റും ചെറുപ്പത്തിലേ വാഗ്ഭടാനന്ദനെ സ്വാധീനിച്ച മറ്റൊരു വ്യക്തി ഉത്തര കേരളത്തിൽ ബംഗാളിലെ ബ്രഹ്മസമാജത്തിന്റെ ശാഖ സ്ഥാപിച്ചും മറ്റും നവോത്ഥാന ധാരകൾക്ക് കരുത്തുപകർന്ന ഡോ. അയ്യത്താൻ ഗോപാലൻ ആയിരുന്നു. പിൽക്കാലത്ത് കോൺഗ്രസ് നേതാവും സാമൂഹ്യ പ്രവർത്തകനും എം എൽ എയും ആയ ജി ബാലഗോപാലന്റെ പിതാവും മുൻ കോൺഗ്രസ് എം എൽ എയുമായിരുന്ന സുജനപാലിന്റെ പിതാമഹനുമാണ്, പുതിയ തലമുറയ്ക്ക് അത്രയൊന്നും പരിചിതനല്ലാത്ത ഡോ. അയ്യത്താൻ ഗോപാലൻ.

ആയിരത്തി എണ്ണൂറ്റി തൊണ്ണൂറ്റിയെട്ടിൽ ബ്രഹ്മസമാജത്തിന്റെ ആദ്യ കേരള ശാഖ കോഴിക്കോട്ട് ആരംഭിച്ചതിന്റെ നായകൻ അയ്യത്താൻ ആയിരുന്നു. അയ്യത്താന്റെ ബ്രഹ്മസമാജത്തിൽനിന്നും വിഗ്രഹാരാധന

യോടുള്ള എതിർപ്പിനോടൊപ്പം ഏകദൈവ വിശ്വാസവും വാഗ്ഭടാനന്ദനിൽ വേരൂന്നി. ശിവയോഗി ആകട്ടെ എല്ലാവിധ ദൈവസങ്കൽപ്പങ്ങൾക്കും എതിരായിരുന്നു.

ശിവയോഗിയുടെ ശിഷ്യത്വത്തിന് ഭംഗം വരുന്നതിനുമുമ്പ് അദ്ദേഹത്തിന്റെ ആശയാദർശങ്ങൾ പ്രചരിപ്പിക്കുന്നതിന് *ശിവയോഗി വിലാസം* എന്ന പേരിൽ ഒരു മാസിക വാഗ്ഭടാനന്ദൻ പത്രാധിപരായി പ്രസിദ്ധീകരിച്ചിരുന്നു. എന്നാൽ ശിവയോഗിയുമായി തെറ്റിപ്പിരിഞ്ഞശേഷം പേരിൽ അൽപ്പം മാറ്റം വരുത്തി *ശിവയോഗ വിലാസ*മാക്കി പ്രസിദ്ധീകരണം തുടർന്നു. 1929–ൽ വാഗ്ഭടാനന്ദൻ സ്ഥാപിച്ച് പ്രസിദ്ധീകരിച്ച *ആത്മവിദ്യാ കാഹള*വും പല പുതിയ ചിന്താതരംഗങ്ങളും ഇളക്കിവിട്ടു. ശിവയോഗിയുമായി അഭിപ്രായവ്യത്യാസം മൂലം വഴിപിരിഞ്ഞെങ്കിലും വാഗ്ഭടാനന്ദന് അദ്ദേഹത്തോടുണ്ടായിരുന്ന കടപ്പാടും ആദരവും ഒരിക്കലും വിസ്മരിക്കപ്പെട്ടിരുന്നില്ല എന്നത് ബ്രഹ്മാനന്ദ ശിവയോഗിയുടെ (1852–1929) സമാധിക്കുശേഷം കോഴിക്കോട്ട് വച്ച് ചെയ്ത അനുസ്മരണ പ്രഭാഷണത്തിലും ചരമോപചാര കുറിപ്പുകളിലും വ്യക്തമാവുന്നുണ്ട്.

മാസികകളിലും പ്രഭാഷണങ്ങളിലും പ്രവർത്തനങ്ങളിലും വാഗ്ഭടാനന്ദന്റെ മതനവീകരണ പ്രശ്നങ്ങളും ആത്മീയ കാര്യവിചാരവും മാത്രമല്ല ഉണ്ടായിരുന്നത്. ജീവിതത്തെ സ്പർശിക്കുന്ന ഒരു കാര്യവും അദ്ദേഹത്തിന് അന്യമായിരുന്നില്ല. പ്രത്യേകിച്ച് കവിതാ രചനയിലും സാഹിത്യ നിരൂപണത്തിലും അദ്ദേഹം പ്രത്യേക പ്രതിഭ പ്രകടിപ്പിച്ചിരുന്നു. വാഗ്ഭടാനന്ദന്റെ മതനവീകരണ പ്രഭാഷണങ്ങൾക്ക് എന്നപോലെ സാഹിത്യ പ്രഭാഷണങ്ങൾക്കും ജനങ്ങൾ തിക്കിത്തിരക്കി എത്തിച്ചേരുമായിരുന്നു. വാഗ്ഭടാനന്ദ ഗുരുദേവന്റെ ബഹുമുഖമായ പ്രവർത്തനങ്ങളും വിവാദങ്ങളും ഈ ചെറിയ കുറിപ്പിന്റെ പരിധിയിൽ ഒതുങ്ങുന്നതല്ല. മഹാകവി ഇടശ്ശേരി ഗോവിന്ദൻനായർ വാഗ്ഭടാനന്ദന്റെ വ്യക്തിത്വത്തെയും സേവനങ്ങളെയും ഇപ്രകാരം ഒരു ലഘുകവനത്തിൽ സംഗ്രഹിച്ചിരിക്കുന്നു:

അനാചാരങ്ങളാൽ, നാനാ–
ദൈവതാരാധനങ്ങളാൽ
നശിക്കെ, നമ്മൾക്കാരേകീ
ബ്രഹ്മദ്ധ്യാനാനുശീലനം?

അദ്ദേവഗുരുസങ്കാശൻ
വാഗ്ഭടാനന്ദ ദേശികൻ
ജനിച്ച നാളിലിന്നാട്ടിൽ
ജനിച്ചേൻ, ഭാഗ്യശാലി ഞാൻ!

സവിശേഷത മുറ്റുന്നോ–
രക്കാലത്തെ സ്മരിപ്പു ഞാൻ!

ചരിത്രത്തിൻ ജീർണത മേൽ
കുരുത്ത പുലർവേളയെ!

ചുറ്റും കുമിഞ്ഞ നാശത്തിൽ
നിന്നുയിർകൊണ്ട ഭാവന,
ഒരുന്നത സ്വർഗതല-
സൃഷ്ടിക്കായുള്ള കാമന!

കുതിച്ചുയർന്നു മുന്നോട്ടാ-
ബൃഹത്താം സേന നീങ്ങവേ,
അതിൻ മുന്നണിയിൽ കണ്ടേൻ
വാഗ്ഭടാനന്ദ ദേവനെ!

തുടക്കത്തിൽ പറഞ്ഞുവച്ചതുപോലെ ആചാര പരിഷ്കാരങ്ങളെയും മതനവീകരണത്തെയും ദേശീയസ്വാതന്ത്ര്യം എന്ന രാഷ്ട്രീയ ലക്ഷ്യത്തെയും സമന്വയിപ്പിക്കാൻ കഴിഞ്ഞു എന്നതാണ് വാഗ്ഭടാനന്ദ ഗുരുദേവന്റെ അനന്യസാധാരണമായ മഹത്വത്തിന്റെ ആധാരശില. കോൺഗ്രസ് സമ്മേളനങ്ങളും കർഷക സമ്മേളനങ്ങളും വാഗ്ഭടാനന്ദന്റെ വീക്ഷണത്തിൽ സാഹിത്യ സദസ്സുകളോടും ഗീതാ-വേദാന്ത വ്യാഖ്യാന യജ്ഞങ്ങളോടും സമാനത വഹിക്കുന്നവയായിരുന്നു.

വാഗ്ഭടാനന്ദൻ ആത്മീയ ചിന്തയെയും ആചാര പരിഷ്കാരത്തെയും സാംസ്കാരിക പ്രവർത്തനത്തെയും രാഷ്ട്രീയ സ്വാതന്ത്ര്യത്തിനും സാമൂഹ്യനീതിക്കും വേണ്ടിയുള്ള പ്രവർത്തനങ്ങളുമായി ഇണക്കിച്ചേർത്തത് എങ്ങനെയെന്ന് അദ്ദേഹത്തിന്റെ *അഭിനവ കേരളം* എന്ന മാസികയുടെ ആപ്തവാക്യമായി ചേർത്തിരിക്കുന്ന ഈരടികളിൽനിന്ന് വ്യക്തമാകും:

ഉണരുവിൻ അഖിലേശനെ സ്മരിപ്പിൻ,
ക്ഷണമെഴുന്നേൽപ്പിൻ, അനീതിയോടെതിർപ്പിൻ

പക്ഷേ ഈ സമഗ്രവീക്ഷണം പിൽക്കാലത്ത് ഗുരുദേവന്റെ ശിഷ്യഗണങ്ങൾ പോലും വേണ്ടത്ര ഉൾക്കൊണ്ടില്ല എന്നത് കേരളത്തിന്റെ നിർഭാഗ്യം എന്നേ പറയേണ്ടു. ഡോ. സുകുമാർ അഴീക്കോട് ഇപ്രകാരം വിലപിക്കുന്നു:

> അക്കാലത്ത് വാഗ്ഭടാനന്ദനും ആത്മവിദ്യാസംഘവും പൊതുവെ മഹാത്മാഗാന്ധിയെയും ഇന്ത്യൻ നാഷണൽ കോൺഗ്രസിനെയും അനുകൂലിക്കുന്ന ഒരു ദേശീയ ദർശനമായിരുന്നു ഉൾക്കൊണ്ടിരുന്നത്. പക്ഷേ ഗുരുദേവന്റെ കാലാതിശായിയായ ഉൽപ്പതിഷ്ണുത്വത്തെയും അനീതിധ്വംസന പ്രവണതയെയും പതിതപ്രേമത്തെയും അന്ധവിശ്വാസ വിരോധത്തെയും ഉൾക്കൊള്ളാൻ

> കേരളത്തിലെ കോൺഗ്രസ് പ്രസ്ഥാനത്തിന് സാധിച്ചോ എന്ന ചോദ്യം ഉത്തരം കിട്ടാതെ അലഞ്ഞുപോകുന്നു. കേരളത്തിന്റെ സാമൂഹികമായ പുരോഗതിയിൽ, വിചാരത്തിന്റെ നവീകരണത്തിനും ബുദ്ധിപരമായ സ്വാതന്ത്ര്യത്തിനുംവേണ്ടി ഗുരുദേവൻ ചെയ്ത സംഭാവനകൾ കുറെയെങ്കിലും മനസ്സിലാക്കി വിലയിരുത്തുകയും അഭിനന്ദിക്കുകയും ചെയ്തവർ മൊയാരത്ത് ശങ്കരനെയും ഇ എം ശങ്കരൻ നമ്പൂതിരിപ്പാടിനെയും പോലുള്ളവരാണ്. ആസ്തിക്യബോധത്തെയും അനീതിനിഷേധത്തെയും ഇത്രമാത്രം സമന്വയിപ്പിച്ച ഒരാചാര്യൻ കേരളത്തിൽ ഉണ്ടായിട്ടില്ല. (*വാഗ്ഭടാനന്ദന്റെ സമ്പൂർണകൃതികൾ*—1988, പുറം 23)

നവോത്ഥാന പാരമ്പര്യങ്ങളും മൂല്യങ്ങളും വെല്ലുവിളിക്കും വിസ്മൃതിക്കും ഇരയായിക്കൊണ്ടിരിക്കുന്ന ഈ കാലഘട്ടത്തിലും വാഗ്ഭടാനന്ദ മാതൃകയുടെയും ചിന്തയുടെയും ഊഷ്മാവ് ഉൾക്കൊള്ളാൻ കേരളത്തിന് കഴിവുണ്ടാകണം. ●

സ്വാമി ആഗമാനന്ദജി

7 സ്വാമി ആഗമാനന്ദജി കേരളത്തിന്റെ വിവേകാനന്ദസ്വരം

നവീന കേരളത്തിന്റെ ശിൽപ്പികളിൽ പ്രമുഖ സ്ഥാനീയനായ സ്വാമി ആഗമാനന്ദജി (1896–1961) കൊല്ലം ജില്ലയിലെ ചവറയിൽ ചോലയിൽ പുതുമന മഠത്തിൽ പരമേശ്വരൻ നമ്പ്യാതിരിയുടെയും വടശേരിമഠത്തിൽ ലക്ഷ്മീദേവി അന്തർജനത്തിന്റെയും മകനായി 1896–ൽ ജനിച്ചു. പൂർവാശ്രമത്തിലെ പേര് കൃഷ്ണൻ നമ്പ്യാതിരി. സ്കൂൾ വിദ്യാഭ്യാസം ഇന്നത്തെ കൊല്ലം ജില്ലയിലെ വിവിധ വിദ്യാലയങ്ങളിലും ബിരുദപഠനം സർവകലാശാലയിലും നിർവഹിച്ചു. 1921–ൽ സംസ്കൃതം ഐച്ഛികവിഷയമായി എം എ ബിരുദത്തിന് തുല്യമായ ബി എ (ഓണേഴ്സ്) മദിരാശി സർവകലാശാലയിൽനിന്ന് വളരെ മെച്ചപ്പെട്ട രീതിയിൽ നേടി.

കൗമാരത്തിൽത്തന്നെ ഭക്തിമാർഗത്തിൽ തൽപ്പരനായിരുന്ന കൃഷ്ണൻ പഠനം, പ്രഭാഷണം, സംഘടന എന്നീ രംഗങ്ങളിൽ വൈദഗ്ധ്യം പ്രകടിപ്പിച്ചുതുടങ്ങിയിരുന്നു. സ്കൂൾവിദ്യാഭ്യാസകാലത്തുതന്നെ സമവയസ്കരെയും സമാനചിന്താഗതിക്കാരെയും ഉൾപ്പെടുത്തി കൃഷ്ണൻ നമ്പ്യാതിരി സ്ഥാപിച്ചു നടത്തിവന്ന സനാതന ധർമ വിദ്യാർഥി സംഘം തന്റെ പിൽക്കാല ജീവിത പ്രശസ്തിക്ക് വഴിവച്ച കളരിയായി. കൃഷ്ണൻ നമ്പ്യാതിരി എന്ന വിദ്യാർഥിയുടെ ആകർഷ

ണീയമായ ശരീരവടിവും വാഗ്വിലാസവും വാദപ്രതിവാദ കൗതുകവും പ്രായത്തിൽ കവിഞ്ഞ പക്വതയും വിവരിച്ചു നടന്ന ചില പഴയ സതീർഥ്യരെ പിൽക്കാലത്ത് ചവറയിലും കൊല്ലത്തും കണ്ടുമുട്ടി സംസാരിക്കാൻ എനിക്ക് അവസരമുണ്ടായിട്ടുണ്ട്.

കേരളത്തിലെ ശ്രീനാരായണ പ്രസ്ഥാനവും അഖിലേന്ത്യാതലത്തിലെ വിവേകാനന്ദ പ്രഭാവവും കൃഷ്ണൻ നമ്പ്യാതിരിയെ തന്റെ യാഥാസ്ഥിതിക ബ്രാഹ്മണ കുടുംബ പാരമ്പര്യത്തിൽനിന്ന് വഴിമാറി ചിന്തിക്കാൻ പ്രേരിപ്പിച്ചു. കൃഷ്ണന്റെ ഭക്തിയും സ്വഭാവശുദ്ധിയും പഠന കൗതുകവുമെല്ലാം ശുഭോദർക്കമായി കണ്ട കുടുംബാംഗങ്ങൾക്കും ഗ്രാമവൃദ്ധർക്കും കൃഷ്ണന്റെ ജാതി മര്യാദകൾക്കും അതനുസരിച്ചുള്ള ആചാരവിധികൾക്കും എതിരായ ഈ പോക്ക് ആശങ്കകൾ ജനിപ്പിക്കാതിരുന്നില്ല. ചട്ടമ്പിസ്വാമികളെയും കൃഷ്ണൻ അക്കാലത്ത് കണ്ടുമുട്ടിയതായി കേട്ടിട്ടുണ്ട്. ഹിന്ദുമതത്തിലെ ബ്രാഹ്മണാധിപത്യവും ഉച്ചനീചത്വങ്ങളും ആധുനിക പ്രവണതകളോടുള്ള നീരസവും കൃഷ്ണനിൽ ശക്തിപ്പെടാൻ ചട്ടമ്പിസ്വാമികളും അദ്ദേഹത്തിന്റെ ശിഷ്യരിൽ പ്രമുഖനായ മഹാപണ്ഡിതൻ നീലകണ്ഠ തീർഥപാദരുമായുള്ള സമ്പർക്കവും കുറച്ചൊന്നുമല്ല സഹായിച്ചത് എന്ന് ആഗമാനന്ദജിയിൽനിന്നും അദ്ദേഹത്തിന്റെ പൂർവാശ്രമ സുഹൃത്തുക്കളിൽനിന്നും കേട്ട കാര്യങ്ങളിൽനിന്ന് ഞാൻ അറിഞ്ഞിട്ടുണ്ട്.

കൃഷ്ണൻ നമ്പ്യാതിരിയുടെ ഈ താൽപ്പര്യങ്ങളും വാസനകളും സന്യാസത്തിലേക്കുതന്നെ തിരിയാൻ തുടങ്ങിയത് അദ്ദേഹത്തിന്റെ 19-ാം വയസ്സിൽ ശ്രീരാമകൃഷ്ണ ശിഷ്യനായിരുന്ന നിർമലാനന്ദ സ്വാമിയുമായി കണ്ടുമുട്ടിയതോടെയാണ്. ബാംഗ്ലൂരിലെ ശ്രീരാമകൃഷ്ണാശ്രമത്തിന്റെ സ്ഥാപകാധ്യക്ഷനായിരുന്ന നിർമലാനന്ദജിയിൽനിന്നാണ് കൃഷ്ണൻ നമ്പ്യാതിരി 1928-ൽ സന്യാസം സ്വീകരിച്ച് ആഗമാനന്ദനായത്. ശ്രീരാമകൃഷ്ണ മിഷന്റെ പ്രഥമാധ്യക്ഷനായിരുന്ന ബ്രഹ്മാനന്ദ സ്വാമി തിരുവനന്തപുരത്ത് വന്നപ്പോൾ കൃഷ്ണൻ നമ്പ്യാതിരി ചില സതീർഥ്യരുമായി ചേർന്ന് അദ്ദേഹത്തെ സന്ദർശിക്കുകയും സംസാരിക്കുകയും ചെയ്തത് ആ ജീവിതത്തിന്റെ ശ്രദ്ധേയ നിമിഷങ്ങളായി. അദ്ദേഹത്തെ അനുസ്മരിച്ചുകൊണ്ടാണ് പിൽക്കാലത്ത് കാലടിയിൽ താൻ സ്ഥാപിച്ച വിദ്യാലയത്തിന് "ബ്രഹ്മാനന്ദോദയം" എന്ന് സ്വാമികൾ പേരു നൽകിയത്. സന്യാസദീക്ഷ സ്വീകരിച്ചശേഷം കുറെനാൾ പഠനവും ധ്യാനവുമായി ബാംഗ്ലൂർ ആശ്രമത്തിൽ കഴിഞ്ഞശേഷം സ്വാമി ഒരു അഖിലേന്ത്യാ പര്യടനത്തിലേർപ്പെട്ടു. പുണ്യതീർഥങ്ങളും ആശ്രമങ്ങളും അവസാനം കൊൽക്കത്തയിലെ കാളിക്ഷേത്രവും ബേലൂരിലെ രാമകൃഷ്ണമിഷന്റെ വിശ്വതലസ്ഥാനവും സന്ദർശിച്ചു. അങ്ങനെ തന്റെ വിജ്ഞാനത്തിന്റെയും അനുഭവങ്ങളുടെയും സീമ വികസിപ്പിച്ചുകൊണ്ട് 1930-കളുടെ ആദ്യം തന്റെ ജന്മഭൂമിയും കർമഭൂമിയുമായ കേരളത്തിലെത്തി.

ആഗമാനന്ദജി സ്ഥാപിച്ച കാലടിയിലെ അദ്വൈതാശ്രമം

സാമൂഹ്യസേവനം, വിദ്യാഭ്യാസ പ്രചാരണം, ജാതി നിർമാർജനം, കാർഷികപരിഷ്കാരം തുടങ്ങിയ പ്രവൃത്തികളോട് സമന്വയിപ്പിച്ചു കൊണ്ടേ ഹിന്ദുമത നവോത്ഥാനം സാധ്യമാകൂ എന്ന് തന്റെ തീർഥാടന നാളുകൾ അദ്ദേഹത്തെ ബോധ്യപ്പെടുത്തി. ബംഗാളിൽ ശ്രീരാമകൃഷ്ണ മിഷൻ നടത്തിപ്പോന്ന പ്രവർത്തനങ്ങൾ ആഗമാനന്ദജിക്ക് മാർഗദർശക ങ്ങളായി. മതപ്രചാരവേല സമർപ്പിത ചേതസുകളായ ഭക്തന്മാർക്കി ടയിൽ മാത്രം നടത്തിയാൽപ്പോരെന്നും അഭ്യസ്തവിദ്യർക്കും ഭക്തി വിഷയങ്ങളിൽ താരതമ്യേന തൽപ്പരരല്ലാത്തവർക്കുമിടയിൽ തന്റെ സന്ദേശമെത്തിച്ചാലെ ഫലമുള്ളൂ എന്നും അദ്ദേഹം കണ്ടു. അതിനായി ഉത്സവവേളകളിൽ ക്ഷേത്രപരിസരങ്ങളിൽ മതസമ്മേളനം കൂടി നട ത്തുക എന്ന പരിപാടി അദ്ദേഹം ആവിഷ്കരിച്ചു. ഉത്സവങ്ങളോടനു ബന്ധിച്ചുള്ള മതസമ്മേളനങ്ങൾ കേരളത്തിൽ പതിവാക്കിയതിൽ ആഗമാനന്ദജിക്ക് വലിയ പങ്കുണ്ട്. എസ് എൻ ഡി പി ക്ഷേത്രങ്ങളിൽ ചിലയിടങ്ങളിൽ ആ പതിവ് ശ്രീനാരായണാദർശങ്ങൾ പ്രചരിപ്പിക്കാൻ ആരംഭിച്ചുകഴിഞ്ഞിരുന്നു എങ്കിലും മറ്റു ക്ഷേത്രങ്ങൾ ആ സമ്പ്രദായം അനുകരിക്കാൻ തുടങ്ങിയത് ആഗമാനന്ദജിയുടെ നേതൃത്വത്തിലാണ്.

ഇങ്ങനെ കേരളമാകെ തന്റെ വ്യക്തിമുദ്ര പതിപ്പിച്ചശേഷം 1936 ൽ ശ്രീരാമകൃഷ്ണന്റെ ജന്മശതാബ്ദിയാഘോഷത്തിന്റെ ഭാഗമായി കാലടി യിൽ അദ്ദേഹം ആശ്രമം സ്ഥാപിച്ചു. തുടർന്ന് സംസ്കൃത വിദ്യാലയവും. ഇന്നത് ഒരു ഹൈസ്കൂളായി ഉയർന്നിരിക്കുന്നു.

ഇന്നത്തെ കാലടിയും അവിടത്തെ സ്ഥാപനങ്ങളും കണ്ടിട്ടുള്ള വർക്ക് ഊഹിക്കാൻപോലും കഴിയാത്തത്ര വിസ്മൃതിയിലും അധോഗതി

യിലുമായിരുന്നു ആഗമാനന്ദൻ 1930 കളിൽ എത്തുമ്പോൾ കാലടി. ശ്രീ ശങ്കരാചാര്യരുടെ ജന്മസ്ഥലമെന്ന് സുമാർ ഒരു സഹസ്രാബ്ദക്കാലമായി കാലടി ഇന്ത്യയിലും പുറത്തും അറിയപ്പെട്ടിരുന്നു എങ്കിലും ആ സ്ഥലം അങ്ങേയറ്റം അവഗണിക്കപ്പെട്ടു. അങ്ങനെ പെരിയാറിൻ (ചൂർണിക) തീരത്തെ കുഗ്രാമങ്ങളിൽവച്ച് കുഗ്രാമമായി കഴിഞ്ഞുവരികയായിരുന്നു ആ ഗ്രാമം. ഹിന്ദുക്കൾ അപൂർവം. മൈസൂറിലെ ശൃംഗേരി മഠക്കാർ അവിടെ കുടിൽപോലൊരു എടുപ്പ് വച്ചുകെട്ടിയിരുന്നു; അവിടെ ഒരു ക്ഷേത്രവും, അത്രമാത്രം. ഇന്ന് സർവകലാശാലയും കോളേജും സ്കൂളുകളും ശ്രീശങ്കര കീർത്തിസ്തംഭവും തീർഥാടന കേന്ദ്രവുമെല്ലാമായി കാലടി ഇന്ത്യൻ ഭൂപടത്തിൽ വീണ്ടും സ്ഥാനം പിടിച്ചെങ്കിൽ അതിന് ഹേതുഭൂതൻ മറ്റാരുമല്ല.

ലോകം മുഴുവൻ ശ്രദ്ധിക്കുന്ന ഒരു സർവകലാശാലാ നഗരവും വിജ്ഞാന-ഗവേഷണ കേന്ദ്രവും തീർഥാടക സ്ഥാനവുമായി കാലടിയെ തന്റെ ജീവിതകാലത്തുതന്നെ വളർത്താനായിരുന്നു ആഗമാനന്ദജിയുടെ അഭിലാഷം. അതിനായി സ്കൂളിനു പുറമെ 1950കളായപ്പോൾ അത്യധ്വാനം ചെയ്ത് ഒരു കോളേജ് അദ്ദേഹം സ്ഥാപിച്ചു. കോൺഗ്രസ് ഗവൺമെന്റുകളോ എൻ എസ് എസ് തുടങ്ങിയ സംഘടനകളോ രാമകൃഷ്ണമിഷൻ തന്നെയോ അദ്ദേഹത്തെ കാര്യമായി സഹായിച്ചില്ല. അവസാനം അദ്ദേഹം സാമ്പത്തിക സഹായത്തിനായി പങ്കുചേർത്ത ജന്മി-മുതലാളി പ്രമുഖർ സ്ഥാപക ഗുരുവര്യനെ പുറത്താക്കി. ഭജനം മൂത്ത് ഊരായ്മയായി. 1957-ൽ അധികാരത്തിൽ വന്ന കമ്യൂണിസ്റ്റ് ഗവൺമെന്റ് സ്വാമിജിയെയും കോളേജിനെയും സ്വന്തം കാലിൽ നിർത്താൻ ചില യത്നങ്ങൾ തുടങ്ങി. ആ ശ്രമങ്ങൾക്ക് ഒരഭിനന്ദനമായിട്ടുകൂടിയാണ് 1958-ലെ വളരെ പ്രധാനപ്പെട്ട ഒരു ത്രിദിന അഖിലകേരള കർഷകസഭാ സമ്മേളനം കോളേജിൽവച്ച് നടത്താൻ സ്വാമിജി അനുവദിച്ചതും അനുഗ്രഹിച്ചതും. പ്രഥമ കേരള കമ്യൂണിസ്റ്റ് ഗവൺമെന്റിന്റെ കാർഷികപരിഷ്കാര നിയമത്തിന്റെ രൂപരേഖ വരച്ച കർഷകസമ്മേളനം ഇ എം എസും എ കെ ജിയും കേരളീയനും ഗൗരിയമ്മയും ഉൾപ്പെടെ എല്ലാവരും പങ്കെടുത്ത് സ്വാമിജിയുടെ സാന്നിധ്യത്തിൽ നടത്തിയതിന്റെ പൊരുൾ ചെറുതല്ല. സ്വാമിയുടെ ഒരു അന്തേവാസിയായിരുന്ന എനിക്ക് ഈ ചടങ്ങിൽ കാര്യമായ പങ്കുണ്ടായിരുന്നു എന്നത് എന്റെ ജീവിതത്തിലെ ഒരു അവിസ്മരണീയാനുഭവമാണ്.

ശ്രീരാമകൃഷ്ണന്റെയും വിവേകാനന്ദ സ്വാമിയുടെയും ആർഷഭാരതത്തിന്റെയാകെയും ആദർശങ്ങൾ പ്രചരിപ്പിക്കാൻ *അമൃതവാണി*യെന്നും *പ്രബുദ്ധ കേരള*മെന്നും ഉള്ള പേരുകളിൽ ആഗമാനന്ദജി ആരംഭിച്ച മാസികകൾ പേരുകേട്ടവയാണ്. *വിവേകാനന്ദ സന്ദേശം*, *ശ്രീശങ്കര ഭഗവദ്ഗീതാ വ്യാഖ്യാനം* എന്നീ സ്വതന്ത്ര കൃതികളും *വിഷ്ണുപുരാണം* വിവർത്തനവുമാണ് ജീവിതകാലത്ത് അദ്ദേഹം എഴുതി

പ്രസിദ്ധീകരിച്ച കൃതികൾ. സ്വാമിയുടെ പ്രധാനപ്പെട്ട പ്രഭാഷണങ്ങളും പ്രബന്ധങ്ങളും നാല് സാമാന്യം വലിയ സഞ്ചികകളിലായി *വീരവാണി* എന്ന പേരിൽ കാലടി ശ്രീരാമകൃഷ്ണ ആശ്രമത്തിൽനിന്ന് പ്രസിദ്ധീകരിച്ചത് അദ്ദേഹത്തിന്റെ ബഹുമുഖമായ വീക്ഷണങ്ങളിലേക്കും ചിന്തകളിലേക്കും വെളിച്ചം വീശുന്നു.

ആഗമാനന്ദജിയുടെ ചിന്തകളെയും സ്വപ്നങ്ങളെയും കുറിച്ച് ആലോചിക്കുമ്പോൾ പല ആശയങ്ങളും തിക്കിത്തിരക്കിയെത്തുന്നു. അദ്ദേഹം സ്വീകരിച്ച പേരുതന്നെ എടുക്കുക: ആഗമ. മന്ത്രം, ബ്രാഹ്മണം, ആരണ്യകം, ഉപനിഷത്ത് എന്നിവയാണല്ലോ നിഗമങ്ങൾ. പുരാണേതിഹാസങ്ങളാണ് ആഗമങ്ങൾ. നിഗമങ്ങൾ അപൗരുഷേയങ്ങളാണെങ്കിൽ ആഗമങ്ങൾ പൗരുഷേയങ്ങളാണ്. ആഗമങ്ങൾ ദൈവികവും വൈദികവുമുണ്ട്. ബൗദ്ധ-ജൈനാഗമങ്ങൾ അവൈദികങ്ങൾ. സാധാരണ ജനങ്ങൾക്ക് അഭിഗമ്യവും അനുവദിതവും ആണ് ആഗമങ്ങൾ. വേദങ്ങൾ അങ്ങനെയല്ലല്ലോ. ശൂദ്രർക്കും സ്ത്രീകൾക്കും ആഗമങ്ങൾ ആകാം.

> ആഗച്ഛന്തി, ബുദ്ധിമാരോഹന്തി
> അഭ്യുദയ നിശ്രേയ സോപായ
> യസ് മാത്സ ആഗമഃ
>
> —വാചസ്പതി മിശ്രൻ

ബ്രാഹ്മണ്യ പ്രതാപത്തിൽനിന്ന് അധഃസ്ഥിതരിലേക്കിറങ്ങി സാമൂഹ്യ സേവനവും മതപ്രചാരണവും ഒരേസമയം ദൗത്യമായി സ്വീകരിച്ച ആഗമാനന്ദജിയുടെ ഈ പേര് സ്വീകരണം ആകസ്മികമായിരുന്നില്ലെന്നും ബോധപൂർവമായ ഒരു കർമവും ജീവിത സമർപ്പണവും ആയിരുന്നു എന്നും കരുതേണ്ടിയിരിക്കുന്നു.

ഒരു സംസ്കൃത സർവകലാശാല കാലടിയിൽ ഉദയം കൊണ്ടത് സ്വാമിജിയുടെ സമാധിക്കുശേഷം മൂന്നു പതിറ്റാണ്ടുകഴിഞ്ഞിട്ടാണെങ്കിലും അത് ആ മഹാത്മാവിന്റെ തപസ്ചര്യയുടെ അനന്തരഫലമാണെന്ന് ഞാൻ വിശ്വസിക്കുന്നു.

II

കേരളത്തിൽ നല്ല പ്രചാരമുള്ള പ്രസ്ഥാനമാണ് ശ്രീരാമകൃഷ്ണമിഷൻ. ധാരാളം ആശ്രമങ്ങളും വിദ്യാലയങ്ങളും ആശുപത്രികളും പ്രസിദ്ധീകരണശാലകളും അവർക്ക് കേരളത്തിൽ പലയിടത്തുമായി ഉണ്ട്. പണ്ഡിതന്മാരും സേവനനിരതരായ സന്യാസിമാരും ബ്രഹ്മചാരികളും മിഷന്റെ പ്രവർത്തനങ്ങളിൽ വിജയകരമായി വ്യാപിച്ചുവരുന്നു. എന്നാൽ അവരിൽ ആരുംതന്നെ വരേണ്യവിഭാഗങ്ങളിൽ എന്നപോലെ സാധാരണ ജനങ്ങളിലും ആഗമാനന്ദജിയോടൊപ്പം പ്രശസ്തിയും പ്രീതിയും നേടി

യില്ല. മിഷന്റെ പ്രവർത്തനങ്ങളെക്കുറിച്ചുള്ള വീക്ഷണത്തിലും ആഗമാനന്ദജി വളരെ വ്യാപകവും വൈവിധ്യമാർന്നതുമായ പരിപാടികളാണ് സ്വീകരിച്ചിരുന്നത് എന്നതും അദ്ദേഹത്തെ അന്യാദൃശനാക്കുന്നു. എല്ലാത്തിനും ഉപരി തന്റെ ആസ്ഥാനമായി കാലടി തിരഞ്ഞെടുത്തതും അദ്ദേഹത്തിന്റെ ഉൾക്കാഴ്ചയ്ക്ക് തെളിവാണ്.

1930–കളിൽ ആഗമാനന്ദജി കാലടിയിൽ എത്തുമ്പോൾ ഇപ്പോൾ ആശ്രമം ഇരിക്കുന്ന പ്രദേശവും പഴയ ശൃംഗേരി മഠവും മറ്റും അവയോട് അശേഷം അനുഭാവം ഇല്ലാത്തവരുടെ മധ്യത്തിലായിരുന്നു. സ്വാമിയുടെ പ്രവർത്തനങ്ങളെ അവർ സഹിഷ്ണുതയോടെയല്ല നോക്കിക്കണ്ടത്. ഭക്തനും പണ്ഡിതനും ആയിരുന്നെങ്കിലും സ്വാമിയിൽ സമരോത്സുകതയും ആവശ്യം വരുമ്പോൾ പ്രകടമാകാറുണ്ട്. അതുകൊണ്ട് എതിരാളികളെ നേരിടാൻ അവരുടെ അടവുകൾ തന്നെ സ്വീകരിക്കാൻ ചിലപ്പോൾ അദ്ദേഹം മടിച്ചിരുന്നില്ല. പ്രസംഗങ്ങളിലും അവർക്കെതിരെ രൂക്ഷമായ പദപ്രയോഗങ്ങൾ തൊടുത്തുവിടാറുണ്ട്. ഈ സവിശേഷ സാഹചര്യങ്ങൾ ക്രിസ്ത്യാനികളുടെ എതിരാളിയാണ് സ്വാമി എന്ന ഒരു പേരുദോഷം ആദ്യകാലത്തൊക്കെ പരന്നിരുന്നു. പിൽക്കാലത്ത് തന്റെ സ്ഥാപനങ്ങളും പ്രവർത്തനങ്ങളും ഊർജിതപ്പെടുകയും അവ ജാതിമതഭേദമെന്യേ കാലടിക്കാർക്കും കാലടി എന്ന തീർഥാടനകേന്ദ്രത്തിനും പല മേന്മകളും കൈവരുത്തുകയും ചെയ്തപ്പോൾ പഴയ എതിരാളികൾ സുഹൃത്തുക്കളായി മാറുകയും ചെയ്തു.

അങ്ങനെ രാമകൃഷ്ണപ്രസ്ഥാനത്തിന് അന്യമായ മതസ്പർധയുടെ കളങ്കം കഴിഞ്ഞുപോയ കാലത്തിന്റെ മാഞ്ഞുകൊണ്ടിരിക്കുന്ന സ്മരണയായി അവശേഷിക്കുകയും സ്വാമി എല്ലാ ജനവിഭാഗങ്ങളുടെയും ആരാധനാപാത്രമായി വാഴ്ത്തപ്പെടുകയും ചെയ്തു.

സർവമത സമഭാവന ആഗമാനന്ദജിയുടെ ഉറച്ച വിശ്വാസപ്രമാണങ്ങളിൽ ഒന്നായിരുന്നു. ഏതെങ്കിലും ഒരു മതം മറ്റൊരു മതത്തിനെക്കാൾ മേന്മയേറിയതാണെന്ന വാദം അദ്ദേഹത്തിന് അസ്വീകാര്യമായിരുന്നു. എങ്കിലും ഹിന്ദുമതത്തിന് മറ്റെല്ലാ മതങ്ങളിലും ഉള്ള മേന്മകൾ സ്വാംശീകരിക്കാൻ കഴിഞ്ഞിട്ടുണ്ടെന്നും അദ്ദേഹം വാദിച്ചുപോന്നു. മതകലഹങ്ങൾക്കും മതവൈരാഗ്യങ്ങൾക്കും എതിരെ സ്വാമിജി എക്കാലത്തും ശബ്ദമുയർത്തി. ഈശ്വരന്റെ അസ്തിത്വവും ആത്മാവിന്റെ സാന്നിധ്യവും അംഗീകരിക്കാത്ത ബുദ്ധമതത്തിന്റെ ശക്തനായ വിമർശകനും ആയിരുന്നു അദ്ദേഹം. കേരളത്തിലെ പിന്നോക്ക വിഭാഗക്കാർ സമത്വത്തിനുവേണ്ടി നടത്തിയ സംരംഭങ്ങളുടെ ഭാഗമായി ബുദ്ധമതം സ്വീകരിക്കുക എന്ന പ്രശ്നം വലിയ വിവാദങ്ങൾക്ക് വഴിവച്ച 19–ാം നൂറ്റാണ്ടുകളിലാണ് ബുദ്ധമതത്തെക്കുറിച്ച് അദ്ദേഹം ഇപ്രകാരം വിമർശിക്കാൻ സംഗതിയായത്.

1961–ൽ ഇന്ത്യയിൽ സ്വാതന്ത്ര്യാനന്തര കാലത്ത് വീണ്ടും മതകലഹങ്ങൾ തലപൊക്കാൻ തുടങ്ങിയ സാഹചര്യത്തിൽ ആലുവയിൽ

വച്ചു ചേർന്ന സർവമത സമ്മേളനത്തിൽ അധ്യക്ഷതവഹിച്ചുകൊണ്ട് ആഗമാനന്ദജി ഇപ്രകാരം പ്രസ്താവിച്ചു:

> എല്ലാ മതവും അതിന്റെ സ്ഥാപകന്മാർ ഉപദേശിച്ച അർഥത്തിൽ സത്യമാണ്. എല്ലാ മതവും ഒരേ ലക്ഷ്യത്തിലേക്കുള്ള വഴിയാണ്. ഈ തത്വം മനസിലാക്കാതെയാണ് ജനങ്ങൾ ശണ്ഠകൂടുന്നത്. മതത്തിന്റെ അനുഗാമികൾ തമ്മിൽ കലഹിക്കുന്നതുകൊണ്ട് സാമാന്യജനങ്ങൾ നിരീശ്വരന്മാരോ മതം രാഷ്ട്രീയാദി ഭൗതികകാര്യങ്ങൾക്ക് ഉപകരണമാക്കുന്നവരോ ആയിത്തീരുന്നു. ഇത് രാജ്യത്തിന് അപകടമാണ്. ഇത് ഏറ്റവും ഉച്ചാവസ്ഥയിലെത്തിയിരിക്കുന്നത് കേരളത്തിലാണ്. ശ്രീനാരായണഗുരു ജനിച്ചതും വളർന്നതും രാമകൃഷ്ണമിഷൻപ്രസ്ഥാനം വളരെ നേരത്തെ ആരംഭിച്ചതുമായ കേരളത്തിൽ മതകലഹം നടക്കുന്നത് വളരെ കഷ്ടമാണ്. ഇതിന് പരിഹാരമുണ്ടാക്കേണ്ടത് ഉടൻ ആവശ്യമാണ്. ഒരു സർവമത സമ്മേളനത്തിൽ അഥവാ ബഹുമത സമ്മേളനത്തിൽ സന്നിഹിതരായിരിക്കുന്നവർ അതിന് മുൻകൈ എടുത്ത് പ്രവർത്തിക്കാൻ ശ്രമിക്കണം. അതിലേക്ക് നിങ്ങളുടെ ശ്രദ്ധയെ ക്ഷണിച്ചുകൊള്ളുന്നു...
>
> ...ഇത് ശ്രീരാമകൃഷ്ണന്റെയും ശ്രീനാരായണഗുരുവിന്റെയും കാലമാണ്. ശ്രീരാമകൃഷ്ണൻ ഇസ്ലാമികസാധനയും കാളി-കൃഷ്ണ-രാമ സാധനകളും ക്രൈസ്തവധ്യാനവും കൊണ്ട് എല്ലാ മതവും ഒരേ ലക്ഷ്യത്തിലേക്കുള്ള വഴിയാണെന്ന് പ്രത്യക്ഷപ്പെടുത്തി. ശ്രീനാരായണഗുരുവും അതേ തത്വം പ്രഖ്യാപിച്ചു. ഇനിയെങ്കിലും മതകലഹം അവസാനിപ്പിക്കണം; ജാതിഭ്രാന്ത് കളയണം. സകല മനുഷ്യരും സഹോദരരാണെന്ന ബുദ്ധി സർവത്ര പ്രചരിപ്പിക്കപ്പെടണം. മനുഷ്യരെല്ലാം വർണവർഗഭാഷാദിഭേദം മറന്ന് സർവഭൂതഹിതേരതന്മാരായി ജീവിക്കണം. (*വീരവാണി III*)

ആഗമാനന്ദജിയുടെ അടിസ്ഥാന വിശ്വാസസംഹിതയായ വേദാന്തം (അദ്വൈതം) ബുദ്ധമതവും ക്രിസ്തുമതവും ഇസ്ലാം മതത്തിലെ സൂഫി വിശ്വാസങ്ങളും ചൈനയിലെ കൺഫ്യൂഷൻ ചിന്തയും ആയി അഭേദ്യമായി ബന്ധപ്പെട്ടിരിക്കുന്നു എന്നാണ് സ്വാമിയുടെ കാഴ്ചപ്പാട്. ശ്രീശങ്കരൻ നിശിതമായി എതിർത്ത ബുദ്ധമതം പിൽക്കാലത്ത് ദുഷിച്ചുപോയ ബുദ്ധമതം ആയിരുന്നു എന്നും ഗൗതമബുദ്ധനിൽനിന്ന് ശങ്കരന്റെ കാലത്തെ ബുദ്ധമതം അകന്നുപോയിരുന്നു എന്നുകൂടി സ്വാമി വാദിക്കുന്നു. (കാണുക: *വീരവാണി I* – വേദാന്തവും ചില ആധുനിക മതങ്ങളും). ഇവയോടെല്ലാം നമുക്ക് യോജിക്കുകയോ വിയോജിക്കുകയോ ചെയ്യാം.

എന്നാൽ ഈ ചിന്തയുടെ പുറകിലുള്ള സർവമത സഹിഷ്ണുതയെ അവഗണിക്കാനാവില്ല.

III

സ്വാമിയുടെ മതചിന്തകളിൽ ഏറ്റവും മുഖ്യമായ ഘടകം ജാതിവ്യവസ്ഥയോടുള്ള കഠിനമായ എതിർപ്പാണ്. ജാതിവ്യവസ്ഥയെ ന്യായീകരിക്കുന്ന പ്രാചീന പാഠങ്ങളെ അദ്ദേഹം അവഗണിക്കുകയും അതിനെതിരായ വാദമുഖങ്ങൾ ഈ പ്രാചീന പാഠങ്ങളിൽനിന്നും ചികഞ്ഞെടുത്ത് ആധുനിക ചിന്തയുമായി സമന്വയിപ്പിക്കുകയാണ് സ്വാമിജിയുടെ ശൈലി. 1924–ലെ വൈക്കം സത്യഗ്രഹത്തിലും 1931–ലെ ഗുരുവായൂർ ക്ഷേത്രപ്രവേശന സത്യഗ്രഹത്തിലും യുവാവായിരുന്ന സ്വാമി സഹകരണംകൊണ്ടും സാന്നിധ്യംകൊണ്ടും പ്രചാരവേലകൊണ്ടും പങ്കെടുത്തിരുന്നു. വൈക്കം സത്യഗ്രഹം സംബന്ധിച്ച് മഹാത്മാഗാന്ധി സത്യഗ്രഹത്തിന്റെ കടുത്ത ശത്രുവും ക്ഷേത്രാധികാരിയും ആയിരുന്ന ഇണ്ടൻതിരുത്തി നമ്പൂതിരിയെ സന്ദർശിക്കാൻ പോയപ്പോൾ ദ്വിഭാഷിയായി അനുഗമിച്ചത് പിന്നീട് ആഗമാനന്ദജി ആയി മാറിയ കൃഷ്ണൻ നമ്പ്യാതിരി എന്ന യുവാവായിരുന്നു എന്ന് ചിലർ സാക്ഷ്യപ്പെടുത്തുന്നു. ഇണ്ടൻതിരുത്തി നമ്പൂതിരിയെ നമ്പ്യാതിരി എന്നുകൂടി വിളിക്കാറുണ്ടായിരുന്നതിനാൽ കൃഷ്ണന്റെ നമ്പ്യാതിരി എന്ന ജാതിവിശേഷണം സഹായകമായി എന്നും പറയപ്പെടുന്നു. (ആഗമാനന്ദജിയുടെ പൂർവാശ്രമത്തിലെ ഒരു പിന്മുറക്കാരനായ രാമകൃഷ്ണമിഷൻ സന്യാസി വീതസ്പൃഹാനന്ദ സ്വാമികളാണ് ഇക്കാര്യം അറിയിച്ചത്).

ഗുരുവായൂർ സത്യഗ്രഹകാലത്ത് വിവേകാനന്ദനെ തെറ്റായി ഉദ്ധരിച്ചുകൊണ്ട് സത്യഗ്രഹവിരോധികൾ നടത്തിവന്ന പ്രചാരവേലയ്ക്ക് ആഗമാനന്ദജി ഇപ്രകാരം മറുപടി പറഞ്ഞു:

> ഇപ്പോൾ ഗുരുവായൂർ നടക്കുന്ന ക്ഷേത്രപ്രവേശന സത്യഗ്രഹത്തിനെതിരായി നിൽക്കുന്ന സംഘക്കാർ ഈയിടെ പ്രസിദ്ധംചെയ്ത ഒരു ലഘുലേഖയിൽ ശ്രീ വിവേകാനന്ദസ്വാമികൾ താഴ്ന്ന ജാതിക്കാരുടെ ക്ഷേത്രപ്രവേശത്തിന് എതിരാളിയാണെന്ന് സ്ഥാപിക്കുന്നതിന് സ്വാമികളുടെ രാജയോഗത്തിൽനിന്ന് ഒരു ഭാഗം ഉദ്ധരിച്ചിരിക്കുന്നതായി കണ്ടു. അതിന്റെ മലയാള തർജുമ ചേർത്തിട്ടുമില്ല! സ്വാമികളുടെ ആ വാക്യം ഏതെങ്കിലും വർഗക്കാരുടെ ക്ഷേത്രപ്രവേശനത്തിന് അനുകൂലമോ പ്രതികൂലമോ അല്ലെന്നും ആത്മികമനഃപക്വതയില്ലാത്തവർക്ക്—അവർ ഏത് ജാതിയിൽ ജനിച്ചവരായാലും—ആരാധനാമുറിക്കകത്ത് കടക്കുവാൻ പാടില്ലെന്നു മാത്രമേ ആ വാക്യം തെളിയിക്കുന്നു

ള്ളുവെന്നും ഉള്ള പരമാർഥം ഇവിടെ പറയേണ്ടിയിരിക്കുന്നു. ജാതിയെപ്പറ്റി സ്വാമികൾ 1894 ജനുവരി 24–ാം തീയതി ചിക്കാഗോവിൽനിന്ന് എഴുതിയ ഒരു കത്തിൽ ഇപ്രകാരം പറയുന്നു: "ജാതി പോകണമോ വരണമോ എന്ന ചോദ്യത്തിനോട് എനിക്ക് യാതൊരു ബന്ധവുമില്ല. ഏറ്റവും താണവനും ഏറ്റവും ദരിദ്രനും ആയവന്റെ അടുത്തുകൂടിയും ഭാരതഖണ്ഡത്തിനകത്തും പുറത്തുമുള്ളവർ വികസിപ്പിച്ചിട്ടുള്ള ഉൽക്കൃഷ്ടാശയങ്ങളെ വയ്ക്കണമെന്നും അവയെപ്പറ്റി അവർക്ക് ചിന്തിക്കാൻ അവസരം കൊടുക്കണമെന്നുമാണ് എന്റെ സങ്കൽപ്പം. ജാതി ഇരിക്കണമോ വേണ്ടയോ സ്ത്രീകൾ സ്വതന്ത്രകളായി ഇരിക്കണോ വേണ്ടയോ എന്നത് എന്റെ ചിന്തയ്ക്ക് വിഷയമല്ല. വിചാരത്തിനും പ്രവൃത്തിക്കും ഉള്ള സ്വാതന്ത്ര്യം മാത്രമാണ് ജീവിക്കുന്നതിനും വളർച്ചയ്ക്കും ആരോഗ്യത്തിനും പറ്റിയത്. അത് ഇല്ലാത്തിടത്ത് മനുഷ്യനും വർഗവും രാജ്യവും തീർച്ചയായും അധഃപതിക്കും."

"പുരോഹിതന്മാർ എന്തൊക്കെ മുറവിളി കൂട്ടിയാലും ജാതിയെന്നത് അതിന്റെ ജോലി ചെയ്തുകഴിഞ്ഞശേഷം ഇന്ന് ഭാരതീയ അന്തരീക്ഷത്തെ ദുർഗന്ധപൂരിതമാക്കുന്ന ഒരു സാമുദായികസ്ഥാപനം മാത്രമാണ്" എന്ന് സ്വാമികൾ 1893 നവംബർ 2–ാം തീയതി ചിക്കാഗോവിൽനിന്നും എഴുതിയ കത്തിൽ പറഞ്ഞിരിക്കുന്നു. (*വീരവാണി II*)

സ്വാമി വിവേകാനന്ദൻ

ക്ഷേത്രപ്രവേശനത്തെ സൈദ്ധാന്തികമായി അനുകൂലിച്ചുകൊണ്ട് അദ്ദേഹം ധാരാളം പ്രസംഗങ്ങൾ ചെയ്യുകയും പ്രബന്ധങ്ങൾ പ്രസിദ്ധം ചെയ്യുകയും ഉണ്ടായി. അതിലൊരെണ്ണം ടി ആർ കൃഷ്ണസ്വാമി അയ്യർ പത്രാധിപരായിരുന്ന *യുവഭാരത*ത്തിൽനിന്ന് ഉദ്ധരിക്കുന്നു:

നിത്യശുദ്ധനും സച്ചിദാനന്ദരൂപിയും അനന്തനും അദ്വിതീയനും ആയ ഭഗവാൻ ഒരിക്കലും അശുദ്ധനായി തീരുകയില്ലെന്നും ഭക്തന്മാർക്ക് തമ്മിൽ ജാതിഭേദമില്ലെന്ന് നാരദൻ, ശുകൻ മുതലായ മഹർഷിമാർ പറഞ്ഞിരിക്കുന്നു

വെന്നും ഉള്ളതുകൊണ്ട് ഈശ്വരോപാസനയ്ക്കായി ക്ഷേത്രത്തിൽ വരുന്നതിന് ആഗ്രഹിക്കുന്ന സകല ജനങ്ങൾക്കും ക്ഷേത്രത്തിൽ കടന്ന് ഈശ്വരവന്ദനം ചെയ്യുന്നതിന് ശാസ്ത്രങ്ങൾ അനുവദിക്കുന്നുവെന്നാണ് എനിക്കു തോന്നുന്നത്. ഇതിനു വിപരീതമായി വല്ല സ്തുതികളോ മറ്റോ കണ്ടാൽത്തന്നെയും യുക്തിയുക്തവും വേദസമ്മതവുമായ പ്രമാണമിരിക്കെ യുക്തിശൂന്യമായ ക്ഷുദ്രപ്രമാണത്തെ ആദരിക്കുന്നത് ശരിയല്ലല്ലോ. കേരളത്തിലെ ശാങ്കരസ്തുതിയെപ്പറ്റി പറയുകയാണെങ്കിൽ ആ ഗ്രന്ഥം പ്രസ്ഥാനത്രയത്തിന്റെ മതത്തിന് വിരുദ്ധമായി പലതും പ്രസ്താവിക്കുന്നതുകൊണ്ട് അത് ആദിശങ്കരാചാര്യസ്വാമികളുടേതല്ലെന്ന് തീർച്ചപറയാം എന്നു മാത്രമല്ല; അതിന്റെ കർത്താവും *ബാലശങ്കരം* എന്ന ജ്യോതിഷഗ്രന്ഥത്തിന്റെ കർത്താവും ഒന്നാണെന്നും അത് ഒരു ശങ്കരൻ നമ്പൂതിരിയല്ലാതെ ശങ്കരാചാര്യരല്ലെന്നും ശ്രീമാൻ കൊളത്തേരി ശങ്കരമേനോൻ അവർകൾ സമർഥിച്ചിട്ടുണ്ടെന്ന് അദ്ദേഹംതന്നെ എന്നോട് പറയുകയുണ്ടായിട്ടുണ്ട്. അതിൽ ശാങ്കരസ്തുതിയെ അടിസ്ഥാനമാക്കിയും ഭക്തന്മാർക്ക് അവർ എന്തു ജാതിക്കാരായാലും ക്ഷേത്രത്തിൽ കടന്നുകൂടാ എന്നു പറയുന്നത് ശരിയല്ല.

അത്രമാത്രമല്ല; പരാശരസ്മൃതി, ശംഖസ്മൃതി, ലിഖിതസ്മൃതി, വിഷ്ണുസ്മൃതി, യമസ്മൃതി, ശാതാതപസ്മൃതി, മനുസ്മൃതി, യാജ്ഞവൽക്യസ്മൃതി, രഘുനന്ദനസ്മൃതി എന്നു തുടങ്ങിയ അനേകം സ്മൃതികൾ ദേശഭേദേനയും കാലഭേദേനയും മാറിമാറി കാണുന്നതുകൊണ്ടും മലയാളത്തുതന്നെ ഭാർഗവസ്മൃതി മാറി ശാങ്കരസ്മൃതി വന്നുവെന്ന് യാഥാസ്ഥിതികന്മാർ കൂടി സമ്മതിക്കുന്നതുകൊണ്ടും സ്മൃതികൾ നിത്യപ്രമാണങ്ങളല്ലെന്ന് വരുന്നു. അതിനാൽ ശാങ്കരസ്മൃതി ആചാര്യന്മാരുടേതായാൽക്കൂടിയും ആയിരത്തിലധികം വർഷത്തെ പഴക്കംചെന്ന അന്നത്തെ വിധികൾ മാറ്റേണ്ടകാലം വന്നിരിക്കുന്നു. ഇനി "മാറ്റാൻ അധികാരമുള്ളവർ വന്നല്ലേ മാറ്റേണ്ടത്? ആർക്കും ഇഷ്ടംപോലെ മാറ്റാൻ അധികാരമുണ്ടോ?" എന്നാണെങ്കിൽ, മഹാത്മാഗാന്ധി, പണ്ഡിത മാളവ്യ മുതലായ ഋഷികളും ശ്രീ വിവേകാനന്ദസ്വാമികൾ എന്ന മഹായോഗിയായ അവതാരപുരുഷനും ആവിർഭവിച്ചിരിക്കുന്ന ഈ കാലത്ത് അവരുടെ അഭിപ്രായപ്രകാരം, ധർമത്തിന് ഇന്ന് ആവശ്യമുള്ള രൂപം കൊടുക്കുന്നതിൽ എന്താണ് ദോഷം? ഇപ്പോൾ കേരളത്തിൽ ഇരിക്കുന്ന ആചാരങ്ങളെപ്പറ്റി ലോകഗുരുവും ധർമസ്ഥാപകനുമായ ശ്രീ വിവേകാനന്ദസ്വാമികൾ എന്താണ് പറഞ്ഞിരിക്കുന്നത്?

> കേരളം ഒരു ഭ്രാന്താലയമാണെന്നല്ലേ? അതിനാൽ ഈശ്വര ദർശന കാംക്ഷികളായി ഭഗവദ്ച്ചിന്താപരന്മാരായി, ക്ഷേത്രത്തിലേക്ക് വരുന്ന സകല ജനങ്ങൾക്കും ക്ഷേത്രപ്രവേശം കൊടുക്കേണ്ടതാണെന്നാണ് എന്റെ മതം. (*വീരവാണി II*)

പുണ്യഗ്രന്ഥങ്ങൾ എന്നു കരുതപ്പെടുന്ന പ്രാചീന പാഠങ്ങളെ തിരുത്തുകയോ തിരസ്കരിക്കുകയോ ചെയ്യാതെ അവയിൽനിന്ന് ആധുനിക കാലത്തിന് യോജിച്ച മട്ടിൽ നവോത്ഥാനമൂല്യങ്ങൾ ചികഞ്ഞെടുക്കുകയാണ് ആഗമാനന്ദജിയുടെ സാധാരണ ശൈലിയെന്ന് നേരത്തെ പറഞ്ഞതിൽ വലിയ തെറ്റില്ലെങ്കിലും ചിലപ്പോൾ അവയുടെ ആധികാരികതയെ ത്തന്നെ ചോദ്യം ചെയ്യാനും വേണ്ടിവന്നാൽ ചിലത് ഭേദഗതി ചെയ്യാനും മടിക്കരുത് എന്നുകൂടി ഈ *യുവഭാരത* ലേഖനം തെളിയിക്കുന്നു.

ഇതെല്ലാം 1936-ലെ തിരുവിതാംകൂർ ക്ഷേത്രപ്രവേശന വിളംബരത്തിനു മുമ്പ് ചെയ്ത പ്രസ്താവനകളാണ്. അതിനുശേഷം തിരുവിതാംകൂറിനും കേരളത്തിനും പുറത്ത് ചെയ്ത പ്രഭാഷണങ്ങളിൽ തീണ്ടലിനും തൊടീലിനും എതിരെ ക്ഷേത്രപ്രവേശനത്തിനുവേണ്ടി അദ്ദേഹം പല പ്രസംഗങ്ങൾ ചെയ്യുകയും ലേഖനങ്ങൾ എഴുതുകയും ചെയ്തിട്ടുണ്ട്. അവയിൽ ഒന്നാണ് മൈസൂറിലെ (ഇന്നത്തെ കർണാടക സംസ്ഥാനത്തിന്റെ ഭാഗം) ക്ഷേത്രങ്ങൾ കീഴാളർ എന്നു കരുതപ്പെടുന്ന ജാതിക്കാർക്ക് തുറന്നു കൊടുക്കണം എന്ന അദ്ദേഹത്തിന്റെ ആഹ്വാനം. 1937-ൽ ബാംഗ്ലൂരിലെ രാമകൃഷ്ണാശ്രമത്തിൽ ചേർന്ന ശ്രീരാമകൃഷ്ണ ശതാബ്ദി ആഘോഷത്തിൽ പങ്കെടുത്തുകൊണ്ട് ചെയ്ത പ്രസംഗത്തിൽനിന്ന് അൽപ്പം ഉദ്ധരിക്കാം:

> ഭാരതത്തിൽവച്ച് ഏറ്റവുമധികം അസ്പൃശ്യത സ്വാമികളുടെ (വിവേകാനന്ദൻ) കണ്ണിൽ പ്രത്യക്ഷപ്പെട്ട കേരളത്തെ അദ്ദേഹം ഭ്രാന്താസ്പത്രിയെന്നു വിളിച്ചു. തിരുവിതാംകൂറിലെ ഹിന്ദുക്കൾ അസ്പൃശ്യത ഭയന്ന് ഹിന്ദുമതം വിടുന്നതു കണ്ടിട്ട് സ്വാമികൾ ഒരു കത്തിൽ മുറവിളിച്ചുകൊണ്ട്, "ഈശ്വരാ! എന്ന് മനുഷ്യനെ മനുഷ്യൻ സഹോദരനായി കാണുന്ന കാലംവരും" എന്നു പറയുന്നു. മനുഷ്യനും മനുഷ്യനും തമ്മിൽ ജാതികൊണ്ടുള്ള അസമത്വം നീക്കുന്നതിന് സ്വാമികൾ തന്റെ ശിഷ്യസംഘത്തോട് കർശനമായ ആജ്ഞ നൽകിയിട്ടുണ്ട്. ജന്മംകൊണ്ടുള്ള ഉയർച്ചയിൽ അഭിമാനിക്കുന്നത് മോക്ഷത്തിനും ഈശ്വരദർശനത്തിനും ഉള്ള മഹാപ്രതിബന്ധങ്ങളിൽ ഒന്നാണെന്നായിരുന്നു ശ്രീരാമകൃഷ്ണദേവന്റെ മതം. ആ തത്വം ലോകത്തെ പഠിപ്പിക്കാനാണല്ലോ അദ്ദേഹം പറയന്റെ കക്കൂസ് വെടിപ്പാക്കുന്ന സാധനയിൽ ഏർപ്പെട്ടത്. ശ്രീ വിവേകാനന്ദസ്വാമികളുടെയും ശ്രീരാമകൃഷ്ണദേവന്റെയും ഹൃദയം പതിതന്മാരെയും ചവിട്ടി താഴ്ത്തപ്പെട്ടവരെയും ഓർത്ത് എപ്പോഴും പരി

> തപിച്ചുകൊണ്ടിരുന്നു. ശ്രീ വിവേകാനന്ദസ്വാമികളുടെ പാദങ്ങൾ ഒരിക്കലേ തിരുവിതാംകൂറിനെ സ്പർശിച്ചിട്ടുള്ളൂ. എങ്കിലും അവിടെ ഇതാ ശ്രീരാമകൃഷ്ണ ശതാബ്ദാഘോഷം ലോകമെങ്ങും മാറ്റൊലിക്കൊള്ളുന്ന ഈ ശുഭാവസരത്തിൽ ശ്രീസ്വാമികളുടെ ആഗ്രഹങ്ങളിൽ പ്രധാനമായ ഒന്ന് സാധിച്ചുകഴിഞ്ഞു...
>
> ഹിന്ദുക്ഷേത്രങ്ങൾ പൂർവാധികം അവിടെ പ്രശോഭിതങ്ങളായിരിക്കുന്നു. താഴ്ന്നവർ അവിടെ ക്ഷേത്രങ്ങളിൽ കയറിയതുകൊണ്ട് ദേവന്മാരുടെ ചൈതന്യം ഒട്ടും കുറഞ്ഞിട്ടില്ല; നേരെമറിച്ച്, പൂർവാധികം വർധിച്ചുകാണുന്നു. ഇതിന് ഞാൻ ദൃക്സാക്ഷിയാണ്. ഞാൻ പല ക്ഷേത്രങ്ങളും ദർശിച്ചു. അവിടെ സനാതനധർമം ഒട്ടും ക്ഷയിച്ചിട്ടില്ല. ഈ സ്ഥിതിക്ക് ശ്രീ വിവേകാനന്ദസ്വാമികളുടെ ശിഷ്യനാകാൻ ഭാഗ്യം സിദ്ധിച്ച ഒരു മഹാരാജാവിന്റെ പുത്രൻ ഭരിക്കുന്ന ഈ രാജ്യത്ത് ക്ഷേത്രങ്ങൾ തുറന്നുകൊടുത്തിട്ടില്ലെന്നു കാണുന്നത് വളരെ ലജ്ജാവഹമാണ്. ശ്രീശങ്കരന്റെ ജന്മഭൂമിയിലെ ക്ഷേത്രങ്ങൾ തുറക്കപ്പെട്ട സ്ഥിതിക്ക് ആചാര്യരാൽ സ്ഥാപിക്കപ്പെട്ട നാല് മഠങ്ങളിൽ ഏറ്റവും പ്രധാനപ്പെട്ടത് നിൽക്കുന്ന ഈ സംസ്ഥാനത്തിലെ സകല ക്ഷേത്രങ്ങളും ഉടൻ തുറക്കപ്പെടണം. മൈസൂർ ആദ്യം അതു ചെയ്യുമെന്നാണ് ഞങ്ങൾ കരുതിയിരുന്നത്. അതു ചെയ്യാതിരുന്നത് വളരെ കഷ്ടംതന്നെ. രണ്ടാമത്തെ സ്ഥാനമെങ്കിലും മൈസൂർ കൈക്കലാക്കണം. (*വീരവാണി I*)

ഏതായാലും മൈസൂർ അതൊന്നും ചെയ്തില്ല. സ്വാതന്ത്ര്യലബ്ധിയും ഭരണഘടനയുടെ അംഗീകാരവും വരെ മറ്റ് ഇന്ത്യക്കാരെപ്പോലെ കന്നടക്കാർക്കും ക്ഷേത്രപ്രവേശത്തിന് കാത്തിരിക്കേണ്ടിവന്നു.

IV

സ്ത്രീപുരുഷ സമത്വം, സ്ത്രീവിദ്യാഭ്യാസം, സാർവത്രിക വിദ്യാഭ്യാസം, ദൈനംദിന ജീവിത പ്രശ്നങ്ങളുമായി ബന്ധപ്പെട്ടതും ജീവിതായോധനത്തിൽ വിദ്യാർഥികളെ സജ്ജരാക്കുന്നതുമായ വിദ്യാഭ്യാസം, തൊഴിലധിഷ്ഠിത വിദ്യാഭ്യാസം മുതലായവയിൽ എല്ലാം ആഗമാനന്ദജി താത്വികമായി യോജിക്കുകയും പ്രയോഗതലത്തിൽ വിശ്വാസങ്ങൾക്കനുസരിച്ച് പ്രവർത്തിക്കാൻ ശ്രമിക്കുകയും ചെയ്തിരുന്നു എന്നതിൽ സംശയമില്ല. എങ്കിലും ഈ കാര്യങ്ങളിൽ എല്ലാം ഭാരതീയ പാരമ്പര്യങ്ങളെ ഉയർത്തിപ്പിടിച്ച് പടിഞ്ഞാറൻ അവകാശവാദങ്ങളെ തിരസ്കരിക്കാൻ ശ്രമിക്കുമ്പോൾ ഭാരതീയ പാരമ്പര്യത്തിൽ സ്ത്രീകൾക്കും ശൂദ്രന്മാർക്കും

എതിരെയുണ്ടായിരുന്ന വിവേചനങ്ങൾക്കു നേരെ കണ്ണടയ്ക്കാനുള്ള പ്രവണതയും അദ്ദേഹത്തിൽ കാണുന്നുണ്ട്. അത് അപ്പാടെ ആധുനികർക്ക് അംഗീകരിക്കാവുന്ന നിലപാടാണെന്ന് തോന്നുന്നില്ല.

അതുപോലെതന്നെ, കമ്യൂണിസത്തോട് ദാർശനികമായും പ്രായോഗികമായും സ്വാമിജിക്ക് യോജിക്കാൻ കഴിഞ്ഞിരുന്നില്ല എന്നത് സ്വാഭാവികംതന്നെ. പക്ഷേ, അന്ധമായ കമ്യൂണിസ്റ്റ് വിരോധത്തെ അദ്ദേഹം ഒരു കാലത്തും അനുകൂലിച്ചിരുന്നില്ല എന്നത് ശ്രദ്ധേയമാണ്. ലാഭമാത്രാധിഷ്ഠിതമായ മുതലാളിത്തം സ്വാർഥലോലുപമാണെന്നും അധാർമികമാണെന്നും സ്വാമിജി മനസിലാക്കിയിരുന്നു. അത്തരം സാഹചര്യങ്ങളോടുള്ള ജനങ്ങളുടെ പ്രതികരണങ്ങളും പ്രത്യാഘാതങ്ങളും ആണ് കമ്യൂണിസമെന്നും കമ്യൂണിസത്തെ നിർമാർജനം ചെയ്യണമെങ്കിൽ ഇത്തരം അധാർമികതകൾ അവസാനിപ്പിക്കണം എന്നും അദ്ദേഹം കരുതി. അതുകൊണ്ട് കടുത്ത കമ്യൂണിസ്റ്റ് വിരുദ്ധരുമായോ അന്ധമായ കമ്യൂണിസ്റ്റ് വിരോധവുമായോ അദ്ദേഹത്തിന് പൊരുത്തപ്പെടാൻ കഴിഞ്ഞില്ല. 1953–ൽ അങ്കമാലിയിലെ ഒരു വിദ്യാലയത്തിൽ നടന്ന സ്വാതന്ത്ര്യദിന ചടങ്ങിൽ പങ്കെടുത്തുകൊണ്ട് അദ്ദേഹം നടത്തിയ പ്രസംഗം ഈ ക്രിയാത്മക നിലപാടിന് തെളിവാണ്. ആ പ്രസംഗത്തിലെ ചില പ്രസക്ത ഭാഗങ്ങൾ ഉദ്ധരിക്കാം:

> സ്വാഗതപ്രാസംഗികൻ കമ്യൂണിസം പ്രചരിച്ചുവരുന്നതിനെപ്പറ്റിയും അത് തടയേണ്ട ആവശ്യകതയെപ്പറ്റിയും പ്രസ്താവിച്ചു. ആയിരക്കണക്കിനുള്ള റഷ്യൻ കമ്യൂണിസ്റ്റ് സാഹിത്യം ഏറ്റവും ചുരുങ്ങിയ വിലയ്ക്ക് റെയിൽവേ സ്റ്റേഷനിലും ബസ്സ്റ്റാൻഡിലും ബോട്ടുജെട്ടിയിലും ചന്തയിലും മരുന്നുഷാപ്പിലും റോഡുകൾ ചേരുന്ന സ്ഥലത്തുംവച്ച് വിൽക്കാൻ അനുവദിക്കുകയും കമ്യൂണിസ്റ്റ് രാജ്യമായ റഷ്യയുടെയും ചൈനയുടെയും മഹിമയെപ്പറ്റി റോഡുതോറും നടന്നു പ്രസംഗിക്കാൻ അനുമതി കൊടുക്കുകയും പുത്തനായി വരുന്ന കവിതകളിൽ മാത്രമല്ല, സ്കൂൾ ടെക്സ്റ്റ് ബുക്കുകളിൽ കൂടിയും കമ്യൂണിസ്റ്റ് ആദർശങ്ങൾ കുട്ടികളെ പഠിപ്പിക്കുകയും സിനിമയിൽക്കൂടി കമ്യൂണിസ്റ്റ് ആദർശങ്ങളുടെ മഹിമ രാജ്യം മുഴുവൻ വിദ്യാവിഹീനരുടെയിടയ്ക്കുകൂടി പ്രചരിപ്പിക്കുകയും ചെയ്യുന്ന ഒരു അന്തരീക്ഷത്തിൽ പോലീസും പട്ടാളവും കമ്യൂണിസം തെറ്റാണെന്നുള്ള ചില ഗവൺമെന്റ് പ്രസ്താവനകളുംകൊണ്ട് അതിനെ തടയാൻ സാധിക്കുമെന്നാണോ നിങ്ങൾ വിചാരിക്കുന്നത്?
>
> ഞാൻ ഒരു താർക്കികനാണ്. തർക്കത്തിലെ ഒന്നാമത്തെ തത്വം, “കാരണസത്വേ കാര്യസത്വം കാരണാഭാവത് കാര്യാഭാവഃ” എന്നാണ്. കാരണം എല്ലാം ഒത്താൽ കാര്യമുണ്ടാകും. കാരണത്തെ ഇല്ലാതാക്കിയാൽ കാര്യവും നശിക്കും.

> കാരണത്തെ നശിപ്പിക്കാതെ കാര്യം ഒരിക്കലും നശിക്കയില്ല.
>
> "ദുഷ്ടുകിടക്കെ വരട്ടും വ്രണമതു
> പൊട്ടും പിന്നെ ചിലനാൾ ചെന്നാൽ"
> എന്ന് കുഞ്ചൻനമ്പ്യാർ പറഞ്ഞത് നിങ്ങൾ കേട്ടിട്ടില്ലേ?
>
> കമ്യൂണിസം ഏതായാലും ഇവിടെ വന്നു. അതിനെപ്പറ്റിയുള്ള പുസ്തകങ്ങൾ തടഞ്ഞതുകൊണ്ടോ കവിതകൾ നിരോധിച്ചതുകൊണ്ടോ അത് ഇവിടെനിന്ന് പോകാൻ പോകുന്നില്ല. ആ വക പുസ്തകങ്ങളും കവിതകളും തടയാൻ ഇനി സാധ്യവുമല്ല. അത് ഇവിടെ വരാൻ—ഉള്ള കാരണത്തെ നശിപ്പിക്കണം. അതേ അതിനു പരിഹാരമാകൂ. കാരണമെന്ത്?—ധർമക്ഷയം—"ധർമോ രക്ഷതിരക്ഷിതഃ" റഷ്യയിൽ ധർമം ഇല്ലായിരുന്നു. അഥവാ ധർമം നശിച്ചു. ടോൾസ്റ്റോയിയുടെ ഉപന്യാസങ്ങൾ വായിക്കുക. അപ്പോൾ കാണാം അവിടെ ചക്രവർത്തിയും പ്രഭുക്കന്മാരും മതപുരോഹിതന്മാരുംകൂടി നടത്തിയിരുന്ന ചൂഷണങ്ങൾ. ടോൾസ്റ്റോയി, ഇവർക്കെല്ലാം വരാൻപോകുന്ന ആപത്തിനെപ്പറ്റി മുന്നറിവ് കൊടുത്തയാളാണ്. അതുപോലെ ചൈനയിലും. അതുപോലെയാണ് ഇന്ന് ഇന്ത്യയിലും. ഇവിടെ ധർമം നശിച്ചിരിക്കുന്നു; ഭോഗതൃഷ്ണ വർധിച്ചിരിക്കുന്നു; എവിടെ ചെന്നാലും എല്ലാവരും ചോദിക്കുന്നത്, "അതുകൊണ്ട് എന്തു കിട്ടും?" എന്നാണ്. (*വീരവാണി II*)

സ്വാർഥപ്രേരിതവും ലാഭലോഭ മതമാത്സര്യങ്ങളിൽ അധിഷ്ഠിതവുമായ മുതലാളിത്ത വ്യവസ്ഥയെ ഒരു മനുഷ്യസ്നേഹിയായ സന്യാസി എന്ന നിലയിൽ തന്റേതായ സവിശേഷ പദപ്രയോഗങ്ങളിലൂടെ വിമർശിക്കുകയാണ് സ്വാമി ഇവിടെ ചെയ്യുന്നത്. അദ്ദേഹം തുടരുന്നു:

> തങ്ങളെപ്പോലെ തങ്ങളുടെ അയൽക്കാരെ സ്നേഹിക്കുന്നെങ്കിൽ അയൽക്കാരൻ പട്ടിണി കിടക്കുമ്പോൾ ഗൃഹസ്ഥന്മാർ ഭാര്യമാരെ ആഭരണമണിയിച്ച് വീട്ടിൽനിന്ന് കഷ്ടിച്ച് ഒരു ഫർലോങ്ങ് ദൂരെയുള്ള സിനിമാക്കൊട്ടകയിലേക്ക് കാറിൽ കയറ്റി കൊണ്ടുപോയി രസിപ്പിക്കാൻ ഇഷ്ടപ്പെടുമോ? ധാരാളം പണമുള്ള ധനികൻ മകളുടെ കല്യാണം നടത്താൻ കരിഞ്ചന്തയിൽ നെല്ലു വിൽക്കുമോ? "പാവങ്ങൾ പട്ടിണി കിടന്നു ചാകുമ്പോൾ നമുക്ക് രണ്ടുരുള ചോറ് നിറച്ച് വായിലിടാൻ എങ്ങനെ സാധിക്കും?" എന്ന് സ്വാമി വിവേകാനന്ദൻ ചോദിക്കുന്നു. അതിനാൽ കൊടുക്കുക, കൊടുക്കുക, ഇതാണ് കമ്യൂണിസം തടയാനുള്ള വഴി. (അതേ പുസ്തകം)

അക്കാലത്ത് കാലടി ഉൾപ്പെടെയുള്ള അങ്കമാലി പ്രദേശം കമ്യൂണിസ്റ്റ്‌വിരുദ്ധ ഭ്രാന്തിന്റെ കരിങ്കോട്ടയായിരുന്നു. പരേതനായ മുൻ സ്പീക്കർ എ പി കുര്യന്റെയും മറ്റും അധ്വാനഫലമായി അന്നത്തെ സ്ഥിതിക്ക് മാറ്റം വന്നിട്ടുണ്ടെങ്കിലും ഇപ്പോഴും അന്ധമായ കമ്യൂണിസ്റ്റ് വിരോധം പണക്കാരുടെയും പുരോഹിതന്മാരുടെയും പ്രേരണമൂലം ഇപ്പോഴും ആ പ്രദേശങ്ങളിൽ ദുർബലമല്ല. അവിടെ ആഗമാനന്ദനെപ്പോലും അപകടകാരിയാണെന്ന് കരുതുന്ന ജനങ്ങളുടെ മധ്യത്തിൽ അവയുടെ കമ്യൂണിസ്റ്റ്‌വിരുദ്ധ ഭ്രാന്തിനെ ഇത്രയെങ്കിലും ഖണ്ഡിക്കാൻ കഴിഞ്ഞതിന്റെ പുറകിൽ സ്വാമിയുടെ സ്വപ്രത്യയസ്ഥൈര്യവും തന്റേടവും വെളിവാകുന്നു. ഇങ്ങനെയൊക്കെ പറയുകയും പ്രസംഗിക്കുകയും ചെയ്യുന്നതിനു പുറമെ, സ്ഥലത്തെ കമ്യൂണിസ്റ്റ് പ്രവർത്തകരായ എ പി കുര്യൻ, അനന്തൻപിള്ള, അഡ്വ. ഭരതൻ, കൊച്ചനുജ പിഷാരടി തുടങ്ങിയവരുമായി വാത്സല്യപൂർണമായ ബന്ധം പുലർത്താനും അദ്ദേഹം ശ്രദ്ധിച്ചു. പ്രശസ്ത കമ്യൂണിസ്റ്റ് കവിയായിരുന്ന കെ പി ജി നമ്പൂതിരിയെ ആഗമാനന്ദജി തന്റെ സ്കൂളിൽ ഒരു അധ്യാപകനായി നിയമിച്ചത് *ദേശാഭിമാനി*യിലെ പംക്തി എഴുത്തുകാരനും കവിയും കമ്യൂണിസ്റ്റ് പ്രക്ഷോഭകാരിയും എന്ന നിലയിൽ അദ്ദേഹം പേരെടുത്തതിനുശേഷമാണെന്ന് ഓർക്കുക.

എ കെ ജി രണ്ടു മൂന്നു തവണ ആശ്രമം സന്ദർശിക്കുകയും സ്വാമിയുമായി സംസാരിക്കുകയും ചെയ്തതിനെത്തുടർന്ന് ഇരുവർക്കും തമ്മിലുള്ള പരസ്പര സ്നേഹബഹുമാനങ്ങൾ വർധിക്കുകയാണ് ചെയ്തത്. നേരത്തെ ഉദ്ധരിച്ച പ്രഭാഷണം ഇപ്രകാരമാണ് അദ്ദേഹം ഉപസംഹരിച്ചത്:

> ഇപ്രകാരം മതഗുരുക്കന്മാർ ജീവിക്കുകയും ഉപദേശിക്കുകയും ചെയ്തവിധം ത്യാഗികളായി, ധർമനിഷ്ഠന്മാരായി ധനവാന്മാർ ജീവിക്കുകയും വിദ്യാർഥികൾ വേണ്ടവിധം പഠിപ്പിക്കപ്പെടുകയും മതങ്ങൾ തമ്മിൽ കലഹിക്കാതെ എല്ലാ മതങ്ങളും അവയുടെ സ്ഥാപകന്മാർ ഉപദേശിച്ച അർഥത്തിൽ ഈശ്വരനിലേക്കുള്ള വഴികളാണെന്നുള്ള സന്ദേശം പ്രചരിപ്പിക്കുകയും ചെയ്തില്ലെങ്കിൽ ഇന്ത്യയുടെ ആയിരം വർഷത്തെ പരദാസ്യത്തിനുശേഷം കിട്ടിയ സ്വാതന്ത്ര്യം നഷ്ടപ്പെടും. ഇന്ത്യ, ചൈനയുടെയോ റഷ്യയുടെയോ ദാസ്യം വഹിക്കേണ്ടിവരും. ആ അത്യാപത്ത് വരാതിരിക്കാൻ ക്രിസ്തുമതത്തിന്റെയും ഹിന്ദുമതത്തിന്റെയും ഇസ്ലാം മതത്തിന്റെയും ഉപദേഷ്ടാക്കളും അനുഗാമികളും ഒത്തൊരുമിച്ചു പ്രവർത്തിക്കട്ടെ! ഭാരതത്തിന്റെ മഹിമയെ നിലനിർത്തണമെന്ന് ആഗ്രഹിക്കുന്ന ദേശാഭിമാനികൾ അതിന് വഴിതെളിക്കട്ടെ!! അതാണ് കമ്യൂണിസത്തെയോ മറ്റ് ഏതെങ്കിലും ഇസത്തെയോ ജയിക്കാനുള്ള വഴി. (അതേ പുസ്തകം). ●

യുക്തിവാദപർവം

മിതവാദി കൃഷ്ണൻ

8 മിതവാദി കൃഷ്ണൻ മിതത്വം രാഷ്ട്രീയത്തിൽ മാത്രം

യുക്തിവാദി മാസികയുടെ സ്ഥാപകരിൽ ഒരാളായ മിതവാദി സി കൃഷ്ണൻ വക്കീൽ (1867–1938) യുക്തിവാദത്തിന്റെ സീമകൾക്കപ്പുറം ജാതികൃതവും സാമൂഹ്യവുമായ അനീതികൾക്കെതിരെ പടപൊരുതിയ ഒരു ശ്രീനാരായണീയൻ ആയിരുന്നു. പ്രഗത്ഭനായ അഭിഭാഷകനും സമർഥനായ എഴുത്തുകാരനും ആയിരുന്ന കൃഷ്ണന്റെ മുഖ്യ പ്രചാരണോപാധിയായിരുന്ന *മിതവാദി* വാരികയിൽനിന്നാണ് അദ്ദേഹത്തിന്റെ പേരിലെ വിശേഷണം വന്നുചേർന്നത്.

ചങ്ങരംകുമരത്ത് കൃഷ്ണൻ വക്കീലിന്റെ മുഖ്യ പ്രവർത്തന കേന്ദ്രം കോഴിക്കോട് ആയിരുന്നു എങ്കിലും അദ്ദേഹം ജനനംകൊണ്ട് പഴയ കൊച്ചിക്കാരനാണ്. ചങ്ങരംകുമരത്ത് പാറന്റെയും ഉണ്ണൂലിയുടെയും മകനായി 1867 ജൂൺ 11–ന് കൃഷ്ണൻ ജനിച്ചു. (മരണം 1938 നവംബർ 29) പാരമ്പര്യവും സമ്പത്തുംകൊണ്ട് പ്രസിദ്ധമായ ഒരു തീയ തറവാടായിരുന്നു ചങ്ങരംകുമരം. തറവാടിന്റെ പ്രതാപത്തിന് അനുസരണമായി മെച്ചപ്പെട്ട വിദ്യാഭ്യാസം മകന് നൽകാൻ പാറൻ പ്രത്യേകം ശ്രദ്ധിച്ചു. ഏനാമാക്കൽ, ചാവക്കാട്, കോഴിക്കോട് എന്നിവിടങ്ങളിൽനിന്ന് സ്കൂൾ വിദ്യാഭ്യാസവും ചെന്നൈയിൽനിന്ന് ബിരുദവും നേടി.

കോഴിക്കോട്ടുനിന്ന് പുറപ്പെട്ടുകൊണ്ടിരുന്ന *കേരള സഞ്ചാരി*യുടെ പത്രാധിപത്യമാണ് കൃഷ്ണൻ ആദ്യം ഏറ്റെടുത്ത ജോലി. പഠിച്ചുകൊണ്ടിരിക്കുമ്പോൾത്തന്നെ ഇംഗ്ലീഷിലും മലയാളത്തിലും പത്രങ്ങളിൽ എഴുതി പേരെടുത്തതുമൂലമാണ് പഠനാനന്തരം *കേരള സഞ്ചാരി*യുടെ പത്രാധിപത്യത്തിലേക്ക് അദ്ദേഹം ക്ഷണിക്കപ്പെട്ടത്. പക്ഷേ ഉൽക്കർഷേച്ഛുവായ അച്ഛൻ പാറന് അന്നത്തെ നിലയിൽ പത്രാധിപത്യം അത്ര മെച്ചപ്പെട്ട തൊഴിലായി തോന്നിയില്ല. പണത്തിനും പ്രതാപത്തിനും അഭിഭാഷകവൃത്തിയാണ് ഭേദമെന്ന് കരുതിയ പാറൻ *കേരള സഞ്ചാരി*യുടെ ചുമതലയിൽനിന്ന് മകനെ വിടർത്തി ചെന്നൈയിലേക്ക് നിയമപഠനത്തിനായി നിർബന്ധിച്ചയച്ചു. നിയമബിരുദം എടുത്തശേഷം കൃഷ്ണൻ കോഴിക്കോട്ടെ കോടതികളിൽ പ്രാക്ടീസ് ആരംഭിച്ചു. ചുരുങ്ങിയ സമയത്തിനുള്ളിൽ തൊഴിലിൽ പേരെടുക്കാനും പണവും പ്രശസ്തിയും നേടാനും കഴിഞ്ഞുവെങ്കിലും പത്രപ്രവർത്തനത്തോടുള്ള പ്രഥമ പ്രേമത്തിൽനിന്ന് വിമുക്തനാകാൻ പൊതുജീവിതത്തിലും സാമൂഹ്യപ്രവർത്തനങ്ങളിലും തൽപ്പരനായ ആ യുവാവിന് സാധിച്ചില്ല. അങ്ങനെ അഭിഭാഷകവൃത്തിയോടൊപ്പം *മിതവാദി* എന്ന കാലികത്തിന്റെ പത്രാധിപത്യവും 1913-ൽ കൃഷ്ണൻ ഏറ്റെടുത്തു.

സർവകലാശാലാ വിദ്യാഭ്യാസം ആരംഭിക്കുന്നതിനുമുമ്പുതന്നെ 1894-ൽ കുഞ്ഞിപെണ്ണൂട്ടി(മാധവി)യെ കൃഷ്ണൻ വിവാഹം ചെയ്തു. ഈ ദമ്പതികൾക്ക് ഏഴ് പുത്രന്മാരും രണ്ട് പുത്രിമാരും ഉണ്ടായി.

പുത്തൻ ബൂർഷ്വാസിയുടെ ഉദയം

പത്തൊമ്പതാം നൂറ്റാണ്ടിന്റെ അന്ത്യപാദത്തിൽ നവോത്ഥാനപ്രസ്ഥാനത്തിന് പ്രേരകമായി നവോത്ഥാന ആശയങ്ങളിൽനിന്നും ഊർജം സ്വാംശീകരിച്ചും ആധുനിക മുതലാളിത്ത വ്യാപാര വ്യവസായ സംരംഭങ്ങളും മറ്റും കേരളീയർതന്നെ തുടങ്ങിയിരുന്നു. ആധുനിക വ്യാവസായിക വ്യാപാര സംരംഭങ്ങൾക്ക് പ്രോത്സാഹനം നൽകാനായി ശ്രീനാരായണഗുരുവിന്റെ പ്രചോദനത്തോടുകൂടിത്തന്നെ എസ് എൻ ഡി പി സമ്മേളനങ്ങളോടനുബന്ധിച്ച് വ്യവസായ പ്രദർശനങ്ങൾ നടന്നുവന്നിരുന്നു. അരുവിപ്പുറം പ്രതിഷ്ഠ നടന്ന 1888-ൽ തന്നെയാണ് കേരളത്തിലെ പ്രഥമ ജോയിന്റ് സ്റ്റോക്ക് കമ്പനിയായ മലയാള മനോരമ കമ്പനി കണ്ടത്തിൽ വർഗീസ് മാപ്പിള ആരംഭിച്ചതും. സമുദായ പരിഷ്കരണ സംഘടനകളായ എസ് എൻ ഡി പിയും എൻ എസ് എസും ജോയിന്റ് സ്റ്റോക്ക് കമ്പനികളായാണ് രജിസ്റ്റർ ചെയ്തു പ്രവർത്തിച്ചു തുടങ്ങിയത് എന്ന വസ്തുത ബൂർഷ്വാ മൂലധന രൂപീകരണശൈലിക്ക് കൈവന്നുകൊണ്ടിരുന്ന ജനപ്രീതിക്ക് തെളിവാണ്. അക്കാലത്തുതന്നെ ബ്രിട്ടീഷ് തോട്ടങ്ങളും കടലോരങ്ങളിൽ കയർ, ഓട്, നെയ്ത്ത് മുതലായവയ്ക്കുള്ള ക്ലിപ്ത ബാധ്യത വ്യവസ്ഥയിലുള്ള ഓഹരി കമ്പനികളും ഉണ്ടായിരുന്നത് നാട്ടുകാർക്ക് മാതൃകയായി.

ഈ മാതൃകകൾ പിൻപറ്റിക്കൊണ്ടാണ് മലയാളത്തിലെ പ്രഥമ സ്വതന്ത്ര ആഖ്യായികയായി പ്രകീർത്തിക്കപ്പെടുന്ന *കുന്ദലത*(1887)യുടെ കർത്താവ് അപ്പു നെടുങ്ങാടി (1863–1934) കേരളീയരുടെ ആദ്യത്തെ സ്വതന്ത്ര ബാങ്കിങ് സ്ഥാപനമായ നെടുങ്ങാടി ബാങ്ക് 1899–ൽ ആരംഭിച്ചവരിൽ പ്രമുഖനായിരുന്നു എന്നത് ശ്രദ്ധേയമാണ്. (1913–ൽ കമ്പനി നിയമപ്രകാരം രജിസ്റ്റർ ചെയ്ത നെടുങ്ങാടി ബാങ്ക് 2003–ൽ പഞ്ചാബ് നാഷണൽ ബാങ്കിൽ ലയിക്കുംവരെ സ്വതന്ത്രപദവി തുടർന്നു.) സാമ്പത്തിക രംഗത്തെ ഈ പുതിയ ചലനങ്ങൾ കണ്ടറിഞ്ഞ സി കൃഷ്ണൻ 1908–ൽ മുഖ്യമായും ഈഴവർക്ക് മുൻതൂക്കമുള്ള ഒരു രജിസ്റ്റേർഡ് ബാങ്കിനുവേണ്ടിയുള്ള പ്രവർത്തനം ആരംഭിച്ചു. 1908 ഡിസംബർ 23–ാം തീയതി രജിസ്റ്റർ ചെയ്ത ഈ ബാങ്ക് 1928 വരെ വിജയകരമായി പ്രവർത്തിച്ചുപോന്നു. ചുരുങ്ങിയ കാലയളവിൽ മലബാറിനു പുറത്ത് തിരുവിതാംകൂറിലും കൊച്ചിയിലും മദിരാശി പ്രവിശ്യയിലെ ഇതര ജില്ലകളിലും ശാഖകൾ സ്ഥാപിച്ചു പ്രവർത്തിക്കാൻ സാധിച്ച സി കൃഷ്ണന്റെ 'കാലിക്കട്ട് ബാങ്കും' അപ്പു നെടുങ്ങാടിയുടെ 'നെടുങ്ങാടി ബാങ്കും' മലബാറിന്റെയും നായരീഴവ സമുദായങ്ങളുടെയും നവീന സാമ്പത്തിക വികാസത്തിൽ ശ്രദ്ധേയമായ പങ്കാണ് വഹിച്ചത്.

മിതവാദിയുടെ മിതത്വവും അമിതത്വവും

1907 മുതൽ തലശേരിയിൽനിന്ന് പ്രസിദ്ധീകരിച്ചുവന്ന *മിതവാദി* എന്ന കാലിക പ്രസിദ്ധീകരണം 200 രൂപ പ്രതിഫലം നൽകി 1913 ജനുവരിയിൽ കൃഷ്ണൻ വാങ്ങിച്ചു. ആ വർഷം ആഗസ്ത് മുതൽ തന്നെ *മിതവാദി* മാസികയായി കോഴിക്കോട്ടുനിന്ന് പ്രസിദ്ധീകരണം ആരംഭിച്ചു. 'മിതവാദി പ്രിന്റിംഗ് വർക്സ്' എന്ന സ്വതന്ത്രമായൊരു അച്ചുകൂടവും ആ വർഷം അദ്ദേഹം സ്ഥാപിച്ച് പ്രസിദ്ധീകരണം അവിടെനിന്ന് തുടർന്നു.

*മിതവാദി*യുടെ പേര് അതിനു നൽകിയത് അതിന്റെ ആദ്യത്തെ നടത്തിപ്പുകാരനായ ടി ശിവശങ്കരൻ ആയിരുന്നു. എങ്കിലും അത് സി കൃഷ്ണന്റെ രാഷ്ട്രീയ നിലപാടുകളോട് തികച്ചും പൊരുത്തപ്പെടുന്നതായിരുന്നു. ഇന്ത്യൻ രാഷ്ട്രീയത്തിൽ പൊതുവെയും ഇന്ത്യൻ നാഷണൽ

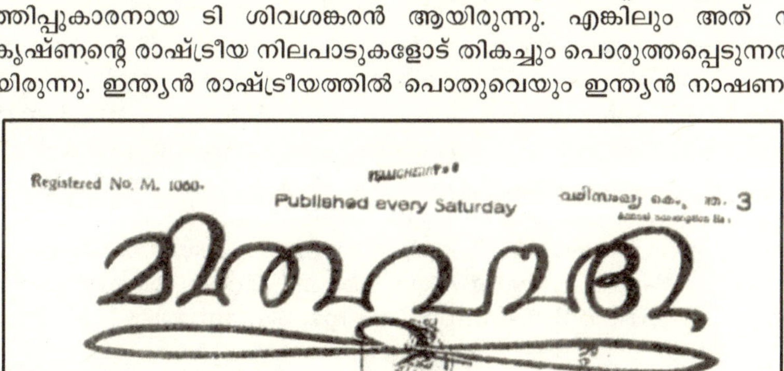

മിതവാദി വാരികയുടെ പുറംചട്ട

ഡോ. പൽപ്പു

കോൺഗ്രസിൽ പ്രത്യേകിച്ചും മോഡറേറ്റ്സ് അഥവാ മിതവാദികളും എക്സ്ട്രിമിസ്റ്റ് അഥവാ തീവ്രവാദികളും തമ്മിൽ സംഘർഷം നടന്നുവന്ന കാലമായിരുന്നു അത്. 1907 ഡിസംബറിൽ സൂറത്തിൽ ചേർന്ന ഇന്ത്യൻ നാഷണൽ കോൺഗ്രസ് സമ്മേളനത്തിൽവച്ച് ഇരുവിഭാഗങ്ങൾ തമ്മിൽ ഏറ്റുമുട്ടുകയും ബാലഗംഗാധര തിലകന്റെയും ബിപിൻചന്ദ്രപാലിന്റെയും ലാലാ ലജ്പത്റായിയുടെയും നേതൃത്വത്തിലുള്ള തീവ്രവാദി വിഭാഗം ഗോപാലകൃഷ്ണ ഗോഖലെയുടെ നേതൃത്വത്തിലുള്ള മിതവാദികളെ പുറത്താക്കുകയും ചെയ്തത് ഇന്ത്യൻ ദേശീയ ചരിത്രത്തിലെ ഒരു പ്രധാനപ്പെട്ട സംഭവമാണ്. 'സ്വരാജ്യം എന്റെ ജന്മാവകാശമാണ്' എന്ന് പ്രഖ്യാപിച്ച തിലകനും കൂട്ടരും ബ്രിട്ടീഷ് ആധിപത്യത്തെ തകർക്കാൻ ഏതു മാർഗവും ഉപയോഗിക്കാൻ തയ്യാറായപ്പോൾ മിതവാദികൾ ഭരണഘടനയ്ക്കു വിധേയമായി പടിപടിയായി സ്വാതന്ത്ര്യത്തിലേക്കു മുന്നേറിയാൽമതി എന്ന അഭിപ്രായക്കാരായിരുന്നുവല്ലോ. കൃഷ്ണനും അതേ അഭിപ്രായം ആയിരുന്നതിനാലാണ് മിതവാദി എന്ന പേരിനോട് അദ്ദേഹത്തിന് ആഭിമുഖ്യം തോന്നിയത്. കോൺഗ്രസിനോടും അതിന്റെ നയങ്ങളോടും നടപടികളോടും ഒരിക്കലും കൃഷ്ണൻ പൊരുത്തപ്പെട്ടിരുന്നില്ല. മാത്രമല്ല, ഇന്ത്യയിലെ പിന്നോക്ക വിഭാഗക്കാർക്ക് കോൺഗ്രസിന്റെ സവർണ നേതൃത്വത്തെക്കാൾ വിശ്വസിക്കാൻ കൊള്ളാവുന്നത് ബ്രിട്ടീഷ് സർക്കാരിനെ തന്നെയാണെന്നും അദ്ദേഹം വിശ്വസിച്ചിരുന്നു—ഈ നിലപാട് കൃഷ്ണനെപ്പോലെ മറ്റു പല പിന്നോക്ക വിഭാഗ വക്താക്കൾക്കും ഉണ്ടായിരുന്നു എന്നത് സുവിദിതം ആണല്ലോ.

പൊതുവെ ബ്രിട്ടീഷ് സർക്കാരിനോട് സഹകരണാത്മക നിലപാട് കൈക്കൊള്ളുകയും പിന്നോക്ക വിഭാഗങ്ങളുടെ, പ്രത്യേകിച്ച് തീയരുടെ താൽപ്പര്യങ്ങൾ ഉയർത്തിപ്പിടിക്കുകയും ആയിരുന്നു *മിതവാദി*യുടെ നയം. 1903–ൽ എസ് എൻ ഡി പി യോഗം സ്ഥാപിക്കപ്പെട്ടതു മുതൽ അതിനോടും ശ്രീനാരായണ പ്രസ്ഥാനത്തോടും മാനസികമായും പ്രാവർത്തികമായും സഹകരിച്ചുപോന്ന കൃഷ്ണൻ ഡോ. പൽപ്പുവുമായി നിരന്തരമായ ബന്ധം പുലർത്തിപ്പോന്നു. ഈ ലക്ഷ്യങ്ങളും നിലപാടുകളും *മിതവാദി*യുടെ പുറങ്ങളിൽ തന്റെ കഴിവുറ്റ തൂലികാ പ്രയോഗത്തിലൂടെ കൃഷ്ണൻ പ്രതിഫലിപ്പിച്ചുവന്നു. *മിതവാദി*യുടെ പ്രഥമ ലക്കത്തിൽത്തന്നെ അദ്ദേഹം പത്രത്തിന്റെ നയപ്രഖ്യാപനം ഇങ്ങനെ നടത്തി:

> *മിതവാദി* ഇനിമേലിൽ ഒരു മാസികയായി നടത്താൻ തീരുമാനിച്ചിരിക്കുന്നു. തീയരുടെ വകയായി വർത്തമാനപത്രങ്ങ

ളാവട്ടെ, മാസികകളാവട്ടെ, ഒന്നുംതന്നെ ഇപ്പോൾ മലബാറിൽ ഇല്ലാത്ത ബുദ്ധിമുട്ട് സ്വജനങ്ങളിൽ പലരും അനുഭവിച്ചുവരുന്നതിന് ഒരു നിവൃത്തിയുണ്ടാക്കണമെന്നുകരുതി മാത്രം ഇതിന് ഉദ്യമിക്കുന്നതാകുന്നു. മലബാറിൽ എന്നു വേണ്ട, കൊച്ചി, തിരുവിതാംകൂർ ഈ രാജ്യങ്ങളിലും ഉള്ള തീയരുടെ ഇടയിൽ മതസംബന്ധമായും വിദ്യാഭ്യാസവിഷയമായും മറ്റും ഉള്ള കാര്യങ്ങളിൽ കുറെ കാലങ്ങൾക്കിടയിൽ വളരെ തൃഷ്ണയും മാറ്റവും ഉണ്ടായിരിക്കുന്നു എന്നുള്ളതിന് യാതൊരു സംശയവും ഇല്ല. ഓരോരോ പ്രദേശങ്ങളിൽ പല വിധത്തിലുള്ള ശ്രമങ്ങൾ ചെയ്തുവരുന്നുണ്ടെന്ന് ഏറ്റവും സന്തോഷത്തോടുകൂടി പ്രസ്താവിക്കേണ്ടിയിരിക്കുന്നു. എന്നാൽ അത് അതതു രാജ്യത്ത് അറിയുന്നതല്ലാതെ പരക്കെ അറിയാൻ സംഗതി വരുന്നില്ല. അങ്ങനെ അറിയുന്നത് മറ്റുള്ളവർക്കും അതേമാതിരി ശ്രമങ്ങൾ ചെയ്യുവാൻ ഉള്ള ഉത്സാഹം ജനിക്കുന്നതിനും ഒരു രാജ്യക്കാരുടെ ഏർപ്പാടുകളിൽ മറ്റു രാജ്യക്കാർക്ക് കഴിയുന്ന സഹായം ചെയ്തുകൊടുക്കാനും മറ്റും ഉപയോഗമായിത്തീരുമെന്ന് പ്രത്യേകം പറയേണ്ടതില്ലല്ലോ. ഇതുകൊണ്ടാണ് യൂറോപ്പ്, അമേരിക്ക മുതലായ രാജ്യങ്ങളിൽ ഓരോ സംഘക്കാർക്കും മതക്കാർക്കും തൊഴിലുകാർക്കും പ്രത്യേകം പ്രത്യേകം പത്രങ്ങളും മാസികകളും നടത്തിവരുന്നത്.

1921 ജനുവരി 3–ാം തീയതി മുതൽ *മിതവാദി* മാസിക ഒരു വാരികയായി പ്രസിദ്ധീകരണം ആരംഭിച്ചു. ഇംഗ്ലീഷിലും മലയാളത്തിലും ലേഖനങ്ങൾ ഉള്ള ഒരു ആംഗല മലയാളം വാരികയായിരുന്നു അത്.

ഒന്നാം ലോകമഹായുദ്ധം (1914–1918) സമാപിക്കുകയും ഇന്ത്യക്ക് സ്വയംഭരണം നൽകാമെന്ന യുദ്ധകാല വാഗ്ദാനങ്ങൾ ലംഘിച്ച് കൂടുതൽ മർദനാധിഷ്ഠിതമായ തേർവാഴ്ച ബ്രിട്ടീഷുകാർ ആരംഭിക്കുകയും ചെയ്ത കാലമായിരുന്നു അത്. റൗലറ്റ് ആക്ടിന്റെയും ജാലിയൻ വാലാബാഗ് കൂട്ടക്കൊലയുടെയും (1919) കറുത്ത നാളുകൾ. ഇന്ത്യൻ ദേശീയ നേതൃത്വം അപര്യാപ്തമെന്ന് ആക്ഷേപിച്ച് തിരസ്കരിച്ച മൊണ്ടേഗു–ചെംസ്ഫോർഡ് ഭരണപരിഷ്കാരങ്ങൾ പ്രഖ്യാപിച്ച ഘട്ടം. മഹാത്മാ ഗാന്ധി ഇന്ത്യൻ നാഷണൽ കോൺഗ്രസിന്റെ നേതൃത്വം ഏറ്റെടുത്ത് നിസഹകരണപ്രസ്ഥാനം ആരംഭിക്കാൻ തുടങ്ങിയ മുഹൂർത്തം. ഈ സന്ദിഗ്ധ വേളയിലാണ് സി കൃഷ്ണൻ *മിതവാദി* മാസിക ഒരു ദ്വിഭാഷാ വാരികയാക്കിമാറ്റി പ്രസിദ്ധീകരണം ആരംഭിച്ചത്. തന്റെ ശബ്ദം മലയാളികൾ മാത്രമല്ല, ഭരണാധികാരിവർഗമായ ബ്രിട്ടീഷുകാർകൂടി കേൾക്കണം എന്ന ഉദ്ദേശ്യമായിരുന്നിരിക്കാം ദ്വിഭാഷാ വാരികയാക്കാനുള്ള പ്രചോദനം. അതിൽ വിട്ടുവീഴ്ചയില്ലാത്ത തന്റെ മിതവാദ രാഷ്ട്രീയം ആദ്യ

ലക്കത്തിൽതന്നെ വിജ്ഞാപനത്തിലൂടെ അദ്ദേഹം ഇങ്ങനെ പ്രഖ്യാപിച്ചു:

> ഇന്ത്യാസാമ്രാജ്യത്തിന്റെ ഭരണകാര്യത്തിൽ ഗൗരവമുള്ള ചില മാറ്റങ്ങൾ നടപ്പിൽവരാൻ ആരംഭിക്കുന്ന ഈ അവസരത്തിൽ *മിതവാദി* ഒരു പ്രതിവാരപത്രമാക്കുന്നതിന് വേറെ വല്ല കാരണവും പറയേണ്ടതായിട്ടുണ്ടെന്നു തോന്നുന്നില്ല. ഇപ്പോൾ ഉണ്ടായിരിക്കുന്ന ഭരണമാറ്റത്തെ ഞങ്ങൾ കൊണ്ടാടുന്നു. അത് അനുവദിച്ചുതന്ന ബ്രിട്ടീഷ് ഗവൺമെന്റിനോടും അത് ലഭിക്കാൻ ഉത്സാഹിച്ച പൗരന്മാരോടും ഞങ്ങൾ കൃതജ്ഞതയുള്ളവരായിരിക്കുന്നു. പക്ഷേ, ബ്രിട്ടീഷ് സാമ്രാജ്യത്തിൽ ഉൾപ്പെട്ടുകൊണ്ടുള്ള സ്വയംഭരണാധികാരത്തിന്റെ ആദ്യഘട്ടത്തിലേക്ക് ഇന്ത്യാസാമ്രാജ്യം പ്രവേശിക്കുന്ന ഈ സന്ദർഭം, ഹിന്ദുക്കളിൽ ശക്തിയും സ്വാതന്ത്ര്യവും കുറഞ്ഞ ജാതിക്കാർക്ക്, വലുതായ ആശങ്കയ്ക്ക് ഇടവരുത്തുന്ന ഒന്നാണെന്നുള്ള പരമാർഥം എല്ലാവരും അറിയുന്നതാണ്. ജാതിവ്യത്യാസം കേവലം ഇല്ലാതായിപ്പോകയോ അഥവാ കീഴ്ജാതികളെന്നു പറയപ്പെടുന്നവരോട് മേൽജാതികളെന്ന് അഭിമാനിക്കുന്നവർ ഹൃദയപൂർവം സഹതാപം കാണിക്കുന്നുണ്ടെന്നുള്ളതിന് ഗണ്യമായ ലക്ഷണങ്ങൾ നിസംശയം കണ്ടുതുടങ്ങുകയോ ചെയ്തതിനു ശേഷമേ സ്വയംഭരണാധികാരം ഇന്ത്യയിൽ സർവ പ്രജകൾക്കും ഒരുപോലെ തൃപ്തികരമായിത്തീരുകയുള്ളൂവെന്നും എല്ലാവർക്കും അറിയാം. ഏതായാലും ഭരണകാര്യത്തിൽ പ്രജകൾക്ക് അവകാശാധികാരങ്ങൾ ധാരാളം കിട്ടിക്കഴിഞ്ഞിരിക്കയാൽ അവയെ ഞങ്ങൾ കൊണ്ടാടുന്നതോടുകൂടി അധഃകൃതവർഗക്കാരായ പ്രജകൾക്ക് ഈ നിലയിൽ സാധിക്കേണ്ടുന്ന അഭിവൃദ്ധിക്കും പൗരാവകാശസ്ഥാപനത്തിനുംവേണ്ടി പ്രയത്നിക്കേണ്ടത് ഏതു വഴിയിലാണെന്ന് ഞങ്ങൾ ഗാഢമായി ആലോചിച്ചു. പ്രഥമവും പ്രധാനമായും ഉള്ള ഒരു മാർഗം അങ്ങനെയുള്ളവർക്കുവേണ്ടി ഒരു പത്രം നടത്തുകയാണെന്നാണ് ഞങ്ങൾക്കു തോന്നിയത്. അത് ഒരു പ്രതിവാരപത്രമായാൽ പോരെന്നു മാത്രമല്ല, പ്രതിദിനപത്രമായിരിക്കണമെന്നാണ് ഞങ്ങളുടെ അഭിപ്രായം. പക്ഷേ, അച്ചടിക്കടലാസിനും മറ്റും ഉള്ള ക്ഷാമം ഓർത്താണ് *മിതവാദി*യെ തൽക്കാലം ഒരു പ്രതിവാരപത്രം മാത്രമാക്കാൻ ഞങ്ങൾ തീർച്ചപ്പെടുത്തിയിരിക്കുന്നത്.

രാഷ്ട്രീയത്തിലെ അരോചകം എന്നുപോലും തോന്നാവുന്ന ഈ മിതവാ

ദസ്വരം സാമൂഹ്യ അസമത്വത്തിന്റെയും പുരോഗതിയുടെയും കാര്യത്തിൽ അദ്ദേഹം കൈക്കൊണ്ടിരുന്നില്ല. “അവശസമുദായങ്ങളുടെ മാഗ്നാ കാർട്ട” എന്നാണ് വാരികയെക്കുറിച്ച് ഒരു മുദ്രാവാക്യരൂപത്തിൽ അദ്ദേഹം എഴുതിച്ചേർത്തിരുന്നത്. (1215–ൽ ഇംഗ്ലണ്ടിലെ ജോൺ രാജാവിനെ റണ്ണിമേഡ് എന്ന സ്ഥലത്തുവച്ച് ജനങ്ങൾ വളഞ്ഞുവച്ച് തങ്ങളുടെ അവകാശങ്ങൾ എഴുതിയ രേഖയിൽ രാജാവിനെക്കൊണ്ട് നിർബന്ധിച്ച് ഒപ്പുവയ്പിച്ച് എടുത്ത ‘മഹാപ്രമാണ’ത്തെയാണ് മാഗ്നാകാർട്ട എന്നു വിളിച്ചുവന്നത്.)

അവശസമുദായങ്ങളുടെ അവകാശങ്ങളെക്കുറിച്ചുള്ള വിട്ടുവീഴ്ചയില്ലാത്ത നിലപാട് മേലുദ്ധരിച്ച പത്രാധിപരുടെ വിജ്ഞാപനത്തിൽത്തന്നെ കാണാം. രാഷ്ട്രീയത്തിലെ ഈ മിതവാദവും സമുദായനീതിയിലെ മിതമല്ലാത്ത വാദവും തമ്മിലുള്ള വ്യത്യാസം അക്കാലത്തുതന്നെ പലരുടെയും ശ്രദ്ധയിൽ പെട്ടിരുന്നു. കൃഷ്ണന്റെ ആധികാരികം എന്നു കരുതാവുന്ന ജീവചരിത്രത്തിൽ അതിന്റെ കർത്താവും കൃഷ്ണന്റെ മകളുടെ ഭർത്താവും ആയ കെ ആർ അച്യുതൻ ഇങ്ങനെ സാക്ഷ്യപ്പെടുത്തുന്നു:

> ഈ ഗ്രന്ഥകാരൻ തൃശൂർ സർക്കാർ ഹൈസ്കൂളിൽ വിദ്യാർഥിയായിരുന്ന കാലത്ത് അവിടത്തെ മലയാളപണ്ഡിതരായിരുന്ന പരേതനായ കുറ്റിപ്പുറത്ത് കേശവൻനായർ അവർകൾ, ക്ലാസിൽ കൊണ്ടുവന്ന് വായിക്കാറുള്ള നല്ല മാസികകളിൽ *മിതവാദി*യും ഉൾപ്പെട്ടിരുന്നു. മൂർക്കോത്ത് കുമാരന്റെ ലേഖനങ്ങളായിരിക്കും മിക്കപ്പോഴും അദ്ദേഹം അങ്ങനെ വായിച്ചു കേൾപ്പിക്കാറ്. കുമാരന്റെ ലളിതകോമളമായ ഗദ്യശൈലിയെക്കുറിച്ച് കേശവൻനായർക്ക് വലിയ ബഹുമാനമാണുണ്ടായിരുന്നത്. *മിതവാദി*യുടെ പത്രാധിപക്കുറിപ്പിലെ ‘അമിതവാദ’ത്തെയും അദ്ദേഹം അക്കാലത്ത് സൂചിപ്പിച്ച് സംസാരിക്കാറുണ്ടായിരുന്നു. (*സി കൃഷ്ണൻ*, എസ് പി സി എസ്, 1971, പുറം 96)

വൈക്കം സത്യഗ്രഹത്തിന്റെ മുന്നോടി

മിതവാദി കൃഷ്ണന്റെ പ്രശംസാർഹമായ ഈ ‘അമിതത്വം’ വാക്കുകളിൽ ഒതുങ്ങിനിന്നിരുന്നില്ല. അയിത്തം തുടങ്ങിയ പ്രാകൃതമായ അനാചാരങ്ങൾക്കെതിരെ നിയമനടപടികൾ കൈക്കൊള്ളുന്നതോടൊപ്പം വേണ്ടിവന്നാൽ നിയമലംഘനം നടത്താനും അദ്ദേഹം തുനിഞ്ഞിട്ടുണ്ട്. കോഴിക്കോട്ടെ തളി ക്ഷേത്രത്തിന്റെ ഓരത്തുകൂടിയുള്ള പെരുവഴിയിലൂടെ കീഴ്ജാതിക്കാർ നടക്കരുതെന്ന് സാമൂതിരിപ്പാട് പുറപ്പെടുവിച്ച ഉത്തരവിനെതിരെ കൃഷ്ണൻ നടത്തിയ വെല്ലുവിളി വൈക്കം ക്ഷേത്രത്തിന് ചുറ്റുമുള്ള റോഡുകളിലെ നിരോധനത്തെ എതിർത്തുകൊണ്ട് പിൽക്കാലത്ത്

മഞ്ചേരി രാമയ്യർ

1924-ൽ നടത്തിയ സത്യഗ്രഹസമരത്തെ അനുസ്മരിപ്പിക്കുന്നതാണ്. തളി ക്ഷേത്രത്തിലെ സംഭവം നടന്നത് 1917-ലാണ്. 1917 നവംബർ ഒന്നാംതീയതി സാമൂതിരിപ്പാടിന്റെ എസ്റ്റേറ്റ് മാനേജർ ജെ എ തോറൻ ഇപ്രകാരം ഒരു വിജ്ഞാപനം എഴുതി തളി ക്ഷേത്രത്തിന്റെ പരിസരത്ത് പതിപ്പിച്ചു:

ഈ നോട്ടീസ് ലംഘിക്കുന്നവർ അതുമൂലമായി ക്ഷേത്രത്തിനുണ്ടാകുന്ന എല്ലാ ചെലവുകൾക്കും നിയമപ്രകാരമുള്ള ശിക്ഷകൾക്കും അർഹരായി വരുന്നതാണ്.

മിതവാദി കൃഷ്ണന്റെ വിശ്വാസപ്രമാണമായ നിയമാനുസൃത മാർഗവും മനുഷ്യാവകാശ ലംഘനങ്ങളുടെ പ്രശ്നങ്ങളിൽ മിതത്വത്തെ ഉല്ലംഘിക്കുന്ന ആന്തരപ്രചോദനവും ഒരേസമയം പ്രതിഫലിക്കുന്ന ഒരു മറുവിജ്ഞാപനം ആണ് അദ്ദേഹം എസ്റ്റേറ്റ് മാനേജർ തോറന് നൽകിയത്. അതിലെ നിയമവാദവും യുക്തിയും അനിഷേധ്യം ആണെന്ന് തോന്നിയതിനാലോ തൽക്കാലം കൂടുതൽ ഒന്നും പറയാതിരിക്കുകയാണ് വിവേകം എന്ന് കരുതിയതിനാലോ 'കത്തുകിട്ടി' എന്ന ഒറ്റവാചക മറുപടി ആണ് തോറൻ കൃഷ്ണന് നൽകിയത്. തോറന്റെ വിജ്ഞാപനത്തിനുള്ള കൃഷ്ണന്റെ നിയമപരമായ മറുവിജ്ഞാപനവും അത്ര നിയമപരം അല്ലാത്ത സമരപ്രഖ്യാപനവും സമന്വയിച്ച മറുപടി താഴെ ചേർക്കുന്നു:

> സാമൂതിരി എസ്റ്റേറ്റ് മാനേജർ എന്ന നിലയിൽ തീയർ മുതലായ 'തീണ്ടൽ ജാതിക്കാർ' തളിയിലെ ഏതാനും പൊതു നിരത്തുകളിൽക്കൂടി നടക്കുന്നതിനെ നിരോധിച്ചുകൊണ്ട് നിങ്ങൾ ഇന്ന് നോട്ടീസ്ബോർഡ് സ്ഥാപിച്ചിട്ടുണ്ടല്ലോ. ചക്രവർത്തി മഹാരാജാവ് തിരുമനസിലെ ഈ തീരത്തുള്ള പ്രജകളുടെ ഒരു വലിയ വിഭാഗത്തിന്റെ അവകാശം നിങ്ങളുടെ നോട്ടീസ് പരിമിതപ്പെടുത്തുന്നതിനാൽ നിങ്ങളുടെ നോട്ടീസിൽ പറഞ്ഞതായ നിരത്തുകളിൽ ഒന്നായ പടിഞ്ഞാറെ നട(സമൂഹം റോഡ്)യിൽക്കൂടി നടക്കാനുള്ള ഞങ്ങളുടെ അവകാശം ഞങ്ങൾ ഉത്തരക്ഷണത്തിൽ ഉപയോഗിച്ചിരിക്കുന്നു. വിവാദവിഷയത്തിൽ ഒരു തീരുമാനമുണ്ടാകുന്ന വിധത്തിൽ നിങ്ങൾ സത്വരനടപടികൾ എടുക്കുന്നതായാൽ ഞങ്ങൾ നിങ്ങളോട് നന്ദിയുള്ളവരായിരിക്കും.

മുൻകൂട്ടി അറിയിച്ചതുപ്രകാരം സി കൃഷ്ണൻ ഹോംറൂൾ നേതാവായ

മഞ്ചേരി രാമയ്യർ തുടങ്ങിയ ഏതാനും സുഹൃത്തുക്കളോടുകൂടി നിരോധിക്കപ്പെട്ട വഴിയിലൂടെ നടന്നുനീങ്ങിയതോടെ സാമൂതിരിപ്പാടിന്റെ തീട്ടൂരം ജലരേഖയായി തീരുകയും ചെയ്തു.

നാരായണഗുരുവും എസ് എൻ ഡി പിയും

ശ്രീനാരായണഗുരുവും എസ് എൻ ഡി പി യോഗവും സി കൃഷ്ണന്റെ വിശ്വാസപ്രമാണങ്ങളിലും പ്രവർത്തന പരിപാടികളിലും സുപ്രധാന പങ്കാണ് വഹിച്ചിരുന്നത്. കൃഷ്ണന്റെ യുക്തിവാദവും ബുദ്ധമതവിശ്വാസവും ബ്രഹ്മസമാജം തുടങ്ങിയ സംഘടനകളിലെ അംഗത്വവും മറ്റും ഗുരുവിന്റെ അദ്വൈതവുമായി എങ്ങനെ പൊരുത്തപ്പെടും എന്ന സംശയം പലർക്കും അക്കാലത്തുതന്നെ ഉണ്ടായിരുന്നു. "വക്കീലിന് ക്ഷേത്ര നിർമാണത്തിലും വിഗ്രഹാരാധനയിലും വിശ്വാസം ഉണ്ടോയെന്ന്" ഗുരു പലപ്പോഴും അദ്ദേഹത്തോട് ചോദിക്കാറുണ്ടായിരുന്നു. അതിനൊന്നും ഉണ്ടെന്നോ ഇല്ലെന്നോ അറുത്തുമുറിച്ച് പറയാതെ പല വിശദീകരണങ്ങളും നൽകുകയാണ് അദ്ദേഹത്തിന്റെ പതിവ്. എങ്കിലും ഗുരുവിന്റെ ക്ഷേത്ര പ്രതിഷ്ഠാ ചടങ്ങുകളിൽ ആദരപൂർവം പങ്കെടുക്കുകയും അതിനുവേണ്ട ഒത്താശകൾ ചെയ്യുകയും ചെയ്യുക എന്നത് കൃഷ്ണന്റെ വിശ്വാസങ്ങൾക്ക് വിഘാതമാകാറില്ല എന്നതാണ് അനുഭവം. ഉദാഹരണത്തിന്, കോഴിക്കോട്ടെ ശ്രീകണ്ഠേശ്വരം ക്ഷേത്രനിർമാണ യത്നങ്ങളിലും തലശേരിയിലെ ജഗന്നാഥക്ഷേത്ര പ്രതിഷ്ഠയിലും കൃഷ്ണൻ പങ്കെടുക്കുകയും പണം പിരിച്ചു നൽകുകയും ചെയ്തിരുന്നതായി ജീവചരിത്രകാരന്മാർ രേഖപ്പെടുത്തിയിട്ടുണ്ട്. നാരായണഗുരുവിന് കൃഷ്ണനെക്കുറിച്ച് വലിയ മതിപ്പും വിശ്വാസവും ആയിരുന്നു. 1919–ൽ കൃഷ്ണനെ ഗുരുദേവന്റെ ധർമസംഘം ഉൾപ്പെടെയുള്ള സ്ഥാപനങ്ങളുടെ "ധർമകർത്താവാ"യി മുക്ത്യാർ പ്രകാരം ശ്രീനാരായണൻ ചുമതലയേൽപ്പിച്ചത് ഈ വിശ്വാസത്തിന് തെളിവാണ്. ഗുരുസ്വാമിയുടെ സമാധിയെത്തുടർന്ന് ധർമസംഘവും എസ് എൻ ഡി പിയും തമ്മിലുണ്ടായ തർക്കങ്ങൾ തീർക്കാനുള്ള മധ്യസ്ഥ ചുമതല ഏറ്റെടുത്തതും കൃഷ്ണൻ തന്നെ.

1912–ൽ എസ് എൻ ഡി പി യോഗത്തിന്റെ ഒമ്പതാമത് വാർഷിക സമ്മേളനത്തിൽ അധ്യക്ഷത വഹിച്ചത് കൃഷ്ണനായിരുന്നു. പിറ്റേ കൊല്ലം കോഴിക്കോട്ടുവച്ച് ചേർന്ന എസ് എൻ ഡി പിയുടെ പത്താം വാർഷിക സമ്മേളനത്തിന്റെ മുഖ്യ സംഘാടകൻ സി കൃഷ്ണനായിരുന്നു. 1919–ൽ കായംകുളത്തും 1920–ൽ ആലപ്പുഴയിലും വച്ചുചേർന്ന എസ് എൻ ഡി പി യോഗത്തിന്റെ വാർഷിക യോഗങ്ങളിൽ കൃഷ്ണൻ തന്നെയായിരുന്നു അധ്യക്ഷൻ. എസ് എൻ ഡി പി യോഗത്തിന്റെ പ്രവർത്തനപരിധിയിൽ അക്കാലത്ത് തിരുവിതാംകൂറും കൊച്ചിയും മലബാറുമായി ഭിന്നിച്ചുകിടന്നിരുന്ന കേരളം മുഴുവനും ആയിരുന്നു എങ്കിലും മലബാർ ജില്ലയിലും കൊച്ചി സംസ്ഥാനത്തും പ്രവർത്തനങ്ങൾ താരതമ്യേന പിന്നോക്ക അവസ്ഥയിലായിരുന്നു. ഈ പോരായ്മ പരിഹരിക്കാനുള്ള ശ്രമങ്ങളിൽ സി

കൃഷ്ണന്റെ പങ്ക് വലുതായിരുന്നു. ഈ പരിശ്രമങ്ങളുടെ ഭാഗമായിട്ടാണ് മേൽ പരാമർശിച്ച കോഴിക്കോട് എസ് എൻ ഡി പി വാർഷികസമ്മേളനം വമ്പിച്ച വിജയമാക്കാൻ കൃഷ്ണൻ അത്യധ്വാനം ചെയ്തത്. എന്നാൽ തന്റെ ജന്മനാടായ കൊച്ചി സംസ്ഥാനത്തിൽ യോഗം പ്രവർത്തനം വേണ്ടത്ര ഊർജിതപ്പെടാത്തതിൽ അദ്ദേഹത്തിന് കുണ്ഠിതമുണ്ടായിരുന്നു. ഇക്കാരണത്താലാണ് കൊച്ചിയിലെ സാമുദായിക സംഘടനാ പ്രവർത്തനങ്ങൾക്ക് പുത്തൻ ഉണർവ് നൽകാനുള്ള പരിശ്രമങ്ങളിൽ അദ്ദേഹം വ്യാപൃതനായത്.

1916 ഏപ്രിൽ 14–ന് പൂരം നാളിൽ തൃശൂർ സർക്കാർ ഹൈസ്കൂളിൽ വച്ച് കൃഷ്ണന്റെ അധ്യക്ഷതയിൽ വളരെ ആഘോഷപൂർവം നടന്ന 'കൊച്ചി ഈഴവ സമാജം' സമ്മേളനം ഈ വഴിക്കുള്ള ഒരു നീണ്ട കാൽവയ്പായിരുന്നു. ഈ സംഘടനയാണ് പിന്നീട് കൊച്ചി തീയ മഹാജനസഭയും കൊച്ചി എസ് എൻ ഡി പി യോഗവും ആയി മാറിയത്. ഇതുപോലെ പല സംഘടനാ–പ്രക്ഷോഭ സമ്മേളനങ്ങളിലും കൃഷ്ണന്റെ നേതൃത്വവും സാന്നിധ്യവും ഉണ്ടായിട്ടുണ്ട്.

വികൽപ്പവും വിട്ടുവീഴ്ചകളും

മിതവാദി സി കൃഷ്ണനെക്കുറിച്ചുള്ള ഈ വിവരങ്ങൾതന്നെ ഒരു കാലയളവിൽ കേരളത്തിലെ പൊതുജീവിതത്തിൽ അദ്ദേഹം വഹിച്ച ശ്രദ്ധേയമായ പങ്കും സമുദായത്തിൽ അദ്ദേഹം വഹിച്ച നേതൃത്വവും വ്യക്തമാക്കുന്നുണ്ടല്ലോ. എന്നാൽ രാഷ്ട്രീയത്തിലും യുക്തിവാദത്തിലും മറ്റും അദ്ദേഹം പുലർത്തിപ്പോന്ന അഭിപ്രായങ്ങൾ കൃത്യമായി വിലയിരുത്തുക അത്ര എളുപ്പമല്ല. അവ അത്രമാത്രം വൈരുധ്യങ്ങളും വ്യത്യസ്തതകളും അടങ്ങിയതായിരുന്നു. വിഗ്രഹാരാധനയെ എതിർക്കുന്നതോടൊപ്പം നാരായണഗുരുവിന്റെ വിഗ്രഹ പ്രതിഷ്ഠകൾക്ക് കൃഷ്ണൻ നൽകിയ സഹകരണത്തെക്കുറിച്ച് നേരത്തെ പരാമർശിച്ചുവല്ലോ.

സ്വാതന്ത്ര്യസമരകാലത്ത് ഇന്ത്യൻ നാഷണൽ കോൺഗ്രസിൽ നിലവിലിരുന്ന സവർണമേൽക്കോയ്മയും അധഃസ്ഥിതരുടെ അവകാശവാദങ്ങളോട് അവർക്കുണ്ടായിരുന്ന അലസമനോഭാവവും മൂലം പല പിന്നോക്ക വിഭാഗ നേതാക്കളും സ്വാതന്ത്ര്യസമര യത്നങ്ങൾക്ക് അനുകൂലമല്ലാത്ത നിലപാടാണ് സ്വീകരിച്ചിരുന്നതെന്ന് ഇതിനുമുമ്പ് പറഞ്ഞുവല്ലോ. എന്നാൽ സി കൃഷ്ണന് സ്വാതന്ത്ര്യസമരത്തോട് ഉണ്ടായിരുന്ന അനുഭാവരഹിതമായ നിലപാട് മറ്റ് പലരുടെയും നിലപാടിനെക്കാൾ വളരെ കടുത്തതായിരുന്നു. ഉദാഹരണത്തിന്, *മിതവാദി*യിലെ ഒരു മുഖപ്രസംഗത്തിന്റെ പ്രസക്തഭാഗം ഉദ്ധരിക്കാം:

> വെള്ളക്കാരന്റെ മതവും ശാസ്ത്രവും ബുദ്ധിശക്തിയും ഒരു സമുദായത്തെ അടിച്ചുതാഴ്ത്തി അവരെ സദാ നികൃഷ്ടരാക്കിനിർത്താനുള്ള ഉപകരണങ്ങളും ഉപായങ്ങളും ആയി

> ട്ടല്ല അവർ കരുതിയിരിക്കുന്നത്. നേരേമറിച്ച്, യൂറോപ്യർ മനുഷ്യനെ ഉയർത്തി ലോകത്തിൽ പല നല്ല പരിഷ്കാരങ്ങളും വരുത്തി ഈ ലോകവാസം സുഖഭൂയിഷ്ഠമാക്കിത്തീർക്കാനാണ് എന്നും ശ്രമിക്കുന്നത്. ഹിന്ദുമതമാകട്ടെ, ഭൂരിപക്ഷം മനുഷ്യരെയും പഞ്ചമന്മാരും ശൂദ്രരും മറ്റുമാക്കി ചവുട്ടിത്തേച്ച് ആ പാവങ്ങളെ ദുർലഭം ചില സ്വാർഥികളുടെ (ബ്രാഹ്മണർ തുടങ്ങിയ ഉയർന്ന ജാതികൾ) അടിമകളാക്കി നിർത്താനാണ് ഉപദേശിക്കുന്നത്. ബ്രാഹ്മണനും യൂറോപ്യനെപ്പോലെ ബുദ്ധിശക്തിയുള്ളവൻതന്നെ; എന്നാൽ ബ്രാഹ്മണൻ തന്റെ ബുദ്ധിയും പഠിപ്പുമെല്ലാം 'ജീവാത്മാവും പരമാത്മാവും' തമ്മിലുള്ള വ്യത്യാസങ്ങളെ കണ്ടുപിടിക്കാനായിട്ടാണ് ഉപയോഗിക്കുന്നത്. ഈ രണ്ട് ആത്മാക്കളും തമ്മിലുള്ള അന്തരം കണ്ടുപിടിച്ചിട്ട് ആർക്കെങ്കിലും വല്ല കാര്യമുണ്ടോ? യൂറോപ്യന്മാരാവട്ടെ, പുരുഷകേസരികളെപ്പോലെ പ്രയത്നം ചെയ്ത് തീവണ്ടിയും തീക്കപ്പലും വിമാനവും ലോകത്തിൽ നടപ്പാക്കിവരുന്നു. ബ്രാഹ്മണനാണെങ്കിൽ ഈ തീവണ്ടിയും മറ്റും ശകുനിയും വിഭീഷണനും ചന്ദ്രഗുപ്തമൗര്യനും ജീവിച്ചകാലത്ത് ഭാരതത്തിൽ ധാരാളമായിരുന്നുവെന്നുമാത്രം പറഞ്ഞ് ജനങ്ങളെ വഞ്ചിക്കുന്നു. ഈ വക കാരണങ്ങളാലാണ് തിരുവിതാംകൂറിലെ ബ്രാഹ്മണദിവാന്റെ ദീർഘകാലത്തെ ഭരണം പരാജയത്തിലും ഉത്തമാദർശമുള്ള യൂറോപ്യൻ ദിവാൻ ഹെർബട്ട് സായ്വിന്റെ കൊച്ചിയിലെ ഭരണം ക്ഷണം വിജയത്തിലും കലാശിച്ചത്.

1857–58 ലെ ഒന്നാം സ്വാതന്ത്ര്യസമരത്തിനുശേഷം ബ്രിട്ടീഷ് സർക്കാർ പരമ്പരാഗതമായ ആചാരാനുഷ്ഠാനങ്ങളെ ഒരുതരത്തിലും സ്പർശിക്കുകയില്ലെന്ന് തീരുമാനിച്ചതുപ്രകാരം അധികാരശക്തി മുഴുവനും ഉപയോഗപ്പെടുത്തിയത് ജാതിവ്യത്യാസവും അയിത്താചാരവും ഉൾപ്പെടെയുള്ള പ്രാകൃത സമ്പ്രദായങ്ങളെ സുരക്ഷിതമാക്കി നിലനിർത്താനാണ് എന്ന വസ്തുത ഇത്തരം വാദക്കാർ വിസ്മരിക്കുന്നത് വിചിത്രംതന്നെ.

കൃഷ്ണന്റെ മകളുടെ ഭർത്താവ് കെ ആർ അച്യുതൻ രചിച്ച ജീവചരിത്രത്തിൽ ബ്രിട്ടീഷ് സർക്കാരിന്റെ എന്തെങ്കിലും ഒരു ബഹുമതി ലഭിക്കാൻ കൃഷ്ണൻ ശ്രമിച്ചു പരാജയപ്പെട്ട കഥ രേഖപ്പെടുത്തിയിട്ടുണ്ട്. അച്യുതൻ എഴുതുന്നു:

> താൻ പൊതുപ്രവർത്തനങ്ങളിൽ ഏർപ്പെട്ടിരുന്നത് ബഹുമതിക്കുവേണ്ടിയായിരുന്നില്ലെങ്കിലും ബ്രിട്ടീഷ് ഭരണാധികാരികളിൽനിന്ന് എന്തെങ്കിലും സ്ഥാനമാനങ്ങൾ കിട്ടുന്നതിൽ ചരിത്രപുരുഷൻ വിമുഖനായിരുന്നില്ല. സർ എം കൃഷ്ണൻ

> നായർ മദ്രാസ് ഗവൺമെന്റിന്റെ നിയമ മെമ്പറായിരുന്നപ്പോൾ ഒരു 'റാവുബഹദൂർ' സ്ഥാനം കിട്ടുന്നതിന് തന്റെ പേര് ശുപാർശ ചെയ്യണമെന്ന് കൃഷ്ണൻ അദ്ദേഹത്തിന് എഴുതുകയും, താൻ അത് സന്തോഷപൂർവം ചെയ്യുന്നതാണെന്ന് കൃഷ്ണൻനായർ മറുപടി അയയ്ക്കുകയും ചെയ്തിരുന്നു. അതിനും കുറെക്കാലം മുമ്പ്, ചരിത്രപുരുഷന്റെ പൊതുപ്രവർത്തനങ്ങളുടെ ഒരു വിവരണം സർ പി രാജഗോപാലാചാരി കൃഷ്ണനിൽനിന്ന് വാങ്ങിവച്ചിരുന്നത്, അദ്ദേഹത്തിന് ഗവൺമെന്റിൽനിന്നും വല്ല ബഹുമതിയും വാങ്ങിക്കൊടുക്കണമെന്ന് ഉദ്ദേശിച്ചുകൊണ്ടായിരിക്കണം. മദ്രാസ് ഗവർണറുടെ എക്സിക്യൂട്ടീവ് കൗൺസിൽ മെമ്പർമാർ എന്ന നിലയിൽ പ്രസ്തുത ഗവൺമെന്റിന്റെമേൽ വലിയ സ്വാധീനശക്തിയുണ്ടായിരുന്ന മുകളിൽപ്പറഞ്ഞ രണ്ടു പ്രഗത്ഭന്മാർ ശ്രമിച്ചിട്ടും കൃഷ്ണന് ഒരു സ്ഥാനമാനവും ഗവൺമെന്റിൽനിന്ന് ലഭിക്കാതിരുന്നതിന്റെ കാരണം ഇന്നും ദുരൂഹമായിരിക്കുന്നു. ഒരുപക്ഷേ, മലബാർ കുടിയാൻപ്രശ്നത്തിൽ കൃഷ്ണൻ സ്വീകരിച്ച സ്വതന്ത്രനിലപാട് നിമിത്തം ഉയർന്ന ഔദ്യോഗികകേന്ദ്രങ്ങളിൽ അദ്ദേഹം അനഭിമതനായിരുന്നതായിരിക്കാം ഇതിനുള്ള കാരണം. (പുറം 301)

മിതവാദി കൃഷ്ണന്റെ യുക്തിവാദത്തിലും ഇത്തരം വൈപരീത്യങ്ങൾ കണ്ടെത്താൻ കഴിയും. യുക്തിവാദത്തിന് കടകവിരുദ്ധമായ ജ്യോതിഷത്തിൽ അദ്ദേഹത്തിന് വലിയ കമ്പമായിരുന്നു. ഒരു ബൗദ്ധിക അഭ്യാസം എന്ന നിലയിൽ ഒരേ കാര്യത്തെക്കുറിച്ച് വിവിധ ജ്യോതിഷികളുടെ അഭിപ്രായം ആരാഞ്ഞ് രേഖപ്പെടുത്തിവയ്ക്കാൻ ശ്രദ്ധിക്കാറുണ്ടായിരുന്നു. കുടുംബാംഗങ്ങളുടെ മാത്രമല്ല മറ്റ് പരിചയക്കാരുടെയും പ്രമാണിമാരുടെയും ജാതകങ്ങൾ തയ്യാറാക്കുന്നതിൽ കൃഷ്ണൻ തൽപ്പരനായിരുന്നു. ഒരിക്കൽ മഹാത്മാഗാന്ധിയുടെ ജാതകം ഗണിച്ച് *മിതവാദി*യിൽ അദ്ദേഹം പ്രസിദ്ധീകരിച്ചിരുന്നു. പക്ഷേ ജാതകവിധി പ്രകാരമുള്ള ദോഷപരിഹാരത്തിനായി അനുഷ്ഠാനങ്ങൾ ഒന്നും അദ്ദേഹം നടത്താറില്ലായിരുന്നു.

യുക്തിവാദവുമായി പൊരുത്തപ്പെടാത്ത ചില ശീലങ്ങൾ കൃഷ്ണന് ഉണ്ടായിരുന്നതിനെക്കുറിച്ച് സി ആർ കേശവൻ വൈദ്യർ അൽപ്പം പരിഹാസ സ്വരത്തിൽ പറയുന്നത് ഇങ്ങനെയാണ്:

> കേരളത്തിലെ യുക്തിവാദപ്രസ്ഥാനത്തിന്റെ ആദ്യകാല നേതാക്കളിൽ ഒരാളാണ് സി കൃഷ്ണൻ. എങ്കിലും കുളികഴിഞ്ഞ് ഒരു ചന്ദനപ്പൊട്ട് തൊടുക എന്നത് അദ്ദേഹത്തിന് ഒരു പതിവായിരുന്നു. ചന്ദനപ്പൊട്ട് മതപരമായ ഒരു ചടങ്ങ്

> എന്നതിനെക്കാൾ വസ്ത്രധാരണത്തിന്റെ ഒരു ഭാഗം എന്ന നിലയിലായിരിക്കണം അദ്ദേഹം പരിഗണിച്ചിരുന്നത്. എന്നാൽ ജ്യോത്സ്യത്തിലുള്ള അദ്ദേഹത്തിന്റെ കമ്പം ഒരു അംഗീകൃത യുക്തിവാദിയുടെ പ്രതിരൂപത്തിന് ഇണങ്ങുന്നതായിരുന്നു എന്നു തോന്നുന്നില്ല. ഇംഗ്ലീഷുകാരുടെ ജീവിതരീതിയാണ് കൃഷ്ണൻവക്കീൽ ഇഷ്ടപ്പെട്ടിരുന്നത്. രുചികരമായ ഭക്ഷണം നിർബന്ധമായിരുന്നു. എന്നാൽ മദ്യത്തെ അദ്ദേഹം കഠിനമായി വെറുക്കുകയും മദ്യവർജനത്തിനു വേണ്ടി ശക്തിയായി വാദിക്കുകയും ചെയ്തിരുന്നു. (*മാർഗദർശികൾ*, 1978, ഇരിങ്ങാലക്കുട, പുറം 116)

ഡോ. അയ്യത്താൻ ഗോപാലന്റെ പ്രേരണപ്രകാരം ബ്രഹ്മസമാജത്തിൽ അംഗമായി ചേർന്നെങ്കിലും അവരുടെ സാമൂഹ്യ പരിഷ്കരണ യത്നങ്ങളോട് അല്ലാതെ ഏകദൈവവിശ്വാസത്തിൽ കൃഷ്ണൻ പങ്കുചേർന്നിരുന്നില്ല. അതോടൊപ്പം താൻ ബുദ്ധമതത്തിൽ ചേർന്നതായി ഒരിക്കൽ അദ്ദേഹം പ്രഖ്യാപിക്കുകയും ചെയ്തു. ഇങ്ങനെ വിവിധ ആദർശങ്ങളുടെയും സിദ്ധാന്തങ്ങളുടെയും വൈരുധ്യങ്ങളുടെയും ഒരു സമന്വയമായിരുന്നു മിതവാദി കൃഷ്ണൻ. എങ്കിലും കേരള നവോത്ഥാന ചരിത്രത്തിൽ പ്രകാശം ചൊരിയുന്ന ഒരു താരമായി അദ്ദേഹം സ്മരിക്കപ്പെടും. ●

എം. രാമവർമ തമ്പാൻ

9 രാമവർമ തമ്പാൻ ശാസ്ത്രവും യുക്തിയും

കേരളത്തിലെ യുക്തിവാദി പ്രസ്ഥാനത്തിന്റെ ഏറ്റവും പേരുകേട്ട മേധാശക്തികൾ സഹോദരൻ അയ്യപ്പൻ, കുറ്റിപ്പുഴ കൃഷ്ണപിള്ള, എം സി ജോസഫ് തുടങ്ങിയവർ ആയിരുന്നെങ്കിലും പ്രസ്ഥാനത്തിന്റെ ആദ്യ പഥികൻ എന്ന സ്ഥാനം എം രാമവർമ തമ്പാനാണ് (1868–1940) കൽപ്പിക്കേണ്ടത്. സഹോദരൻ അയ്യപ്പന്റെ സ്കൂൾ അധ്യാപകനും ദാർശനികഗുരുവും ആയിരുന്നു തമ്പാൻ. ശ്രീനാരായണഗുരുവിന്റെ അദ്വൈത വേദാന്തത്തിലും സാമൂഹ്യ വിപ്ലവാദർശങ്ങളിലും ആകൃഷ്ടനായി കഴിഞ്ഞിരുന്ന സഹോദരൻ അയ്യപ്പനെ സ്കൂൾ അധ്യാപകനായിരുന്ന തമ്പാനാണ് നിർണായകമായി യുക്തിവാദത്തിലേക്ക് വഴിതിരിച്ചത്. അയ്യപ്പനെപ്പോലെ അനേകം വിദ്യാർഥികൾ തമ്പാന്റെ ബൗദ്ധിക സ്വാധീനത്തിൽപ്പെട്ട് ശാസ്ത്രത്തിന്റെയും യുക്തിയുടെയും മാർഗത്തിലേക്ക് തിരിഞ്ഞിട്ടുണ്ട്. 1929–ൽ പ്രസിദ്ധീകരണം ആരംഭിച്ച *യുക്തിവാദി* മാസികയുടെ പ്രാരംഭ പ്രവർത്തകരിൽ പ്രമുഖനായിരുന്നു തമ്പാൻ.

1868–ൽ വടക്കൻ പറവൂരിലെ പല്ലംതുരുത്തിൽ മരുതൂർ കോവിലകം (മരുതൂർ മനയ്ക്കൽ കോവിലകം എന്നും പറയാറുണ്ട്) എന്ന ക്ഷത്രിയ കുടുംബത്തിലാണ് രാമവർമ ജനിച്ചത്. അമ്മ അംബികതമ്പാട്ടിയും അച്ഛൻ അങ്കമാലിക്കടുത്ത് നായത്തോട്ട്കരയിൽ ഉദയമംഗലത്ത് മനയ്ക്കൽ സൂര്യൻ നമ്പൂതിരിയുമാണ്. പ്രാഥമിക വിദ്യാഭ്യാസം പറവൂരിലും

ഹൈസ്കൂൾ വിദ്യാഭ്യാസം എറണാകുളത്തും പൂർത്തിയാക്കി. ഇന്നത്തെ പ്രീഡിഗ്രിക്ക് തുല്യമായ അന്നത്തെ എഫ് എ (ഫസ്റ്റ് ആർട്സ്) എറണാകുളം മഹാരാജാസ് കോളേജിൽനിന്നും പാസായി. ബി എ ബിരുദം എടുത്തത് തിരുവനന്തപുരം മഹാരാജാസ് കോളേജിൽനിന്നാണ് (ഇന്നത്തെ യൂണിവേഴ്സിറ്റി കോളേജ്). ഇന്നത്തെ ബി എഡിനു തുല്യമായ എൽ ടി (ലൈസൻഷിയേറ്റ് ഇൻ ടീച്ചിംഗ്) ചെന്നൈയിൽനിന്നും പഠിച്ചു പാസായി.

ഒരു സ്കൂൾ അധ്യാപകനായിട്ടാണ് തമ്പാൻ ജീവിതം ആരംഭിച്ചത്. വടക്കൻ പറവൂരും ചെങ്ങന്നൂരും സർക്കാർ ഹൈസ്കൂൾ ഹെഡ്മാസ്റ്ററായി സേവനമനുഷ്ഠിച്ചശേഷം തിരുവനന്തപുരം മഹാരാജാസ് കോളേജിൽ ഇംഗ്ലീഷ് അധ്യാപകനായി ചേർന്നു. തുടർന്ന് ട്രെയിനിംഗ് കോളേജ് വൈസ് പ്രിൻസിപ്പലായി പെൻഷൻ പറ്റി. പെൻഷൻ പറ്റിയതിനുശേഷം രണ്ടുകൊല്ലം വായനയിലും എഴുത്തിലും ശ്രദ്ധ കേന്ദ്രീകരിച്ചു. തുടർന്ന് പുതുതായി ആരംഭിച്ച കോഴിക്കോട് സാമൂതിരി കോളേജിൽ പ്രിൻസിപ്പലായി അദ്ദേഹം സേവനം അനുഷ്ഠിച്ചു. 1940–ൽ തമ്പാൻ നിര്യാതനായി.

ജഡ്ജി പറവൂർ താഴത്തുവീട്ടിൽ നാരായണപിള്ളയുടെ പുത്രി മാധവിക്കുട്ടി അമ്മയെ തമ്പാൻ ഇരുപത്തിയാറാമത്തെ വയസിൽ വിവാഹം കഴിച്ചു. ആ ദാമ്പത്യത്തിൽനിന്ന് പിറന്ന മൂന്ന് കുട്ടികളിൽ ഒരു മകനും ഒരു മകളും ചെറുപ്പത്തിലേ മരിച്ചുപോയി. അവശേഷിച്ച മകൾ ലക്ഷ്മി എൻ മേനോൻ പിൽക്കാലത്ത് ബിഹാറിൽനിന്ന് പാർലമെന്റിലേക്ക് തെരഞ്ഞെടുക്കപ്പെടുകയും ജവാഹർലാൽ നെഹ്രുവിന്റെ മന്ത്രിസഭയിൽ അംഗമാവുകയും ചെയ്തു. കൊച്ചി സംസ്ഥാനത്തിലെ വിദ്യാഭ്യാസവകുപ്പ് ഡയറക്ടറും പട്ന, തിരുവിതാംകൂർ സർവകലാശാലകളിൽ വൈസ് ചാൻസലറും ആയിരുന്ന നന്ദൻ മേനോനായിരുന്നു അവരുടെ ഭർത്താവ്.

ആദ്യ ഭാര്യയായ മാധവിക്കുട്ടി അമ്മ അകാലചരമമടഞ്ഞതിനെത്തുടർന്ന് പറവൂർ ചേന്നമംഗലത്ത് ആറങ്കാവിൽ പഴങ്ങാട്ട് ദേവകി അമ്മയെ തമ്പാൻ വിവാഹം ചെയ്തു. ആ ദാമ്പത്യത്തിൽ മൂന്ന് പുത്രന്മാരും രണ്ട് പുത്രിമാരും ഉണ്ടായി. പക്ഷേ, നിർഭാഗ്യവശാൽ ഒരു പ്രസവക്ലേശത്തെത്തുടർന്ന് ദേവകി അമ്മയും മരിച്ചു. ദേവകി അമ്മയുടെ സഹോദരി ലക്ഷ്മിക്കുട്ടി അമ്മയായിരുന്നു തമ്പാന്റെ മൂന്നാമത്തെ ഭാര്യ. അവർക്ക് ഒരു പുത്രനുണ്ടായി.

ഭാര്യമാരുടെയും കുട്ടികളുടെയും തുടരെത്തുടരെ ഉണ്ടായ മരണം തമ്പാനെ വേദനിപ്പിച്ചു എങ്കിലും ഈ ദുരന്തങ്ങൾക്ക് കാരണം അദ്ദേഹത്തിന്റെ യുക്തിവാദവും ഈശ്വരനിന്ദയും ആചാരാനുഷ്ഠാനങ്ങളോടുള്ള എതിർപ്പും മറ്റുമാണെന്ന കുടുംബാംഗങ്ങളുടെയും അഭ്യുദയകാംക്ഷികളുടെയും അഭിപ്രായം സ്വീകരിക്കാനോ അവർ നിർദേശിച്ചതുപോലെ പ്രവർത്തിക്കാനോ തമ്പാൻ ഒരുങ്ങിയില്ല. മരണപര്യന്തം തന്റെ വിശ്വാസപ്രമാണങ്ങളിൽ വെള്ളം ചേർക്കാതെ ജീവിക്കുകയും തന്റെ മരണാനന്തര ചടങ്ങുകളിൽപ്പോലും മതാചാരസ്പർശം ഉണ്ടാകരുതെന്ന് തമ്പാൻ നിർദേശിക്കുകയും ചെയ്തിരുന്നു എന്ന് ലക്ഷ്മി എൻ മേനോൻ എന്നോട് പറഞ്ഞിട്ടുണ്ട്.

കോളേജ് ക്ലാസുകളിൽ എത്തുമ്പോഴേക്കും പരന്ന വായനയിലൂടെ

ബെട്രന്റ് റസൽ

19–ാം നൂറ്റാണ്ടിലെ പ്രമുഖ യുക്തിവാദികളായിരുന്ന ചാൾസ് ബ്രാഡ്ലോ, റോബർട്ട് ഗ്രീൻ ഇംഗർസോൾ തുടങ്ങിയവരുടെ ആശയങ്ങളുമായി തമ്പാൻ പരിചയപ്പെടാൻ തുടങ്ങിയിരുന്നു. ബർണാഡ്ഷാ, എച്ച് ജി വെൽസ്, ബെട്രന്റ് റസൽ, സിഡ്ണി വെബ്, ബിയാട്രിസ് വെബ് തുടങ്ങിയവരുടെ പുസ്തകങ്ങളും അദ്ദേഹത്തിന് വായിക്കാൻ കഴിഞ്ഞിരുന്നു. ഷായുടെയും വെൽസിന്റെയും വെബ് ദമ്പതിമാരുടെയും 'ഫാബിയൻ' സോഷ്യലിസ്റ്റ് ചിന്തകൾ തമ്പാനെ സ്വാധീനിച്ചതായി അദ്ദേഹത്തിന്റെ കൃതികളിലെ ചില പരാമർശങ്ങൾ വ്യക്തമാക്കുന്നു.

അധ്യാപകൻ, പ്രഭാഷകൻ, എഴുത്തുകാരൻ, ഗതാനുഗതികത്വത്തെ തിരസ്കരിച്ച വിമത ചിന്തകൻ എന്നീ നിലകളിൽ സുഹൃത്തുക്കളുടെയും വിദ്യാർഥികളുടെയും ആരാധനാപാത്രമായിരുന്നു തമ്പാൻ. സഹോദരൻ അയ്യപ്പനെപ്പോലെ കൂർമബുദ്ധിയും വിജ്ഞാനകുതുകിയും ആയ ഒരു വിദ്യാർഥിയെ എങ്ങനെയാണ് തമ്പാൻ സ്വാധീനിച്ചത് എന്ന് സഹോദരന്റെ ഒരു ജീവചരിത്രകാരനായ സി കെ ഗംഗാധരൻ ഇപ്രകാരം രേഖപ്പെടുത്തുന്നു:

> അയ്യപ്പന്റെ വ്യക്തിവികാസത്തിന് പുതിയ ചിറകുകൾ നൽകിയത് അദ്ദേഹമാണ് (തമ്പാൻ). 1906 മുതൽ 1914 വരെ അദ്ദേഹമായിരുന്നു ഹെഡ്മാസ്റ്റർ (ആർ വി ഹൈസ്കൂൾ, പറവൂർ). 1910–ൽ അയ്യപ്പൻ സ്കൂൾഫൈനൽ പരീക്ഷ പാസായി. അന്നേക്ക് 21 വയസുള്ള യുവാവായി മാറിക്കഴിഞ്ഞിരുന്നു അയ്യപ്പൻ. സ്കൂൾജീവിതത്തിനുശേഷവും തമ്പാനുമായി നിരന്തര സമ്പർക്കത്തിലേർപ്പെട്ടുകഴിഞ്ഞു ആ യുവാവ്. പിൽക്കാലത്ത് കൊച്ചി നിയമസഭയിൽ അയ്യപ്പൻ അവതരിപ്പിച്ച് പാസാക്കിയെടുത്ത സിവിൽ മാര്യേജ് ബിൽ തമ്പാൻ തയ്യാറാക്കിക്കൊടുത്തതാണ്.
>
> പറവൂർ പല്ലന്തുരുത്തിലെ മനയ്ക്കൽ കോവിലകമായിരുന്നു തമ്പാന്റെ വസതി. അയിത്തം ആചരിക്കാത്ത ആ കോവിലകത്ത് അയ്യപ്പനു മാത്രമല്ല, ഏതു ജാതിക്കാർക്കും പ്രവേശനമുണ്ടായിരുന്നു. സന്ദർശകർ ആരായാലും കൊള്ളാം, കുടുംബാംഗങ്ങൾതന്നെ ഉപചരിക്കണമെന്ന നിർബന്ധക്കാരനായിരുന്നു അദ്ദേഹം. സ്കൂൾ ലൈബ്രറിയിലെ ഉൽക്കൃഷ്ട ഗ്രന്ഥങ്ങൾ കുട്ടികൾക്ക് തെരഞ്ഞെടുത്ത് കൊടുക്കാൻ തമ്പാൻ പ്രത്യേക താൽപ്പര്യമെടുത്തു. ഇതിന്റെ നല്ലൊരു ഗുണഭോക്താവായിരുന്നു അയ്യപ്പൻ. നല്ലൊരു വായനക്കാരനും വാഗ്മിയുമായ തമ്പാനെപ്പോലെ ബഹുജനാദരം പിടിച്ചുപറ്റാൻ തനിക്കും കഴിയണമെന്ന് ആ യുവാവ്

> അഭിലഷിച്ചു. ആ അഭിലാഷം പൂവണിഞ്ഞപ്പോൾ ശിഷ്യൻ മാത്രമല്ല, ആ ഗുരുവരനും സന്തോഷിച്ചു. ആ ഗുരുവിന്റെ ചരമത്തിൽ (1115 ഇടവം) അനുശോചിച്ചുകൊണ്ട് അയ്യപ്പൻ എഴുതിയ മുഖപ്രസംഗത്തിൽ അദ്ദേഹത്തിന്റെ വായനയെക്കുറിച്ച് ഇങ്ങനെ പറയുന്നു: "ഗ്രന്ഥപാരായണം അദ്ദേഹത്തിന് ആഹാരംപോലെ ആവശ്യമായിരുന്നു. അദ്ദേഹത്തെപ്പോലെ വായിച്ച പണ്ഡിതന്മാർ കേരളത്തിൽ വേറെ ഉണ്ടെന്നു തോന്നുന്നില്ല." (*സഹോദരൻ അയ്യപ്പൻ*, പുറം 15)

1932-ൽ പറവൂർ ആർ വി ഹൈസ്കൂളിന്റെ (ഇന്നത്തെ മോഡൽ ബോയ്സ് ഹൈസ്കൂൾ) ഡയമണ്ട് ജൂബിലി ആഘോഷത്തോടനുബന്ധിച്ച് പ്രസിദ്ധീകരിച്ച സ്മരണികയിൽ തമ്പാന്റെ വിദ്യാലയ നടത്തിപ്പിന്റെ വിവിധ വശങ്ങളെ ഇപ്രകാരം പ്രകീർത്തിച്ചിരിക്കുന്നു:

> Mr. Thampan's advent was symptomatic of the times. The physical, cultural and social sides of School life appealed to him as much as the purely academic side. The scope and activities of the Literary Association were widened and athletic clubs, elocution contests, social gathering and theatrical performances were inaugurated. Under him the School became the centre of all public activities.

പിൽക്കാലത്ത് യുക്തിവാദികൾ എന്ന പേരിൽ അറിയപ്പെട്ടിരുന്നവരുമായി മാത്രമല്ല, അക്കാലത്തെ പ്രമുഖ ചിന്തകരും എഴുത്തുകാരും മറ്റുമായി വൈയക്തികവും ബൗദ്ധികവുമായ അടുത്ത ബന്ധം തമ്പാൻ പുലർത്തിയിരുന്നു. തമ്പാന്റെ വിജ്ഞാന പാരാവാരത്തിൽനിന്ന് പലതും പഠിക്കാൻ കഴിയും എന്നു കരുതിയ വിജ്ഞാന ബുഭുക്ഷുക്കൾ തമ്പാന്റെ കുടുംബത്തിൽ നിത്യസന്ദർശകരായിരുന്നു. അവരിൽ ഒരാളായിരുന്നു സാഹിത്യവിപ്ലവകാരി പി കേശവദേവ്. ആര്യസമാജം പ്രവർത്തകൻ ആയിരുന്ന കേശവദേവിനെ നിരീശ്വരവാദത്തിലേക്ക് നയിച്ചതിൽ തമ്പാന് കാര്യമായ പങ്കുണ്ട്. ഒളശയിൽ ആണ് ജനിച്ചതെങ്കിലും വടക്കൻ പറവൂരിൽ ദീർഘകാലം ജീവിച്ചിരുന്ന പ്രസിദ്ധ വിദ്യാഭ്യാസ ചിന്തകനും എഴുത്തുകാരനും ആയിരുന്ന ആർ ഈശ്വരപിള്ള (1854–1940) തമ്പാനുമായി നിരന്തരമായ ബൗദ്ധിക സംവാദത്തിൽ ഏർപ്പെട്ടിരുന്നു. തികഞ്ഞ ആസ്തികൻ എങ്കിലും ഈശ്വരപിള്ളയ്ക്ക് തമ്പാന്റെ വിജ്ഞാനഭണ്ഡാഗാരം വിലപ്പെട്ട രത്ന ഖനിയായി അനുഭവപ്പെട്ടിട്ടുണ്ട്. ഈശ്വരപിള്ള പത്രാധിപരായി നടത്തിവന്ന *ഗുരുനാഥൻ* മാസികയിൽ തമ്പാൻ കൂടെക്കൂടെ എഴുതാറുണ്ടായിരുന്നു. ഈശ്വരപിള്ള സ്ഥലംമാറി പോയതിനെത്തുടർന്നാണ് തമ്പാൻ പറവൂർ ഹൈസ്കൂളിൽ ഹെഡ്മാസ്റ്ററായി നിയമിക്കപ്പെട്ടത്. അതുപോലെതന്നെ പറവൂർ മുനിസിപ്പൽ പ്രസിഡന്റ് സ്ഥാനത്ത് കാലാവധി കഴിഞ്ഞ് ഈശ്വരപിള്ള പിരിഞ്ഞപ്പോൾ തമ്പാൻ ആ സ്ഥാനത്ത് മുനിസിപ്പൽ പ്രസിഡന്റായി നിയമിക്കപ്പെടുകയും ചെയ്തു. (അക്കാലത്ത് മുനിസി

പ്പൽ പ്രസിഡന്റിനെ സർക്കാർ നേരിട്ട് നിയമിക്കുകയായിരുന്നു പതിവ്).

മതവിശ്വാസങ്ങളിൽ പഴയ മട്ടുകാരൻ ആയിരുന്നെങ്കിലും പൊതുകാര്യങ്ങളിലും വിദ്യാഭ്യാസ സിദ്ധാന്തങ്ങളിലും തികച്ചും ആധുനികനായിരുന്നു ഈശ്വരപിള്ള എന്ന് അദ്ദേഹത്തിന്റെ ആ വിഷയത്തെക്കുറിച്ചുള്ള ലേഖനങ്ങളിൽനിന്നും *ഗുരുനാഥൻ* മാസികയിൽനിന്നും മനസിലാക്കാം. ആധുനിക ട്രേഡ് യൂണിയൻ ശൈലിയിലല്ല പ്രവർത്തിച്ചിരുന്നതെങ്കിലും അന്ന് ഈശ്വരപിള്ളയുടെ അധ്യക്ഷതയിൽ രൂപീകരിക്കപ്പെട്ട അധ്യാപകക്ഷേമസംഘടന പിൽക്കാലത്തെ അധ്യാപകസംഘടനകളുടെ പൂർവഗാമിയായിരുന്നു. രാമവർമ തമ്പാൻ ആ സംഘടനയിലെ പ്രമുഖ അംഗമായിരുന്നു. വിദ്യാർഥികളെ ശാരീരിക ദണ്ഡനം കൂടാതെ ഭംഗിയായി പഠിപ്പിക്കാൻ കഴിയും എന്ന് 20-ാം നൂറ്റാണ്ടിലെ ആദ്യവർഷങ്ങളിൽ ത്തന്നെ വിശ്വസിക്കുകയും പ്രവർത്തിക്കുകയും ചെയ്തിരുന്ന ഈശ്വരപിള്ള ദൂരക്കാഴ്ചയുള്ള വിദ്യാഭ്യാസ ചിന്തകനും അധ്യാപകനും ആയിരുന്നു. ഇക്കാര്യങ്ങളിൽ എല്ലാം രാമവർമ തമ്പാന്റെയും ഈശ്വരപിള്ളയുടെയും ആശയാദർശങ്ങൾ ഇടകലർന്ന് ഒഴുകി എന്നു കരുതുന്നതിൽ തെറ്റില്ല.

1920-കളിൽ പല പത്രമാസികകളിലും തമ്പാന്റെ ലേഖനങ്ങൾ പതിവായി വരാറുണ്ടായിരുന്നു. *കേരളകൗമുദി*, *ഗുരുനാഥൻ*, *ഭാഷാപോഷിണി*, *എം എൻ നായർ മാസിക*, *സർവീസ്*, *ഉണ്ണിനമ്പൂതിരി*, *മാതൃഭൂമി* തുടങ്ങിയവയിൽ തമ്പാന്റെ ലേഖനങ്ങൾ ധാരാളം പ്രത്യക്ഷപ്പെട്ടിരുന്നു. ഈ ലേഖനങ്ങൾ സമാഹരിക്കപ്പെട്ടതായി കാണുന്നില്ല.

പ്രഭാഷണകലയെ സംബന്ധിച്ച് തമ്പാൻ എഴുതിയ *പ്രഭാഷണങ്ങൾ* എന്ന കൃതി 1936-ൽ പാഠപുസ്തകമായിരുന്നു. അദ്ദേഹത്തിന്റെ വൈജ്ഞാനിക ഗ്രന്ഥങ്ങൾ പാഠപുസ്തകമായും അധികവായനയ്ക്കുള്ള വിഭവങ്ങളായും തിരഞ്ഞെടുക്കപ്പെട്ടിട്ടുണ്ട്. ഒന്നിലേറെ ഭാഗങ്ങളായി *ലോകാലോകം* എന്ന പേരിൽ തമ്പാൻ എഴുതി പ്രസിദ്ധീകരിച്ച വിശ്വചരിത്രാവലോകനമാണ് ആ വിഷയത്തെക്കുറിച്ചുള്ള മലയാളത്തിലെ ആദ്യ പുസ്തകം എന്നു തോന്നുന്നു. വളരെ ഗഹനമായ ശാസ്ത്രസിദ്ധാന്തങ്ങൾ പോലും കുട്ടികൾക്ക് കഥ പറഞ്ഞുകൊടുക്കുന്ന ലാളിത്യത്തോടെ വിവരിക്കാനുള്ള തമ്പാന്റെ കഴിവ് അദ്ദേഹത്തിന്റെ പുസ്തകങ്ങൾക്ക് വിപുലമായ പ്രചാരം നേടിക്കൊടുത്തു. ഭൂഗോളത്തിന്റെ രൂപവും ഉൽപ്പത്തിയും ഘടനയും എല്ലാം വിവരിക്കുന്ന *ഭൂഗോളചരിതം* അതുവരെ കണ്ടുപിടിക്കപ്പെട്ടിരുന്ന എല്ലാ വസ്തുതകളും ഉൾക്കൊള്ളുന്നതായിരുന്നെങ്കിലും പ്രാഥമിക വിദ്യാലയത്തിലെ കുട്ടി മുതൽ ശാസ്ത്രവിഷയങ്ങൾ പഠിക്കാൻ ശ്രമിക്കുന്ന മുതിർന്ന അഭ്യസ്തവിദ്യർ വരെ സകലർക്കും അനായാസമായും രസകരമായും വായിച്ചു പഠിക്കാൻ കഴിയുന്നതാണ്.

പുസ്തകം തുടങ്ങുന്നതുതന്നെ ഭൗതികശാസ്ത്രത്തെയും ശാസ്ത്രരചനാരീതിയെയും നിരീക്ഷണ പരീക്ഷണ മാർഗങ്ങളിലൂടെ എങ്ങനെയാണ് പ്രകൃതിസത്യങ്ങളെ കണ്ടെത്തുന്നത് എന്നതിനെയും കുറിച്ചുള്ള വിശദീകരണത്തോടുകൂടിയാണ്. എങ്ങനെയാണ് ഭൂമിയെ സംബന്ധിച്ചും മറ്റു പ്രകൃതി പ്രതിഭാസങ്ങളെക്കുറിച്ചും ശാസ്ത്രജ്ഞന്മാർ അന്വേഷിച്ച്

കണ്ടെത്തുന്നതെന്ന്, പൊലീസുകാർ കുറ്റം തെളിയിക്കുന്നത് എങ്ങനെ എന്നു വിവരിച്ചശേഷം അതുമായി താരതമ്യപ്പെടുത്തി തമ്പാൻ എഴുതുന്നത് ഇപ്രകാരമാണ്:

> നമ്മുടെ സാമാനം ഒരു രാത്രി ഒരു കള്ളൻ കൊണ്ടുപോയാൽ സമർഥന്മാരായ ചില പൊലീസുകാർ അന്വേഷിച്ചു കണ്ടുപിടിക്കുന്നുണ്ടല്ലോ. കള്ളൻ കക്കുന്നത് പൊലീസുകാർ കണ്ടിട്ടില്ല. കള്ളനെ അവർ അറിയുകയില്ല. എന്നിട്ടും അവർ കളവു തെളിയിക്കുന്നു. അവർ എന്താണു ചെയ്യുന്നത്? കള്ളന്റെ കാലടി സൂക്ഷിച്ച് കുറിച്ചെടുക്കും. അവൻ ആയുധങ്ങളോ വസ്ത്രമോ അവിടെ ഇട്ടേച്ചുപോയിട്ടുണ്ടെങ്കിൽ അവയെ സൂക്ഷിക്കും. പിന്നെയും നാം സൂക്ഷിക്കാത്ത പല ചില്ലറ സംഗതികളും അവർ സൂക്ഷിക്കും. അവയിൽനിന്നും വേണ്ടതുപോലെ അനുമാനിച്ച് ഒടുക്കം കള്ളനെ പിടിക്കുന്നു.
>
> ഇതുപോലെതന്നെയാണ് ഭൂമിയുടെ ആദിചരിത്രം അറിയാൻ നാമും ശ്രമിക്കേണ്ടത്. ഒരു കളവു തെളിയിച്ച കഥ ഒരാൾ എഴുതുന്നു എന്നിരിക്കട്ടെ. കഥ നല്ലതാവണമെങ്കിൽ അതിന്റെ ഓരോ പടിയിലും പൊലീസുകാർ എന്തു വിചാരിച്ചു, അയാൾക്ക് കിട്ടുന്ന ഓരോ അറിവും അയാളുടെ വിചാരങ്ങളെയും അനുമാനങ്ങളെയും എങ്ങനെ മാറ്റുന്നു, പല അറിവുകളെയും അയാൾ എങ്ങനെ കൂട്ടിച്ചേർക്കുന്നു. ഇതൊക്കെ വിവരിച്ചിരിക്കണം. അതുപോലെ നമുക്കും തുടങ്ങാം.
>
> ഭൂമിയുടെ ആദിചരിത്രം പൊലീസുകാരൻ കളവു തെളിയിക്കുന്ന കഥയെക്കാൾ എത്രയും അധികം രസകരവും അത്ഭുതകരവുമായിരിക്കും. ഈ സംഗതിയെപ്പറ്റി മനുഷ്യർ ആദ്യമായി ആലോചിച്ചപ്പോൾ അവർക്ക് വഴിതെറ്റിപ്പോയിട്ടുണ്ട്. പ്രത്യക്ഷമല്ലാത്ത പലതും പ്രത്യക്ഷമാണെന്ന് അവർ വിചാരിച്ചുപോയി. ഈ തെറ്റായ വിചാരം മനസിൽനിന്ന് കളയുന്നതുവരെ അവർക്ക് അധികമൊന്നും അറിയാൻ കഴിഞ്ഞില്ല. (1981, പുറം 5)

അറുപതും എഴുപതും വർഷങ്ങൾക്കു മുമ്പ് എഴുതിയ ഇത്തരം ശാസ്ത്രകൃതികളിലെ ചില നിഗമനങ്ങൾ സ്വാഭാവികമായും കാലഹരണപ്പെട്ടിരിക്കാം. എങ്കിലും എപ്പോഴും അവ പോപ്പുലർ സയൻസ് അഥവാ ജനകീയ ശാസ്ത്ര സാഹിത്യം എന്ന പ്രസ്ഥാനത്തിന്റെ ഉത്തമ മാതൃകകളായി അവശേഷിക്കുന്നു. *ലോകോൽപ്പത്തി, നാല് വീരപത്നിമാർ* എന്നിവകൂടി അദ്ദേഹത്തിന്റെ കൃതികളിൽപ്പെടുന്നു. രാമവർമ തമ്പാന്റെ ജീവിതത്തെയും കൃതികളെയും കുറിച്ച് കുറെക്കൂടി വിശദമായ പഠനം ആവശ്യമാണെന്ന കാര്യത്തിൽ തർക്കമില്ല. ●

സി വി കുഞ്ഞുരാമൻ

10 സി വി കുഞ്ഞുരാമൻ: ഏറെ യുക്തിയും അൽപ്പം ഭക്തിയും

കൃതഹസ്തനായ സാഹിത്യകാരൻ, അനുപമനായ നിരൂപകൻ, സഹൃദയനായ നർമരസികൻ, യുക്തിവാദിയായ ചിന്തകൻ, പത്രപ്രവർത്തകൻ, അനാചാരങ്ങൾക്കെതിരെ പടവെട്ടിയ സാമൂഹ്യ പരിഷ്കർത്താവ് എന്നീ വിവിധ നിലകളിൽ ആധുനിക കേരള ചരിത്രത്തിൽ ചിരസ്മരണീയനാണ് സി വി കുഞ്ഞുരാമൻ (1871–1949). ഈ വിഷയങ്ങൾ ഏതെങ്കിലും ഒന്നിനെ ആസ്പദമാക്കി സി വിയെക്കുറിച്ചൊരു പുസ്തകം തന്നെയെഴുതാം. എങ്കിലും കേരളചരിത്രത്തിലെ അദ്ദേഹത്തിന്റെ ചിരപ്രതിഷ്ഠയ്ക്കടിസ്ഥാനം ശ്രീനാരായണീയ പ്രസ്ഥാനത്തിന്റെ നെടുംതൂണുകളിലൊന്നും അനിതര സാധാരണനായ നവോത്ഥാന നായകനും എന്ന നിലയിലായിരിക്കും.

കൊല്ലം നഗരത്തിന്റെ തെക്കൻ പ്രാന്തപ്രദേശത്തുള്ള മയ്യനാട് ഗ്രാമത്തിൽ 1871 ഫെബ്രുവരിയിൽ പാട്ടത്തിൽ വേലായുധന്റെയും കുഞ്ഞിച്ചാളിയുടെയും മകനായി സി വി ജനിച്ചു. മയ്യനാട്ടെ എൽ എം എസ് വിദ്യാലയത്തിൽനിന്ന് പ്രാഥമിക വിദ്യാഭ്യാസവും കൊല്ലം സർക്കാർ സ്കൂളിൽനിന്ന് സെക്കൻഡറി വിദ്യാഭ്യാസവും നേടിയെങ്കിലും അത് പൂർത്തിയാക്കാൻ കഴിഞ്ഞില്ല. മയ്യനാട്ട് സ്വന്തമായി ഒരു വിദ്യാലയം സ്ഥാപിച്ച് അതിലെ പ്രഥമാധ്യാപകനായി സേവനം അനുഷ്ഠിച്ചുവരവെ സ്വകാര്യമായി

The Kerala Kaumudi

PUBLISHED EVERY SUNDAY

EDITOR–IN–CHIEF: C. V. KUNJURAMAN

VIII. No. 4 | TRIVANDRUM, JANUARY 24, 1937 | ONE ANNA

***കേരളകൗമുദി*യുടെ ആദ്യപുറം**

മെട്രിക്കുലേഷൻ പരീക്ഷയ്ക്ക് പഠിച്ചു ജയിക്കുകയാണ് ചെയ്തത്. അതിനെത്തുടർന്ന് കായിക്കരയിലും പരവൂരിലും സർക്കാർ സ്കൂൾ അധ്യാപകനായി ജോലി നോക്കിക്കൊണ്ട് പ്ലീഡർഷിപ്പ് പരീക്ഷയ്ക്കു ചേർന്ന് ജയിക്കുകയും അധ്യാപക ജോലി ഉപേക്ഷിച്ച് 1911–ൽ അഭിഭാഷകവൃത്തി ആരംഭിക്കുകയും ചെയ്തു.

വിദ്യാഭ്യാസകാലത്തുതന്നെ സി വിയുടെ സാഹിത്യവാസന പ്രകടമാകാൻ തുടങ്ങിയിരുന്നു. വിപുലമായ വായനയോടൊപ്പം കഥയും കവിതയും ലേഖനങ്ങളും അന്നു നിലവിലിരുന്ന *സുജനാനന്ദിനി* തുടങ്ങിയ കാലികങ്ങളിൽ പ്രസിദ്ധീകരിച്ചു തുടങ്ങുകയും ചെയ്തിരുന്നു.

1911–ൽ സി വി ആരംഭിച്ച *കേരളകൗമുദി* പത്രമാണ് ഇന്നും അദ്ദേഹത്തിന്റെ ഒളിമങ്ങാത്ത സ്മാരകമായി നിലകൊള്ളുന്നത്. തന്റെ ലേഖനവിദ്യക്ക് വിഹാരരംഗം ഒരുക്കുന്നതിനു പുറമെ, അതിനകം പടർന്നു പന്തലിച്ച് ശക്തിയാർജിച്ച ശ്രീനാരായണ പ്രസ്ഥാനത്തിന്റെയും എസ് എൻ ഡി പി യോഗത്തിന്റെയും അനൗപചാരിക മുഖപത്രമായി *കേരളകൗമുദി* വളർന്നു. *കേരളകൗമുദി*യിൽ സി വി എഴുതിയ പല ലേഖനങ്ങളും മുഖപ്രസംഗങ്ങളും നവോത്ഥാന ചരിത്രത്തിലെ നാഴികക്കല്ലുകളായി തീർന്നിട്ടുണ്ട്. ഉദാഹരണത്തിന് അവർണർക്ക് ക്ഷേത്രപ്രവേശനം അനുവദിക്കണം എന്ന ആദ്യത്തെ സമഗ്രമായ ആഹ്വാനം 1918–ൽ സി വി എഴുതിയ ഒരു മുഖപ്രസംഗത്തിലൂടെയാണ് കേരളീയർ കേട്ടുണർന്നത്. തുടർന്നങ്ങോട്ടുള്ള നവോത്ഥാനത്തിന്റെയും അവശജനങ്ങളുടെ അവകാശ സംരക്ഷണാർഥം നടന്ന സമരങ്ങളുടെയും ചരിത്രം സി വിയും *കേരളകൗമുദി*യും ആയി അഭേദ്യമായി ബന്ധപ്പെട്ടിരിക്കുന്നു.

പക്ഷേ ഇക്കാലത്തും സി വിക്ക് സവിശേഷമായ സ്വതന്ത്രബുദ്ധിയും ദുരൂഹമായ ചുവടുമാറ്റങ്ങളും സംഭവിച്ചുകൊണ്ടിരുന്നു. ശ്രീനാരായണ ഗുരുവിന്റെ 1926–ലെ ഒസ്യത്ത് സംബന്ധിച്ച കേസ് കോടതിയിൽ വന്നപ്പോൾ സി വി മറുഭാഗത്തായിരുന്നു. ഹൈന്ദവസമൂഹത്തിലെ സവർണാധിപത്യത്തെ തകർക്കുന്നതിന്റെ ഭാഗമായി ഈഴവരാദി അസ്പൃശ്യ ജാ

തിക്കാർ ബുദ്ധമതം സ്വീകരിക്കണം എന്ന നിലപാടിന്റെ ശക്തനായ വക്താവായിരുന്ന സി വി ഒരു ഘട്ടത്തിൽ "അഭിപ്രായം ഇരുമ്പുലക്കയല്ല" എന്ന പ്രസിദ്ധമായ ആപ്തവാക്യം സൃഷ്ടിച്ചുകൊണ്ട് ചുവടുമാറ്റിയത് ഇപ്പോഴും കേരളീയർ ഓർക്കുന്നു. പക്ഷേ ഇതിനെക്കാളൊക്കെ ദുരൂഹവും യുക്തിരഹിതവും ആയ നടപടിയായിരുന്നു സംയുക്ത രാഷ്ട്രീയസഭയ്ക്കും നിവർത്തന പ്രക്ഷോഭത്തിനും കടകവിരുദ്ധമായി പ്രവർത്തിച്ചിരുന്ന നായർ ജിഹ്വയായ *മലയാളരാജ്യ*ത്തിന്റെ (കൊല്ലം) പത്രാധിപത്യം സ്വീകരിച്ചതും അതിന്റെ പത്രാധിപർ എന്ന നിലയിൽ നിവർത്തന പ്രക്ഷോഭത്തെ എതിർത്ത് പ്രചാരവേല നടത്തിയതും. അന്ന് നിവർത്തന പ്രക്ഷോഭത്തിന്റെ അത്യുന്നത നായകനായിരുന്ന സി കേശവൻ തന്റെ പുത്രിയുടെ ഭർത്താവായിരുന്നിട്ടും സി വി എതിർപ്പിന് മൂർച്ച കുറച്ചില്ല. സി കേശവന്റെ ജീവചരിത്രത്തിൽ ആർ പ്രകാശം എഴുതുന്നു:

> യോഗം ജനറൽ സെക്രട്ടറിയായ സി കേശവന്റെ വിജയവൈജയന്തിയാണ് ഈ യോഗവാർഷികമെന്ന് അദ്ദേഹത്തിന്റെ ജീവചരിത്രകാരനും സുപ്രസിദ്ധ സാഹിത്യകാരനുമായ പ്രൊഫ. ശ്രീനി അഭിപ്രായപ്പെടുന്നു. കൊല്ലത്തുവച്ചാണ് ഈ വാർഷികം സംഘടിപ്പിച്ചത്. ആ നഗരത്തിലെ അന്നത്തെ സ്ഥിതിഗതികളും സംയുക്ത രാഷ്ട്രീയസമിതിയുടെ പ്രവർത്തനങ്ങളും എപ്രകാരമായിരുന്നുവെന്നു മനസിലാക്കേണ്ടതുണ്ട്. അന്ന് ഗവൺമെന്റിനുവേണ്ടി വാദിച്ച *മലയാളരാജ്യം* ദിനപത്രത്തിന്റെ ആസ്ഥാനമായിരുന്നു കൊല്ലം. നിർഭാഗ്യമെന്നു പറയട്ടെ, *മലയാളരാജ്യ*ത്തിന്റെ അന്നത്തെ പത്രാധിപരായിരുന്ന സി വി കുഞ്ഞുരാമൻ, സി കേശവന്റെ പ്രക്ഷോഭ പരിപാടികളെ എതിർത്തിരുന്നു. നിവർത്തന പ്രക്ഷോഭത്തെ എതിർത്തു തോൽപ്പിക്കാൻ പ്രകോപനപരമായ ലേഖനങ്ങളും സി വി കുഞ്ഞുരാമൻ എഴുതി. സി കേശവനാകട്ടെ, മാതുലന്റെ സമുദായവിരുദ്ധ പ്രവർത്തനങ്ങളെ നിശിതമായി എതിർക്കുകതന്നെ ചെയ്തു. (പുറം 90–91)

സി വിയുടെ വിചിത്രവും വൈരുധ്യജടിലവും ആയ ഈ പ്രകൃതം അദ്ദേഹത്തിന്റെ സുഹൃത്തുക്കളെ ചിലപ്പോൾ അമ്പരപ്പിക്കുകയും ചിലപ്പോൾ അദ്ദേഹത്തിന്റെ 'പ്രായോഗിക ഫലിത'ത്തിന്റെ (ഇംഗ്ലീഷിൽ–പ്രാക്ടിക്കൽ ജോക്സ്) ഉദാഹരണങ്ങളായി രസിപ്പിക്കുകയും ചെയ്യാറുണ്ട്. സി വിയുടെ ഉത്തമ സുഹൃത്തുക്കളിൽ ഒരാളായിരുന്ന കൈനിക്കര പത്മനാഭപിള്ള എഴുതുന്നു:

> ഹിന്ദുമതത്തിലും ബുദ്ധമതത്തിലും ക്രിസ്തുമതത്തിലും ആസ്തിക്യത്തിലും നാസ്തിക്യത്തിലും നിർമതത്തിലും

> ക്ഷേത്രപ്രവേശനത്തിലും ക്ഷേത്രോച്ചാടനത്തിലും അദ്ദേഹം ഓരോ സന്ദർഭത്തിൽ മാറിമാറി നിലയുറപ്പിച്ചിരുന്നു. അദ്ദേഹത്തിന്റെ ഈ അഭിപ്രായമാറ്റത്തെ ചിലർ വിമർശിച്ചപ്പോൾ അതിനു നൽകിയ മറുപടി 'അഭിപ്രായം ഇരുമ്പുലക്കയല്ല' എന്നായിരുന്നു. ഇത് പിന്നീട് ഭാഷയിലെ ഒരു പ്രധാന ശൈലിതന്നെയായിത്തീർന്നു. (*മാർഗദർശികൾ*, സി ആർ കേശവൻവൈദ്യർ, 1978, ഇരിങ്ങാലക്കുട, പുറം 135)

സി വിയുടെ യുക്തിയും ഭക്തിയും വിഭക്തിയും മർമവും എല്ലാം എങ്ങനെ സമന്വയിക്കുന്നു എന്നും നമ്മെ രസിപ്പിക്കുന്നതോടൊപ്പം എങ്ങനെ ചിന്തിപ്പിക്കുന്നു എന്നും *യുക്തിവാദി* മാസികയിൽ അദ്ദേഹം എഴുതിയ ലേഖനത്തിന്റെ ഒരു ഭാഗം ഉദ്ധരിച്ച് ഉദാഹരിക്കാം;

> ദൈവം പലസ്തീനിൽചെന്ന് ഒരു വേദം പറഞ്ഞുകൊടുത്തു. മക്കത്തുചെന്ന് മറ്റൊരു വേദം എഴുതിക്കൊടുത്തു. ഇതിൽ ഏതു വേദമാണ് ശരിയെന്ന് എല്ലാ വേദക്കാരുംകൂടി തർക്കിച്ചുതർക്കിച്ച് എഴുതിക്കൂട്ടിയതും എന്നിട്ടും തർക്കം തീരാതെ, എഴുതിക്കൂട്ടുന്നതുമായ പുസ്തകങ്ങളെല്ലാം വായിച്ചുതീർക്കുന്നതിന് ആദാമിന്റെ ആയുസിനെക്കാൾ നീണ്ട ആയുസ് ഞങ്ങൾക്ക് തരേണ്ടിയിരിക്കെ അത് തരികയുമില്ല, തർക്കം തീർക്കുകയുമില്ല എന്നു പറഞ്ഞാൽ പിന്നെ ഞങ്ങൾക്ക് ചെയ്യാവുന്നത് എന്താണ്? ഒന്നുകിൽ ഈ വേദങ്ങളെല്ലാം വാരിയിട്ട് തീയിടീച്ച് ആദാമിന്റെ കാലത്തെപ്പോലെ ഒരു വേദവുമില്ലാതെ ജീവിക്കാൻ ഞങ്ങൾ ഒരുങ്ങണം. അല്ലെങ്കിൽ ഈ എല്ലാ വേദങ്ങളും ഒരു പഴം കൊടുത്താൽപ്പോലും വഞ്ചനയിൽ അകപ്പെടാൻ തക്കവണ്ണം അൽപ്പബുദ്ധിയായ മനുഷ്യന് പിശാചുതന്നെ മനുഷ്യന്റെ വേഷം കെട്ടി എഴുതിക്കൊടുത്തതാണെന്നു തീർച്ചപ്പെടുത്തി എല്ലാം തിരസ്കരിക്കണം. പിശാചിന്റെ വേദങ്ങളാണ് ഇവയെല്ലാമെന്നു വിചാരിക്കാനാണ് നല്ല ന്യായം കാണുന്നത്. എന്തുകൊണ്ടെന്നാൽ, അവിടെച്ചെന്ന് ഒരു വേദവും ഇവിടെച്ചെന്ന് വേറൊരു വേദവും എഴുതിക്കൊടുത്തു. 'അതാണ് ദൈവത്തിന്റെ വേദം' 'ഇതാണ് ദൈവത്തിന്റെ വേദം' എന്നു പറഞ്ഞ് വേദക്കാരെ തമ്മിലടിപ്പിച്ച് കണ്ടു രസിക്കുന്ന പിശാചിന്റെ വിദ്യ ദൈവം ഒരിക്കലും പ്രയോഗിക്കുമെന്നു തോന്നുന്നില്ല. അതുകൊണ്ട് ദൈവമേ, ഈ പിശാചുക്കളുടെ സകല വേദങ്ങളിൽനിന്നും ഞങ്ങളെ കാത്തുരക്ഷിക്കേണമേ എന്ന് ഞാൻ വിനയപൂർവം പ്രാർഥിച്ചുകൊള്ളുന്നു.

ദൈവത്തിന് എന്നുമെന്നും ഈ 'ഹല്ലേലുയ' എന്ന ഒരൊറ്റ

> പ്പാട്ട് ചീവിട് മൂളുംപോലെ ഒറ്റ രാഗത്തിൽ കേട്ടിട്ടും ഒരു രസക്കുറവും വരാതെ സ്വർഗസിംഹാസനത്തിൽത്തന്നെ ഒരേ ഇരുപ്പായി ഇരുന്നു കഴിച്ചുകൂട്ടുന്നത് ഓർത്തിട്ട് എനിക്ക് വളരെ സങ്കടം തോന്നുന്നു. അതുകൊണ്ട് സ്വർഗസ്ഥനായ പിതാവേ, വയസുകാലത്ത് ഞങ്ങളെല്ലാം ഞങ്ങൾക്കുള്ളതെല്ലാം ഞങ്ങളുടെ മക്കൾക്ക് ഒഴിഞ്ഞുകൊടുത്ത് സുഖമെടുക്കാറുള്ളതുപോലെ ദൈവവും ദൈവത്തിന്റെ സ്വർഗം മൂത്ത പുത്രനായ പിശാചിനെയും എല്ലാറ്റിലും ഇളയമക്കളും എളിയമക്കളുമായ ഞങ്ങളെയും ഏൽപ്പിച്ചിട്ട് സുഖമെടുക്കാനായി പോകുവാൻ കരുണയുണ്ടാകേണമേ! ആമേൻ. (*യുക്തിവാദി,* പുസ്തകം 1, ലക്കം 5)

II

നവോത്ഥാന നായകരെല്ലാം ബഹുമുഖപ്രതിഭകളാണല്ലോ. സി വിയുടെ ബഹുമുഖങ്ങളിൽ എന്നെ ഏറ്റവും ആകർഷിച്ചതും അദ്ദേഹത്തിന്റെ യുക്തിയും ഭക്തിയും സമന്വയിപ്പിച്ച മുഖമാണ്. സാധാരണഗതിയിൽ ഭക്തി എന്നതുമായി ഒരു വിധത്തിലും പൊരുത്തപ്പെടാത്ത പ്രകൃതവും വിചാരശീലവുമായിരുന്നു സി വിയുടേത്. ശ്രീനാരായണൻ തന്നെ അദ്ദേഹത്തെ ഒരിക്കൽ വിശേഷിപ്പിച്ചത് 'പ്രത്യക്ഷമാത്ര വിശ്വാസി' എന്നായിരുന്നു. പ്രൊഫ. എം കെ സാനുവിന്റെ വിലയിരുത്തലിനോട് ഞാൻ തികച്ചും യോജിക്കുന്നു:

> ചിലരുടെ വീക്ഷണം അങ്ങനെയാണ്. കാര്യങ്ങളുടെ പുറംതോടുകൾ ഭേദിച്ച് അകക്കാമ്പോളം അത് ഇറങ്ങിച്ചെല്ലും. അത്തരം വീക്ഷണമുള്ള വ്യക്തികൾ, സമൂഹമധ്യത്തിൽ ആർഭാടമായി നിലനിൽക്കുന്ന പലതിന്റെയും പൊള്ളത്തരം ദർശിക്കും. അവയുടെ നേർക്ക് അവജ്ഞ പുലർത്തുകയും ചെയ്യും. വീരാരാധന എന്നത് സ്വഭാവപരമായിത്തന്നെ അത്തരക്കാരിൽ ഉണ്ടാകാൻ പ്രയാസമാണ്. സമുദായം എഴുന്നള്ളിക്കുന്ന വീരപുരുഷന്മാരിലും പരിഹാസ്യമായ വശങ്ങൾ അവർ കണ്ടുപോകുന്നു. അതുകൊണ്ട് തങ്ങളുടെ കാലഘട്ടത്തെ പരിഹസിക്കാനുള്ള വാസനയാണ് അവരെപ്പോഴും പ്രകടമാക്കുക. ഈ മാതിരി ഒരു വീക്ഷണഗതിയുടെ ഉടമയായിരുന്നു സി വി കുഞ്ഞുരാമൻ. (*നാരായണ ഗുരുസ്വാമി*, 1976, പുറം 162)

തീർച്ചയായും ഇത്തരത്തിലുള്ള ഒരു വ്യക്തിത്വത്തിന് വീരാരാധനയുമായോ ഭക്തിയുമായോ പൊരുത്തപ്പെടാൻ കഴിയുന്നതല്ലെന്നു വ്യക്തം. തന്റെ പരിഹാസപാത്ര വൃന്ദത്തിൽനിന്ന് സ്വാമി തൃപ്പാദങ്ങ

ളെയോ അദ്ദേഹത്തിന്റെ അനുയായികളായി വേഷം കെട്ടിനടക്കുന്നവരെയോ സി വി ഒഴിവാക്കിയിരുന്നില്ല. സി വിയുടെ താഴെ ചേർക്കുന്ന പരിഹാസ നിർഭരമായ ഈരടികൾ സുപ്രസിദ്ധമാണ്:

തണ്ടാൻ പണിക്കനെന്നുള്ള
തണ്ടും കൊണ്ടും നടക്കണം
ജാതിയില്ലാതെയാകേണം
സ്വാമിപാദം ജയിക്കണം
കള്ളുചെത്തിക്കൊടുക്കേണം
ചാരായം വാറ്റി വിൽക്കണം
രണ്ടുമൽപ്പം കഴിക്കേണം
സ്വാമിപാദം ജയിക്കണം

ഗുരുദേവന്റെ വേദാന്തത്തിലോ ഹിന്ദുമതത്തിലോ സി വി വിശ്വസിച്ചിരുന്നില്ല. താനൊരു ആസ്തികനാണ് എന്ന് ചിലപ്പോൾ സി വി ഏറ്റു പറയാറുണ്ടെങ്കിലും അദ്ദേഹത്തിന്റെ ആസ്തിക്യവും നാസ്തിക്യവും തമ്മിലുള്ള അതിർവരമ്പ് അവ്യക്തമാണ്. ഈശ്വരസങ്കൽപ്പത്തിന് സ്ഥാനമില്ലാത്ത ബുദ്ധമതമായിരുന്നു—അതിനെ ഒരു മതമെന്നു വിളിക്കാമെങ്കിൽ—സി വിയുടെ മതം. 1920 കളുടെ ആദ്യം സവർണാധിപത്യത്തിൽ കെട്ടിപ്പടുത്ത ഹിന്ദുമതത്തിൽനിന്ന് രക്ഷനേടാൻ ഈഴവരും മറ്റ് അയിത്ത ജാതിക്കാരും ബുദ്ധമതമോ ക്രിസ്തുമതമോ സിഖ്മതമോ സ്വീകരിക്കണം എന്നൊരു പ്രസ്ഥാനംതന്നെ ശക്തിപ്പെട്ടു. കുറെയേറെ വിവാദങ്ങൾക്കുശേഷം മതപരിവർത്തനപക്ഷക്കാരിൽ ഭൂരിപക്ഷം നേടിയത് ബുദ്ധമതമാണ്. ശ്രീനാരായണ ഗുരുവും മഹാകവി കുമാരനാശാനും മറ്റും ഹൈന്ദവപക്ഷത്ത് ഉറച്ചുനിന്നപ്പോൾ സി വി കുഞ്ഞുരാമനും മറ്റും ബുദ്ധമതത്തിനുവേണ്ടി വീറോടെ വാദിച്ചു. ഗുരുദേവനോട് ഒരിക്കൽ അദ്ദേഹം ഇങ്ങനെ വാദിക്കുകയുണ്ടായി:

> എനിക്ക് മറ്റു മതങ്ങളെക്കാൾ ബുദ്ധമതത്തെയാണ് അധികം വിശ്വാസവും അധികം ബഹുമാനവും ഉള്ളത്. ഈ കാലാവസ്ഥയ്ക്ക് ബുദ്ധമുനിയുടെ ധർമോപദേശങ്ങളിൽ പ്രതിപത്തി വരാതിരിക്കാൻ നിവൃത്തിയില്ല. ജാതിമത്സരങ്ങളിലും മതമത്സരങ്ങളിലും അനാചാരങ്ങളിലും നിന്ന് ജനങ്ങൾക്ക് മോചനമുണ്ടാവാൻ മറ്റ് എല്ലാ മതങ്ങളെക്കാളും ബുദ്ധമതം തന്നെ നന്നെന്നാണ് എന്റെ ബലമായ വിശ്വാസം.

സഹോദരൻ അയ്യപ്പനെയും കുറ്റിപ്പുഴ കൃഷ്ണപിള്ളയെയും എം സി ജോസഫിനെയും പോലുള്ള കടുത്ത നിരീശ്വരവാദികളെപ്പോലും തന്റെ ശിഷ്യവൃന്ദത്തിൽ ചേർക്കാൻ മടിക്കാത്ത മഹാമനസ്കനായ ഗുരു സി വിയുടെ ഈ ബുദ്ധമത അഭിനിവേശത്തെയും എതിർത്തൊന്നും പറഞ്ഞില്ല.

മാത്രമല്ല, ഹിന്ദുക്കളെപ്പോലെ ബുദ്ധമതക്കാർക്കും ക്രിസ്ത്യാനികൾക്കും മുസ്ലീങ്ങൾക്കും തന്റെ ശിഷ്യ സംഘത്തിൽ പ്രവേശനം നൽകുന്നതിൽ വിരോധമില്ലെന്നുകൂടി അദ്ദേഹം അറിയിച്ചു. എന്നാൽ മതപരിവർത്തനം കൊണ്ട് എന്തെങ്കിലും ഗണ്യമായ നേട്ടം വ്യക്തിക്കോ സമൂഹത്തിനോ ഉണ്ടാകുമെന്ന് അദ്ദേഹം വിശ്വസിച്ചിരുന്നില്ല. മഹാകവി കുമാരനാശാൻ *മതപരിവർത്തന രസവാദം* എന്ന കൃതിയിലൂടെ സി വിയുടെയും മറ്റും സംരംഭത്തെ എതിർക്കുകയാണ് ചെയ്തത്. “സർവമതസമഭാവനയിലും സർവമതസാരവും ഏകമെന്ന” സിദ്ധാന്തത്തിലും വിശ്വസിച്ചിരുന്ന സ്വാമി സി വി കുഞ്ഞുരാമന്റെ ഏകമതാഭിനിവേശത്തോട് ഒട്ടും യോജിച്ചിരുന്നില്ല. ഒരു സംവാദത്തിൽ സി വിയോട് സ്വാമി ഇപ്രകാരം തന്റെ നിലപാട് വിവരിച്ചുകൊടുത്തു:

> എല്ലാ മതക്കാരുടെയും വിശ്വാസങ്ങൾക്ക് ചില സമാന ലക്ഷണങ്ങൾ ഉള്ളതുകൊണ്ട് മനുഷ്യരെല്ലാം ഒരു മതക്കാർ തന്നെയാണ്. സനാതനമായ ഏതെങ്കിലും ഒരു ധർമത്തെയോ സത്യത്തെയോ അടിസ്ഥാനപ്പെടുത്തിയല്ലാതെ യാതൊരു മതത്തിനും നിലനിൽക്കുവാൻ കഴിയുന്നതല്ല. സാഹോദര്യത്തിന് മുഹമ്മദ് മതവും സ്നേഹത്തിന് ക്രിസ്തുമതവും മൂല്യത കൽപ്പിക്കുന്നു. എന്നാൽ, സാഹോദര്യം സ്നേഹത്തെയും സ്നേഹം സാഹോദര്യത്തെയും ആശ്രയിച്ചിരിക്കുന്നു എന്നറിയാതെ സാഹോദര്യമാണ് ശ്രേഷ്ഠം, അതല്ല സ്നേഹമാണ് ശ്രേഷ്ഠം എന്നു വിവാദമുണ്ടാകുന്നുവെങ്കിൽ അതിനെ വൃഥാവിവാദമെന്നല്ലാതെ പറയാൻ തരമുണ്ടോ? സനാതനധർമങ്ങൾ തുല്യപ്രധാനങ്ങളാണ്. ദേശകാലാവസ്ഥകളാൽ നേരിടുന്ന ആവശ്യങ്ങൾ അനുസരിച്ച് അവയിൽ ഏതെങ്കിലും ഒന്നിന് മുഖ്യത കൽപ്പിക്കേണ്ടത് ആവശ്യമായിവരും. ഹിംസ കലശലായിരിക്കുന്ന ദേശകാലങ്ങളിൽ അഹിംസാധർമത്തിന് ജഗൽഗുരുക്കന്മാർ മറ്റു ധർമങ്ങളെക്കാൾ മുഖ്യത കൽപ്പിക്കും. ബുദ്ധന്റെ കാലത്ത് ഹിംസ കലശലായിരുന്നു. അതിനാൽ അഹിംസാധർമത്തിന് ബുദ്ധൻ മുഖ്യത കൽപ്പിച്ചു. നബിയുടെ കാലത്ത് അറേബിയായിൽ സാഹോദര്യത്തിന് മുഖ്യത കൽപ്പിക്കേണ്ടത് ആവശ്യമായിരുന്നിരിക്കാം. അതിനാൽ അദ്ദേഹത്തിന്റെ മതത്തിൽ സാഹോദര്യത്തിന് മുഖ്യത കാണുന്നു. ഇന്ന് ഇന്ത്യയുടെ ആവശ്യം എന്താണ്? ജാതികൾ തമ്മിലും മതങ്ങൾ തമ്മിലും ഉള്ള മത്സരത്തിൽ നിന്ന് മോചനം. സമബുദ്ധിയോടും സമഭക്തിയോടുംകൂടി എല്ലാ മതങ്ങളെയും എല്ലാവരും പഠിച്ചറിയുവാനും ലഭിച്ച അറിവിനെ പരസ്പരം സ്നേഹപൂർവം വിനിമയം ചെയ്യാനും

ടി കെ മാധവൻ

ശ്രമിക്കട്ടെ. മത്സരം മതം നിമിത്തമല്ല, മദം നിമിത്തമാണെന്ന് അപ്പോൾ മനസ്സിലാകും. മതപരിവർത്തനോത്സാഹവും അപ്പോൾ അസ്തമിക്കും.

എന്നാൽ എല്ലാ മതങ്ങളുടെയും ബാഹ്യ രൂപങ്ങളിൽ എന്നപോലെ ആഭ്യന്തരരൂപ ങ്ങളിലും ഭിന്നതയുണ്ട് എന്നാണ് സി വിയുടെ അഭിപ്രായം. മതങ്ങളുടെ ഭിന്നത ബാഹ്യ രൂപങ്ങളിൽ മാത്രമാണെന്നും ആഭ്യന്തര രൂപങ്ങളിൽ അല്ലായെന്നും ഉള്ള സ്വാമി യുടെ നിലപാടിനോട് സി വി വിയോജിച്ചു. സി വി പറഞ്ഞു:

> ഈ പ്രപഞ്ചം ഒരു സ്രഷ്ടാവ് സൃഷ്ടിച്ചതാണെന്നും അതല്ല ബ്രഹ്മത്തിൽനിന്നും പരിണാമവാദികൾ പറയുംപോലെ ആകാശം, വായു, അഗ്നി ഇത്യാദി പഞ്ചഭൂതങ്ങൾ ഉണ്ടായി അവയുടെ അന്യോന്യ സംശ്രയത്താലും സംശ്രയീഭാവ ത്താലും കാലാന്തരത്തിൽ ഉണ്ടായിവന്നതാണെന്നും അതു പോലെതന്നെ ആത്മാവ് ശൂന്യത്തിൽനിന്ന് സ്രഷ്ടാവ് സൃഷ്ടി ച്ചതാണെന്നും, അതല്ല ബ്രഹ്മത്തിന്റെതന്നെ അംശം അഥവാ ബ്രഹ്മം തന്നെയാണെന്നും, പുനർജന്മം ഉണ്ടെന്നും ഇല്ലെന്നും കർമവിശ്വാസം ശരിയാണെന്നും അല്ലെന്നും മതങ്ങൾ ആഭ്യന്തരതത്വങ്ങളിൽത്തന്നെ ഭിന്നങ്ങളായി കാണപ്പെടു ന്നുണ്ട്.

ഇങ്ങനെ തന്റെ യുക്തിക്കും ബുദ്ധിക്കും നിരക്കാത്തത് സർവാരാധ്യനായ ശ്രീ നാരായണഗുരുദേവൻ പറഞ്ഞാൽപ്പോലും സ്വീകരിക്കാൻ സി വി തയ്യാറില്ല. എങ്കിലും ആത്യന്തികമായി തന്റെ നിലപാടുകളിലൊന്നും വിട്ടുവീഴ്ച ചെയ്യാതെ ഗുരുസന്നിധിയിൽ അദ്ദേഹം സമ്പൂർണമായി സ്വയം സമർപ്പിക്കുകതന്നെ ചെയ്തു. മതപരിവർത്തനവാദം സി വി പ്രായോഗികമല്ലെന്നുകണ്ട് ഉപേക്ഷിച്ചു. അങ്ങനെ അഭിപ്രായം മാറ്റി യതിനെച്ചൊല്ലി വിമർശകർ ആക്ഷേപിച്ചപ്പോൾ സി വി തന്റെ സുപ്രസി ദ്ധമായ പ്രഖ്യാപനത്തിലൂടെ അവരുടെ വായടക്കി—'അഭിപ്രായം ഇരു മ്പുലക്കയല്ല'.

മതകലഹങ്ങൾക്കെന്നപോലെ മതപരിവർത്തനം തുടങ്ങിയ വ്യർഥ മായ ഒറ്റമൂലികൾക്കും അറുതികുറിക്കാൻ യോഗിവര്യനെപ്പോലെ പ്രായോഗികബുദ്ധിയും ജനഹൃദയ സ്പന്ദനങ്ങൾ മനസിലാക്കിയ ദീർഘദൃഷ്ടിയുമായിരുന്ന ശ്രീനാരായണൻ മുന്നോട്ടുവച്ച പരിപാടിയാണ് ചരിത്രപ്രസിദ്ധമായ ആലുവായിലെ സർവമത സമ്മേളനം (1924). സ്വാമി

സത്യവ്രതൻ, ടി കെ മാധവൻ, സർ ടി സദാശിവ അയ്യർ, മിതവാദി സി കൃഷ്ണൻ, മഞ്ചേരി രാമയ്യർ തുടങ്ങിയ മഹാന്മാരോടൊപ്പമോ അവരെക്കാൾ ഉപരിയായോ ആയി ഈ സമ്മേളനത്തിന്റെ ആസൂത്രണ ത്തിലും നിർവഹണത്തിലും ഗുരുവിന്റെ വലംകൈയായി പ്രവർത്തിച്ചത് സി വിയായിരുന്നു. സ്വാമിയോടുള്ള ഭക്തി പ്രഹർഷത്തിന്റെ മുമ്പിൽ സി വിയുടെ യുക്തി കീഴടങ്ങിയെന്നു പറയുന്നത് സി വിയോടുള്ള അനീതി മാത്രമല്ല സി വിയെക്കുറിച്ചുള്ള അജ്ഞത കൂടിയാണ്. സി വി യുടെ യുക്തിയെ ആദരിച്ച ഗുരുവിനോട് അദ്ദേഹം ഭക്തി പുലർത്തി. തന്റെ യുക്തിയുടെയും ബുദ്ധിശക്തിയുടെയും ചക്രവാളങ്ങളെപ്പോലും മറികടക്കുന്ന മഹാതേജപുഞ്ജമായിരുന്നു ശ്രീനാരായണഗുരുവെന്ന ഐതിഹാസിക പ്രതിഭാസം ഗ്രഹിക്കാനുള്ള ഉൾക്കാഴ്ച സി വി കുഞ്ഞു രാമൻ എന്ന നവോത്ഥാന നായകന് ഉണ്ടായിരുന്നു. അതാണ് സത്യം.

കല്ലുംപുറത്ത് കൊച്ചയ്യന്റെ മകൾ കൊച്ചിക്കാവായിരുന്നു സി വിയുടെ ഭാര്യ. മയ്യനാട്ട് കെ ദാമോദരൻ, പത്രാധിപർ കെ സുകുമാരൻ, വാസന്തി എന്നിവരായിരുന്നു മക്കൾ. വാസന്തിയുടെ ഭർത്താവ് പ്രസിദ്ധ ദേശീയ വി പ്ലവകാരി സി കേശവൻ.

സി വിയുടെ ലേഖനങ്ങളിൽനിന്ന്

1918–ൽ ശ്രീ ടി കെ മാധവന്റെ പത്രാധിപത്യത്തിൽ നടന്നിരുന്ന *ദേശാ ഭിമാനി* പത്രത്തിൽ എഴുതിയ ക്ഷേത്രപ്രവേശനവാദത്തിന്റെ ഹരിശ്രീ കുറിച്ച മുഖപ്രസംഗം.

> ഇക്കൊല്ലം പ്രജാസഭാ മെമ്പർമാരായി തിരഞ്ഞെടുക്കപ്പെട്ടി രിക്കുന്ന (നാമകരണം ചെയ്യപ്പെട്ടിരിക്കുന്ന) ഈഴവ പ്രതിനി ധികൾ 'ഈഴവർക്ക്' സർക്കാർവക ഹിന്ദുക്ഷേത്രങ്ങളിൽ പ്രവേശനം അനുവദിക്കണമെന്നുള്ള ഒരു പ്രമേയം നി വേദന വിഷയമാക്കിയാൽ കൊള്ളാമെന്ന് ഞങ്ങൾ അഭി പ്രായപ്പെടുന്നു. എല്ലാ ഈഴവപ്രതിനിധികളും അവർ ക്കുള്ള ഈ രണ്ട് വിഷയങ്ങളിൽ ഒന്ന് ഇതാക്കണമെന്നാണ് ഞങ്ങളുടെ അപേക്ഷ.
>
> തിരുവിതാംകോട്ടെ ജനസാമാന്യത്തിൽ ഭൂരിപക്ഷാഭി പ്രായം ഈഴവർക്ക് ഈ വിഷയത്തിൽ അനുകൂലമായിരി ക്കുമോ പ്രതികൂലമായിരിക്കുമോ എന്നുള്ള സംഗതിയാണ് ആദ്യമായി ആലോചിക്കുവാനുള്ളത്. അനുകൂലമായ ഭൂരി പക്ഷമില്ലെന്നു കണ്ടാൽ ഈ പ്രമേയത്തെ നാം ഉപേക്ഷി ക്കുകതന്നെ വേണം.

നാട്ടിൽ അനാവശ്യമായുള്ള നിയമങ്ങളുണ്ടാക്കുന്നതിന് നമ്മുടെ സമുദായക്കാർമൂലം ഒരിക്കലും സംഗതി വരാതെ സൂക്ഷിക്കേ

മൂർക്കോത്ത് കുമാരൻ

ണ്ടത് എല്ലാക്കാലത്തും നമ്മുടെ 'ധർമവാചകം' ആയിരിക്കണം. ഞങ്ങൾ ഗാഢമായി ആലോചിച്ചു നോക്കിയതിൽ ഭൂരിപക്ഷം അഭിപ്രായം ഈഴവർക്കനുകൂലമായിരിക്കും എന്ന് പൂർണബോധ്യം വന്നതുകൊണ്ടാണ്, ഈ പ്രമേയത്തെ ആസ്പദമാക്കി ഈ മുഖപ്രസംഗം എഴുതാമെന്നു തന്നെ തീർച്ചയാക്കിയത്.

നാനാഭാഗങ്ങളിൽനിന്ന് ന്യായമായ വഴിക്ക് നമ്മുടെ പ്രാർഥനകൾ പുറപ്പെടണം. മൂന്ന് മൂർത്തികളും വൈഷ്ണവന്മാരും ശാക്തേയന്മാരും ഇതെന്തെന്ന് കണ്ണുതുറന്നു നോക്കണം. അവരുംകൂടി നമ്മോടു ചേർന്ന് പ്രാർഥിക്കാൻ ഇടവരുത്തണം. എല്ലാവരുംകൂടി ഒത്തുപിടിച്ചാൽ പാലാഴി ഇളകും, അമൃത് തെളിയും, ജരാനരകൾ ഒഴിഞ്ഞ് ശാപമോക്ഷവും ലഭിക്കും. അതിനാൽ എല്ലാവരും പ്രാർഥിപ്പിൻ! ഈഴവപ്രതിനിധികൾ നമ്മുടെ നാവായിട്ടുമാത്രം ഈ പ്രാർഥന അനന്തശയനത്തിൽ എത്തിക്കട്ടെ! ഇതൊക്കെ കഴിഞ്ഞിട്ടാവാം മതം മാറണമോ, മാറുകയാണെങ്കിൽ എങ്ങോട്ടു മാറണം; പൂണൂൽ ഇടണമോ, ഇടുകയാണെങ്കിൽ എത്ര ഇടണം എന്നും മറ്റും ആലോചിക്കേണ്ടത്. തൊഴുംതോറും തൊഴിക്കുകയും തൊഴിക്കുംതോറും തൊഴുകയും രണ്ടും വളരെക്കാലം ഇനി നടന്നുകൂടാ!

ടി കെ മാധവനും സി വി-മൂർക്കോത്ത് സംവാദവും

കേരള കൗമുദി: 1926 ജൂൺ 18–ാം തീയതി (1101 മിഥുനം 4) പുസ്തകം 8, ലക്കം 18–ൽ ശ്രീ മൂർക്കോത്ത് കുമാരന്റെ പത്രാധിപത്യത്തിൽ നടന്നിരുന്ന *ഗജകേസരി*യിൽ വന്ന ഒരു ലേഖനത്തിനു മറുപടിയായി എഴുതിയ മുഖപ്രസംഗം.

മൂർക്കോത്ത് കുമാരൻ അവർകളുടെ പത്രാധിപത്യത്തിൽ നടക്കുന്ന *ഗജകേസരി*യിൽ എസ് എൻ ഡി പി യോഗത്തെക്കുറിച്ചെഴുതിയിരുന്ന ഒരു മുഖപ്രസംഗം കഴിഞ്ഞതിന്റെ മുമ്പത്തെ തവണ *കൗമുദി*യിൽ ഉദ്ധരിച്ചിരുന്നല്ലോ. അതിനെക്കുറിച്ച് ഞങ്ങൾക്ക് ചിലത് പറയാനുണ്ടായിരുന്നത് കഴിഞ്ഞ തവണ അവസരക്കുറവുകൊണ്ട് പറയാൻ ഇടയായില്ല. "ഒന്നു രണ്ട് കൊല്ലമായി യോഗത്തിന്റെ വാർഷിക പൊതുയോഗങ്ങളിൽ കഴിയാറുള്ള സംഭവങ്ങൾ" *ഗജകേസരി*യെ "സന്തോഷിപ്പിക്കുന്നതിനു പകരം സന്തപിപ്പിക്കുകയാ

യിരുന്നു ചെയ്തുപോന്നിരുന്നതെ"ന്നു പറഞ്ഞുകാണുന്നു. സന്താപകാരണം *ഗജകേസരി* പറയുന്നത് മൂന്നാണ്: "ഒന്നാമത്, സ്വാമിതൃപ്പാദങ്ങൾ നിർവചിക്കുന്ന ധർമത്തെ പരിപാലിക്കയാണ് യോഗത്തിന്റെ കർത്തവ്യകർമ"മെന്നും "കുമാരനാശാനവർകൾ സെക്രട്ടറിയും ഡോ. പൽപ്പു ഉപാധ്യക്ഷനും ആയിരുന്ന കാലത്തോളം ഈ മഹാകൃതത്തെ യോഗം സവിശേഷം നിർവഹിച്ചുപോന്നിരുന്നു" എന്നും *ഗജകേസരി* പറയുന്നു. ഇതിന്റെ അർഥം അഥവാ ധ്വനി ആശാനവർകൾ സെക്രട്ടറി സ്ഥാനവും ഡോ. പൽപ്പു ഉപാധ്യക്ഷസ്ഥാനവും ഒഴിഞ്ഞശേഷം യോഗം അതിന്റെ കർത്തവ്യകർമം നിർവഹിക്കുന്നില്ലെന്നോ ശരിക്കു നിർവഹിക്കുന്നില്ലെന്നോ ആയിരിക്കണം. സ്വാമിതൃപ്പാദങ്ങൾ "നിർവചിക്കുന്ന ധർമങ്ങളും" യോഗം നിർവഹിക്കുന്ന കൃത്യങ്ങളും തമ്മിൽ മി. കുമാരൻ വല്ല പൊരുത്തക്കേടും കണ്ടതായി പറഞ്ഞുകാണുന്നുമില്ല. കുമാരനാശാനവർകൾ സെക്രട്ടറിസ്ഥാനം ഒഴിയുന്നതിനു മുമ്പേതന്നെ, അദ്ദേഹവുമായുണ്ടായ ചില അഭിപ്രായ വ്യത്യാസങ്ങൾ മൂലം ഡോ. പൽപ്പു യോഗസമ്മേളനങ്ങളിൽ സംബന്ധിക്കാതായതും മി. കുമാരൻ സെക്രട്ടറിസ്ഥാനം കൈയേറ്റശേഷമാണ് പിന്നീട് അദ്ദേഹം ആലപ്പുഴ വച്ച് നടന്ന പൊതുയോഗത്തിൽ അധ്യക്ഷനായി സംബന്ധിച്ചതും എന്നുള്ള വിവരം പക്ഷേ *ഗജകേസരി* ഓർക്കുന്നില്ലായിരിക്കാം. "ഡോ. പൽപ്പു ഉപാധ്യക്ഷനായിരുന്ന കാലത്തോളം" എന്ന് *ഗജകേസരി* പറയുന്നതും ഏതു കാലത്തെ ഉദ്ദേശിച്ചാണെന്ന് ഞങ്ങൾക്ക് മനസിലാകുന്നില്ല. അദ്ദേഹം ഉപാധ്യക്ഷസ്ഥാനം ഒഴിഞ്ഞശേഷവും ആശാൻ അവർകൾ വളരെക്കാലം സെക്രട്ടറിയായിരുന്നിട്ടുണ്ട്. അന്നെല്ലാം യോഗം എങ്ങനെ നടന്നുവെന്നാണ് *ഗജകേസരി*യുടെ അഭിപ്രായമെന്നറിഞ്ഞില്ല.

രണ്ടാമതായി, *ഗജകേസരി* പറയുന്ന ആക്ഷേപം സ്വാമിതൃപ്പാദങ്ങളെ അവഗണിച്ചുകൊണ്ടുള്ള ചില പ്രവൃത്തികൾ ചിലർ ചെയ്തുതുടങ്ങിയിരിക്കുന്നുവെന്നാകുന്നു. നിസഹകരണത്തിന്റെയും സത്യഗ്രഹത്തിന്റെയും പേര് ഈ "ചിലരുടെ" പ്രവൃത്തികളിൽ ഉൾപ്പെടുത്തിക്കാണുന്നതുകൊണ്ടും മറ്റു പലതുകൊണ്ടും മി. ടി കെ മാധവനെയാണ് *ഗജകേസരി* ഉദ്ദേശിച്ചിരിക്കുന്നതെന്നു തീർച്ചതന്നെ. മി. മാധവന്റെ സത്യഗ്രഹ പ്രസ്ഥാനത്തെയോ മറ്റു പ്രസ്ഥാനത്തെയോ കുറിച്ച് അഭിപ്രായ വ്യത്യാസങ്ങൾ പലതും ഞങ്ങൾക്കുമുള്ളതാണെങ്കിലും അദ്ദേഹത്തിന്റെ ഈ സംരംഭങ്ങ

ളിൽ അദ്ദേഹത്തിനുള്ള ആന്തരമായ ഉദ്ദേശ്യം സമുദായ നന്മയെക്കാൾ "പേരും പെരുമയും സമ്പാദിക്കാനുള്ള കൊതി"യാണെന്ന് *ഗജകേസരി* പറഞ്ഞാൽ അതിനെ സമ്മതിക്കാൻ ഞങ്ങൾ തയ്യാറില്ല. അഥവാ അങ്ങനെയൊരു കൊതിയുണ്ടെങ്കിൽത്തന്നെയും ആ കൊതികൊണ്ട് ആർക്കും ഒരു നഷ്ടവും സംഭവിക്കാനില്ല. ആ കൊതിപെട്ട് ആർക്കും വയറുപെരുക്കം ഉണ്ടാകുമെന്ന് പേടിക്കാനുമില്ല. സത്യഗ്രഹം ആരംഭിച്ചതോടുകൂടി മി. മാധവൻ "സ്വാമിതൃപ്പാദങ്ങളുടെ ആജ്ഞകളെ മാത്രമല്ല, തൃപ്പാദങ്ങളെത്തന്നെയും വിസ്മരിച്ചു എന്നു വന്നുകൂടി" എന്ന് *ഗജകേസരി* പറയുന്നതിന് എന്തെങ്കിലും ഒരു അടിസ്ഥാനം ചൂണ്ടിക്കാണിക്കാൻ സാന്മാർഗികമായ ചുമതല *ഗജകേസരി*ക്കുണ്ട്. മി. മാധവനുമായി ഇണങ്ങിയും ഇടഞ്ഞുമുള്ള ചിരകാല പരിചയം ഞങ്ങൾക്കുണ്ട്. തൃപ്പാദങ്ങളോടുള്ള ഭക്തിവിശ്വാസങ്ങളിൽ മി. മാധവൻ തന്റെ വാക്കുകളിലോ ക്രിയകളിലോ എപ്പോഴെങ്കിലും ഒരു ന്യൂനത കാണിച്ചതായി ഒരു ദൃഷ്ടാന്തം എത്ര ശ്രമിച്ചിട്ടും ഞങ്ങളുടെ ഓർമയിൽ എത്തിപ്പെടുന്നില്ല. അഥവാ വല്ലതുമുണ്ടായിരുന്നാൽത്തന്നെയും മി. മാധവനല്ല, എസ് എൻ ഡി പി യോഗമെന്ന് *ഗജകേസരി* ഓർക്കേണ്ടതാകുന്നു. എസ് എൻ ഡി പി യോഗം ആരുടെയും പ്രത്യേക സ്വത്തല്ല. അത് അതിലെ അംഗങ്ങളുടെ പൊതുസ്വത്താകുന്നു. മി. മാധവന് അതിലെ അംഗങ്ങളുടെ ഇടയിൽ ധാരാളം സ്വാധീന ശക്തി ഉണ്ടായിരിക്കാം. അതിനാൽ അദ്ദേഹം അവതരിപ്പിക്കുകയോ അനുകൂലിക്കുകയോ ചെയ്യുന്ന നിശ്ചയങ്ങൾക്ക് ഭൂരിപക്ഷം കിട്ടുന്നുണ്ടായിരിക്കാം. എന്നാൽ യോഗത്തിലെ സാധാരണ ഭൂരിപക്ഷം എങ്ങനെയായിരുന്നാലും സമുദായ നേതാക്കന്മാരെന്നോ മാന്യന്മാരെന്നോ തനിക്കു വിശ്വാസമുള്ള പ്രത്യേകം ചിലരുടെ അഭിപ്രായഗതി മുൻകൂട്ടി അവധാരണം ചെയ്തശേഷമല്ലാതെ യോഗത്തിൽ ഇതേവരെ ഒരു നിശ്ചയവും മി. മാധവൻ വാശിപിടിച്ച് അവതരിപ്പിക്കുകയോ അനുകൂലിക്കുകയോ ചെയ്തതായി ഞങ്ങൾക്ക് അറിവില്ല. വൈക്കത്ത് ആരംഭിച്ച സത്യഗ്രഹത്തെ വിജയകരമാക്കിത്തീർക്കുവാൻപോലും മി. മാധവൻ ജയിലിലായി എന്നു കേട്ടപ്പോൾ സത്യഗ്രഹത്തിന് നൂറു ഉറുപ്പിക സംഭാവന ചെയ്ത കഥയോർത്താൽ മേൽപ്പറഞ്ഞ നിശ്ചയം ഹൃദയമുള്ള ആരും അനുകൂലിക്കുമെന്നാണ് ഞങ്ങൾക്കു തോന്നുന്നത്. സത്യഗ്രഹംകൊണ്ട് അയിത്തമോ ജാതിവിഷയമായ മറ്റു ബുദ്ധിമുട്ടുകളോ പൂർണമായി പരിഹരിക്കപ്പെടുമോയെന്നുള്ള സംഗതി വേറെ. സത്യഗ്രഹി ആയില്ലെങ്കിലും

സത്യഗ്രഹത്തിനു സഹായിക്കയെന്നുള്ള സത്യം വേറെ. ഇതു രണ്ടും ഒന്നെന്നു ഭ്രമിച്ചതാണ് *ഗജകേസരി*യുടെ "തെറ്റ്" ഹേതുവെന്നാണ് ഞങ്ങൾക്കു തോന്നുന്നത്. *ഗജകേസരി* പറയുന്നപോലെ, മി. മാധവനും അദ്ദേഹത്തിന്റെ കക്ഷിക്കാരും കൂടി യോഗത്തെ ആക്രമിച്ചു കൈവശപ്പെടുത്തി എന്നുതന്നെ ഇരിക്കട്ടെ. "സ്ഥൈര്യവും ധൈര്യവു"മേറിയ മി. മൂർക്കോത്ത് കുമാരനാണ് ജനറൽ സെക്രട്ടറിയെങ്കിൽ അദ്ദേഹം എന്തു ചെയ്യുമെന്ന് ഞങ്ങൾ ചോദിക്കുന്നു. അദ്ദേഹം രാജിവയ്ക്കുമെന്നു പറയുമായിരിക്കാം. എന്നാൽ എന്തു വിശേഷമെന്ന് ഞങ്ങൾ പിന്നെയും ചോദിക്കുന്നു. യോഗത്തിന്റെ ബാല്യദശയിൽ ഏതാണ്ട് ഒരു ഏകാധിപത്യമാണ് നടന്നുവന്നിരുന്നത്. ആ ഏകാധിപത്യകാലത്തെ സ്മരണയെയായിരിക്കാം *ഗജകേസരി* മാവേലികാലമായി വർണിക്കുന്നത്. അക്കാലമെല്ലാം പോയിരിക്കുന്ന ഇപ്പോഴത്തെ ദശയിൽ മി. കുമാരനെപ്പോലെ അക്ഷോഭ്യഹൃദയനായ ഒരാളല്ല സെക്രട്ടറിയായിരുന്നതെങ്കിൽ എസ് എൻ ഡി പി യോഗം എന്നേ ഒരു പഴംകഥയായിത്തീരുമായിരുന്നുവെന്ന് *ഗജകേസരി* ഓർക്കേണ്ടതായിരുന്നു.

*ഗജകേസരി*യുടെ മൂന്നാമത്തെ ആക്ഷേപം ഇതിലും വിചിത്രമായിരിക്കുന്നു. *ഗജകേസരി* പറയുന്നു: "സ്വാമി തൃപ്പാദങ്ങളെ വിസ്മരിച്ചു എന്നു മാത്രമല്ല, തീയരുടെ സമുദായാഭിവൃദ്ധിക്ക് ആവശ്യമായ മാർഗത്തെ ഉപദേശിക്കേണ്ടത് തൃപ്പാദങ്ങളല്ലെന്നും മഹാത്മാഗാന്ധിയാണെന്നും ചിലർ വരുത്തിക്കൂട്ടി. ക്ഷേത്രപ്രവേശനം ആവശ്യമോ അല്ലയോ എന്ന് ആലുവയിലോ വർക്കലയിലോ പോയി സ്വാമിതൃപ്പാദങ്ങളുടെ ഉപദേശം ഗ്രഹിക്കുന്നതിനുപകരം സബർമതിയിൽപ്പോയി വർണാശ്രമപക്ഷപാതിയായ മഹാത്മാവിന്റെ സന്ദേശം വാങ്ങി ചിലർ വന്നു. ഇങ്ങനെ നമ്മുടെ കുലഗുരുവിനെ പ്രത്യക്ഷത്തിൽ അലക്ഷ്യമാക്കുകയും എസ് എൻ ഡി പി യോഗം അതിന്റെ ഉദ്ദേശ്യസാധ്യത്തിനുള്ള മാർഗത്തിൽനിന്ന് വ്യതിചലിക്കുകയും ചെയ്തു" എന്നാണ് *ഗജകേസരി* പറയുന്നത്. ക്ഷേത്രപ്രവേശനവാദം ആരംഭിച്ച് വളരെനാൾ കഴിഞ്ഞാണ് *ഗജകേസരി* പത്രാധിപർ മിസ്റ്റർ മൂർക്കോത്ത് കുമാരൻ എസ് എൻ ഡി പി യോഗത്തിന്റെ വിശേഷാൽ പൊതുയോഗത്തിൽ അധ്യക്ഷത വഹിക്കുകയും ക്ഷേത്രപ്രവേശന വാദത്തെപ്പറ്റി പ്രസംഗിക്കുകയും ചെയ്തത്. വർക്കലയോ ആലുവയിലോ ചെന്ന് സ്വാമിതൃപ്പാദങ്ങളുടെ ഉപദേശം ഗ്രഹിച്ചുകൊണ്ടല്ലായിരുന്നു അന്ന് അദ്ദേഹം പ്രസം

ഗിച്ചത്. അങ്ങനെ ഉപദേശം ഗ്രഹിക്കാതെ പ്രസംഗിച്ചതിന് മി. മൂർക്കോത്ത് കുമാരനെ ആരും കുറ്റപ്പെടുത്തിയില്ല; ഞങ്ങൾ കുറ്റപ്പെടുത്തുന്നുമില്ല. അതൊരു കുറ്റമായി അദ്ദേഹം തന്നെത്തന്നെ കുറ്റപ്പെടുത്തുന്നതുപോലെയാണ് ഇപ്പോൾ *ഗജകേസരി*യിൽ എഴുതിയിരിക്കുന്നത്. ഈ പ്രസംഗമെല്ലാം കഴിഞ്ഞ് പിന്നെയും ചില മാസങ്ങളും ആണ്ടുകളും കഴിഞ്ഞശേഷമാണ് മി. മാധവൻ അയിത്തോച്ചാടനത്തിന് കോൺഗ്രസിനോടുചേർന്ന് പ്രവർത്തിക്കയാണ് എളുപ്പവഴിയെന്ന് നിശ്ചയിച്ചതും കോകനദ കോൺഗ്രസിനു പോയതും. മഹാത്മാഗാന്ധി "വർണാശ്രമപക്ഷപാതി"യാണെങ്കിലും അദ്ദേഹം അയിത്തോച്ചാടന പക്ഷപാതിയും ക്ഷേത്രപ്രവേശന പക്ഷപാതിയും കൂടെയാണ്. മിസ്റ്റർ മൂർക്കോത്ത് കുമാരന് സ്വാമിഭക്തിയും തിയോസഫി ഭ്രമവും അവിരോധമായി കൊണ്ടു നടക്കാവുന്നതുപോലെ തന്നെ മിസ്റ്റർ മാധവന് സ്വാമിഭക്തിയും കോൺഗ്രസ് ഭ്രമവും കൊണ്ടുനടക്കാവുന്നതാണെന്ന് *ഗജകേസരി* ഓർക്കാതെ പോയത് വ്യസനകരമായിരിക്കുന്നു. മിസ്റ്റർ മൂർക്കോത്ത് കുമാരനെക്കാൾ ഒരു അവസ്ഥയിൽ മിസ്റ്റർ മാധവൻ കുറെക്കൂടി സ്വാമിഭക്തനാണെന്ന് പറയാവുന്നതാണ്. ചെത്തു നിറുത്തണമെന്നുള്ള സ്വാമികൽപ്പനയെ അക്ഷരംപ്രതി വിശ്വസിച്ചു പ്രവർത്തിക്കുകയാണ് മിസ്റ്റർ മാധവൻ ചെയ്യുന്നത്. മിസ്റ്റർ മൂർക്കോത്ത് കുമാരൻ അത് സ്വാമികൽപ്പന ആയിരുന്നിട്ടും പുനരാലോചന ചെയ്യണമെന്നുള്ള അഭിപ്രായക്കാരനാണല്ലോ. മിസ്റ്റർ കുമാരനാശാൻ സെക്രട്ടറിയായിരുന്ന കാലംവരെ എല്ലാം ഭംഗിയായിരുന്നു എന്നു പറയുന്ന *ഗജകേസരി* ആശാൻ ജീവിച്ചിരുന്ന കാലത്ത് അദ്ദേഹവും ഒന്നാംതരം ക്ഷേത്രപ്രവേശനവാദിയായിരുന്നു എന്നുള്ള സംഗതി ഒരു പൊതുകാര്യപ്രസക്തന്റെ നിലയിൽ അറിയാതിരുന്നത് ആശ്ചര്യമായിരിക്കുന്നു. സത്യഗ്രഹത്തിന്റെ മറ്റൊരു പേര് സഹനസമരമെന്നാണല്ലോ. കരുനാഗപ്പള്ളിയിൽവച്ച് മിസ്റ്റർ കൊറ്റിയത്തു കൃഷ്ണൻ അവർകളുടെ അധ്യക്ഷതയിൽ നടന്ന എസ് എൻ ഡി പി യോഗത്തിൽ പാസാക്കിയ ഒരു നിശ്ചയം "ക്ഷേത്രപ്രവേശനവാദത്തോട് ഗവൺമെന്റിനുള്ള അനഭിമുഖതയാൽ സഹനസമരം പ്രയോഗിച്ച് ക്ഷേത്രത്തിൽ പ്രവേശിക്കണമെന്നുള്ള അഭിപ്രായത്തിന് സമുദായത്തിൽ പ്രാബല്യമുണ്ടായിവരുന്നു എന്ന് ഗവൺമെന്റിനെ അറിയിച്ചുകൊള്ളുന്നു" എന്നായിരുന്നു. ഈ നിശ്ചയം പാസാക്കിയതു തന്നെ കുമാരനാശാൻ അവർകളായിരുന്നു. ഈ യോഗം നടക്കുന്നതിനും വളരെ മുമ്പേ കോഴിക്കോട്ട് പാറൻഹാളിൽ

കൂടിയ തീയരുടെ ഒരു യോഗത്തിൽ വച്ചാണ് സഹനസമര നിശ്ചയം തീയരുടെ ഇടയിൽ മിസ്റ്റർ ടി കെ മാധവൻ ആദ്യമായി അവതരിപ്പിക്കപ്പെട്ടതെന്നുള്ള സംഗതി അന്ന് ജീവിതം ആരംഭിച്ചിട്ടില്ലാത്ത *ഗജകേസരി* അറിഞ്ഞിരുന്നില്ലെങ്കിലും അന്ന് ജീവിച്ചിരുന്ന മിസ്റ്റർ മൂർക്കോത്ത് കുമാരൻ അറിഞ്ഞിരുന്നതാണ്. അദ്ദേഹം അതിനെക്കുറിച്ച് അനുകൂലിച്ച് ആയിടെ *കേരളകൗമുദി*ക്കും *ദേശാഭിമാനി*ക്കും ലേഖനങ്ങൾ എഴുതിയത് സ്വാമിതൃപ്പാദങ്ങളോട് ഉപദേശം വാങ്ങിയിട്ടായിരുന്നു എന്നു തോന്നുന്നില്ല. മിസ്റ്റർ മാധവന്റെ സത്യഗ്രഹപ്രസ്ഥാനത്തോടോ കോൺഗ്രസ് ഭ്രമത്തിനോടോ *ഗജകേസരി*ക്ക് അഭിപ്രായവ്യത്യാസമുണ്ടെങ്കിൽ അതിനെ എതിർക്കുന്നതിൽ ഞങ്ങൾക്കോ മി. മാധവനു തന്നെയോ വിരോധമുണ്ടായിരിക്കയില്ല. എന്നാൽ അക്കാര്യം നേരെ പറയാൻ ഒരുങ്ങാതെ വളച്ചുകെട്ടി നിരപരാധികളെക്കൂടി കുടുക്കി അടിസ്ഥാനരഹിതങ്ങളായ അനാവശ്യങ്ങളും കൂടി എഴുതിക്കൂട്ടി സ്വാമിഭക്തി കാണിച്ചാൽ ആ വളഞ്ഞ ഭക്തിയോട് സ്വാമിക്കുതന്നെയും വിരക്തി ആയിരിക്കും തോന്നാവുന്നത്.

തച്ചക്കുടി പരമേശ്വരൻ ഈഴവർക്കിടയിലെ കോടാലിക്കൈ

വൈക്കം ക്ഷേത്രപരിസരത്തിലെ പൊതുനിരത്തിൽക്കൂടി ഈഴവർ തുടങ്ങിയ അവർണർക്ക് വഴിനടക്കാനുള്ള സ്വാതന്ത്ര്യത്തിനുവേണ്ടി 1925–ൽ സത്യഗ്രഹസമരം കൊടുമ്പിരികൊള്ളുകയായിരുന്നു. ഈ സന്ദർഭത്തിൽ അന്നത്തെ തിരുവിതാംകൂർ നിയമസഭയിൽ അവർണർക്ക് സഞ്ചാരസ്വാതന്ത്ര്യം അനുവദിക്കണം എന്ന് ആവശ്യപ്പെടുന്ന പ്രമേയം ചർച്ചയ്ക്കു വന്നപ്പോൾ മുഖ്യമായും സർക്കാർ നോമിനികൾ ഉൾപ്പെടെ ഇരുപത്തിരണ്ടുപേർ പ്രമേയത്തെ പ്രതികൂലിച്ചും ഇരുപത്തിയൊന്നുപേർ അനുകൂലിച്ചും വോട്ടുചെയ്തതിനാൽ പരാജയപ്പെട്ടു. അവർണരുടെ സഞ്ചാരസ്വാതന്ത്ര്യ പ്രമേയത്തെ പരാജയപ്പെടുത്തിയ വോട്ട് ഒരു ഈഴവ മെമ്പറായ തച്ചക്കുടി പരമേശ്വരന്റെയായിരുന്നു എന്നത് ചരിത്രത്തിലെ വൈകൃതങ്ങളിൽ ഒന്നാണ്. ഈഴവസമുദായത്തിന്റെ എന്നല്ല കേരളത്തിന്റെതന്നെ നവോത്ഥാനത്തിന് അനന്യസാധാരണമായ സംഭാവന നൽകിയ ഡോ. തച്ചക്കുടി പൽപ്പുവിന്റെ കുടുംബത്തിലെ ഒരംഗമായിരുന്നു ഈ പരമേശ്വരൻ എന്നത് ഈ വൈകൃതത്തെ വിചിത്രമാക്കുന്നു. സഞ്ചാരസ്വാതന്ത്ര്യ പ്രമേയത്തെയും പരമേശ്വരന്റെ ആ കൃത്യത്തെയും കുറിച്ച് സി വി കുഞ്ഞുരാമൻ *കേരള കൗമുദി*യിൽ എഴുതിയ മുഖപ്രസംഗം താഴെ ചേർക്കുന്നു:

സഞ്ചാര സ്വാതന്ത്ര്യപ്രമേയം

കഴിഞ്ഞ വ്യാഴാഴ്ച മുതൽ തുടർച്ചയായി മൂന്നു ദിവസത്തേക്ക്

തിരുവിതാംകൂർ നിയമനിർമാണസഭയിൽ വാദപ്രതിവാദം നടന്നുവന്ന മി. കുമാരന്റെ സഞ്ചാരസ്വാതന്ത്ര്യപ്രമേയം ഒരു വോട്ടിന്റെ വ്യത്യാസം വരുത്തിയ ഭൂരിപക്ഷംകൊണ്ട് തള്ളപ്പെട്ടുപോയിരിക്കുന്നു. പ്രമേയത്തിന് അനുകൂലമായി ഇരുപത്തിയൊന്നുപേരും പ്രതികൂലമായി ഇരുപത്തിരണ്ടുപേരും വോട്ടുചെയ്തു. പ്രതികൂല കക്ഷിയായ ഗവൺമെന്റ് ഭാഗത്തേക്ക് ഒരു ഈഴവമെമ്പറുംകൂടി വോട്ടുചെയ്തു എന്നുകേട്ടാൽ ഈഴവർ മാത്രമല്ല, മറ്റു സമുദായക്കാരും എളുപ്പത്തിൽ വിശ്വസിക്കുന്നതല്ല. മി. പരമേശ്വരനെ നോമിനേറ്റുചെയ്ത കാലത്ത് ഞങ്ങളുടെ മാന്യസഹജീവിയായ *മിതവാദി* എഴുതിയ കുറിപ്പിന്റെ താൽപ്പര്യം ഞങ്ങൾ ഇപ്പോഴും ഓർക്കുന്നുണ്ട്. “ഈ മി. പരമേശ്വരൻ ആരെന്നറിയാതെ ഞങ്ങൾ വളരെ അന്ധാളിച്ചു. അങ്ങനെ അന്വേഷിച്ചപ്പോഴാണ് തിരുവിതാംകൂറിൽ ഈഴവൻ തുടങ്ങുന്ന നല്ല കാര്യങ്ങൾക്കെല്ലാം വിഘ്നകാരിയായി നിൽക്കുന്ന മനുഷ്യനാണ് എന്ന് ഞങ്ങൾക്കു മനസിലായത്.” *മിതവാദി* പറഞ്ഞ അഭിപ്രായം ഞങ്ങൾ പകർത്തി. ആ അഭിപ്രായത്തെ പ്രകടിപ്പിക്കാൻ ഉപയോഗപ്പെടുത്തിയ വാചകങ്ങൾ പകർത്താൻ ഞങ്ങൾ ഓർക്കുന്നില്ല. എന്നാൽ ആ വാചകങ്ങളുടെ രസികത ഞങ്ങൾ നല്ലവണ്ണം ഓർക്കുന്നുണ്ട്. അന്യത്ര പകർത്തിയിട്ടുള്ള *മിതവാദി*യുടെ ഇത്തവണത്തെ മുഖപ്രസംഗത്തിൽ, “കണ്ണേറു കൊള്ളാതെയിരിക്കുവാൻ പാവകളെ വച്ചമാതിരി”യാണ് താഴ്ത്തപ്പെട്ട വർഗക്കാരുടെ പ്രതിനിധികൾ എന്നു പറഞ്ഞിട്ടുള്ളത്, മി. പരമേശ്വരനെപ്പോലുള്ളവരെ ഉദ്ദേശിച്ചാണെങ്കിൽ അത് വളരെ ശരിയെന്ന് ഞങ്ങളും സമ്മതിക്കാം. മി. പരമേശ്വരൻ കഴിഞ്ഞ ശനിയാഴ്ച നിയമസഭയിൽവച്ച് കാണിച്ച സമുദായദ്രോഹത്തെ എത്ര കഠിനമായി അധിക്ഷേപിച്ചാലും തൃപ്തിപ്പെടാത്ത ഈഴവസമുദായത്തോട് മി. പരമേശ്വരനെപ്പോലുള്ളവരെ അധിക്ഷേപിക്കുന്നതുകൊണ്ട് എന്താണ് പ്രയോജനമെന്ന് ഞങ്ങൾ ചോദിച്ചുകൊള്ളുന്നു. ശകാരിച്ചാൽ നാണം തോന്നുന്നവരെ മാത്രം ശകാരിച്ചിട്ട് പ്രയോജനമുള്ളൂ. അങ്ങനെ ഒരു പ്രയോജനത്തെക്കരുതി ആരും മി. പരമേശ്വരനെ ശകാരിക്കേണ്ട. ശാസിച്ച് അദ്ദേഹത്തെ നന്നാക്കാമെന്നു മോഹിക്കയും വേണ്ട. ഈഴവസമുദായത്തിന്റെ ശ്രേയസ്സിനുവേണ്ടി തന്റെ ജീവിതത്തിൽ ഏറ്റവും നല്ല ഭാഗത്തിൽ അധികവും വിനിയോജിച്ച പ്രസിദ്ധനായ ഡോക്ടർ പൽപ്പുവിന്റെ തറവാട്ടിലെ കാരണവരാണല്ലോ മി. പരമേശ്വരൻ എന്നൊരു ബഹുമാനം ഞങ്ങൾക്കുണ്ടായിരുന്നതു നിമിത്തം അദ്ദേഹത്തിന്റെ ഇതുവരെയുള്ള പ്രവൃത്തികളെ ഞങ്ങൾ കുറ്റകരമായ ദാക്ഷിണ്യത്തോടുകൂടിയാണ് നോക്കിക്കൊണ്ടിരുന്നിട്ടുള്ളത്. പക്ഷേ അങ്ങനെ നോക്കിക്കൊണ്ടിരുന്ന കാലത്ത് ശ്രീകൃഷ്ണന്റെ തറവാട്ടിൽ കംസൻ കാരണവരായിരുന്ന പുരാണവും മറ്റു പല പരമേശ്വരപുരാണങ്ങളും പശ്ചാത്താപത്തോടുംകൂടി ഓർക്കേണ്ടിവന്നിരിക്കുന്നു. മി. പരമേശ്വരനോട് യോജിച്ച് മിശ്രാവകാശത്തിന് കുറെക്കാലം വാദിക്കാൻ ഇടയായല്ലോ എന്നുള്ള പശ്ചാത്താപം *കേരള കൗമുദി*ക്ക്

തീർത്താൽ തീരുന്നതല്ല. മിശ്രാവകാശം നന്നല്ലെന്നല്ല ഞങ്ങൾ പറയുന്നത്. അതിനെക്കാൾ നല്ല ഒരു അവകാശക്രമമാണ് ഇന്നലെ മൂന്നാമത്തെ വായനകഴിഞ്ഞ് പാസാവാൻ ഇടയുള്ള ഈഴവറെഗുലേഷനിലെ അവകാശക്രമമെന്നും ഞങ്ങൾക്ക് അഭിപ്രായമില്ല. മിശ്രാവകാശത്തിനുവേണ്ടി നടത്തിയ വാദമാണല്ലോ മരത്തിന് മരംതന്നെ കോടാലിക്കൈയായി തീർന്ന മാതിരി ഈ കണ്ഠകോടാലി നിയമസഭയിൽ നുഴഞ്ഞു കയറുവാൻ ഇടവരുത്തിയതെന്നുള്ളതാണ് ഞങ്ങളുടെ പശ്ചാത്താപം. മി. പരമേശ്വരനല്ലാതെ മറ്റാരെങ്കിലുമായിരുന്നു നിയമസഭയിൽ മിശ്രാവകാശപക്ഷം വാദിച്ചിരുന്നതെങ്കിൽ ഇത്ര ഭയങ്കരമായ പരാജയം ആ വാദത്തിന് ഈ നിയമസഭയിൽ ഉണ്ടാകുന്നതല്ലായിരുന്നുവെന്ന് മി. പരമേശ്വരന്റെ കക്ഷിക്കാർക്കുതന്നെ ഇപ്പോൾ ബോധ്യംവന്നു തുടങ്ങിയിട്ടുണ്ട്. ബില്ല് രണ്ടാം വായന കഴിഞ്ഞു പാസായതിനുശേഷവും, പെട്ടി കള്ളൻ കൊണ്ടുപോയെങ്കിലും താക്കോലിരിപ്പുണ്ടെന്ന് ആരോ പറഞ്ഞ മാതിരി, അടുത്ത നിയമസഭയിലും ഒരു മിശ്രക്കാരൻ വേണമെന്നു ജൂബിലിഹാളിൽ മീറ്റിംഗ് കൂടി നിശ്ചയം പാസാക്കുന്നതുവരെ, ഇനിയുമുണ്ട് ബുദ്ധിയെന്നു പറഞ്ഞ് മിശ്രാവകാശക്കാരായ കുറെപ്പേരെ കുരങ്ങു കളിപ്പിച്ച മി. പരമേശ്വരന്റെ സാമർത്ഥ്യത്തെ ഞങ്ങൾ നമസ്കരിക്കതന്നെ ചെയ്യുന്നു.

സഞ്ചാരസ്വാതന്ത്ര്യ പ്രമേയത്തിന് എതിരായി മി. പരമേശ്വരൻ വോട്ടു ചെയ്തതിരിക്കട്ടെ. ഈ പ്രമേയത്തിന് എതിരായി വോട്ടുചെയ്ത രണ്ടു ക്രിസ്ത്യൻ പ്രതിനിധികളെയും ഒരു മുഹമ്മദീയ പ്രതിനിധിയെയും കുറിച്ച് ഞങ്ങൾക്ക് രണ്ടുവാക്ക് പറയാനുണ്ട്. ക്രിസ്ത്യൻ പ്രതിനിധികളിൽ മിസ്റ്റർ പഞ്ഞിക്കാരൻ ചേർത്തല താലൂക്കിൽനിന്നും തിരഞ്ഞെടുക്കപ്പെട്ട ഒരു പ്രതിനിധിയാണ്. ചേർത്തലയിലെ തിരഞ്ഞെടുപ്പിന് ഒരു ഈഴവനുംകൂടി സ്ഥാനാർഥിയായി നിന്നപ്പോഴാണ് ചില ഈഴവർകൂടി മിസ്റ്റർ പഞ്ഞിക്കാരനുവേണ്ടി വോട്ടുചെയ്ത് അദ്ദേഹത്തെ ജയിപ്പിച്ചത്. ഈഴവരുടെ ന്യായമായ അവകാശവാദങ്ങളിൽ മിസ്റ്റർ പഞ്ഞിക്കാരന്റെ ആനുകൂല്യം ഉണ്ടാകുമെന്നുള്ള വിശ്വാസത്തോടുകൂടിയാണ് ആ ഈഴവർ സ്വസമുദായത്തിലുള്ള ഒരു സ്ഥാനാർഥിയുടെ അഭ്യർഥനയെ തിരസ്കരിച്ച് മിസ്റ്റർ പഞ്ഞിക്കാരന് വോട്ടുചെയ്തതെന്നുള്ളതിലേക്ക് സംശയമില്ല. ഈ മുഗ്ധബുദ്ധികളായ സാധുക്കളുടെ നേരേ എത്ര ഭയങ്കരമായ വിശ്വാസപാതകമാണ് മി. പഞ്ഞിക്കാരൻ പ്രവർത്തിച്ചതെന്ന് അദ്ദേഹം തന്റെ മനഃസാക്ഷിയോട് ചോദിച്ചുകൊണ്ട് അദ്ദേഹത്തിനു കുമ്പസാരമുണ്ടെങ്കിൽ അടുത്ത കുമ്പസാരത്തിനു പോകുമെന്ന് ഞങ്ങൾ വിശ്വസിക്കുന്നു. "പ്രമേയത്തോട് എനിക്ക് പൂർണമായ അനുകമ്പയുണ്ടെങ്കിലും സത്യഗ്രഹികൾ അതിൽ ഏർപ്പെട്ടിരിക്കാവുന്നതുകൊണ്ട് ഞാൻ പ്രമേയത്തെ എതിർക്കുന്നു" എന്നും മറ്റുമുള്ള 'ഡാവു' കളൊന്നും മനസിന്റെ സകല ചുഴികളിലെയും കുഴികളിലെയും അന്ധകാരങ്ങളിൽ സെർച്ചുലൈറ്റുവച്ച് നോക്കുന്ന ദൈവത്തിന്റെ മുമ്പാകെ

പുലരുകയില്ലെന്ന് മി. പഞ്ഞിക്കാരന് ബൈബിൾകൊണ്ട് മനസിലായി ട്ടില്ലെങ്കിൽ ഒരു ഹിന്ദുവിനോട് ശിഷ്യപ്പെട്ടു പഠിക്കേണ്ടിയിരിക്കുന്നു. മി. കുര്യന്റെ മരണത്താൽ പഴനിലം വീണതു കാര്യമായിത്തീർന്ന് കുര്യ നായിട്ട് നിയമസഭയിൽ കടന്നുകൂടിയ ആളാണ് മി. തോമസ്. അദ്ദേഹ ത്തിന് കുമ്പസാരമുണ്ടോ എന്ന് ഞങ്ങൾക്ക് നിശ്ചയമില്ല. അദ്ദേഹത്തിന് ഒരു പത്രമുണ്ടെന്നും ആ പത്രം സത്യഗ്രഹത്തെ അനുകൂലിക്കുന്നുണ്ടെ ന്നും ചിലർ പറയുന്നു. പത്രത്തിന് ധാരാളം പ്രചാരമുണ്ടാക്കി ആദായം വരുത്തുവാൻ സത്യഗ്രഹമോ അത്യാഗ്രഹമോ എന്തെങ്കിലും തരം പോലെ പ്രസംഗിച്ചുകൊള്ളണമെന്നായിരിക്കും അദ്ദേഹത്തിന്റെ പേപ്പറിന്റെ പോളിസി. അദ്ദേഹത്തിന്റെ പോളിസി അദ്ദേഹം നിയമസഭയിൽ കാണിച്ചു. ഞങ്ങൾ ഈ രണ്ടു മാന്യന്മാരോടും ഒരു സംഗതി ചോദിച്ചുകൊള്ളട്ടെ. സത്യഗ്രഹം വൈക്കത്ത് ആരംഭിച്ചിട്ട് പത്തുമാസമായി. അതിനോട് ഇത്ര വളരെ വിരോധം മി. പഞ്ഞിക്കാരനും മി. തോമസിനും ഉണ്ടെങ്കിൽ ആ അനാവശ്യത്തെ നിറുത്തൽചെയ്യുവാൻ ഫലപ്രദമായ പ്രയോഗങ്ങളൊന്നും ഗവൺമെന്റ് തുടങ്ങാത്തത് എന്തുകൊണ്ടാണെന്ന് ഗവൺമെന്റിനോട് ചോദിക്കാനും അതു നിറുത്തൽ ചെയ്യാൻ ന്യായമായ വല്ല മാർഗവു മുണ്ടെങ്കിൽ അതിനെ ഉപദേശിച്ചുകൊടുക്കാനും തങ്ങൾക്കു ചുമതലയി ല്ലെന്നും അതിന്റെ കാര്യം കൗൺസിലിൽ വല്ലവരും ശബ്ദിച്ചാൽ ഉടൻ മുള്ളൻപന്നിയെപ്പോലെ ചിനത്ത് വായിൽ നുരവരുവോളം പ്രസംഗിക്കു വാനുമുള്ള ചുമതലയേ തങ്ങൾക്കുള്ളൂവെന്നും ആണോ ഈ ബഹുമാന പ്പെട്ട മെംബർമാർ വിചാരിച്ചിരിക്കുന്നത്? അനുദ്യോഗസ്ഥന്മാരായ ക്രൈസ്തവ മെംബർമാരിൽ ഇടയന്മാർ എങ്ങനെ ശ്രമിച്ചിട്ടും പറ്റം പിരിഞ്ഞുപോകാതെ, തടുത്തുനിറുത്തുവാൻ കഴിയാതെപോയ ഈ രണ്ട് ആടുകളെയൊഴിച്ച് ശേഷമുള്ളവരെല്ലാവരും എത്രയും ഹാർദ മായും ശക്തിയായും അനുകൂലിക്കുകയാണ് ചെയ്തത്. മി. കുമാരന്റെ പ്രമേയത്തെ പിന്താങ്ങിയതുതന്നെ ദിവ്യശ്രീ ഫാദർ വെട്ടിക്കാപ്പള്ളി അവർകളാണ്. മി. കെ സി മാമൻമാപ്പിളയുടെ പ്രസംഗത്തെപ്പോലെ അത്ര ശക്തിയോടുകൂടി ഈ പ്രമേയത്തെ ആർക്കും അനുകൂലിക്കാൻ സാധിച്ചിട്ടില്ലെന്നാണറിയുന്നത്. മി. ഹുഗ്വർഫിനെക്കാൾ താൽപ്പര്യം മറ്റാരുംതന്നെ കാണിച്ചിട്ടില്ല. മി. തര്യതുകുഞ്ഞിത്തൊമ്മൻ മുതലായി ശേഷമുള്ള ക്രൈസ്തവ മെംബർമാരും അഹമഹമികയാ ഈ പ്രമേ യത്തിന്റെ വിജയത്തിനായി ശക്തിമത്തായി പ്രസംഗിക്കുകയും ഉത്സാ ഹിക്കുകയും ചെയ്തിട്ടുണ്ട്. മുഹമ്മദീയരായിട്ട് രണ്ടു മെംബർമാരാണ് ഉണ്ടായിരുന്നത്. അവരിൽ ആദംസേട്ടവർകൾ എന്തുകൊണ്ടോ ഹാജ രായിരുന്നില്ല. മി. കാദർപിള്ള എതിരായിട്ട് വോട്ടുചെയ്തു. ഇസ്ലാം മത ത്തിന്റെ സിദ്ധാന്തങ്ങൾ ഞങ്ങൾക്കു നിശ്ചയമില്ല. മുസ്ലിം സമുദായ ത്തിന്റെ അഭിമാനസംരക്ഷണത്തിനോ അവകാശസംരക്ഷണത്തിനോ ഈ പ്രമേയത്തെ എതിർക്കേണ്ട ആവശ്യം മി. കാദർപിള്ളയ്ക്കുണ്ടായിരു ന്നോ എന്നും ഞങ്ങൾക്കറിഞ്ഞുകൂടാ. എന്തിനായിട്ട് അദ്ദേഹം ഈ

പ്രമേയത്തെ എതിർത്തുവെന്ന് അദ്ദേഹത്തോടു ചോദിക്കേണ്ടത് മുസ്ലീം സമുദായമാണ്. അതു ചോദിക്കാൻ നല്ല അവസരവും താമസിയാതെ ഉണ്ടാവുമെന്നു തോന്നുന്നു. അദ്ദേഹത്തെ എന്തോ വിശേഷം പ്രമാണിച്ച് അനുമോദിക്കുവാൻ താമസിയാതെ ഒരു യോഗമുണ്ടാകുമെന്നും കേൾക്കുന്നു. അദ്ദേഹം നിയമസഭയിൽ കാണിച്ച ഈ പരാക്രമത്തെക്കൂടി ആ അവസരത്തിൽ ആരെങ്കിലും അഭിനന്ദിക്കാൻ മറന്നുപോകില്ലെന്നു വിശ്വസിക്കുന്നു. ബ്രാഹ്മണ മെംബർമാരിൽ ആരുംതന്നെ പ്രമേയത്തെ അനുകൂലിച്ചില്ല. എല്ലാവരും പ്രമേയത്തെ എതിർത്തു പ്രസംഗിക്കുകയും ചെയ്തു. അവർ അവരുടെ വയറ്റുപ്പിഴപ്പിന്റെ കാര്യം പറഞ്ഞതാകയാൽ ആരും അവരോട് പരിഭവിക്കേണ്ടതായിട്ടില്ല. നായർമെംബർമാർ തങ്ങളുടെ സമുദായത്തിന് ഏറ്റവും അഭിമാനകരമായ വിധത്തിൽ ഈ പ്രമേയത്തെ സംബന്ധിച്ചു പ്രസംഗിക്കുകയും പ്രവർത്തിക്കുകയും ചെയ്തിരിക്കുന്നുവെന്ന് സന്തോഷത്തോടും കൃതജ്ഞതയോടുംകൂടി പ്രസ്താവിക്കേണ്ടിയിരിക്കുന്നു. ഇത്ര ഏകകണ്ഠമായി ഇതിനു കീഴിൽ ഏതെങ്കിലുമൊരു പ്രമേയത്തെ നായർമെംബർമാർ അനുകൂലിച്ചിട്ടുണ്ടോ എന്നു സംശയമാണ്. ഒരു ബ്രാഹ്മണനായ ലാ മെംബർ വളരെ നാൾ ശ്രദ്ധയോടും താൽപ്പര്യത്തോടും കൂടി ബുദ്ധിശാലികളുടെ സകല കോണുകളിലും പരതി സംഭരിച്ചുവച്ചിരുന്ന യുക്തികളെയും ന്യായങ്ങളെയും അതിലേറെ നിശിതമായ യുക്തികളും ന്യായങ്ങളുംകൊണ്ട് ഖണ്ഡിക്കുന്നതിൽ ലായർമാരായ ചങ്ങനാശ്ശേരി പരമേശ്വരൻപിള്ള അവർകളും പി കെ നാരായണപിള്ള അവർകളും പ്രദർശിപ്പിച്ച ബുദ്ധിസാമർത്ഥ്യം പ്രശംസനീയമായിരുന്നു. പക്ഷേ ഇതൊക്കെക്കൊണ്ട് എന്തു ഫലം? മനുഷ്യനു മനുഷ്യനെക്കാൾ ഭയങ്കരനായ ഒരു ശത്രു വേറെയില്ല. തിരുവനന്തപുരം മുഴുവൻ അനന്തശയനത്തോടുകൂടി ഇളകുമാറ് മൂന്നു ദിവസം മുഴുവൻ ദേവാസുരന്മാർ തമ്മിൽ മത്സരിച്ചു നടത്തിയ പാലാഴിമഥനത്തിൽ ഇപ്പോൾ തെളിഞ്ഞുകണ്ടത് കാളകൂടമാണെന്ന് സമ്മതിച്ചേ തീരൂ. അതിന്റെ ആകണ്ഠഭൂക്തിയിൽ ശ്രീ പരമേശ്വരൻ കൃതാർഥനായി. ഇനി അവശ്യം അമൃതം തെളിഞ്ഞേ തീരൂ.

ഗവൺമെന്റ് ഭാഗത്തേക്ക് ആകെ ഇരുപത്തിരണ്ട് വോട്ടുകളാണ് ഉണ്ടായിരുന്നത്. ഈ ഇരുപത്തിരണ്ടിൽ പതിനഞ്ച് വോട്ട് ഉദ്യോഗസ്ഥമെംബർമാരുടേതാണ്. മനഃസാക്ഷിയെ വിറ്റുതിന്നുന്ന വഞ്ചനയും കാപട്യവും മനുഷ്യരെ അഭ്യസിപ്പിക്കുവാനുള്ള പാഠശാലയാണോ നിയമസഭ മുതലായവയെന്നു തോന്നിപ്പോകുന്നു. മൂന്ന് യൂറോപ്യൻ ഉദ്യോഗസ്ഥ മെംബർമാർ ഉണ്ടായിരുന്നവരും വിരോധമായി വോട്ടുചെയ്തവരാണ്. സർക്കാർ ഒരു കക്ഷിയായിനിന്ന് വിവാദമുള്ള കാര്യങ്ങളിൽ അനുദ്യോഗസ്ഥാംഗങ്ങളുമായി വടംപിടിത്തം നടത്തുകയാണ് ചെയ്തത്. ഇതു കണ്ടാലെങ്കിലും ഭൂരിപക്ഷം അനുദ്യോഗസ്ഥന്മാർ യോജിക്കുന്ന കാര്യങ്ങളിൽ അവരും ഒരു കക്ഷിയായി നിൽക്കണമെന്ന് ഒരു ബുദ്ധി അവർക്ക് വരാത്തതാണ് ആശ്ചര്യകരമായിരിക്കുന്നത്. ഈ യോജിപ്പുകേടു നിമിത്തം

മാത്രമാണ് അനുദ്യോഗസ്ഥന്മാരെ കുരങ്ങുകളിപ്പിക്കാൻ ഗവൺമെന്റിന് സാധിക്കുന്നത്. അനുദ്യോഗസ്ഥന്മാരായി വോട്ടുസമയത്ത് ഹാജരുണ്ടായിരുന്ന ഇരുപത്തിയെട്ടുപേരിൽ ഏഴുപേർ മാത്രമേ ഗവൺമെന്റിനു വേണ്ടി വോട്ട് ചെയ്തുള്ളൂ. ഈ ഏഴുപേരിൽ രണ്ടുപേർ മാത്രമേ പൊതുനിയോജകമണ്ഡലങ്ങളിൽനിന്ന് തിരഞ്ഞെടുക്കപ്പെട്ടവരായിരുന്നുള്ളൂ എന്നു കാണുന്നത് ആശ്വാസകരംതന്നെ. ആ രണ്ടുപേരും ക്രിസ്ത്യാനികളായിത്തീർന്നത് ആ സമുദായത്തിന്റെ നിർഭാഗ്യമെന്നേ ഞങ്ങൾ കരുതുന്നുള്ളൂ. അനുദ്യോഗസ്ഥന്മാർക്ക് ഭൂരിപക്ഷമുണ്ടെന്നു വച്ചിരുന്ന ഈ നിയമസഭയിൽ പൊതു നിയോജകമണ്ഡലങ്ങളിൽനിന്ന് തിരഞ്ഞെടുക്കപ്പെടേണ്ടുന്നവരായി ഇരുപത്തിമൂന്നുപേർ മാത്രമേയുള്ളൂ. അവരെ തിരഞ്ഞെടുക്കുന്ന വിഷയത്തിൽ വോട്ടർമാർ വേണ്ടത്ര ശ്രദ്ധയും താൽപ്പര്യവും കാണിച്ചില്ലെങ്കിൽ വരാവുന്ന വിപത്തിന് മി. പഞ്ഞിക്കാരനും മി. തോമസും നല്ല ദൃഷ്ടാന്തമാണ് കാണിച്ചുതന്നിട്ടുള്ളത്.

സഞ്ചാരസ്വാതന്ത്ര്യ പ്രമേയത്തെ സംബന്ധിച്ച നിയമസഭയിൽ നടന്ന വാദപ്രതിവാദങ്ങളും വോട്ടെടുപ്പും പല തത്വങ്ങളും വെളിപ്പെടുത്തുന്നുണ്ട്. ബ്രാഹ്മണമെംബർമാരിൽ ഒരൊറ്റ ആൾപോലും ഈ പ്രമേയത്തെ അനുകൂലിച്ച് ഒരക്ഷരം മിണ്ടിയില്ല. മദ്രാസിലെ നിയമസഭയിൽ ഇങ്ങനെ ഒരു പ്രമേയം ആലോചനയ്ക്കു വന്നപ്പോൾ മി. സത്യമൂർത്തി മുതലായ അവിടത്തെ ബ്രാഹ്മണമെംബർമാർ പ്രവർത്തിച്ചത് ഇങ്ങനെയായിരുന്നില്ല. ഇവിടെയും അവിടെയുമുള്ള ബ്രാഹ്മണരുടെ മനഃസ്ഥിതികൾ തമ്മിൽ ഈ വ്യത്യാസം വരുവാനുള്ള കാരണം ആലോചിക്കേണ്ടതാണ്. തിരുവിതാംകൂറിനെക്കുറിച്ച് ഹിന്ദുരാജ്യമാണ്, ഹിന്ദുഗവൺമെന്റാണ് എന്നും മറ്റും പറയാറുണ്ടല്ലോ. അതിനെക്കാൾ കുറെക്കൂടി ശരിയായിരിക്കുന്നത് ബ്രാഹ്മണരാജ്യമാണ്, ബ്രാഹ്മണ ഗവൺമെന്റാണ് എന്നു പറയുന്നതായിരിക്കും. ജനങ്ങളുടെ സമയവും ശക്തിയും പണവുമെല്ലാം ബ്രാഹ്മണപൂജയ്ക്ക് ചെലവാക്കുകയാണ് ധർമമെന്നാണ് ഇവിടത്തെ ഗവൺമെന്റിന്റെ പോക്കെന്നുള്ളതിനു സംശയമില്ല. മദ്രാസിലെക്കാൾ ശക്തിയേറിയ ഒരു അബ്രാഹ്മണകക്ഷിയുടെ ആവിർഭാവത്തിന് ബ്രാഹ്മണരും ബ്രാഹ്മണ ഗവൺമെന്റുംകൂടി ഉണ്ടാക്കിവച്ചിട്ടുള്ള ഹേതുക്കളെ കോപിപ്പിക്കാൻ നിയമസഭയിലെ ഈ സംഭവം ഇടവരുത്തിയിട്ടുണ്ട്. ബ്രാഹ്മണർ ഇവിടത്തെ സവർണഹിന്ദുക്കളിൽ പതിനാറിൽ ഒരു വിഭാഗം മാത്രമേ ഉള്ളൂ. ക്ഷത്രിയനായ ഒരു അനുദ്യോഗസ്ഥ സവർണനും വെള്ളാളനായ ഒരു അനുദ്യോഗസ്ഥ സവർണനും രണ്ടു ഭാഗത്തും ചേരാതെ നിഷ്പക്ഷനില അവലംബിക്കുകയാണ് ചെയ്തത്. ക്ഷത്രിയന് ഭരണകാര്യങ്ങളിൽ കർത്തവ്യം പ്രമാണത്തിലല്ലാതെ പ്രവൃത്തിയിൽ ഇപ്പോഴില്ല. നാഞ്ചിനാട്ട് വെള്ളാളന്മാർ ഒരു കാലത്ത് തിരുവിതാംകൂറിന്റെ ഭരണകാര്യത്തിൽ നടത്തിവന്ന കർത്തവ്യം ബ്രാഹ്മണരിലിപ്പോൾ ലയിച്ചിരിക്കയാണ്. ഈ വസ്തുതകളോർത്തുള്ള

മനഃക്ലേശത്തിലായിരിക്കാം നിഷ്പക്ഷനില അവർ അവലംബിച്ചത്. സവർണ ഹിന്ദുക്കളിൽ വലിയ വിഭാഗം നായന്മാരാകുന്നു. അവർ ഏക കണ്ഠമായി ഈ പ്രമേയത്തെ അനുകൂലിച്ചതിന്റെ അനന്തര ഫലം സാമാന്യജനങ്ങളുടെ ദൃഷ്ടിക്ക് വിഷയമല്ല. സവർണ ഭൂരിഭാഗം സഞ്ചാര സ്വാതന്ത്ര്യത്തിന് അനുകൂലമാണെന്ന് സവർണജാഥമൂലം വെളിപ്പെടു ത്തിയതിനെ നിരാക്ഷേപമായി ഉറപ്പിക്കയാണ് നിയമസഭയിൽ സവർണ ഹിന്ദുക്കൾ ഇപ്പോൾ ചെയ്തിരിക്കുന്നത്. നായന്മാർ മാത്രമല്ല, അബ്രാ ഹ്മണ സവർണ ഹിന്ദുക്കളിൽ ആരുംതന്നെ എതിർപക്ഷത്തിൽ ചേർന്ന് വോട്ടുചെയ്തില്ലെന്നുള്ളത് പ്രത്യേകം സ്മരണീയമായ ഒരു കാര്യമാണ്.

നിയമസഭയിൽ ഈ പ്രമേയം പാസായാലും അതിന് ഗവൺമെന്റി നോട് ഒരു ശുപാർശയുടെ ഫലമേ നിയമദൃഷ്ട്യാ ഉണ്ടായിരിക്കുക യുള്ളൂ. വേണമെങ്കിൽ അതനുസരിച്ച് പ്രവർത്തിക്കാതിരിക്കുന്നതിനും ഗവൺമെന്റിനെ നിയമം അനുവദിച്ചിട്ടുണ്ട്. നിയമസഭയിൽ ഈ പ്രമേ യത്തിന്റെ പരിണാമം എന്തുതന്നെ ആയിരുന്നാലും ഇതിന്മേൽ ഒരു അവസാന കൽപ്പന പുറപ്പെടുവിക്കാൻ മഹാറാണി തിരുമനസിലേക്ക് അധികാരമുണ്ടെന്നു മാത്രമല്ല, സവർണജാഥയുടെ മെമ്മോറിയലിന് തിരുമനസുകൊണ്ട് കൽപ്പിച്ച മറുപടിയുടെ സ്വഭാവത്തിന് അങ്ങനെ ചെയ്യാൻ തിരുമനസിലേക്ക് ഒരു സാന്മാർഗിക ചുമതലയുമുണ്ട്. നിയമ സഭയുടെ വാദപ്രതിവാദം കഴിഞ്ഞിട്ട് ഈ സംഗതി ആലോചനയ്ക്കെ ടുക്കുമ്പോൾ ജാഥയുടെ നിവേദനത്തെപ്പറ്റിയും പര്യാലോചിച്ചുകൊള്ളാ മെന്നായിരുന്നുവല്ലോ തിരുമനസിലെ മറുപടി. അതുകൊണ്ട് ഇതിന്റെ അവസാന തീരുമാനമായി ഇന്ന് ജയിച്ചവർക്ക് സന്തോഷിക്കുവാനോ തോറ്റവർക്ക് ദുഃഖിക്കുവാനോ അവസരം ഇതേവരെ ആയിട്ടില്ല. അവ സാന തീരുമാനം അറിഞ്ഞതിനുശേഷമേ അനന്തരകരണീയം ആലോ ചിക്കേണ്ടതുമുള്ളൂ. പ്രമേയത്തിന്റെ ഈ വിധമായ പരിണാമത്തിന് മി. കുമാരനെ സഹായിച്ച എല്ലാ മെംബർമാരോടും മറ്റു സവർണ ഹിന്ദു മാന്യന്മാരോടും ഈഴവ സമുദായം കൃതജ്ഞരായിരിക്കേണ്ടതാണ്.

വൈദികമുഖ്യർക്ക് സി വിയുടെ മറുപടി

1936–ലെ തിരുവിതാംകൂർ ക്ഷേത്രപ്രവേശന വിളംബരത്തെത്തുടർ ന്ന് ഉണ്ടായ വിവാദങ്ങളിൽ പങ്കുചേർന്നുകൊണ്ട് വിളംബരത്തെ എതിർ ത്തുകൊണ്ട് കൊച്ചിക്കാരായ പത്ത് ആഢ്യ ബ്രാഹ്മണർ *ഗോമതി* എന്ന പത്രത്തിൽ എഴുതിയ ലേഖനത്തിന് സി വിയുടെ പ്രത്യാഖ്യാനമാണിത്.

> "ശ്രുതിസ്മൃതികളെ ആധാരമാക്കി കേരളത്തിൽ അതിപ്രാ ചീനകാലം മുതൽക്കേ ധർമാചാരരീതി ഉറച്ചുകഴിഞ്ഞിട്ടു ണ്ടെന്നും അതിന്റെ വ്യാഖ്യാതാക്കളും വിധികർത്താക്കളും ആയിട്ട് വൈദികാദികളെ നിയമിച്ചിരിക്കുന്നുവെന്നും ധർമാചാ രങ്ങളുടെ രക്ഷാകർതൃത്വം വഹിച്ചുകൊണ്ട് തിരുവിതാം

കൂർ, കൊച്ചി, പെരുംപടപ്പ് എന്നീ മഹാരാജാക്കന്മാരും വാണരുളുന്നു" എന്നുമുള്ള അരുളപ്പാടിനെപ്പറ്റി ആലോചിക്കാം. കേരളത്തിലെ ആചാരങ്ങൾക്ക് "അനാചാരങ്ങൾ" എന്നാണ് പണ്ടുപണ്ടേ നടപ്പായിരിക്കുന്ന പ്രസിദ്ധമായ പേര്. ഈ "ആചാരങ്ങൾ" പരദേശത്തുനിന്ന് ഇവിടെ കൊണ്ടുവന്ന് കുടിയിരുത്തിയ ബ്രാഹ്മണർ ഇവിടെയുള്ളവരെ പേടിച്ച് ഓടിപ്പോകാതിരിക്കുവാൻ ശ്രീ പരശുരാമൻ ശ്രുതിസ്മൃതികൾക്കു വിരുദ്ധമായി കൽപ്പിച്ചതാണെന്നും പ്രസിദ്ധമാണ്. അങ്ങനെയുള്ള അനാചാരങ്ങളെ ശ്രുതിയിലും സ്മൃതിയിലും കൊണ്ടുചെന്ന് തിരുകിക്കയറ്റുവാൻ ശ്രുതിസ്മൃതികളെക്കുറിച്ച് ജനശ്രുതി മാത്രം കേട്ടിട്ടുള്ളവർക്കല്ലാതെ ധൈര്യം വരുന്നതല്ല. അനാചാരങ്ങളെന്ന പേരുതന്നെ ശ്രുതിസ്മൃതികൾക്കു വിരുദ്ധമായ ആചാരങ്ങൾ എന്നുള്ള പരമാർഥത്തെ പ്രദ്യോതിപ്പിക്കുന്നുണ്ട്. ഒറ്റപ്പൂണൂലിനും മുൻകുടുമയ്ക്കും മൂത്ത പുത്രനു മാത്രമേ കുടുംബസ്വത്തിന് അവകാശമുള്ളൂ എന്നുള്ള വ്യവസ്ഥയ്ക്കും ഇളയ പുത്രന്മാരെല്ലാം അമ്പലത്തിലെ കാളകളെപ്പോലെ എവിടെയും കേറിമറിഞ്ഞുകൊള്ളണമെന്നുമുള്ള വിധിക്കും ഏതു ശ്രുതിസ്മൃതികളാണ് ആധാരമെന്ന് പറഞ്ഞുകേട്ടാൽ കൊള്ളാമായിരുന്നു. ഗൃഹസ്ഥാശ്രമിയായ മൂത്ത പുത്രന് ശൂദ്രസ്ത്രീഗമനം കേരളാചാരത്തിലും വിധിച്ചിട്ടില്ലെങ്കിലും ഇപ്പോൾ ഇളയ പുത്രന്മാരെയും തോൽപ്പിക്കുന്ന വിത്തുകാളകളായി തീർന്നിട്ടുള്ളതിന് ഏത് സ്മൃതിയും ഏത് കേരളാചാരവുമാണ് ആധാരമെന്ന് പറഞ്ഞുകേട്ടാൽ കൊള്ളാമായിരുന്നു. "കേരളാചാരങ്ങളുടെ വ്യാഖ്യാതാക്കളും വിധികർത്താക്കളുമായിട്ട് വൈദികാദികളെ" ഒരിക്കൽ നിയമിച്ചിരുന്നു എന്ന് പുരാണമുണ്ടെങ്കിലും ഇപ്പോൾ നിയമിച്ചിരിക്കുന്നത് വേറെ ആളുകളെയാണെന്ന് തിരുവിതാംകൂറിലും ബ്രിട്ടീഷ് മലബാറിലും നടപ്പിൽ വന്നിട്ടുള്ള നമ്പൂതിരി റഗുലേഷനും വ്യക്തമാക്കുന്നുണ്ടല്ലോ....

എന്നാൽ പൊതുജനാഭിപ്രായ ഭൂരിപക്ഷം നോക്കി നിയമസഭകൾ നിയമം നിർമിക്കുകയും അപ്രകാരം നിർമിക്കപ്പെടുന്ന നിയമമനുസരിച്ച് നീതിന്യായ കോടതികൾ വിധി കൽപ്പിക്കുകയും ചെയ്യുന്ന ഏർപ്പാട് നടപ്പിൽ വന്നതോടുകൂടി സകല കാര്യങ്ങളിലും യഥാർഥത്തിൽ അധികാരികളായി തീർന്നിരിക്കുന്നത് ജനഭൂരിപക്ഷം ആണെന്നുള്ളത് ഈ നമ്പൂതിരിപ്പാടന്മാർക്ക് മനസിലാക്കുവാൻ കാലം ഇനിയും കുറെക്കൂടി കഴിയേണ്ടിവരുന്നതാണ്. തിരുവിതാംകൂറിൽ ഈ

യിടെ ഉണ്ടായ ക്ഷേത്രപ്രവേശന വിളംബരത്തെ സംബന്ധിച്ച് പറയുകയാണെങ്കിൽ ജനഹിതൈഷിയായ മഹാരാജാവ് തിരുമനസുകൊണ്ട് പൊതുജനാഭിപ്രായ ഭൂരിപക്ഷം, കഴിഞ്ഞ കാൽനൂറ്റാണ്ടുകാലത്തെ പ്രക്ഷോഭങ്ങളിൽനിന്നു മാത്രമല്ല, ഉൽപ്പതിഷ്ണുക്കളും യാഥാസ്ഥിതികരും സവർണരും അവർണരും മലയാള ബ്രാഹ്മണരും പരദേശ ബ്രാഹ്മണരും ഭട്ടരും ഭട്ടതിരിയും അടങ്ങിയ ഒരു കമ്മിറ്റിയെ നിയമിച്ച് അന്വേഷണം നടത്തിയും തിരുവിതാംകൂറിലെ ക്ഷേത്രങ്ങളുമായി ബന്ധമുള്ള വൈദികന്മാരോട് ആലോചിച്ചും അറിഞ്ഞാണ് വിളംബരം പ്രസിദ്ധപ്പെടുത്തിയിട്ടുള്ളതെന്നുള്ള സംഗതി ഭാരതഖണ്ഡം ഒട്ടുക്ക് പ്രസിദ്ധമായിട്ടുള്ളതാണ്. ഇത്ര സൂക്ഷ്മതയോടും അവധാനതയോടും കൂടി ഒരു രാജാവിനും പ്രവർത്തിക്കാൻ കഴിയുന്നതുമല്ല. "വൈദികന്മാരുടെയും ധർമശാസ്ത്ര പണ്ഡിതന്മാരുടെയും പരിഷത്തുവേണം ഇക്കാര്യത്തിൽ തീർപ്പു കൽപ്പിക്കാൻ" എന്നു പറയുന്നതുകേട്ടാൽ ഇങ്ങനെ ഒരു വകക്കാർ ഭൂമിയിലെവിടെയോ ഒരുപക്ഷേ, നൈമിശാരണ്യത്തിൽ തന്നെയോ സ്ഥിതിചെയ്യുന്നുണ്ടെന്നു തോന്നും. തിരുവിതാംകൂറിലെ ക്ഷേത്രപ്രവേശനാന്വേഷണക്കമ്മിറ്റിയിൽ അംഗങ്ങളായിരുന്നവരെക്കാൾ കൂടുതലായി ധർമശാസ്ത്ര നിശ്ചയമോ പാണ്ഡിത്യമോ ഉള്ളവർ തിരുവിതാംകൂർ-കൊച്ചി സംസ്ഥാനങ്ങളിലാകട്ടെ, ഭാരതഖണ്ഡത്തിലാകട്ടെ, ഇല്ലെന്ന് ഈ ലേഖനം എഴുതിയ നമ്പൂതിരിപ്പാടന്മാർക്കുതന്നെ അറിയാവുന്നതാണ്. ബ്രഹ്മശ്രീ ഉള്ളൂർ പരമേശ്വരയ്യർക്ക് മേലെയായി ഒരു പണ്ഡിതനില്ലെന്ന് കൊച്ചിയിൽ ചിലപ്പോൾ നടക്കാറുള്ള ശാസ്ത്രവാദങ്ങളിൽ അധ്യക്ഷതവഹിക്കുവാൻ അദ്ദേഹത്തെ ക്ഷണിക്കാറുള്ളതിൽനിന്ന് പ്രത്യക്ഷമാകാറുണ്ടല്ലോ.....

ഇക്കാര്യത്തിലെങ്കിലും ആചാരാന്ധകാരത്തിൽ ഉറങ്ങിക്കിടക്കുന്ന ഈ ബ്രഹ്മശ്രീമാന്മാർ 'ബ്രാഹ്മേ മുഹൂർത്തേ' ഉണർന്ന് കണ്ണുതുറന്നു നോക്കിയപ്പോൾ നേരം ഉച്ചതിരിഞ്ഞു കിടക്കുന്നതു കണ്ടല്ലോ എന്ന് സന്തോഷിക്കേണ്ടിയിരിക്കുന്നു. ●

എം സി ജോസഫ്

11 എം സി ജോസഫ് യുക്തിവാദികളുടെ കുലപതി

കേരളത്തിലെ യുക്തിവാദിപ്രസ്ഥാനത്തിന്റെ കുലപതിയായി കരുതപ്പെടുന്ന തൃപ്പൂണിത്തുറ മൂക്കഞ്ചേരി വീട്ടിൽ ചെറിയ ജോസഫ് എന്ന എം സി ജോസഫ് 1887 ജനുവരി 6–ന് ജനിച്ചു. (മരണം 1981 ഒക്ടോബർ 26, ഇരിങ്ങാലക്കുട). ചെറിയ (കുഞ്ഞിചെറിയ) കുഞ്ഞാംമറിയ ദമ്പതികളുടെ പത്താമത്തെ പുത്രനായിരുന്നു ജോസഫ്. പുരാതനമായ ഒരു യാക്കോബ കുടുംബമായിരുന്ന മൂക്കഞ്ചേരി പാരമ്പര്യത്തിൽ എന്നപോലെ സമ്പത്തിലും മുൻനിരയിലായിരുന്നു. യാക്കോബ സമുദായത്തിന് പട്ടക്കാരെയും മേൽപ്പട്ടക്കാരെയും സംഭാവന ചെയ്തിട്ടുള്ള മൂക്കഞ്ചേരി കുടുംബത്തിന്റെ അന്തരീക്ഷം ഭക്തിമയമായിരുന്നു. സാമാന്യം നല്ലനിലയിൽ നടന്ന കച്ചവടം ആയിരുന്നു കുഞ്ഞിചെറിയയുടെ ഉപജീവനമാർഗം. എന്നാൽ ജോസഫിന് അഞ്ചു വയസുള്ളപ്പോൾ പിതാവ് നിര്യാതനായതിനാൽ കുടുംബം ഇല്ലായ്മകളെയും വല്ലായ്മകളെയും നേരിട്ടു. ജ്യേഷ്ഠസഹോദരന്മാരുടെ സംരക്ഷണയിലാണ് ജോസഫ് വളർന്നതും വിദ്യാഭ്യാസം നേടിയതും.

സാമ്പത്തിക ക്ലേശങ്ങൾമൂലം ഇടതടവില്ലാതെ വിദ്യാഭ്യാസവുമായി മുന്നോട്ടുപോകാൻ ഉത്സാഹശാലിയും വിജ്ഞാനതൽപ്പരനും ആയ ജോസഫിന് കഴിഞ്ഞില്ല. പ്രാഥമിക വിദ്യാഭ്യാസം തൃപ്പൂണിത്തുറയിൽ ഉള്ള

കുടിപ്പള്ളിക്കൂടങ്ങളിൽ നിർവഹിച്ചശേഷം അവിടെയുള്ള ഇംഗ്ലീഷ് സ്കൂളിൽ പഠിത്തം തുടർന്നു. എറണാകുളം സെന്റ് ആൽബർട്ട്സ് ഹൈസ്കൂളിൽ പഠിച്ചാണ് ഇന്നത്തെ എസ് എസ് എൽ സിക്കു തുല്യമായ അന്നത്തെ മെട്രിക്കുലേഷൻ പരീക്ഷ ജോസഫ് പാസായത്.

തുടർന്നു പഠിക്കാൻ സാമ്പത്തിക വൈഷമ്യങ്ങൾ പ്രതിബന്ധമായെങ്കിലും പുലിക്കോട്ട് മാർ ദിവന്നാസ്യോസ് മെത്രാപോലിത്തയുടെ ശുപാർശപ്രകാരം തൃശിനാപ്പള്ളി എസ് പി ജി കോളേജിൽ ഫീസ് സൗജന്യത്തോടുകൂടി പഠിക്കാൻ പ്രവേശനം ലഭിച്ചു. അപ്പോൾ മറ്റൊരു ദുർഘടം. ഹോസ്റ്റൽ ഫീസ് കൊടുക്കാൻ പണമില്ല. അവിടെനിന്നും എറണാകുളം മഹാരാജാസ് കോളേജിലേക്ക് വിടുതൽ സർട്ടിഫിക്കറ്റ് വാങ്ങി പഠനം തുടർന്നു. പക്ഷേ അതും പൂർത്തിയാക്കാൻ കഴിഞ്ഞില്ല. സാമ്പത്തിക ക്ലേശങ്ങളും പ്രിൻസിപ്പലുമായുള്ള ഉരസലും എല്ലാം ചേർന്ന് എം സിയുടെ കോളേജ് വിദ്യാഭ്യാസത്തിന് വിരാമം കുറിച്ചു.

പ്രിൻസിപ്പൽ ഡേവിഡുമായുള്ള സ്വരചേർച്ചയില്ലായ്മമൂലം അംഗീകാര്യമായ ഒരു സ്വഭാവ സർട്ടിഫിക്കറ്റുപോലും എം സിക്ക് ലഭിച്ചില്ല. ഇതിനകംതന്നെ വിപുലമായ പുസ്തകവായനയിലൂടെയും വിവാദങ്ങളിലൂടെയും യുക്തിവാദ നിലപാടുകളിലേക്ക് നീങ്ങിക്കൊണ്ടിരുന്ന എം സിയുടെ സ്വതന്ത്രാഭിപ്രായ പ്രകടനങ്ങളും ക്രിസ്തുമതത്തിലുള്ള വിശ്വാസക്കുറവും പ്രിൻസിപ്പൽ ഡേവിഡിനെ അസംതൃപ്തനാക്കിയിരുന്നു. അങ്ങനെ മഹാരാജാസ് കോളേജ് വിടുമ്പോഴേക്കും ബിരുദം ഒന്നും നേടിയിരുന്നില്ലെങ്കിലും പരന്ന വായന നൽകിയ വിജ്ഞാനമാനങ്ങളും ഇരുപതാം നൂറ്റാണ്ടിന്റെ ആദ്യദശകത്തിൽ ശ്രീനാരായണ പ്രഭാവത്തിലൂടെ വ്യാപിച്ചുകൊണ്ടിരുന്ന നവോത്ഥാന മൂല്യങ്ങളും എം സിയുടെ ഭാവിജീവിതത്തിന് അടിത്തറ പാകാൻ തുടങ്ങിയിരുന്നു.

കോളേജ് വിട്ടശേഷം ദിവാൻപേഷ്കാർ കച്ചേരിയിൽ ഒരു ഗുമസ്തപ്പണി ലഭിച്ചെങ്കിലും അതിൽ അദ്ദേഹം ദീർഘനാൾ തുടർന്നില്ല. ഒരു സ്വതന്ത്രമായ തൊഴിൽ അഥവാ ഇൻഡിപെൻഡന്റ് പ്രൊഫഷൻ കൊണ്ടുമാത്രമേ തന്റെ ആദർശങ്ങൾ അനുസരിച്ച് ജീവിക്കാനും അവ പ്രചരിപ്പിക്കാനും സാധിക്കൂ എന്ന് ബോധ്യമായ ജോസഫിനെ അഭിഭാഷകവൃത്തിയാണ് ആകർഷിച്ചത്. അക്കാലത്ത് അഭിഭാഷകവൃത്തിക്ക് ബിരുദം കൂടാതെ തന്നെ "പ്ലീഡർഷിപ്പ്" എന്നൊരു പരീക്ഷ നിലവിലുണ്ടായിരുന്നു. പ്ലീഡർഷിപ്പ് പരീക്ഷയ്ക്ക് പഠിക്കാനായി എം സി തിരുവനന്തപുരത്തേക്ക് യാത്രയായി.

II

എം സി ജോസഫ് പ്ലീഡർ പരീക്ഷയ്ക്ക് പഠിക്കാനായി 20–ാം നൂറ്റാണ്ടിന്റെ ഒന്നാം പതിറ്റാണ്ടിൽ തിരുവനന്തപുരത്ത് ചെല്ലുമ്പോൾ ആ നഗരവും തിരുവിതാംകൂർ ആകെയും പരിവർത്തനങ്ങളുടെയും സംഘർഷങ്ങ

ളുടെയും നീർച്ചുഴിയിൽ കറങ്ങുകയായിരുന്നു. 1903–ൽ ശ്രീനാരായണഗുരുവിന്റെ അധ്യക്ഷതയിലും പിൽക്കാലത്ത് മഹാകവിയായി ഉയർന്ന കുമാരനാശാന്റെ കാര്യദർശിത്വത്തിലും ഡോ. പൽപ്പുവിനെപ്പോലുള്ള പ്രഗത്ഭമതികളുടെ മാർഗദർശിത്വത്തിലും രൂപംകൊണ്ട ശ്രീനാരായണ ധർമ പരിപാലന യോഗം സാമൂഹ്യ പരിവർത്തനങ്ങളുടെ അലകൾ ഇളക്കുകയായിരുന്നു. നമ്പൂതിരിമാരും നായന്മാരും പുലയരും എല്ലാം ഈ മാതൃക പിന്തുടരാൻ ചുവടുവച്ച് തുടങ്ങിയിരുന്നു. 1907–ൽ *വീണപൂവി*ന്റെ പ്രസിദ്ധീകരണത്തോടെ സാഹിത്യ നവോത്ഥാനം പുതിയ തലങ്ങളിലേക്ക് ഉയരുകയായിരുന്നു. ദ്വിതീയാക്ഷര പ്രാസവാദം എന്ന ആവരണത്തിന്റെ പുറകിൽ സാഹിത്യ നിർണയത്തിലെ പുതിയ മാനദണ്ഡങ്ങൾ ഉടലെടുക്കാൻ തുടങ്ങി. വർത്തമാനപത്രങ്ങളുടെയും സാഹിത്യ കാലികങ്ങളുടെയും പ്രചാരത്തോടൊപ്പം കഥാ സാഹിത്യ മുന്നേറ്റവും രാജരാജവർമയുടെ നവീന ചിന്തകളും മലയാള സാഹിത്യ നവോത്ഥാനത്തിന് പുതിയ ചക്രവാളങ്ങൾ തുറന്നു. നവ ക്ലാസിക് സമ്പ്രദായം സാഹിത്യത്തിൽ അപചയപ്പെടാൻ തുടങ്ങുകയും തൽസ്ഥാനത്ത് വി സി ബാലകൃഷ്ണപ്പണിക്കരും രാജരാജവർമയും കുമാരനാശാനും മറ്റും പ്രോൽഘാടനം നിർവഹിച്ച കാൽപ്പനിക പ്രസ്ഥാനം പുതുയുഗത്തിന് നാന്ദികുറിക്കുകയും ചെയ്തു. സ്വദേശാഭിമാനി രാമകൃഷ്ണപിള്ളയും വക്കം അബ്ദുൾ ഖാദർ മൗലവിയും അവരുടെ പ്രക്ഷുബ്ധമായ ജീവിത ദൗത്യങ്ങളിലേക്ക് പ്രവേശിച്ചു കഴിഞ്ഞിരുന്നു. ശ്രീമൂലം തിരുനാൾ ഭരണത്തിലെ സ്വജനപക്ഷപാതത്തിന്റെയും അഴിമതിയുടെയും പ്രതീകമായി ശങ്കരൻ തമ്പി അണിയറയിൽ ഇരുന്ന് നാടുവാഴുകയായിരുന്നു. ദിവാൻ രാജഗോപാലാചാരിക്കും രാജസേവകൻ ശങ്കരൻ തമ്പിക്കും അഴിമതി വാഴ്ചയ്ക്കാകെയും എതിരായി *സ്വദേശാഭിമാനി*യുടെ സിംഹഗർജനം അധികാരസ്ഥരെ അലട്ടാൻ തുടങ്ങിയിരുന്നു. എല്ലാം ഒടുവിൽ ഒരു വഴിത്തിരിവിൽ എത്തിയത് 1910–ലെ *സ്വദേശാഭിമാനി*യുടെ നിരോധനത്തോടും രാമകൃഷ്ണപിള്ളയുടെ നാടുകടത്തലോടും കൂടിയാണ്. നായരീഴവ ലഹളകളെയും പുലയ കലാപങ്ങളെയും കുറിച്ചുള്ള വാർത്തകൾ രാജധാനിയിലെ സപ്രമഞ്ച കട്ടിലുകളെ അസ്വസ്ഥമാക്കി.

ഈ അന്തരീക്ഷത്തിലേക്കാണ് ഇതിനകംതന്നെ യുക്തിചിന്തയും സംക്രമണ പ്രവണതയും ആവേശിക്കാൻ തുടങ്ങിയിരുന്ന എം സി ജോസഫ് എന്ന യുവാവ് എത്തിച്ചേർന്നത്. പല പുതിയ ചിന്താധാരകളോടൊപ്പം പല പ്രമുഖ വ്യക്തികളുമായും നേരിട്ട് ബന്ധപ്പെടാനും അടുത്തുനിന്ന് നിരീക്ഷിച്ച് അറിയാനും ജോസഫിന് സാധിച്ചു. ഈ പുതിയ പരിചയങ്ങളിൽ രാമകൃഷ്ണപിള്ളയുമായുള്ള അടുപ്പമാണ് എം സിയെ ഏറ്റവുമധികം സ്വാധീനിച്ചത്. ഇതിനകംതന്നെ എം സിയിൽ നാമ്പിട്ടുകൊണ്ടിരുന്ന മതനിഷേധ ചിന്തയുമായി പൊരുത്തപ്പെടുന്ന മനസായിരുന്നില്ല രാമകൃഷ്ണപിള്ളയുടേതെങ്കിലും അദ്ദേഹത്തിന്റെ രാഷ്ട്രീയ കലാപവാസനയും വിശ്വവിജ്ഞാന പാരാവാരവുമായുള്ള ഗാഢബന്ധവും എം സിയു

ടെ ചിന്താമണ്ഡലത്തെ തൊട്ടുണർത്തി. മാർക്സിനെയും സോഷ്യലിസത്തെയും മറ്റും പറ്റി ആഴത്തിൽ ഗ്രഹിക്കാൻ *സ്വദേശാഭിമാനി* പത്രകാര്യാലയത്തിൽ ചേരാറുള്ള അനൗപചാരിക ചർച്ചാവേദികൾ എം സിക്ക് പ്രയോജനകരമായി. *സ്വദേശാഭിമാനി* പത്രവും പ്രസും പൊലീസ് സന്നാഹത്തോടെ കണ്ടുകെട്ടുന്നതും അടച്ചുപൂട്ടുന്നതും എല്ലാം നേരിൽ കാണാൻ കഴിഞ്ഞത് ഒരു ജീവിതാനുഭവമായി എം സി പിൽക്കാലത്ത് വിവരിക്കാറുണ്ട്.

1913–ൽ പ്ലീഡർഷിപ്പ് പരീക്ഷ പാസായി തിരുവനന്തപുരത്തുനിന്നും നാട്ടിലേക്ക് മടങ്ങുമ്പോൾ എം സിയുടെ പുതിയ നേട്ടങ്ങളായി ഉണ്ടായിരുന്നത് പ്ലീഡർഷിപ്പ് സർട്ടിഫിക്കറ്റ് മാത്രമായിരുന്നില്ല. മേൽവിവരിച്ച തിരുവനന്തപുരം ജീവിതത്തിൽനിന്ന് സംഭരിച്ച അനുഭവങ്ങളുടെയും ചിന്തകളുടെയും പുതിയൊരു ഭണ്ഡാരംകൂടി ഉണ്ടായിരുന്നു. 1913–ൽ അഭിഭാഷക വൃത്തി ആരംഭിച്ചത് ചേർത്തല മുൻസിഫ് കോടതിയിലായിരുന്നെങ്കിലും 1915–ൽ അദ്ദേഹം ആസ്ഥാനം ഇരിങ്ങാലക്കുടയിലേക്കു മാറ്റി. അധികം താമസിയാതെ വക്കീൽപ്പണിയിൽ പ്രശസ്തി സമ്പാദിക്കാൻ കഴിഞ്ഞ അദ്ദേഹം ജീവിതാന്ത്യം വരെ അവിടെത്തന്നെ തുടർന്നു. വളരെയൊന്നും സത്യസന്ധതയോ ധർമനിഷ്ഠയോ പുലർത്താൻ കഴിയാത്ത ഒന്നാണ് വക്കീൽപ്പണി. എങ്കിലും കഴിയുന്നത്ര സത്യത്തിന്റെയും നീതിയുടെയും ഭാഗത്ത് ഉറച്ചുനിൽക്കാനും ദരിദ്രരും അവശരും ആയ കക്ഷികളോട് കാരുണ്യപൂർവം പെരുമാറാനും എം സി നിഷ്കർഷിച്ചിരുന്നതായി അന്നാട്ടുകാർ ഇപ്പോഴും ഓർക്കുന്നു.

കോട്ടയത്തിനടുത്ത് അയ്മനം കുഴിത്താറ്റിൽ മാത്തുവിന്റെ മകൾ ചേച്ചകുഞ്ഞായിരുന്നു എം സിയുടെ പത്നി. രണ്ട് ആൺമക്കളും അഞ്ച് പെൺമക്കളും ആണ് അദ്ദേഹത്തിന് ഉണ്ടായിരുന്നത്. അദ്ദേഹം 65–ാമത്തെ വയസിൽ അഭിഭാഷകവൃത്തിയിൽനിന്ന് വിരമിച്ചു. ശേഷകാലം മുഴുവനും തന്റെ ആദർശ പ്രചാരണങ്ങൾക്കായി ചെലവഴിക്കുകയും ചെയ്ത എം സി തന്റെ 95–ാമത്തെ വയസിൽ 1981 ഒക്ടോബർ 26–ന് നിര്യാതനായി. തന്റെ പത്രാധിപത്യത്തിൽ നടന്നുവന്ന *യുക്തിവാദി* മാസികയിലെ പ്രതിമാസ കുറിപ്പുകൾക്കും ലേഖനങ്ങൾക്കും പുറമെ മറ്റ് പല മാധ്യമങ്ങളിലും അദ്ദേഹത്തിന്റെ കൃതികൾ പ്രത്യക്ഷപ്പെട്ടുകൊണ്ടിരുന്നു. ഇവയിൽ കുറെ ലേഖനങ്ങൾ സമാഹരിച്ച് *പുരോഗതി, യുക്തിപ്രകാശം, പ്രബോധനം* എന്നീ മൂന്ന് പുസ്തകങ്ങൾ അദ്ദേഹത്തിന്റെ ജീവിതകാലത്തുതന്നെ പുറത്തുവന്നു. ഇനിയും സമാഹരിക്കപ്പെടാതെ വിവിധ കാലികങ്ങളിലായി ചിതറിക്കിടക്കുന്ന കൃതികൾ ഏറെയുണ്ട്.

III

ജീവിതത്തിന്റെ പല മേഖലകളിലും പരിവർത്തനോന്മുഖമായ സംഭാവനകൾ ചെയ്തിട്ടുണ്ടെങ്കിലും എം സി ജോസഫിന് കേരളത്തിന്റെ

നവോത്ഥാന ചരിത്രത്തിൽ സവിശേഷ സ്ഥാനം നേടിക്കൊടുത്തത് *യുക്തിവാദി* മാസികയുടെ പത്രാധിപത്യമാണ്. യുക്തിവാദത്തിന്റെ കാഴ്ചപ്പാടിലൂടെ വിവിധ വിഷയങ്ങളെക്കുറിച്ച് സഹോദരൻ അയ്യപ്പൻ, എ കെ പിള്ള, രാമവർമ തമ്പാൻ, ബ്രഹ്മാനന്ദ ശിവയോഗി തുടങ്ങിയവർ 1910–കൾ മുതൽതന്നെ ലേഖനങ്ങൾ എഴുതി പ്രസിദ്ധീകരിക്കാറുണ്ടെങ്കിലും ഈ ചിന്താപദ്ധതിക്കും പ്രസ്ഥാനത്തിനുമായി മാത്രം നിലകൊള്ളുന്ന ഒരു പ്രസിദ്ധീകരണത്തിന്റെ അഭാവം അവർക്കെല്ലാം അനുഭവപ്പെട്ടിരുന്നു. നിലവിലുള്ള പല മാധ്യമങ്ങളും ഈശ്വരനിഷേധിയും മതവിധ്വംസകവും ആയ ലേഖനങ്ങളെ സ്വാഗതം ചെയ്തിരുന്നില്ല. ഈ കുറവ് നികത്താനുള്ള പരിശ്രമങ്ങൾക്ക് മുൻകൈ എടുത്തതും സഹോദരൻ അയ്യപ്പൻ തന്നെ. സമാനമനസ്കരായ ഏതാനും സുഹൃത്തുക്കൾ ഒത്തുചേർന്ന് ഇപ്രകാരം ഒരു മാസിക പുറപ്പെടുവിക്കാൻ തീരുമാനിച്ചത് 1928–ലാണെങ്കിലും പല കാരണങ്ങളാൽ 1929–ൽ മാത്രമേ ഈ ആശയം പ്രവൃത്തിയിൽ വന്നുള്ളൂ. *മിതവാദി* പത്രാധിപർ എന്ന പേരിൽ അതിനകംതന്നെ പേരുകേട്ടിരുന്ന സി കൃഷ്ണന്റെ കോഴിക്കോട്ടുള്ള അച്ചുകൂടത്തിൽ അച്ചടിച്ച് പ്രസിദ്ധീകരിക്കാനായിരുന്നു ആദ്യം തീരുമാനിച്ചതെങ്കിലും അത് നടന്നില്ല. ഇതിന്റെ അച്ചടിക്കും പ്രസിദ്ധീകരണത്തിനും സഹോദരൻ അയ്യപ്പൻ മുഖേന യുക്തിവാദി സുഹൃത്തുക്കൾ അയച്ചുകൊടുത്ത നൂറ് ഉറുപ്പിക മടക്കി അയച്ചുകൊണ്ട് ക്ഷമാപണം ചെയ്യുകയാണ് സി കൃഷ്ണൻ ചെയ്തത്.

ഒടുവിൽ അയ്യപ്പൻതന്നെ അതിന്റെ ചുമതല ഏറ്റെടുത്ത് 1929–ൽ *യുക്തിവാദി*യുടെ പ്രഥമ ലക്കം അച്ചടിച്ച് പ്രസിദ്ധീകരിച്ചു. സഹോദരൻ അയ്യപ്പനെക്കൂടാതെ എം രാമവർമതമ്പാൻ (തമ്പുരാൻ എന്ന് മുൻ സഞ്ചികയിൽ അച്ചടിച്ചിരുന്നത് തെറ്റാണ്), മിതവാദി സി കൃഷ്ണൻ, സി വി കുഞ്ഞുരാമൻ, എം സി ജോസഫ് എന്നിവരും പത്രാധിപ കൂട്ടായ്മയിൽ ഉണ്ടായിരുന്നു. ആദ്യ ലക്കത്തിന്റെ മുഖക്കുറിപ്പ് അയ്യപ്പൻ തന്നെയാണ് എഴുതിയത്. യുക്തിവാദത്തെ സംബന്ധിച്ച ഈ ലഘുകവനവും അയ്യപ്പൻ അതിൽ എഴുതിയിരുന്നു:

ഇരുട്ടുകൊണ്ട് കച്ചോടം
നടത്തുന്ന പുരോഹിതർ
കെടുത്തിടും കെടാതാളും
സയൻസിനു തൊഴുന്നു ഞാൻ

ബുക്കുകൾക്കും പൂർവികർക്കും
മർത്ത്യരെദ്ദാസരാക്കിടും
സമ്പ്രദായം തകർക്കുന്ന
സയൻസിനു തൊഴുന്നു ഞാൻ

അപൗരുഷേയവാദത്താൽ
അജ്ഞവഞ്ചന ചെയ്തിടും

മതങ്ങളെത്തുരത്തുന്ന
സയൻസിനു തൊഴുന്നു ഞാൻ

എത്രതന്നെയറിഞ്ഞാലും
അനന്തമറിവാകയാൽ
എന്നുമാരായുവാൻ ചൊല്ലും
സയൻസിനു തൊഴുന്നു ഞാൻ

സയൻസാൽ ദീപ്തമീലോകം
സയൻസാലഭിവൃദ്ധികൾ
സയൻസെന്യേ തമസെല്ലാം
സയൻസിനു തൊഴുന്നു ഞാൻ

സാമ്പത്തികമായി കൈനഷ്ടവും മറ്റും ഉണ്ടായിരുന്നു എങ്കിലും അയ്യപ്പനിലെ ഹൃദയം കവർന്ന കർത്തവ്യമായിരുന്നു *യുക്തിവാദി* മാസികയുടെ നടത്തിപ്പ്. എന്നാൽ രാഷ്ട്രീയം, സാമുദായികം മുതലായ വിവിധ മേഖലകളിലെ കൃത്യാന്തര ബാഹുല്യങ്ങളും *സഹോദരൻ* വാരികയുടെ നടത്തിപ്പും എല്ലാം ആയപ്പോൾ *യുക്തിവാദി*യുടെ നടത്തിപ്പുകൂടി തുടർന്ന് കൊണ്ടുപോകാൻ അദ്ദേഹത്തിനു പ്രയാസം നേരിട്ടു. ആ സന്ദർഭത്തിലാണ് *യുക്തിവാദി* മാസിക തന്റെ പത്രാധിപത്യത്തിൽ ഇരിങ്ങാലക്കുടയിൽനിന്ന് പ്രസിദ്ധീകരിച്ചുകൊള്ളാം എന്ന് എം സി ജോസഫ് ഏറ്റത്. 1931 മുതൽ ഈ വാഗ്ദാനം നിലവിൽവന്നു. തുടർന്ന് 46 കൊല്ലക്കാലം വലിയ മുടക്കങ്ങൾ ഒന്നും കൂടാതെ എം സി ജോസഫ് *യുക്തിവാദി* മാസിക സമർഥമായി നടത്തി. അനാരോഗ്യവും പ്രായാധിക്യവും മൂലം ശിഷ്യസ്ഥാനീയരായ ചില യുക്തിവാദികളെ അത് ഏൽപ്പിച്ചശേഷം എം സി ജോസഫ് പത്രാധിപത്യം ഒഴിഞ്ഞു. പക്ഷേ, അധികകാലം തുടർന്ന് നടത്താൻ കഴിയാതെ കേരളത്തിന്റെ ബൗദ്ധിക ചരിത്രത്തിലെ ഒരു ദീപ്തസ്മരണ മാത്രമായിത്തീർന്ന *യുക്തിവാദി* മാസിക ഇപ്പോൾ പ്രസിദ്ധീകരിക്കുന്നില്ല.

പത്രപ്രവർത്തന ഭാഷയിൽ ഒരു 'ലിറ്റിൽ മാഗസിൻ' അഥവാ 'ചെറുകാലികം' മാത്രമായിരുന്നു എങ്കിലും *യുക്തിവാദി*യുടെ സ്വാധീനശക്തി അതിന്റെ പ്രചാരണപരിധിയെ അതിലംഘിച്ചുകൊണ്ടുള്ളതായിരുന്നു. യുക്തിവാദിസംഘം, മിശ്രവിവാഹസംഘം മുതലായ സംഘടനകളുടെ അനൗപചാരിക മുഖപത്രം എന്ന നിലയ്ക്ക് മാത്രമല്ല അതിന് ഈ സ്വാധീനശക്തി നേടിക്കൊടുത്തത്. യുക്തിവാദപ്രസ്ഥാനത്തിന്റെ ആശയങ്ങളും ആദർശങ്ങളും വീറോടുകൂടി അവതരിപ്പിക്കുകയും വ്യാഖ്യാനിക്കുകയും ചെയ്യുക അതിന്റെ ലക്കങ്ങളിലെല്ലാം പതിവായിരുന്നു. അവയോടൊപ്പം പത്രവാർത്തകൾ മുഖേനയും കേട്ടുകേൾവികളിലൂടെയും അതതു കാലത്ത് പ്രചരിച്ചുവന്ന അന്ധവിശ്വാസപ്രേരകമായ "സംഭവങ്ങളെ"യും അവകാശവാദങ്ങളെയും ജ്യോതിഷം, മന്ത്രവാദം, ചാത്തൻസേവ, പ്രേതബാധ തുടങ്ങിയവയെയും തക്കസമയത്ത് ഖണ്ഡിച്ചുകൊണ്ടും തുറന്നുകാട്ടിക്കൊ

ണ്ടും ഉള്ള എം സിയുടെ കുറിപ്പുകളും ലേഖനങ്ങളും വായനക്കാരെ വ്യാമോഹമുക്തരാക്കാനും ശാസ്ത്രചിന്തയിലേക്ക് നയിക്കാനും പലപ്പോഴും ഹരംപിടിപ്പിക്കാനും ഉതകുന്നവയായിരുന്നു.

ഇത്തരം പ്രേതകഥകളെ സ്വന്തം ജീവിതത്തിലൂടെ നിരാകരിക്കാനും തുറന്നുകാട്ടാനും എം സി പ്രകടിപ്പിച്ച ധീരതയും പ്രത്യുൽപ്പന്നമതിത്വവും ശ്രദ്ധാർഹമാണ്. ഉദാഹരണത്തിന്, പ്രേതബാധയുള്ള വീടുകളെ സംബന്ധിച്ചുള്ള കെട്ടുകഥകൾ പ്രവൃത്തിയിലൂടെ തുറന്നകാട്ടാൻ എം സിക്ക് കഴിഞ്ഞിട്ടുണ്ട്. സാമ്പത്തികമായി വൈഷമ്യങ്ങൾ അനുഭവിച്ചിരുന്ന എം സി കുടുംബം വളരെക്കാലം ഇരിങ്ങാലക്കുടയിലെ വാടകവീട്ടിലാണ് കഴിഞ്ഞുകൂടിയിരുന്നത്. വാടകവീടുകൾ അന്വേഷിച്ച് ചെല്ലുമ്പോൾ ചിലവ അപമൃത്യുവോ ആത്മഹത്യയോ അകാലമൃത്യുവോ കൊലപാതകമോ മറ്റോ സംഭവിച്ചതുമൂലം 'പ്രേതബാധ' ഉള്ളതാണെന്ന കാരണത്താൽ ഒഴിഞ്ഞുകിടക്കുന്നവയാണ് എന്ന് പറഞ്ഞുകേൾക്കാറുണ്ട്. അത്തരം വീടുകൾ എടുക്കാൻ ആളുകൾ മുന്നോട്ടു വരാത്തതുകൊണ്ട് വീടുകൾക്ക് വാടകയും കുറവായിരിക്കും. എം സി ഈ അന്ധവിശ്വാസത്തെ അവഗണിച്ചുകൊണ്ട് അത്തരം പ്രേതബാധയുള്ള വീടുകൾ എടുത്ത് പാർക്കുക പതിവാണ്. അദ്ദേഹത്തിനോ ഭാര്യക്കോ കുട്ടികൾക്കോ എന്തെങ്കിലും ആകസ്മികമായ അനുഭവങ്ങൾ ഉണ്ടാവുകയോ രോഗങ്ങൾ പിടിപെടുകയോ ചെയ്താൽ ഈ പ്രേതബാധ മൂലമാണെന്ന് അയൽക്കാരും സുഹൃത്തുക്കളും പറഞ്ഞ് അദ്ദേഹത്തെ വീടു മാറ്റി പാർപ്പിക്കാൻ ശ്രമിക്കാറുണ്ട്. എം സി അതെല്ലാം പരിഹാസപൂർവം തിരസ്കരിക്കുകയും തുടർന്ന് പാർക്കുകയും ചെയ്തുപോന്നു. "പ്രേതത്താൻ വരുന്നപക്ഷം അയാളുമായി ഒരു യുക്തിവാദം നടത്താൻ താൻ ഒരുക്കമാണെന്നും" മറ്റും ഉള്ള തമാശകളാണ് സുഹൃത്തുക്കളോടുള്ള അദ്ദേഹത്തിന്റെ പ്രതികരണശൈലി.

അക്കാലത്ത് ചാത്തൻശല്യത്തെക്കുറിച്ചുള്ള വാർത്തകൾ ഇടയ്ക്കിടെ പത്രങ്ങളിൽ വരാറുണ്ട്. പലപ്പോഴും യുക്തിയുടെ അടിസ്ഥാനത്തിലും ചിലപ്പോൾ നേരിട്ടു പോയി അന്വേഷിച്ചറിഞ്ഞും ചാത്തൻ കഥകൾ തിരസ്കരിക്കുന്നതിൽ എം സിക്ക് പ്രത്യേകമായ ഒരു ഉത്സാഹം തന്നെയുണ്ടായിരുന്നു. സിഗ്മണ്ട് ഫ്രോയ്ഡ് തുടങ്ങിയ മനഃശാസ്ത്രജ്ഞന്മാരുടെ കൃതികൾ ശ്രദ്ധയോടെ പഠിച്ചുവന്ന എം സി പ്രേതബാധാഭ്രമങ്ങളുടെയും അത്ഭുതദൃശ്യ വാർത്തകളുടെയും പിന്നിൽ പ്രവർത്തിക്കുന്ന മനോവൈകൃതങ്ങളെ അപഗ്രഥിക്കുന്നതിൽ പ്രത്യേക വൈദഗ്ധ്യം പ്രകടിപ്പിച്ചുപോന്നു.

തന്റെ വിശ്വാസവും പ്രവൃത്തിയും തമ്മിൽ വൈരുധ്യം ഉണ്ടായിരിക്കരുതെന്ന് വാശിയുള്ള ഒരാളായിരുന്നു എം സി. പ്രേതബാധ ഉണ്ടെന്ന് ആരോപിക്കപ്പെട്ടിരുന്ന വീടുകളിൽ വാടകയ്ക്ക് താമസിച്ച് അത്തരം ആരോപണങ്ങളുടെ നിരർഥകത വ്യക്തമാക്കിയ എം സി ഒടുവിൽ കുറച്ചു പണം ഉണ്ടാക്കി സ്വന്തമായി വീട് വച്ചപ്പോഴും അതേ

ശൈലിതന്നെ തുടർന്നു. പരമ്പരാഗത തച്ചുശാസ്ത്രജ്ഞനെ വരുത്തി ഉപദേശങ്ങൾ തേടുകയും സ്ഥാനങ്ങൾ നിർണയിക്കുകയും ചെയ്ത ശേഷം അവയ്ക്കൊക്കെ കടകവിരുദ്ധമായി പ്രവർത്തിച്ച് ജ്യോതിഷവും അന്ധവിശ്വാസവും കലർന്ന പരമ്പരാഗത തച്ചുശാസ്ത്രത്തിന്റെ പൊള്ളത്തരം അദ്ദേഹം തെളിയിച്ചു. അതേക്കുറിച്ച് അദ്ദേഹംതന്നെ ഇങ്ങനെ എഴുതുന്നു:

> തച്ചുശാസ്ത്രപ്രകാരം ഏറ്റവും ദോഷകരമായ സ്ഥാനത്തും കണക്കിലും ഗൃഹം പണിയുമെന്ന് ഞാൻ നിശ്ചയിച്ചു. ഇവിടങ്ങളിൽ ഏറ്റവും സമർത്ഥനായ "സ്ഥാനം നോട്ടക്കാർ" ആശാരിയെ ഞാൻ വരുത്തി. ഒരേക്കർ വിസ്തീർണമുള്ള പറമ്പിൽ ഗൃഹത്തിനുള്ള ഉത്തമസ്ഥാനം കാണാൻ ഞാൻ ആവശ്യപ്പെട്ടു. അതുപ്രകാരം ആശാരി സ്ഥാനം നിശ്ചയിച്ചു. ഞങ്ങളുടെ സൗകര്യത്തിന് സ്ഥാനം അൽപ്പാൽപ്പം മാറണമെന്ന് പറഞ്ഞതിനൊക്കെ ചില്ലറ ദൂഷ്യങ്ങളെ കണ്ടുകണ്ട് ഒടുവിൽ അനേകം ദൂഷ്യമുള്ള ഒരു സ്ഥാനത്തെത്തി. ആ പറമ്പിൽ ഉണ്ടായിരുന്ന കിണർ അടുക്കളക്കിണറായി ഉപയോഗിക്കണമെന്ന് പറഞ്ഞപ്പോഴാണ്, ആ സ്ഥാനത്തിന്റെ കഠോരദൂഷ്യം സ്ഥാനക്കാർ ഞങ്ങളെ മനസിലാക്കിച്ചത്. ആ കിണറ് തായിപ്പുരയുടെ അറ്റികോണിലും (തെക്കുകിഴക്കും) അടുക്കളയുടെ നേരേ തെക്കുവശത്തുമായി വരും. പുറമെ തായിപ്പുരയുടെ തെക്കേഭിത്തിയിൽനിന്നും കിഴക്കോട്ട് ഒരു നേർവര വരച്ചാൽ അത് കിണറ്റിനുള്ളിൽ വരുന്നതുകൊണ്ട് "സ്തംഭാന" എന്നൊരു ദോഷം കൂടിയുണ്ടെന്ന് അയാൾ ഞങ്ങളെ അറിയിച്ചു. തായിപ്പുര ഒരു നല്ല കണക്കല്ലാത്ത മുപ്പത്തി മുക്കോൽ ചുറ്റിൽ മാളികയായി പണിയുന്നതിനാൽ "പാദുകമരണം" ആയിരിക്കും ഫലമെന്ന് സ്ഥാനക്കാർ ഞങ്ങളെ ധരിപ്പിച്ചു. അങ്ങനെ അതിലേറെ ദോഷകരമായ സ്ഥാനവും കണക്കും അവിടെ കിട്ടാനില്ലെന്നു വന്നപ്പോൾ അവിടെ കുറ്റിയടിച്ച് കിളച്ച് അസ്തിവാരത്തിന് കല്ലിട്ട് പണിയും ആരംഭിച്ചു. അതിൽനിന്ന് ഞങ്ങളെ വ്യതിചലിപ്പിക്കുവാൻ സ്ഥാനക്കാരൻ ശ്രമിച്ചപ്പോഴാണ് അങ്ങനെ ഏറ്റവും ദോഷകരമായ സ്ഥാനത്തും കണക്കിലും പണിയേണ്ട ആവശ്യത്തിനാണ് സ്ഥാനക്കാരനെ വരുത്തിയതെന്ന് ഞങ്ങൾ അയാളെ അറിയിച്ചത്. കട്ടിളപ്പൊഴുത്, ഉത്തരപ്പൊഴുത്, വാസ്തുബലി, പാലുകാച്ച്, കൂദാശ മുതലായവയൊന്നും നടത്തിയതുമില്ല.

IV

നിർഭാഗ്യവശാൽ ജീവിതാവസാനകാലത്തെങ്കിലും വല്ല മഹാരോഗമോ അപകടങ്ങളോ സംഭവിച്ചിരുന്നെങ്കിൽ എം സി തച്ചുശാസ്ത്രജ്ഞനെ ധിക്കരിച്ച് വീട് പണിത് താമസിച്ചതിനാലാണെന്ന് ആരോപിക്കാൻ വിശ്വാസികൾക്ക് സന്ദർഭം ലഭിച്ചേനെ. ഭാഗ്യവശാൽ അതുണ്ടായില്ല. വലിയ സമ്പത്തോ സ്ഥാനമാനങ്ങളോ നേടുകയോ ആഗ്രഹിക്കുകയോ ചെയ്തില്ലെങ്കിലും പക്വമായ 91–ാം വയസിൽ സുഖമരണം പ്രാപിച്ചതിനാൽ എം സിയെപ്പറ്റി അങ്ങനെ ഒരപവാദം പറയാനും വിമർശകർക്ക് അവസരം ലഭിച്ചില്ല. പ്രായാധിക്യവും മാനസികവും ശാരീരികവും ആയ ക്ഷീണവും മൂലം യൗവനകാലത്തെ ധീരമായ യുക്തിവിശ്വാസങ്ങളിൽനിന്ന് പതറി അന്ധവിശ്വാസങ്ങളിലേക്ക് വഴുതിവീഴുന്ന നിർഭാഗ്യവാന്മാരും നിർഭാഗ്യവതികളും കുറവല്ല. എന്നാൽ അങ്ങനെ ഒരു കാലിടറലും എം സിക്ക് സംഭവിച്ചില്ല. അദ്ദേഹത്തിന്റെ കുടുംബാംഗങ്ങൾക്കും ദുരൂഹമായ ദുരനുഭവങ്ങൾ ഒന്നും എം സിയുടെ നിരീശ്വരവാദംകൊണ്ട് സംഭവിച്ചിരുന്നില്ല.

ജ്യോതിഷത്തെക്കുറിച്ച് എം സി എഴുതിയിട്ടുള്ള ഖണ്ഡനവിമർശനങ്ങൾക്ക് കണക്കില്ല. അതിൽ ഒരെണ്ണംമാത്രം ഇവിടെ ഉദ്ധരിക്കാം. തന്റെയും ഒരു സുഹൃത്തിന്റെയും സ്ഥലംമാറ്റം ഒരു ജ്യോത്സ്യൻ "പ്രവചിച്ചതു" പ്രകാരം കൃത്യമായി നടന്നത് ജ്യോത്സ്യത്തിന്റെ വിശ്വാസ്യതയെ തെളിയിക്കുന്നില്ലേ എന്ന ചോദ്യം ഉന്നയിച്ചുകൊണ്ട് ഒരു ഉദ്യോഗസ്ഥൻ എഴുതിയ കത്തിനുള്ള പ്രതികരണമാണ് ഈ ഉദ്ധരണി:

> ജ്യോത്സ്യം ഒരു 'തക്കിടി വിദ്യ' അല്ലെങ്കിൽ ഒരു 'തട്ടിപ്പു വിദ്യ' മാത്രമാണെന്നും അതിന് ഒരു ശാസ്ത്രത്തിന്റെ നിലയില്ലെന്നും സാമാന്യ വിദ്യാഭ്യാസമുള്ള ഏതൊരു ചിന്തകനും മനസിലാക്കാൻ പ്രയാസമില്ല. നക്ഷത്രങ്ങൾ, ഗ്രഹങ്ങൾ മുതലായവയെപ്പറ്റിയുള്ള അറിവുകളെ വ്യവഹരിക്കുകയും ഗ്രഹണം, ധൂമകേതു മുതലായവയെപ്പറ്റി പ്രവചിക്കുകയും ചെയ്യുന്നത് ജ്യോതിശാസ്ത്രമാണ്. അത് ഒരു ഒന്നാന്തരം ശാസ്ത്രം തന്നെ. അത് നിരീക്ഷണ പരീക്ഷണങ്ങൾക്ക് വിധേയവും പല അഭേദ്യ നിയമങ്ങളെയും പരമ തത്വങ്ങളെയും പ്രത്യക്ഷപ്പെടുത്തുന്നതുമാണ്. ജ്യോതിഷമെന്നും ജ്യോതിശാസ്ത്രമെന്നും പറയുമ്പോൾ ആ രണ്ടു വാക്കുകൾക്കും തമ്മിലുള്ള ശബ്ദസാമ്യംകൊണ്ട് ജ്യോത്സ്യവും ഒരു ശാസ്ത്രമാണെന്ന് വല്ലവരും ശങ്കിച്ചു പോകുന്നതല്ലാതെ ജ്യോത്സ്യത്തിന് യാതൊരു ശാസ്ത്രീയത്വവും നവീന വിദ്വൽ ലോകം ഇതേവരെ കണ്ടുപിടിച്ചിട്ടില്ല. ശാസ്ത്രജ്ഞന്മാരിൽ ജ്യോത്സ്യന്മാർ എന്നൊരുതരം വിദഗ്ധരുമില്ല. നിർഭാഗ്യവശാൽ, ഇതു രണ്ടിന്റെയും ഇംഗ്ലീഷ് വാക്കു

കൾക്ക് (Astrology, Astronomy) ശബ്ദസാമ്യമുള്ളതുകൊണ്ട് ഇംഗ്ലീഷ് വിദ്യാഭ്യാസമുള്ള പലരും കണിയാന്റെ വിദ്യ ഒരു ശാസ്ത്രമാണെന്ന് അന്ധാളിച്ചുപോകുന്നുണ്ട്. ജ്യോത്സ്യം ശാസ്ത്രമാണോ അല്ലയോ എന്ന് ആർക്കും എളുപ്പത്തിൽ പരീക്ഷിച്ചറിയാവുന്നതാണ്. ഒരു ജ്യോത്സ്യന്റെ ആജീവനാന്തമുള്ള പ്രവചനങ്ങളിൽ, അല്ലെങ്കിൽ ഒരു കൊല്ലത്തിനുള്ളിൽ ചെയ്യുന്ന പ്രവചനങ്ങളിൽ, എത്ര ശതമാനം ശരിയാകുന്നുണ്ടെന്ന് പരിശോധിക്കുക. ബഹുഭൂരിപക്ഷം തെറ്റായിക്കാണും. വളരെച്ചുരുക്കം മാത്രം ഒട്ടൊക്കെ ശരിയാണെന്നു വരാം....

പ്രാർഥനകൊണ്ട് വിചാരിച്ച കാര്യം സാധിക്കുക, വഴിപാടുകൊണ്ട് രോഗശാന്തി വരുത്തുക എന്നിതുകൾ പോലെ തന്നെയാണ് ഭാവി സംഭവങ്ങൾ ഗണികന്റെ പ്രവചനം കൊണ്ട് നിർദേശിക്കുന്നത്. പ്രാർഥന ഉണ്ടെങ്കിലും ഇല്ലെങ്കിലും വിചാരിച്ച കാര്യങ്ങൾ ചിലത് സാധിക്കും, ചിലത് സാധിക്കാതെയും വരും. വഴിപാട് കൊടുത്താലും ഇല്ലെങ്കിലും ചില സുഖക്കേടുകൾ താനേ മാറിയെന്നു വരും. ഗണികൻ ഊഹിച്ചു പറയുന്ന കാര്യങ്ങളിൽ പലതും സംഭവിച്ചില്ലെന്നും ചിലത് സംഭവിച്ചെന്നും വരാം. ഗണികൻ ഊഹിച്ചു എന്നു വച്ച് അങ്ങനെ സംഭവിക്കാൻ പാടില്ലെന്ന് യാതൊരു പ്രകൃതി നിയമവുമില്ല. ഊഹങ്ങൾ ഗണികൻ ഊഹിച്ചാൽ തൊണ്ണൂറും തെറ്റിപ്പോകുന്നത് 'വിശ്വാസി'യുടെ ശ്രദ്ധയിൽപ്പെടാതെ പത്ത് ഊഹങ്ങൾ അൽപ്പസ്വൽപ്പം ശരിയായിക്കാ

എം കെ സാനു, വി ടി ഭട്ടതിരിപ്പാട്, എം സി ജോസഫ്

ണുന്നതിൽ 'വിശ്വാസി' അത്ഭുത പരതന്ത്രനായിത്തീരുന്നു. ഇതാണ് ജ്യോത്സ്യ വിശ്വാസിയുടെ അനുഭവം.

അനൽപ്പകാലത്തെ പരിശീലനം കൊണ്ടും ലോകപരിചയം കൊണ്ടും ഊഹിക്കുന്നതിനും അനുമാനിക്കുന്നതിനും ജ്യോത്സ്യൻ പ്രായേണ ഒരു വിദഗ്ധൻ കൂടിയായി തീരുന്നുണ്ട്. 'വിചാരിപ്പിക്കാ'നായി തന്റെ അടുക്കൽ വരുന്നവനുമായി ചെയ്യുന്ന സംഭാഷണംകൊണ്ട് അവന്റെ വിചാരഗതിയും അവൻ വന്ന കാര്യത്തിന്റെ പരിണാമഗതിയും എന്തെന്നു സാമാന്യമായി മനസിലാക്കുവാൻ ഈ വിദഗ്ധർക്കു സാധിക്കുന്നു എന്നൊരു വിശേഷം അവരെപ്പറ്റി പറയുവാനുണ്ട്. തന്റെ ഊഹം ശരിയായാലും ഇല്ലെങ്കിലും ആവശ്യക്കാരനെ തൃപ്തിപ്പെടുത്തിയും അവന് തന്നിൽ വിശ്വാസ ദൃഢത വരുത്തിയും വിടാനുള്ള സംഭാഷണ ചാതുര്യം മിക്ക ജ്യോത്സ്യന്മാർക്കും ഉണ്ടെന്നുള്ളത് ഒരു പരമാർഥമാണ്.

'കെ'യുടെ എഴുത്തിൽ പറയുന്ന ജ്യോത്സ്യൻ ഡോക്ടറുടെ മാറ്റത്തിനുള്ള ശ്രമത്തിന്റെ ഗതിയും മറ്റും ഏകദേശം മനസിലാക്കി തട്ടിവിട്ട ഊഹം ഫലിച്ചു. ആ ജ്യോത്സ്യന്റെ വിധികൾ എത്ര ശതമാനം തെറ്റിപ്പോയിട്ടുണ്ടെന്ന് 'കെ' ഒരു കണക്ക് ശേഖരിക്കുന്നത് പ്രയോജനകരമായിരിക്കും. അപ്പോൾ ജ്യോത്സ്യത്തിൽ ഒളിഞ്ഞുകിടക്കുന്ന കഴമ്പും തത്വവും എന്താണെന്നു മനസിലായിക്കൊള്ളും.

മേൽ പറഞ്ഞ ജ്യോത്സ്യ പ്രവചനകഥയെപ്പോലെ നിരവധി ചാത്തൻശല്യ കഥകളെക്കുറിച്ചും *യുക്തിവാദി* പത്രാധിപർക്ക് പരാതി ലഭിക്കാറുണ്ട്. അങ്ങനെയുള്ള ഒരു പരാതിയും അതേക്കുറിച്ചുള്ള പത്രാധിപരുടെ പ്രതികരണവും ഒടുവിൽ പത്രാധിപരുടെ നിർദേശം അനുസരിച്ച് പ്രവർത്തിച്ചതിനെത്തുടർന്ന് ചാത്തൻ ശല്യം ഒഴിവായതും മറ്റും *യുക്തിവാദി* മാസികയിൽനിന്ന് എം കെ സാനു എം സി ജോസഫിന്റെ ജീവചരിത്രത്തിൽ ഉദ്ധരിച്ചുചേർക്കുന്നു. (പുറം 163–166 കാണുക) അത് അതേപടി താഴെ ഉദ്ധരിക്കുന്നുണ്ട്:

From

H. Charles William
Vadakkumpuram
Erimayoor P. O. Palghat

To

M.R.R.Y. M. C. Joseph AVL,
Irinjalakuda.

Dear Sir,

ഏപ്രിൽ 23–ാം തിയതിയിലെ "മിതവാദി" മാസികയിൽ 'മൂർക്കോത്തിന്റെ വിശ്വാസം' എന്ന തലക്കെട്ടിൽ 'ഞാൻ തന്നെ ഒരു ചാത്തന്റെ ഉപദ്രവം ഭേദമാക്കിയിട്ടുണ്ട്' എന്നും 'അതിന്റെ ഉള്ളുകളികൾ വേറൊരവസരത്തിൽ പ്രസിദ്ധപ്പെടുത്തിക്കൊള്ളാം' എന്നും പറഞ്ഞുകാണുന്നുണ്ട്. ഇവിടെ എന്റെ ഒരു സ്നേഹിതന്റെ മകൾക്ക് (വയസ് 14) ചാത്തന്റെ ഉപദ്രവം കലശലായിരിക്കുന്നു. ഒരു മാസത്തിനുമുമ്പ് കല്യാണം കഴിച്ചു കൊടുത്തതാണ്. ഭർത്താവിന്റെ വീട്ടിൽ പൊയ്ക്കൂടാ എന്നും പോകുന്നപക്ഷം ഭർത്താവിന്റെ ഭവനത്തിനു മാത്രമല്ല, സ്വന്തം ഭവനത്തിനു കൂടെ തീവച്ചു നശിപ്പിക്കുമെന്നും ചെറിയ കുട്ടികളുടെ കൈയെഴുത്തുപോലെ ഒരു എഴുത്ത് വീടിന്റെ അടുത്ത് തൂക്കിയിരുന്നു. എഴുത്ത് കണ്ട ദിവസം രാവിലെ കുട്ടിയുടെ കഴുത്തിലുണ്ടായിരുന്ന താലിയും മറ്റ് ആഭരണങ്ങളും കാണാതെ പോയിരുന്നു. പുലർച്ച സമയത്തായിരുന്നു രണ്ട് ആഭരണങ്ങൾ പോയത്. മറ്റേത് പകൽ 11 മണിക്കും ആണ് കാണാതെ പോയത്.

ചാത്തന്റെ ഉപദ്രവമാണെന്ന് വീട്ടുകാർ ശങ്കിച്ച് എഴുത്തിലെ ആവശ്യപ്രകാരം ചെയ്തുകൊള്ളാമെന്ന് സത്യം ചെയ്യുകയും പൊയ്പോയ ആഭരണങ്ങൾ അതുകൊണ്ട് തിരികെ കിട്ടണമെന്ന് ആവശ്യപ്പെടുകയും ചെയ്തു. ഏകദേശം നാലുമണിയോടുകൂടി കുട്ടിക്ക് ഒരു ആവേശമുണ്ടാകുകയും അപ്പോൾ ചോദിച്ച സമയത്ത് ആഭരണങ്ങൾ ഇന്നയിന്ന സ്ഥലത്താണ് എന്നു പറയുകയും അതിൻപ്രകാരം അതെല്ലാം കണ്ടെത്തുകയും ചെയ്തിരിക്കുന്നു. ഇവയെല്ലാം അതുകൊണ്ട് ചാത്തന്റെ ഉപദ്രവമായിരുന്നു എന്നു വിശ്വസിക്കുന്നു. കുട്ടിക്ക് ഇപ്പോൾ ഒരു മൗനം ബാധിച്ചതായി കാണുന്നു. മുൻപ് പഠിച്ചുകൊണ്ടിരുന്നത് തുടർന്നുകൊണ്ടു പോകണമെന്നും തന്നെ ഇപ്പോൾ കല്യാണം കഴിപ്പിക്കേണ്ടിയില്ലായിരുന്നു എന്നും മറ്റും ആവേശസമയത്ത് പുലമ്പുകയും ഉണ്ടായിട്ടുണ്ട്.

അതുകൊണ്ട് ഈ ഉപദ്രവം സംബന്ധിച്ച് നിങ്ങൾക്ക് എന്തെങ്കിലും ചെയ്യാൻ സാധിക്കുമെങ്കിൽ ആ വിവരം ദയവുചെയ്ത് എന്നെ അറിയിച്ചാൽ കൊള്ളാം.

I remain.

Yours truly,

Erimayoor (Sd.)
29.4.32 H. Charles William

* * *

From

M.C. Joseph,
Irinjalakuda

To

H. Charles William
Vadakkumpuram,
Erimayoor P.O.,
Palghat.

Dear Mr. William,

നിങ്ങളുടെ കത്തിൽ വിവരിച്ചിട്ടുള്ളത് സാധാരണ നമ്മുടെ നാട്ടിൽ "ചാത്തന്റെ ഉപദ്രവം" എന്നു പറയുന്നതു തന്നെയാണെന്നു തോന്നുന്നു. അത് പിശാചിന്റേയോ ഏതെങ്കിലും അമാനുഷിക ശക്തിയുടെയോ പ്രവർത്തനമാണെന്നു തെറ്റിദ്ധരിക്കരുത്. മനുഷ്യനിൽനിന്ന് വേറിട്ടോ മനുഷ്യന്റെ തലച്ചോറിന്റെ പ്രവർത്തനത്തിനപ്പുറമായോ പിശാച് എന്നോ ചാത്തൻ എന്നോ ഒന്നില്ല. ഒരു മനുഷ്യന്റെ അവയവങ്ങളെക്കൊണ്ട് അവന്റെ തലച്ചോറ് ആകസ്മികമായി (unconsciously) പ്രവർത്തിപ്പിക്കുന്ന അസാധാരണ പ്രവൃത്തികളാണ് "ചാത്തന്റെ ഉപദ്രവങ്ങൾ" എന്ന പേരിൽ അറിയപ്പെടുന്നത്. നിങ്ങളുടെ എഴുത്തിലെ വിവരണങ്ങളിൽനിന്ന് അതിൽ പറയുന്ന പെൺകുട്ടിയുടെ തലച്ചോറ് തന്നെയാണ് അവളെക്കൊണ്ട് ചാത്തൻ കളിപ്പിക്കുന്നതെന്നു തോന്നുന്നു. ആയത് അവൾ മനസറിഞ്ഞിട്ടോ ഓർമയോടുകൂടിയോ ചെയ്യുന്നതാകണമെന്നില്ല. അവളുടെ പെരുമാറ്റങ്ങളെ ഗാഢമായി സൂക്ഷിച്ചിരുന്നെങ്കിൽ എഴുത്തെഴുതുന്നതും എഴുത്ത് കെട്ടിത്തൂക്കുന്നതും ആഭരണങ്ങൾ കഴുത്തിൽനിന്ന് വേർപെടുത്തുന്നതും അതുകൾ ഒളിച്ചുവയ്ക്കുന്നതും എല്ലാം കാണാവുന്നതാണ്. ചെപ്പടിവിദ്യക്കാരൻ ചില കൈയടക്കങ്ങളും കൺകെട്ടുകളും കാണിക്കുന്നത്ര സാമർഥ്യത്തോടുകൂടി ഈ പെൺകുട്ടി മേൽപ്പറഞ്ഞ കൃത്യങ്ങൾ നിർവഹിച്ചു എന്നുവരാം. അതൊന്നും അവൾ ചെപ്പടിവിദ്യ അഭ്യസിച്ചിട്ടു ചെയ്യുന്നതല്ല. അവളുടെ തലച്ചോറിന്റെ പ്രത്യേക പ്രവർത്തനത്താൽ അവൾക്ക് താൽക്കാലികമായി സിദ്ധിക്കുന്ന ഒരു സാമർഥ്യമാണത്. ചെപ്പടിവിദ്യക്കാരന് ഈ സാമർഥ്യം അവന്റെ ബുദ്ധിപ്രയോഗവും പരിശീലനവും കൊണ്ട് സിദ്ധിക്കുന്നതെന്നല്ലാതെ അത് അമാനുഷിക ശക്തിയല്ലെന്ന് നമുക്കറിയാമല്ലോ? നിദ്രാഭ്രമണവ്യാധി അല്ലെങ്കിൽ ഉറക്കത്തിലെ നടത്തം (Somnambulism), വാതോന്മാദം (Hysteria) എന്നീ സുഖക്കേടുകളോട് ഈ ചാത്തന്റെ സുഖക്കേടിന് സാമ്യമുണ്ട്. ചാത്തന്റെ ഉപദ്രവം ഉണ്ടാകുന്നിടത്ത് ചിലപ്പോൾ ഒന്നിലധികം ആളുകൾ ഈ സുഖക്കേടുള്ളവരായി കണ്ടേക്കാം. അതുകൊണ്ട് സംശയം തോന്നുന്നവരെയെല്ലാം ഗാഢമായി സൂക്ഷിച്ചാൽ ചാത്തന്റെ ഉപദ്രവങ്ങൾ പ്രവർത്തിക്കുന്ന ഏജന്റി

നെ കണ്ടുപിടിക്കാൻ പ്രയാസമില്ല. കണ്ടുപിടിച്ചാൽ ആൾ മിക്കവാറും ഉറക്കമുണർന്ന നിലയെ പ്രാപിക്കും. പിന്നീട് ഉപദ്രവം ഉണ്ടാകുകയില്ല. അല്ലെങ്കിൽ ഗാഢമായ നിരീക്ഷണംകൊണ്ട് ചാത്തന്റെ പ്രവചനത്തിനെതിരായി ഭർത്തൃഗൃഹത്തിലേക്കയക്കുകയും ചെയ്താൽ ഒരിടത്തും യാതൊരു തീകത്തലും ഉണ്ടാകുന്നതുമല്ല. ആ പെൺകുട്ടിയുടെ തലച്ചോറിന്റെ ഒരു അറയിൽ 'ചാത്തന്റെ ഉപദ്രവ'ത്തെപ്പറ്റി മുൻകാലങ്ങളിൽ സംഗ്രഹിച്ചിട്ടുള്ള ധാരണകളെ (Impressions) ഏതോ ഒരു താൽക്കാലിക ശക്തി ഇളക്കിവിട്ടതിന്റെ നേരിട്ടുള്ള ഫലം തന്നെയായിരിക്കാം ഈ ചാത്തന്റെ ഉപദ്രവം.

പെൺകുട്ടിക്ക് അഹിതമായ വിവാഹമോ ഭർത്തൃഗൃഹത്തിൽ പോകണമെന്നുള്ള നിർബന്ധമോ മൂലം മനസിനുണ്ടായ താപം മേൽപ്പറഞ്ഞ ധാരണകളെ ഇളക്കിവിടാൻ പര്യാപ്തമായ കാരണമാകാനും വിരോധമില്ല. ചാത്തൻ ഉപദ്രവത്തിന് രണ്ടു മരുന്നുകൾ ഉപയോഗിച്ചാൽ മതി. (1) പ്രവർത്തിക്കുന്ന കൈ ഏതെന്ന് സൂക്ഷ്മ നിരീക്ഷണംകൊണ്ട് കണ്ടുപിടിക്കുക. (2) ചാത്തനെപ്പറ്റിയുള്ള അന്ധവിശ്വാസം നീക്കുന്നതിന് ശരിയായ ധാരണകളെ കൊടുക്കുക (giving correct suggestions)—ഇതാകുന്നു മരുന്നുകൾ. ഈ എഴുതിയതെല്ലാം മനസിരുത്തി ധരിച്ചതിനുശേഷം ചാത്തൻ ഉപദ്രവത്തെ ഒന്ന് പരിശോധിച്ചു നോക്കുക. എന്നിട്ടുണ്ടാകുന്ന ഫലം അറിയിച്ചുതന്നാൽ കൊള്ളാം.

Yours truly,

Irinjalakuda, (Sd.)
3.5.32 M.C. Joseph

* * *

From

H. Charles William

To

M.R.R.Y. M.C. Joseph AVL,
Irinjalakuda.

Dear Sir,

നിങ്ങൾ അയച്ച എഴുത്തുകിട്ടി. അതിൽ ചൂണ്ടിക്കാണിച്ചിരിക്കുന്ന പ്രകാരം പരിശോധിച്ചതിൽ ഉപദ്രവം ബാധിച്ച കുട്ടി തന്നെയാണ് ആഭരണങ്ങൾ ഒളിച്ചുവച്ചതെന്നും എഴുത്തെഴുതിയതെന്നും പ്രത്യക്ഷമായി തെളിയുകയും രക്ഷിതാക്കന്മാർക്കുകൂടി ആയത് ബോധ്യമാകുകയും ചെയ്തു. എങ്കിലും കുട്ടിയെ ഭർത്താവിന്റെ വീട്ടിൽ അയപ്പാൻ ധൈര്യമില്ലാതെ ആ സംഗതി പരീക്ഷിക്കാതെ ഉപേക്ഷിക്കുകയാണ് ചെയ്തത്. ഇപ്പോൾ യാതൊരു ഉപദ്രവവും ഇല്ല.

Yours truly,

Erimayoor, (Sd.)
8.6.1932 H. Charles William

V

എം സി ജോസഫിന്റെ വിപുലമായ ചിന്താലോകത്തിലേക്ക് വെളിച്ചം വീശുന്ന ഏതാനും ഉദാഹരണങ്ങൾ കൂടി താഴെ ചേർക്കുന്നു:

മുപ്പതു മുക്കോടി ദേവകൾക്കും അത്രയ്ക്കത്ര പുണ്യവാളന്മാർക്കും വൃഥാവിൽ നാം നേർച്ച കൊടുത്തു കളയുന്ന ധനവും ഭ്രാന്തന്മാരെപ്പോലെ നട്ടുച്ചയ്ക്ക് വിളക്കും മെഴുകുതിരിയും കത്തിച്ചും നിലാവെളിച്ചത്ത് കുട പിടിച്ചും നശിപ്പിക്കുന്ന പണവും ഉണ്ടെങ്കിൽ എത്ര കോടി ദരിദ്രന്മാരെ സഹായിക്കാമെന്ന് ഏതെങ്കിലും മതപക്ഷക്കാർ ആലോചിക്കുന്നുണ്ടോ?

* * *

യുക്തിവാദ പ്രസ്ഥാനത്തിന്റെ പ്രധാന ഉദ്ദേശ്യം വിഭിന്ന സമുദായങ്ങളിൽനിന്നും മതതീക്ഷ്ണതയെയും അന്ധവിശ്വാസങ്ങളെയും ദുരാചാരങ്ങളെയും കഴിയുന്നത്ര ബഹിഷ്കരിച്ച് സമുദായങ്ങളും വ്യക്തികളും തമ്മിലുള്ള ശത്രുത ഇല്ലാതാക്കി സഹോദരത്വം വർധിപ്പിക്കുക എന്നതാണ്.

* * *

നാനാവിധ പരിശോധനാ പരീക്ഷണങ്ങൾ കൊണ്ട് ഒരേ ഫലത്തെ കാണിക്കുന്ന നിരവധി ദൃഷ്ടാന്തങ്ങൾ ലഭിക്കുകയും അതിന് വ്യത്യസ്തമായി യാതൊരു ദൃഷ്ടാന്തവും ഉണ്ടാകാതിരിക്കുകയും ചെയ്യുമ്പോഴേ അ

തിനെ ഒരു ശാസ്ത്രീയ തത്വമായി ശാസ്ത്രജ്ഞന്മാർ സ്വീകരിക്കൂ. അതുവരെ ആ തത്വത്തിന് അഭ്യൂഹം എന്നതിൽക്കവിഞ്ഞ വില ശാസ്ത്രം കൽപ്പിക്കുകയില്ല. സ്ഥാപിക്കപ്പെട്ട ഒരു തത്വം തന്നെയും വ്യത്യാസപ്പെടാൻ പാടില്ലെന്നുള്ള ദുശാഠ്യവും ശാസ്ത്രത്തിനില്ല.

* * *

ക്രിസ്തു ഒരു മതവും സ്ഥാപിച്ചിട്ടില്ല; സ്ഥാപിക്കാൻ ഉദ്ദേശിച്ചിട്ടുമില്ല. അന്നവിടെ നിലനിന്നിരുന്ന യഹൂദമതത്തെയും അതിന്റെ പൗരോഹിത്യ സംവിധാനത്തെയും ക്രിസ്തു പുച്ഛിക്കുകയും നിഷേധിക്കുകയും അവഗണിക്കുകയും ചെയ്തു. ക്രിസ്തുവിന് വേണമെങ്കിൽ മാതൃകയായി ഒരു പള്ളി പണിയുകയോ പൗരോഹിത്യം ഏർപ്പെടുത്തുകയോ ചെയ്യാമായിരുന്നു. അദ്ദേഹം ഒരു പള്ളിയും പണികഴിപ്പിച്ചില്ല; യാതൊരുത്തർക്കും പട്ടം കൊടുത്തതുമില്ല. ക്രിസ്തുവും ശിഷ്യന്മാരും സാധാരണക്കാരായിത്തന്നെയും, സാധാരണക്കാരുടെ വേഷത്തിലും ജീവിച്ചു മരിച്ചു. ക്രിസ്തു മരിച്ചതിനുശേഷം ചുരുക്കം നൂറ്റാണ്ടുകൾ കഴിഞ്ഞതിൽപ്പിന്നെ പഴയ യഹൂദ മതത്തെത്തന്നെ അതിന്റെ പൗരോഹിത്യ സംവിധാനങ്ങളോടുകൂടി ക്രിസ്തുവിന്റെ നാമത്തിൽ പ്രതിഷ്ഠിച്ചതാണ് ഇന്ന് ക്രിസ്തുമതമെന്നു പറയപ്പെടുന്നത്. ക്രിസ്തുവിനെ ദൈവമാക്കി എന്നതു മാത്രമാണ് യഹൂദമതത്തിനും ക്രിസ്തുമതത്തിനും തമ്മിലുള്ള വ്യത്യാസം.

* * *

ഇന്നത്തെ പത്രപ്രവർത്തകരെല്ലാം അഭ്യസ്തവിദ്യരും പ്രബുദ്ധരുമാണ്. പ്രായേണ, പ്രശ്നത്തിലും നക്ഷത്രഫലത്തിലും മന്ത്രവാദത്തിലും മറ്റും വിശ്വാസമില്ലാത്തവരാണവർ. എന്നാലും മിക്ക പത്രങ്ങളിലും വാരികകളിലും മാസികകളിലും 'ജ്യോത്സ്യപംക്തി' കാണുന്നുണ്ട്. തങ്ങളുടെ പ്രസിദ്ധീകരണങ്ങൾ ചെലവാകാൻ വേണ്ടി മാത്രമുള്ള ചൂഷണോപായമാണത്. പക്ഷേ, അതുകൊണ്ട് അവർ പത്രധർമത്തെ സ്വാർഥത്തിനുവേണ്ടി വ്യഭിചരിക്കുകയാണ് ചെയ്യുന്നത്. വായനക്കാർക്ക് ശരിയായ അറിവ് നൽകുക എന്നതാണ് പത്രധർമം. അതിനുപകരം അജ്ഞതയും അന്ധവിശ്വാസവും വളർത്തുകയും പരത്തുകയുമാണ് 'ജ്യോത്സ്യ പംക്തി'കൊണ്ട് അവർ ചെയ്യുന്നത്.

* * *

രോഗം ദൈവമോ പിശാചോ വരുത്തുന്നതല്ല. അത് ദൈവമോ പിശാചോ മാറ്റുന്നുമില്ല. രോഗശാന്തിക്കായി അവനവനെത്തന്നെയും പ്രകൃതിയെയും വൈദ്യനെയും ആശ്രയിക്കുകയേ തരമുള്ളൂ. ദിവ്യമോ പൈശാചികമോ ആയി രോഗശാന്തി ലഭിക്കുമെന്നുള്ള വിശ്വാസം തീർത്തും മൗഢ്യമാണ്.

* * *

സൂര്യചന്ദ്രന്മാരോടുള്ള പകപോക്കാനായി നിശ്ചിത കാലങ്ങളിൽ അവയെ രാഹു, കേതു രക്ഷസുകൾ പിടിച്ചു വിഴുങ്ങിത്തുടങ്ങുമ്പോഴാണ് ഗ്രഹണങ്ങൾ ഉണ്ടാകുന്നതെന്നും രാഹു, കേതു രക്ഷസുകൾ അന്തരീ

ക്ഷത്തിലുണ്ടെന്നും മൂഢമായി വിശ്വസിക്കുകയും അവയെ ഭയപ്പെടുകയും ചെയ്യുന്ന മന്ത്രിസഭകളെ, കോൺഗ്രസായാലും കമ്യൂണിസ്റ്റായാലും ഇന്ത്യയിലെ, കേന്ദ്രത്തിലും സംസ്ഥാനങ്ങളിലും ഇന്ന് ഉണ്ടാകുന്നുള്ളൂ. എങ്ങുമില്ലാത്ത ഈശ്വരനിലും ചെകുത്താനിലും ജനങ്ങളെ വിശ്വസിപ്പിക്കുന്ന മതങ്ങൾ നിലനിൽക്കുന്നിടത്തോളം കാലം അസ്തിത്വമില്ലാത്ത രക്ഷസുകളിലും ഭൂതങ്ങളിലും പ്രേതങ്ങളിലും പിശാചുക്കളിലും മലക്കുകളിലുമുള്ള വിശ്വാസവും ഭയവും ജനഹൃദയത്തിൽനിന്ന് വിലോപിക്കുവാൻ സാധ്യമല്ല.

* * *

കണ്ണിൽ കാണുന്നവയെ വിശ്വസിക്കുകയും അല്ലാത്തവയെ അവിശ്വസിക്കുകയുമല്ല യുക്തിവാദം. പരീക്ഷണങ്ങളാൽ തെളിയിക്കുകയോ ന്യായാന്യായ വിവേചനപരമായി ബുദ്ധിക്കു ബോധ്യം വരികയോ ചെയ്യുന്നതിനെ മാത്രമേ യുക്തിവാദി സ്വീകരിക്കുകയുള്ളൂ. ●

സഹോദരൻ അയ്യപ്പൻ

12 സഹോദരൻ അയ്യപ്പൻ യുക്തിയേന്തിയ കർമയോഗി

കേരളത്തിലെ നവോത്ഥാന നായകരിൽ പൊതുവെയും ശ്രീനാരായണന്റെ അനുയായികളിൽ പ്രത്യേകിച്ചും അനിതരസാധാരണനായ ധിഷണാശാലിയും കർമയോഗിയും ആയിരുന്നു പിൽക്കാലത്ത് സഹോദരൻ അയ്യപ്പൻ എന്ന പേരിൽ പ്രസിദ്ധനായ കുമ്പളത്തുപറമ്പിൽ അയ്യപ്പൻ ബി എ (1889–1968). വേദാന്തിയും മതപരിഷ്കർത്താവും ആയിരുന്ന ശ്രീനാരായണഗുരുവിന്റെ ശിഷ്യനെന്നതിൽ അഭിമാനം കൊണ്ടിരുന്ന അയ്യപ്പൻ നാസ്തികനും മതനിഷേധിയും ആയിരുന്നു. ശ്രീനാരായണഗുരുവിന്റെ 'ഒരു ജാതി ഒരു മതം ഒരു ദൈവം മനുഷ്യന്' എന്ന സുപ്രസിദ്ധമായ ആപ്തവാക്യം ഗുരുവിന്റെ അംഗീകാരത്തോടെതന്നെ 'ജാതി വേണ്ട മതം വേണ്ട ദൈവം വേണ്ട മനുഷ്യന്' എന്ന് സഹോദരൻ ഭേദഗതി ചെയ്തു എന്നാണ് പൊതുവെയുള്ള വിശ്വാസം.

ഗുരുവും ശിഷ്യനും തമ്മിലുള്ള ഈ വ്യതിരേകത്തെക്കുറിച്ച് സി ആർ കേശവൻ വൈദ്യർ ഇങ്ങനെയാണ് വിവരിക്കുന്നത്:

> 'ഒരു ജാതി ഒരു മതം ഒരു ദൈവം' എന്ന് ഗുരുനാഥൻ പറഞ്ഞു. ശിഷ്യൻ ഏറ്റുപറഞ്ഞത് 'ജാതി വേണ്ട മതം വേണ്ട ദൈവം വേണ്ട മനുഷ്യന്' എന്നാണ്. ജാതി വേണ്ട എന്നത്

ശ്രീനാരായണന്റെ ആശയം തന്നെയാണ്. എന്നാൽ മതം വേണ്ടെന്ന് അദ്ദേഹം വ്യക്തമായി പറഞ്ഞില്ല. ദൈവം വേണ്ടെന്ന് അദ്ദേഹം ഒരിക്കലും പറയുമായിരുന്നില്ല. കാരണം ഈശ്വരവിശ്വാസം മനുഷ്യനെ നന്നാക്കുമെന്ന് അദ്ദേഹം ആത്മാർഥമായി വിശ്വസിച്ചിരുന്നു. ചിന്തയിലും ആശയത്തിലും മാത്രമല്ല, പ്രവർത്തനരീതിയിലും ഈ സ്വാതന്ത്ര്യം നമുക്ക് കാണുവാൻ കഴിയും. ഈഴവരെപ്പോലുള്ള അയിത്തജാതിക്കാരിൽ സ്വാശ്രയശീലവും ആത്മാഭിമാനവും വളർത്തിയെടുക്കുകയും അങ്ങനെ ജാതികൾ തമ്മിലുള്ള അന്തരം കുറയ്ക്കുകയും ചെയ്യുന്നതിന് ക്ഷേത്രപ്രസ്ഥാനവും സംസ്കൃതഭാഷാപഠനവും ആത്മവിദ്യാപ്രചാരണവും കൊള്ളാവുന്ന മാർഗമായി ശ്രീനാരായണഗുരു തിരഞ്ഞെടുത്തു. എന്നാൽ അയ്യപ്പൻമാസ്റ്ററുടെ സഹോദരപ്രസ്ഥാനം സ്വീകരിച്ചത് മിശ്രഭോജനം, മിശ്രവിവാഹം, ആരാധനാനിരാകരണം തുടങ്ങിയ രീതികളാണ്. സ്വാമികൾ നമ്മുടെ ഹൃദയത്തോട് സംവദിച്ചപ്പോൾ അദ്ദേഹത്തിന്റെ ശിഷ്യനായ അയ്യപ്പൻമാസ്റ്റർ നമ്മുടെ ബുദ്ധിയോടാണ് സംസാരിച്ചത്. നിരക്ഷരകുക്ഷികളായ ജനലക്ഷങ്ങൾക്ക് സ്വാമിയുടെ ഭാഷയേ മനസിലായുള്ളൂ. എന്നാൽ ചിന്താശീലരായ ജനസഹസ്രങ്ങൾക്ക് അയ്യപ്പൻമാസ്റ്ററുടെ ശൈലിയായിരുന്നു സ്വീകാര്യം. ഈഴവസമുദായത്തിനു വെളിയിലുള്ള പ്രബുദ്ധമതികൾ ശ്രീനാരായണഗുരുവിനെ കണ്ടെത്തിയത് സഹോദരൻ അയ്യപ്പൻ വഴിയാണ്. (07.01.1973-ൽ കൊടുങ്ങല്ലൂർ വിദ്യാർഥദായിനിസഭയുടെ സുവർണജൂബിലി ആഘോഷത്തിൽ സഹോദരൻ അയ്യപ്പന്റെ ഛായാപടം അനാച്ഛാദനം ചെയ്ത് നടത്തിയ പ്രസംഗത്തിൽനിന്ന്)

II

ആയിരത്തി എണ്ണൂറ്റി എൺപത്തിയൊമ്പത് ആഗസ്ത് 22-ന് ചെറായി 'കുളത്തുപറമ്പിൽ' വീട്ടിൽ കൊച്ചാവു വൈദ്യന്റെയും ഉണ്ണൂലിയുടെയും ഒമ്പത് മക്കളിൽ ഒടുവിലത്തെ സന്താനമായി അയ്യപ്പൻ ജനിച്ചു. രണ്ടാമത്തെ വയസിൽ അച്ഛൻ നിര്യാതനായതിനെത്തുടർന്ന് അമ്മയുടെയും ജ്യേഷ്ഠൻ അച്യുതൻ വൈദ്യന്റെയും സംരക്ഷണയിലാണ് അയ്യപ്പൻ വളർന്നത്. ഒരു ബ്രഹ്മചാരിയായിരുന്ന അച്യുതൻ വൈദ്യൻ ഉൾപ്പെടെ രണ്ട് സഹോദരന്മാർ വൈദ്യന്മാരായിരുന്നു. അയ്യപ്പന്റെ അച്ഛൻ കൊച്ചാവു വൈദ്യരും മകൻ അച്യുതൻ വൈദ്യരും മറ്റും പരമ്പരാഗത വിദ്യകളിൽ പ്രവീണരും സാത്വിക പ്രകൃതികളും ആയിരുന്നു. ശ്രീനാ

രായണഗുരു, ചട്ടമ്പിസ്വാമികൾ, കുമാരനാശാൻ തുടങ്ങിയവർ കുമ്പളത്തുപറമ്പിലെ നിത്യസന്ദർശകരായിരുന്നതുകൊണ്ട് സാത്വികാന്തരീക്ഷവും സേവനമനോഭാവവും അവിടെ നിറഞ്ഞുനിന്നിരുന്നു. ഈ സാംസ്കാരിക സാഹചര്യത്തിലാണ് അയ്യപ്പൻ വളർന്നുവന്നത്. ചെറായിയിലും വടക്കൻ പറവൂരിലുമായി പഠിച്ച് അയ്യപ്പൻ സ്കൂൾ ഫൈനൽ പരീക്ഷ ജയിച്ചു. കോളേജ് പഠനത്തിനായി കോഴിക്കോട്ടെത്തിയ അയ്യപ്പൻ പ്രീഡിഗ്രിക്കു തുല്യമായ ഇന്റർമീഡിയറ്റ് പരീക്ഷ മലബാർ ക്രിസ്ത്യൻ കോളേജിൽ പഠിച്ച് ജയിച്ചു.

തുടർന്ന് ഉപരിപഠനത്തിനായി ചെന്നൈയിൽ പോയെങ്കിലും ദേഹാസ്വാസ്ഥ്യംമൂലം പഠനം പൂർത്തിയാക്കാതെ തിരിച്ചുവന്ന് നാട്ടിലെ പൊതുപ്രവർത്തനങ്ങളിൽ ഏർപ്പെടുകയാണ് അയ്യപ്പൻ ചെയ്തത്. അക്കാലത്ത് അദ്ദേഹം സ്ഥാപിച്ച 'വിദ്യാപോഷിണി' എന്ന സഭ ആ നാട്ടിലെ ആദ്യത്തെ പൊതുപ്രവർത്തനകേന്ദ്രവും അയ്യപ്പന്റെ പൊതുപ്രവർത്തന പരിശീലനകളരിയുമാണ്. അപ്പോഴും വിജ്ഞാനതൃഷ്ണ ഉപരിപഠനത്തിനായി ആ യുവാവിനെ മാടിവിളിച്ചുകൊണ്ടിരുന്നു. കുടുംബസുഹൃത്തുക്കളായിരുന്ന ശ്രീനാരായണഗുരുവിന്റെയും കുമാരനാശാന്റെയും പ്രോത്സാഹനവും സഹായവുംകൊണ്ട് തിരുവനന്തപുരം മഹാരാജാസ് കോളേജിൽ (ഇന്നത്തെ യൂണിവേഴ്സിറ്റി കോളേജ്) ചേർന്ന് സംസ്കൃതവും ഇന്ത്യാചരിത്രവും ഐച്ഛിക വിഷയമായി എടുത്ത് പഠിച്ച് ബിരുദമെടുത്തു. തുടർന്ന് നിയമപഠനത്തിന് പോയെങ്കിലും അത് പൂർത്തിയാക്കാതെ നാട്ടിൽ തിരിച്ചെത്തി പൊതുപ്രവർത്തനത്തിൽ ഏർപ്പെടുകയാണ് അയ്യപ്പൻ ചെയ്തത്.

1930–ൽ പ്രശസ്തനായ ഇ കെ അയ്യാക്കുട്ടി ജഡ്ജിയുടെ മകൾ പാർവതിയെ അയ്യപ്പൻ വിവാഹം ചെയ്തു. അതൊരു പ്രേമവിവാഹം ആയിരുന്നു. സുഗതനും ഐഷയും ആയിരുന്നു മക്കൾ. സുഗതൻ ഡോക്ടറായിരുന്നു. ഡോ. കെ ഗോപാലകൃഷ്ണൻ എന്ന പ്രശസ്തനായ ഭിഷഗ്വരനാണ് ഐഷയെ വിവാഹം ചെയ്തത്. 1968 മാർച്ച് 6–ാം തീയതി ഉച്ചയ്ക്ക് ഒന്നരമണിക്കാണ് സഹോദരൻ ചരമമടഞ്ഞത്.

III

പഠിച്ചുകൊണ്ടിരുന്ന കാലംതൊട്ടേ നാരായണഗുരുവിന്റെയും ആശാന്റെയും മറ്റും സമ്പർക്കംമൂലം അയ്യപ്പനിൽ ജനസേവനതൃഷ്ണയും സാമൂഹിക പരിഷ്കരണവാഞ്ഛയും വളർന്നുതുടങ്ങിയിരുന്നു. എങ്കിലും കുടുംബപാരമ്പര്യമനുസരിച്ചുള്ള വൈദ്യം പരിശീലിക്കാതെയിരുന്നതിനാൽ ഉപജീവനത്തിനും സ്വാശ്രയത്വത്തിനും ഒരു തൊഴിൽ അന്വേഷിക്കേണ്ടതായി വന്നുകൂടി. അങ്ങനെ സ്വദേശത്ത് തന്നെയുള്ള യൂണിയൻ ഹൈസ്കൂളിൽ അധ്യാപകജോലി സ്വീകരിച്ചു. അങ്ങനെയാണ് 'മാസ്റ്റർ' എന്ന അനൗപചാരിക ബിരുദം അദ്ദേഹത്തിനു ചാർത്തിക്കിട്ടിയത്. ഒരധ്യാ

പകൻ എന്ന നിലയിൽ സഹപ്രവർത്തകരുടെയും വിദ്യാർഥികളുടെയും സ്നേഹാദരങ്ങൾ നേടാൻ അദ്ദേഹത്തിന് ഒട്ടും താമസം വേണ്ടിവന്നില്ല. അധ്യാപനത്തോടൊപ്പം പൊതുപ്രവർത്തനങ്ങളിലും പൊതു പ്രഭാഷണപരിപാടികളിലും പങ്കെടുത്തുപോന്ന 'അയ്യപ്പൻ മാസ്റ്റർ'ക്ക് മാർഗദർശി ശ്രീനാരായണൻ തന്നെയായിരുന്നു എങ്കിലും സി ആർ കേശവൻ വൈദ്യൻ മേലുദ്ധരിച്ച പ്രസംഗത്തിൽ പറഞ്ഞതുപോലെ ഗുരുവിന്റെ മാർഗങ്ങളെ അതേപോലെ പകർത്തുകയായിരുന്നില്ല അയ്യപ്പൻ ചെയ്തത്. ഗുരുവിന്റെ ജാതിവിരുദ്ധവും അയിത്തവിരുദ്ധവും ആയ ആദർശങ്ങൾ നടപ്പിലാക്കാൻ അയ്യപ്പൻ സ്വീകരിച്ച മാർഗം മിശ്രഭോജനം, മിശ്രവിവാഹം, ആചാരനിരാകരണം, മതനിഷേധം ഉൾപ്പെടെയുള്ള വിചാരവിപ്ലവം മുതലായവയായിരുന്നു. ഈ വഴിക്കുള്ള അയ്യപ്പന്റെ ആദ്യ സംരംഭം 1917-ലെ ചരിത്രപ്രസിദ്ധമായ മിശ്രഭോജന യജ്ഞമായിരുന്നു. ഈഴവർക്കുമേലുള്ളവരാണ് എന്നു പറയപ്പെടുന്ന കൂട്ടരെ മാത്രമല്ല, ഈഴവർതന്നെ അയിത്തക്കാരായി അകറ്റിനിറുത്തിയിരുന്ന പുലയരാദി കീഴ്ജാതിക്കാരെയും മിശ്രഭോജനത്തിൽ പങ്കുചേർത്തത് വലിയ കോളിളക്കത്തിനും പ്രതിഷേധത്തിനും വഴിവച്ചു. അതിൽ പങ്കെടുത്ത അയ്യപ്പൻ ഉൾപ്പെടെയുള്ള ഈഴവരെ ഈഴവപ്രമാണിമാർ സമുദായഭ്രഷ്ടരാക്കി. അയ്യപ്പൻ മാസ്റ്റർക്ക് 'പുലയൻ അയ്യപ്പൻ' എന്ന ബിരുദവും അവർ നൽകി. ചില ഈഴവർ ക്ഷമപറഞ്ഞ് പ്രായശ്ചിത്തം ചെയ്ത് അഭിജാത സമൂഹത്തിലേക്ക് തിരികെ പോയെങ്കിലും അയ്യപ്പനും കുറെ പുരോഗമനവാദികളും ഉറച്ചുനിന്ന് പ്രമാണിമാരെ വെല്ലുവിളിച്ചു. അയ്യപ്പൻ തന്നെ ഒരു പരിഹാസകവനത്തിൽ ഈ സംഭവങ്ങളെക്കുറിച്ച് ഇപ്രകാരം എഴുതി:

> ഇളകിമറിഞ്ഞിതു പിറ്റേദിവസം
> ജനതയശേഷം ബഹളം ബഹളം!
> പുലയരൊടീഴവരൊരുമിച്ചുണ്ടത്
> ശരിയല്ലെന്നു ശഠിച്ചു ജനങ്ങൾ.
> ചന്തകൾ ബോട്ടുകളടിയന്ത്രങ്ങൾ
> വണ്ടികളെന്നിവയീവാദത്തിൽ
> രംഗമതായതു, രണ്ടാളൊക്കിൽ
> ചെല്ലാനുള്ളൊരു വാർത്തയിതായി
> കെട്ടിയണഞ്ഞഥ ചെത്താൻ കയറും
> കുട്ടിച്ചേട്ടൻ പാതിത്തെങ്ങിൽ
> ഇഴജന്തുപ്പടി താഴെ നോക്കി
> പഴിപറയുന്നു പുലച്ചോന്മാരെ

(സഹോദരൻ അയ്യപ്പന്റെ കവിതകൾ)

ഈഴവ പ്രമാണിമാർ മിശ്രഭോജന സംരംഭത്തെ എതിർക്കുകയും അതിൽ പങ്കെടുത്തവർക്ക് ഭ്രഷ്ട് കൽപ്പിക്കുകയും ചെയ്തെങ്കിലും ശ്രീനാരായണഗുരു അതിനെ സർവാത്മനാ അനുകൂലിച്ച് സന്ദേശം അയച്ച

തോടെ എതിർപ്പുകാരുടെ നില പരുങ്ങലിലായി. ഗുരുവിന്റെ പ്രസിദ്ധമായ സന്ദേശം ആലുവയിൽവച്ചു ചേർന്ന സമസ്ത കേരള സഹോദര സമ്മേളനത്തിൽവച്ച് വായിച്ചത് താഴെ ചേർക്കുന്നു:

> മനുഷ്യരുടെ മതം, വേഷം, ഭാഷ മുതലായവ എങ്ങനെയിരുന്നാലും അവരുടെ ജാതി ഒന്നായതുകൊണ്ട് അന്യോന്യം വിവാഹവും പന്തിഭോജനവും ചെയ്യുന്നതിന് യാതൊരു ദോഷവുമില്ല.

അയ്യപ്പന്റെ ജീവചരിത്രത്തിൽ ഈ സംരംഭത്തെക്കുറിച്ച് പ്രൊഫ. എം കെ സാനു ഇപ്രകാരം വിവരിക്കുന്നു:

> മിശ്രഭോജനത്തിന്റെ പേരിൽ സഹോദരപ്രസ്ഥാനക്കാരെ പരസ്യമായി തെറിപറഞ്ഞ് പ്രസംഗിക്കാൻ പിന്നീട് ആളില്ലാതായി. എങ്കിലും നാലുപേർ ഒന്നിച്ചുകൂടുന്നിടത്തെല്ലാം അതായിരുന്നു സംഭാഷണവിഷയം. അധികമാളുകളും മിശ്രഭോജനപ്രസ്ഥാനത്തിന്റെ എതിർപക്ഷം പിടിച്ചുവെന്ന് പ്രത്യേകം പറയേണ്ടതില്ലല്ലോ. പുലയർക്ക് തുല്യത നൽകുക എന്നത് അവർക്ക് ദഹിക്കുന്ന കാര്യമായിരുന്നില്ല. എന്നാൽ, ജാതിനശീകരണ സംരംഭത്തിന്റെ ആദ്യത്തെ അധ്യായം ഏറ്റവും താണവരുടെ ഉദ്ധാരണത്തോടുകൂടി മാത്രം ആരംഭിക്കേണ്ടതാണെന്ന കാര്യത്തിൽ സഹോദരന് തെല്ലും സംശയമുണ്ടായിരുന്നില്ല. ഏറ്റവും താണവരുമായി സാത്മ്യപ്പെടാനുള്ള കഴിവിലാണ് ഈഴവരുടെ ആദർശബോധത്തിന്റെ ശക്തി അടങ്ങിയിട്ടുള്ളതെന്ന് അദ്ദേഹം പ്രഖ്യാപിച്ചു. അതിന് കഴിവില്ലാത്തവർ നവസമുദായ സൃഷ്ടിക്ക് തടസം നിൽക്കുന്നവരാണ്. ഈ നിലപാടാണ് ആയുഷ്കാലം മുഴുവൻ സഹോദരൻ അവലംബിച്ചുപോന്നത്. അദ്ദേഹത്തിന്റെ സമുദായനീതിവാദത്തിന്റെ അടിത്തറയും ഇതുതന്നെ. (*സഹോദരൻ അയ്യപ്പൻ*, ഡി സി ബുക്സ്–1980, കോട്ടയം, പുറം 85)

മിശ്രഭോജന സംരംഭം നടന്ന 1917–ൽതന്നെ നിലവിലുള്ള എസ് എൻ ഡി പി മുതലായ സംഘടനകളെ തന്റെ ആദർശപ്രകാരമുള്ള സമഗ്രപരിവർത്തനത്തിന് ഉതകുകയില്ലെന്ന് ബോധ്യമായതിനാൽ അയ്യപ്പൻ മാസ്റ്റർ സമസ്ത കേരള സഹോദരസംഘം എന്നൊരു പുതിയ സംഘടനയ്ക്ക് രൂപംനൽകുകയും അതിന്റെ മുഖപത്രമായി *സഹോദരൻ* എന്നൊരു മാസിക ആരംഭിക്കുകയും ചെയ്തു. അതോടുകൂടി 'മാസ്റ്റർ' 'പുലയൻ' എന്നീ രണ്ട് അനൗപചാരിക വിശേഷണങ്ങളോടൊപ്പം ഒന്നുകൂടി അദ്ദേഹത്തിന്റെ പേരിന്റെ അലങ്കാരമായി തീർന്നു: "സഹോദരൻ".

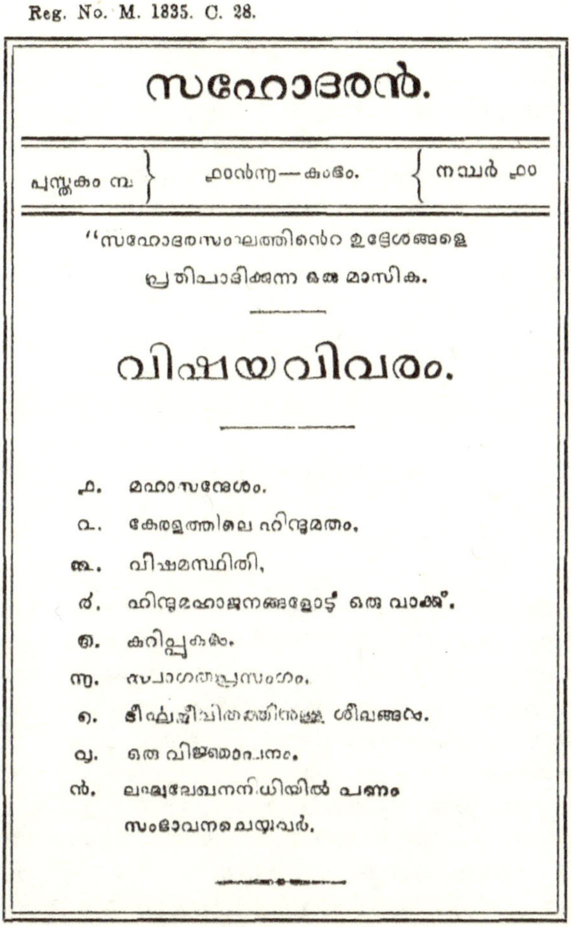

Reg. No. M. 1835. C. 28.

സഹോദരൻ.

പുസ്തകം ൩ } ൧൦൯൬—കുംഭം. { നമ്പർ ൧൦

"സഹോദരസംഘത്തിന്റെ ഉദ്ദേശങ്ങളെ
പ്രതിപാദിക്കുന്ന ഒരു മാസിക.

വിഷയവിവരം.

൧. മഹാസന്ദേശം.
൨. കേരളത്തിലെ ഹിന്ദുമതം.
൩. വിഷമസ്ഥിതി,
൪. ഹിന്ദുമഹാജനങ്ങളോട് ഒരു വാക്ക്.
൫. കുറിപ്പുകൾ.
൬. സ്വാഗതപ്രസംഗം.
൭. [illegible] ശിക്ഷകൾ.
൮. ഒരു വിജ്ഞാപനം.
൯. [illegible]നിധിയിൽ പണം
സംഭാവന ചെയ്തവർ.

***സഹോദരൻ* മാസികയുടെ പുറംചട്ട**

പിൽക്കാലത്ത് *സഹോദരൻ* ഒരു വാരികയായി അദ്ദേഹത്തിന്റെ ജീവിതകാലം മുഴുവൻ തുടരുകയും ചെയ്തു. ഈ സമസ്തകേരള സഹോദര സംഘത്തിന്റെ പ്രഥമ സമ്മേളനമാണ് മേൽ പരാമർശിച്ച പ്രകാരം ആലുവയിൽ നടന്നതും ഗുരുസന്ദേശം പ്രസിദ്ധീകരിച്ചതും.

IV

മിശ്രഭോജന സംരംഭവും സഹോദര സംഘ സ്ഥാപനവും എല്ലാം ആയപ്പോഴേക്കും സഹോദരൻ അയ്യപ്പന്റെ പ്രത്യയശാസ്ത്രപരവും

രാഷ്ട്രീയവും സാമൂഹ്യവും ആയ ആശയങ്ങൾക്കും ആദർശങ്ങൾക്കും മിക്കവാറും പൂർണത കൈവന്നിരുന്നു. രാഷ്ട്രീയത്തിൽ രാഷ്ട്രത്തിന്റെ സ്വാതന്ത്ര്യവും ജനാധിപത്യ ഭരണശൈലിയും പൗരസ്വാതന്ത്ര്യങ്ങളും മറ്റും അയ്യപ്പന്റെ വിശ്വാസപ്രമാണങ്ങളിൽ അഗ്രിമസ്ഥാനത്തായിരുന്നെങ്കിലും അദ്ദേഹം ടി കെ മാധവനെയോ സി കേശവനെയോ പോലെ കോൺഗ്രസ് പ്രവർത്തനങ്ങളിലോ സ്വാതന്ത്ര്യ പ്രവർത്തനങ്ങളിലോ പങ്കെടുത്തിരുന്നില്ല. മഹാകവി കുമാരനാശാൻ, മിതവാദി സി കൃഷ്ണൻ, സി വി കുഞ്ഞുരാമൻ, ഡോ. ബി ആർ അംബേദ്കർ തുടങ്ങിയ പല പിന്നോക്കസമുദായ നേതാക്കളെയും ദളിത നേതാക്കളെയുംപോലെ അയ്യപ്പനും ദേശീയ പ്രസ്ഥാനത്തിന്റെ സവർണ മുൻതൂക്കമുള്ള നേതൃത്വവുമായോ ഗാന്ധിജിയുടെയും മറ്റും മതാധിഷ്ഠിതമായ ചിന്താഗതിയുമായോ പൊരുത്തപ്പെടാൻ കഴിഞ്ഞിരുന്നില്ലെന്നുവേണം ഊഹിക്കാൻ. സ്വാതന്ത്ര്യ പ്രാപ്തിക്കുശേഷം 1949–ൽ മാത്രമാണ് സഹോദരൻ അയ്യപ്പൻ കൊച്ചിയിലെ പ്രജാമണ്ഡലത്തിലും പിന്നീട് കോൺഗ്രസിലും അംഗമായി ചേർന്നതും മന്ത്രിസ്ഥാനം സ്വീകരിച്ചതും. എങ്കിലും അതിനുമുമ്പുതന്നെ, പരിമിതാധികാരം ഉള്ള കൊച്ചി നിയമസഭയിൽ കോൺഗ്രസിതര സ്ഥാനാർഥിയായി മത്സരിക്കുകയും ജയിക്കുകയും ചെയ്തിട്ടുണ്ട്.

വളരെ പരിമിതമായ സമ്മതിദാനാവകാശത്തോടും അധികാരത്തോടും കൂടിയാണെങ്കിലും 1923–ൽ ദിവാൻ പി നാരായണമേനോന്റെ ഉത്സാഹത്തിൽ ആണ് കൊച്ചിയിൽ ആദ്യമായി ഒരു നിയമനിർമാണസഭ (ലെജിസ്ലേറ്റീവ് കൗൺസിൽ) പ്രഖ്യാപിക്കപ്പെട്ടത്. ഗ്രാമങ്ങളിൽ പത്തുരൂപ ഭൂനികുതിയും നഗരങ്ങളിൽ അഞ്ചുരൂപ മുനിസിപ്പൽ നികുതിയും നൽകുന്നവർക്കും ബിരുദധാരികൾക്കും മാത്രമാണ് വോട്ടവകാശം. സഭയിലുള്ള നാൽപ്പത്തഞ്ചുപേരിൽ 30 പേർ വോട്ടെടുപ്പിലൂടെയും ബാക്കിയുള്ള 15 പേർ രാജാവിന്റെ നാമനിർദേശപ്രകാരവും അംഗങ്ങളാകും. ഇവയിൽ 7 മണ്ഡലങ്ങൾ മുസ്ലീങ്ങൾ, ഈഴവർ, ജൂതന്മാർ, കച്ചവടക്കാർ തുടങ്ങിയവർക്കായി സംവരണം ചെയ്യപ്പെട്ടിരുന്നു. ഈഴവർക്കായി സംവരണം ചെയ്യപ്പെട്ട രണ്ട് മണ്ഡലങ്ങളിൽ ഒന്നിൽ അയ്യപ്പൻ മത്സരിക്കണം എന്ന് ഈഴവ ജനസാമാന്യം അതിയായി ആഗ്രഹിച്ചിരുന്നു എങ്കിലും അദ്ദേഹം അതിനു വഴിപ്പെടാതെ പൊതുമണ്ഡലത്തിൽ നിന്നാണ് മത്സരിച്ചത്. പലവിധ അവശതകളും അയിത്തവും അനുഭവിച്ചുവന്ന ഈഴവരുടെ താൽപ്പര്യങ്ങളോട് അതിയായ താൽപ്പര്യം അയ്യപ്പന് ഉണ്ടായിരുന്നെങ്കിൽ ഏതെങ്കിലും ഒരു വിഭാഗത്തിന്റെ മാത്രം പ്രാതിനിധ്യം കാംക്ഷിക്കാതെ ഇതിനകംതന്നെ രൂപപ്പെട്ടുവന്ന തന്റെ നവീനാശയങ്ങൾ എല്ലാ വിഭാഗങ്ങളുടെയും ഇടയിൽ പ്രചരിപ്പിച്ച് പിന്തുണ നേടാനാണ് അദ്ദേഹം ആഗ്രഹിച്ചത്. അതുകൊണ്ട് അധഃസ്ഥിത വിമോചനവും ജനാധിപത്യവും യുക്തിവാദവും മുതൽ സോഷ്യലിസം വരെയുള്ള നവീനാശയങ്ങൾ പ്രചരിപ്പിച്ചുകൊണ്ട് ഒരു പൊതുമണ്ഡലത്തിൽനിന്ന് അദ്ദേഹം മത്സരിക്കുകയാണുണ്ടായത്. എന്നാൽ വോട്ടവകാശം ഉള്ള മേൽത്തട്ടുകാരായ ജനവിഭാഗ

ങ്ങൾക്ക് സ്വാഭാവികമായും അയ്യപ്പന്റെ വിപ്ലവാശയങ്ങളും "കീഴ്ജാതി"യും സ്വീകാര്യമായില്ല. അങ്ങനെ ആദ്യത്തെ മത്സരത്തിൽ അയ്യപ്പൻ തോറ്റു. 1925–ൽ ആണ് ഈ ആദ്യത്തെ തിരഞ്ഞെടുപ്പ് നടന്നത്.

രണ്ടാമത്തെ തിരഞ്ഞെടുപ്പ് 1928–ൽ നടന്നു. ഈ തിരഞ്ഞെടുപ്പിനുള്ള ഒരുക്കങ്ങൾ ആരംഭിക്കുമ്പോഴേക്കും പ്രായപൂർത്തി വോട്ടവകാശത്തിനും ഉത്തരവാദ ഭരണത്തിനും വേണ്ടിയുള്ള പ്രക്ഷോഭങ്ങൾ കൊച്ചിയിലും ചെറിയതോതിൽ ആരംഭിച്ചിരുന്നു. ഈ ജനാധിപത്യ പരിപാടിയെ അനുകൂലിക്കുന്നതോടൊപ്പം അത് നടപ്പിൽ വരാൻ താമസം ഉണ്ടായേക്കും എന്ന വസ്തുത മനസിലാക്കി തിരഞ്ഞെടുപ്പും ഭരണവും കൂടുതൽ ജനകീയമാക്കാനുള്ള പ്രായോഗിക പരിപാടികൾകൂടി അയ്യപ്പൻ മുന്നോട്ടുവച്ചു. ഈ പരിപാടികളെക്കുറിച്ചും അയ്യപ്പന്റെ അക്കാലത്തെ സാമൂഹ്യ രാഷ്ട്രീയ നിലപാടുകളെക്കുറിച്ചും മനസിലാക്കാൻ തിരഞ്ഞെടുപ്പിനു തൊട്ടുമുമ്പ് അദ്ദേഹം *സഹോദരനിൽ* പ്രസിദ്ധീകരിച്ച മുഖക്കുറിപ്പ് ഉദ്ധരിക്കുന്നത് ഉചിതമാകും:

> പ്രജകളെ ഭരണകാര്യത്തിൽ പങ്കെടുപ്പിക്കാനായിട്ടാണ് വലിയതമ്പുരാൻ തിരുമനസുകൊണ്ട് നമ്മുടെ നിയമസഭ ഏർപ്പെടുത്തിയിരിക്കുന്നത്. തിരുമനസിലെ മഹത്തായ ആ ഉദ്ദേശ്യം പൂർത്തിയായി നിറവേറ്റണമെങ്കിൽ അവിടന്ന് ഒരു വ്യവസ്ഥാപിത രാജാവായി, നിയമസഭ കൊച്ചിയിലെ പാർലമെന്റായി തീരണം. അതിനുള്ള മാറ്റത്തിന് ഇനിയും വളരെ കഴിയണമായിരിക്കാം. അതിന് ഇപ്പോൾത്തന്നെ ചിലർ പ്രക്ഷോഭണം തുടങ്ങിയിട്ടുണ്ട്. അവരുടെ പ്രക്ഷോഭണം നിയമാനുസൃത മാർഗങ്ങളിലൂടെ ബലപ്പെട്ട് എത്രയും വേഗം ഫലിക്കുമാറാകട്ടെ. ഞങ്ങൾ ഉടനെ ആവശ്യപ്പെടുന്നത് അത്രയ്ക്കുള്ള ഒരു പരിഷ്കാരമല്ല. അത്രയ്ക്ക് പോകുന്നതിനു മുമ്പുതന്നെ നിയമസഭ മൂലം ജനങ്ങളെ ഇപ്പോഴത്തേതിലും അധികം ഭരണകാര്യത്തിൽ പങ്കെടുപ്പിക്കാൻ സാധിക്കും. അതിന് നിയമസഭയ്ക്ക് ഇപ്പോഴത്തേതിലുമധികം അധികാരവും വോട്ടർമാരും ഉണ്ടാകണം. ഇതിൽ രണ്ടാമത്തെ പരിഷ്കാരം തിരഞ്ഞെടുപ്പ് അടുത്തിരിക്കുന്ന ഈ അവസരത്തിൽ പ്രത്യേകിച്ചും അത്യന്താപേക്ഷിതമായിരിക്കയാണ്. ഇപ്പോൾ പത്തുറുപ്പിക കരം ഒടുക്കുന്നവർക്കാണ് വോട്ടവകാശം ഉള്ളത്. ഈ വ്യവസ്ഥമൂലം കൊച്ചിയിലെ ജനങ്ങളിൽ ഭൂരിപക്ഷത്തിനും വോട്ടില്ല. കർഷകരും വേലക്കാരുമായ നാട്ടിലെ യഥാർഥ ജനങ്ങൾക്ക് വോട്ടില്ലാത്തതുകൊണ്ട് അവരുടെ പ്രതിനിധികൾക്ക് തിരഞ്ഞെടുപ്പിൽ ജയം കിട്ടുവാൻ ഇടയില്ല. അവർക്ക് ജയം കിട്ടിയെങ്കിലേ യഥാർഥത്തിൽ ജനപ്രതിനിധിസഭ ആകുകയുള്ളൂ. ഇപ്പോൾ

> അത് പേരിൽ മാത്രം അങ്ങനെയാണ്. ഈ നാട്ടിൽ ചില്ലറ നിലവും പറമ്പുമുള്ളവരാണ് അധികവും. അവർ വോട്ടവകാശത്തിന്റെ പ്രാധാന്യം അറിയുവാനും അതിനെ ഉപയോഗിക്കുവാനും വേണ്ട വളർച്ചയുള്ളവരാണ്. എന്നാൽ 10 ഉറുപ്പികയോളം കരം ഒടുക്കുന്നതിന് വകയില്ലാത്തതുകൊണ്ട് അവർക്കാർക്കും വോട്ടില്ല. 10 ഉറുപ്പിക കരമൊടുക്ക് വോട്ട് യോഗ്യതയായിരിക്കുന്നത് ചില പ്രത്യേക സമുദായക്കാർക്ക് ഗുണകരവും തീയർ മുതലായ മറ്റു സമുദായക്കാർക്ക് ദോഷകരവും ആണെന്നുള്ള വേറൊരു ന്യൂനത അതിന് പ്രത്യേകിച്ചുമുണ്ട്. അതുകൊണ്ട് ഇവിടത്തെ കർഷകരും തൊഴിലാളികളും അവശരുമായ ജനങ്ങൾക്ക് നിയമസഭയിൽ പ്രാതിനിധ്യം കിട്ടാൻവേണ്ടി, അതായത്, ജനങ്ങളെ ഭരണത്തിൽ പങ്കുചേർക്കുവാനുള്ള വലിയതമ്പുരാന്റെ ഉദ്ദേശ്യം ഫലിക്കുവാൻവേണ്ടി, പ്രായപൂർത്തിയായ എല്ലാവർക്കും തൽക്കാലം നിവൃത്തിയില്ലെങ്കിൽ എന്തെങ്കിലും കരമൊടുക്കുള്ള എല്ലാവർക്കും വോട്ടവകാശം കൊടുക്കേണ്ടതാകുന്നു. (അതേ പുസ്തകം, പുറം 80–81)

സഹോദരൻ അയ്യപ്പന്റെ ഈ നിർദേശങ്ങൾ പരിഗണനയ്ക്ക് വരുന്നതിനു മുമ്പുതന്നെ തിരഞ്ഞെടുപ്പ് നടന്നു. ഇത്തവണ കഴിഞ്ഞ തവണത്തെപ്പോലെ പൊതുമണ്ഡലത്തിൽ നിന്ന് മത്സരിച്ച് ഭാഗ്യം പരീക്ഷിക്കുന്നതിനെക്കാൾ പ്രായോഗികവും ജനസേവനത്തിന് ഉപയുക്തവും ഒരു സംവരണ മണ്ഡലത്തിൽനിന്ന് മത്സരിക്കുകയാണ് എന്നദ്ദേഹം തീർച്ചപ്പെടുത്തി. അങ്ങനെ 'തെക്കേ ഈഴവ മണ്ഡല'ത്തിൽനിന്ന് ജയിച്ച് സഭയിൽ എത്തുകയും ചെയ്തു. നിയോജകമണ്ഡലം തിരഞ്ഞെടുക്കുന്ന കാര്യത്തിൽ പൊതുമണ്ഡലം വേണം എന്ന വാശി ഉപേക്ഷിച്ച് സംവരണ മണ്ഡലത്തിലേക്ക് മാറിയെങ്കിലും അതൊന്നും തന്റെ വീക്ഷണത്തെയോ നിയമസഭാ പ്രവർത്തനത്തെയോ സങ്കുചിതമാക്കാൻ അദ്ദേഹം അനുവദിച്ചില്ല എന്നതിന്റെ തെളിവാണ് നിയമസഭയിൽ അദ്ദേഹം നടത്തിയ കന്നി പ്രസംഗം. ഈഴവരുടെ താൽപ്പര്യങ്ങളെക്കാൾ അയ്യപ്പൻ മുൻതൂക്കം നൽകിയത് ഈഴവരുടെയും കീഴെയായ പുലയരുടെയും മറ്റും താൽപ്പര്യങ്ങൾക്കാണെന്നത് സാമൂഹ്യ നവോത്ഥാനത്തെയും പരിവർത്തനത്തെയും കുറിച്ചുള്ള അദ്ദേഹത്തിന്റെ വീക്ഷണവും മുൻഗണനയും വ്യക്തമാക്കുന്നു. ആ കന്നി പ്രസംഗത്തിന്റെ ആദ്യഭാഗം ഇവിടെ ഉദ്ധരിക്കുന്നു:

> എന്റെ മുൻ പ്രസംഗകന്മാരായ എല്ലാ മെംബർമാരും പ്രസ്താവിച്ച മിക്ക സംഗതികളോടും ഞാൻ യോജിക്കുന്നു. അവർ പറയാത്ത ഒന്നുരണ്ട് കാര്യങ്ങൾ പറയുവാനാണ്

ഞാൻ ഭാവിക്കുന്നത്. നമ്മുടെ ഗവൺമെന്റ് ഇവിടത്തെ ജനങ്ങൾക്കുവേണ്ടി എന്തു ചെയ്തു? ഇനി എന്തു ചെയ്യുന്നു? ഉദാഹരണമായി പുലയരെ എടുക്കാം. അവരുടെ അഭിവൃദ്ധിക്കുവേണ്ടി ഗവൺമെന്റ് എന്തു ചെയ്തിട്ടുണ്ട്? ഇപ്പോൾ അവർക്കാണെന്നു പറഞ്ഞ് ഒരു പ്രത്യേക ഡിപ്പാർട്ട്മെന്റ് ഏർപ്പെടുത്തിയിട്ടുണ്ടെന്നു പറയുന്നു. അധഃകൃത സംരക്ഷകൻ വാസ്തവത്തിൽ വളരെ ആത്മാർഥതയോടുകൂടി അവരുടെ ഉന്നതിക്കായി ശ്രമിക്കുന്നുണ്ട്. ഞാൻ അക്കാര്യത്തിൽ അദ്ദേഹത്തെ പ്രശംസിക്കുന്നു. ഇക്കൊല്ലത്തിൽ ഈ പുതിയ ഡിപ്പാർട്ട്മെന്റിനായി 55,000 ഉറുപ്പിക ഉൾപ്പെടുത്തിയിരിക്കുന്നതായി വലിയ കാര്യംപോലെ പറയുവാൻ ഗവൺമെന്റിന് നാണമാവുകയില്ലേ? 77 ലക്ഷം വരവുള്ള ഒരു രാജ്യത്ത്, ആ രാജ്യത്തിലെ വലിയ ഒരു ഭാഗം വരുന്ന ജനങ്ങൾക്ക്—സകല കാര്യത്തിലും രാജ്യത്തിന്റെ അഭിവൃദ്ധിക്ക് കാരണക്കാരായുള്ള ആളുകൾക്ക്—55,000 ഉറുപ്പിക നീക്കിവച്ചിട്ടുണ്ടെന്ന് വലിയ കാര്യംപോലെ ഒരു പ്രത്യേക 'ഹെഡ്' വച്ച് പറയുവാൻ കൊച്ചി ഗവൺമെന്റിന് നാണമാവുകയില്ലേ എന്നാണ് എന്റെ ചോദ്യം. പ്രത്യേകം നീക്കിവച്ചിട്ടുള്ള ആ തുകയെത്തന്നെ വീണ്ടും പരിശോധിക്കുക. ഇതിൽ എത്ര ധനം ഈ വർഗക്കാർക്കുവേണ്ടി യഥാർഥത്തിൽ പുതുതായി ചെലവിടാൻ പോകുന്നു? അവർക്കെന്നുള്ള പേരിൽ നടത്തുന്ന സ്കൂളുകളുടെ ചെലവും മറ്റും ഈ വകുപ്പിൽ ചേർത്തിട്ടുണ്ട്. അത് വിദ്യാഭ്യാസത്തിനുള്ള ഇനത്തിൽ ചേർക്കേണ്ടതല്ലേ? അവർക്ക് ചോറുകൊടുക്കാൻ കുറെ പണം വച്ചിട്ടുണ്ട്. അത് പ്രത്യേകമെന്ന് സമ്മതിക്കാം. ഞാൻ ഇക്കാര്യത്തിൽ അവർക്കുവേണ്ടി അപേക്ഷിക്കുന്നത്, അവരുടെ പ്രതിബന്ധങ്ങളെ—മറ്റ് സഹോദര സമുദായങ്ങളുമായി പെരുമാറുവാനുള്ള പ്രതിബന്ധങ്ങളെ—അകറ്റി അവർക്കും മറ്റു സമുദായങ്ങളോടൊപ്പം വളരുവാനുള്ള അവസരം കൊടുക്കുക എന്നാണ്. അങ്ങനെ വരുന്ന കാലത്ത് ഈ 55,000 ഉറുപ്പിക കൊണ്ടുള്ളതിലും രക്ഷ അവർക്കുണ്ടാകും. എനിക്ക് ഇപ്പോൾ അവരെ പ്രതി ഗവൺമെന്റിനോടുള്ള ഒരേയൊരു അപേക്ഷ, രാജ്യത്ത് മറ്റുള്ളവരോടൊപ്പം സർവ പൗരാവകാശങ്ങളും അവർക്കുമുണ്ടെന്ന് മഹാരാജാവ് തിരുമനസുകൊണ്ട് ഒരു വിളംബരം പ്രഖ്യാപനം ചെയ്യണമെന്നുള്ളതാണ്. അവരും മനുഷ്യരാണെന്നു വിചാരിച്ച് അവരെ യഥാർഥത്തിൽ ഉയർത്തുവാൻ ശ്രമിക്കണമെന്നാണ് അവർക്കുവേണ്ടിയുള്ള എന്റെ അപേക്ഷ. അവർക്ക് സൈ്വരമായി വളരാനുള്ള സൗകര്യമുണ്ടാ

> യാൽ ഈ അധ്യക്ഷസ്ഥാനത്ത് വാൽമീകി മുതലായവരെ സൃഷ്ടിക്കാൻ കഴിഞ്ഞ സമുദായത്തിൽനിന്നും ഒരാളെ കിട്ടുവാൻ പ്രയാസമുണ്ടാവുകയില്ല. അങ്ങനെ വരുന്നത് നമുക്ക് എത്രയോ അഭിമാനകരമാണ്. ഇതൊക്കെ പറഞ്ഞാൽ ഇവിടെ സമുദായക്കാര്യം കൊണ്ടുവരുന്നു എന്നു പറയും. സമുദായക്കാര്യം ശക്തിയായിരുന്ന ഒരു രാജ്യത്ത്, സമുദായക്കാര്യം പ്രത്യേകം എടുത്തുപറയാൻ അത്യാവശ്യമില്ലാത്ത ഒരു ഘട്ടം വന്നുചേരുന്നതുവരെ, അതു പറയാതെ നിവൃത്തിയുണ്ടോ? (അതേ പുസ്തകം, പുറം 182–83)

ഇതിൽ നിന്നെല്ലാം ഈഴവരുടെ ആവശ്യങ്ങളും അവകാശങ്ങളും അയ്യപ്പൻ അവഗണിച്ചു എന്നു കരുതേണ്ടതില്ല. സമൂഹത്തിലെ ഒരു ഗണ്യ വിഭാഗമായ ഈഴവരുടെ അധഃസ്ഥിതി അവസാനിപ്പിക്കുക എന്നത് സമൂഹത്തിന്റെ ആകെയുള്ള വികാസത്തിന് അനിവാര്യമാണ് എന്നതിനാലാണ്, അല്ലാതെ താൻ അവയിൽ പെട്ടവനാണ് എന്നതിനാലല്ല അയ്യപ്പൻ അവർക്കുവേണ്ടി തന്റെ ശബ്ദം വാമൊഴിയായും വരമൊഴിയായും ഉയർത്തിയത്. 1931–ൽ നടന്ന മൂന്നാമത്തെ നിയമസഭാ തിരഞ്ഞെടുപ്പിലും തെക്കേ ഈഴവമണ്ഡലത്തിൽനിന്നും എതിരില്ലാതെ അദ്ദേഹം ജയിച്ചു. തിരഞ്ഞെടപ്പിന് തൊട്ടുമുമ്പ് *സഹോദര*നിൽ അദ്ദേഹം എഴുതിയ മുഖപ്രസംഗത്തിൽ ഇക്കാര്യം വ്യക്തമാകും:

> തിരഞ്ഞെടുപ്പിൽ മറ്റു സമുദായങ്ങളോട് മത്സരിച്ച് ജയിക്കാൻ തീയർക്ക് മാർഗം കാണുന്നില്ല. നായന്മാരും ക്രിസ്ത്യാനികളുംകൂടി നടത്തുന്ന മത്സരം കണ്ടുനിൽക്കാനേ അവർക്കിപ്പോൾ സ്ഥിതിയുള്ളൂ. എങ്കിലും തിരഞ്ഞെടുപ്പ് കഴിയുന്നതും തങ്ങൾക്ക് ഗുണകരമായ വിധത്തിൽ കലാശിക്കുവാൻ തീയർക്കും ശ്രമിക്കുവാൻ കഴിയും. ഏതുമാതിരി പ്രതിനിധികൾ ജയിച്ചാലാണ് നിയമസഭയിൽ തീയരുടെ അവകാശവാദങ്ങൾക്ക് അധികം ആനുകൂല്യമുണ്ടാകുക എന്ന് അവർ ആലോചിക്കണം. തങ്ങൾ വോട്ടു കൊടുക്കുവാൻ ഉദ്ദേശിക്കുന്ന പ്രതിനിധികളെക്കൊണ്ട് അവരുടെ ആദർശങ്ങളും നയങ്ങളും പ്രഖ്യാപനം ചെയ്യിക്കുകതന്നെ വേണ്ടതാണ്. അന്ധവിശ്വാസികളും ജാതിക്കുശുമ്പന്മാരും നിയമസഭയിൽ കടന്നുകൂടാതിരിക്കാൻ തീയർ പ്രത്യേകം ശ്രദ്ധിക്കണം. തീയർക്കുള്ള വോട്ടുകൾ അവർ ബുദ്ധിപൂർവം പ്രയോഗിച്ചാൽ ഈ പറഞ്ഞതെല്ലാം ഒരുവിധം സാധിക്കുന്നതാണ്. (അതേ പുസ്തകം, പുറം 184–85)

V

സഹോദരൻ അയ്യപ്പനെ ഒരു ചിന്തകനും സാമൂഹ്യപരിഷ്കർത്താവും നവോത്ഥാന നായകനും എന്ന നിലയിൽ മറ്റ് സമകാലികരായ നേതാക്കളിൽനിന്നും ശ്രീനാരായണ ശിഷ്യരിൽനിന്നും വ്യത്യസ്തനാക്കുന്നത് അദ്ദേഹത്തിന്റെ സോഷ്യലിസ്റ്റ് ആദർശവും വിട്ടുവീഴ്ചയില്ലാത്ത യുക്തിവാദ പ്രബുദ്ധതയും ആണെന്ന് തുടക്കത്തിലേ പറഞ്ഞുവല്ലോ. കേരളത്തിലെ യുക്തിവാദ പ്രസ്ഥാനത്തിന്റെ കുലപതിയായി കരുതപ്പെടുന്ന എം സി ജോസഫിന്റെ പത്രാധിപത്യത്തിൽ 1928-ൽ ആരംഭിച്ച *യുക്തിവാദി* മാസികയുടെ സ്ഥാപകരിൽ പ്രമുഖനായിരുന്നു സഹോദരൻ അയ്യപ്പൻ. അതിന്റെ സുപ്രസിദ്ധമായ ആപ്തവാക്യ ശ്ലോകം സഹോദരൻ എഴുതിയതാണ്:

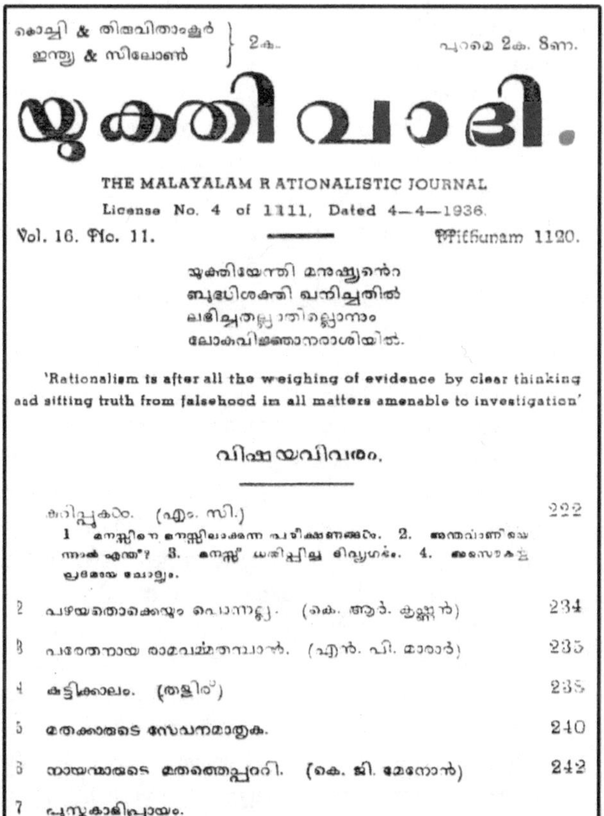

കൊച്ചി & തിരുവിതാംകൂർ
ഇന്ത്യ & സിലോൺ } 2ക. പുറമെ 2ക. 8ണ.

യുക്തിവാദി.

THE MALAYALAM R ATIONALISTIC JOURNAL

License No. 4 of 1111, Dated 4—4—1936.

Vol. 16. No. 11. Mithunam 1120.

യുക്തിയേന്തി മനുഷ്യന്റെ
ബുദ്ധിശക്തി ഖനിച്ചതിൽ
ലഭിച്ചതല്ലാതില്ലൊന്നും
ലോകവിജ്ഞാനരാശിയിൽ.

'Rationalism is after all the weighing of evidence by clear thinking and sifting truth from falsehood in all matters amenable to investigation'

വിഷയവിവരം.

	കുറിപ്പുകൾ. (എം. സി.) 1 [illegible]. 2. [illegible] 3. [illegible] 4. [illegible]	222
2	പഴയതൊക്കെയും പൊന്നല്ല. (കെ. ആർ. കൃഷ്ണൻ)	234
3	പരേതനായ രാമവർമ്മത്തമ്പാൻ. (എൻ. പി. മാരാർ)	235
4	കുട്ടിക്കാലം. (തളിര്)	238
5	മതക്കാരുടെ സേവനമാതൃക.	240
6	നായന്മാരുടെ മതത്തെപ്പറ്റി. (കെ. ജി. മേനോൻ)	242
7	പുസ്തകാഭിപ്രായം.	

***യുക്തിവാദി* മാസികയുടെ പുറംചട്ട**

യുക്തിയേന്തി മനുഷ്യന്റെ
ബുദ്ധിശക്തി ഖനിച്ചതിൽ
ലഭിച്ചതല്ലാതില്ലൊന്നും
ലോകവിജ്ഞാനരാശിയിൽ

പൊതുജീവിതത്തിലും രാഷ്ട്രീയത്തിലും പ്രവർത്തിക്കുന്നവർക്ക് പലപ്പോഴും യുക്തിവാദം ഇന്നെന്നപോലെ അന്നും പ്രതിബന്ധമാകാറുണ്ട്. അതുകൊണ്ട് യുക്തിവാദികളായി പൊതുരംഗത്ത് വന്ന പല പ്രാമാണികരും ഒന്നുകിൽ യുക്തിവാദം ഉപേക്ഷിക്കുകയോ അല്ലാത്തപക്ഷം അക്കാര്യത്തെക്കുറിച്ച് മൗനം അവലംബിച്ച് യാഥാസ്ഥിതിക മനസുകളെ അനുനയിപ്പിക്കാൻ ശ്രമിക്കുകയോ ആണ് പതിവ്. പനമ്പിള്ളി ഗോവിന്ദമേനോൻ, ചങ്ങനാശേരി പരമേശ്വരപിള്ള, എ കെ ആന്റണി മുതലായ പലരെയും ഈ ഇനത്തിൽ പെടുന്നവരായി കരുതാം. ഇന്ദിരാഗാന്ധിയും അവരുടെ അച്ഛൻ ജവാഹർലാൽ നെഹ്റു ജീവിച്ചിരുന്നപ്പോൾ അദ്ദേഹത്തോടൊപ്പം യുക്തിവാദിയോ 'അഗ്നോസ്റ്റിക്' അഥവാ അജ്ഞേയവാദിയോ ആയിരുന്നു എങ്കിലും പിൽക്കാലത്ത് അധികാരത്തിന്റെ സോപാനങ്ങളിൽ കയറിപ്പറ്റാനുള്ള അടവെന്ന രീതിയിൽ ആസ്തികൃത്തിലേക്കും ക്ഷേത്രാരാധനയിലേക്കും തിരിഞ്ഞത് ഓർക്കുക. എന്നാൽ അത്തരം വിട്ടുവീഴ്ചയ്ക്കൊന്നും സഹോദരൻ തയ്യാറായിരുന്നില്ല.

തന്റെ ചിന്തയെയും ജീവിതവീക്ഷണത്തെയും വളരെയേറെ സ്വാധീനിച്ച ഒരാളായിരുന്നു സഹോദരൻ എന്ന് കുറ്റിപ്പുഴ കൃഷ്ണപിള്ള രേഖപ്പെടുത്തിയിട്ടുണ്ട്. സഹോദരനെക്കുറിച്ചുള്ള കുറ്റിപ്പുഴയുടെ വിലയിരുത്തൽ ഇങ്ങനെയാണ്:

> മഹാത്മാഗാന്ധിയും ജവാഹർലാൽ നെഹ്റുവും തമ്മിലുണ്ടായിരുന്ന ബന്ധം സർവവിദിതമാണല്ലോ. ഏകദേശം അതുപോലെയുള്ള ഒരു ബന്ധമായിരുന്നു ശ്രീനാരായണഗുരുവും സഹോദരൻ അയ്യപ്പനും തമ്മിലുണ്ടായിരുന്നത്. വേണ്ടിവന്നാൽ ഗുരുവിന്റെ അഭിപ്രായങ്ങളെ നിരൂപണംചെയ്യാൻ ശിഷ്യൻ മടിച്ചിരുന്നില്ല. ശിഷ്യന്റെ ആത്മാർഥതയും അഭിപ്രായ ധീരതയും സ്വതന്ത്രചിന്തയും ഗുരുവിനെ സന്തോഷിപ്പിച്ചതേ ഉള്ളൂ. യുക്തിവാദത്തിൽക്കൂടി നിർമതത്വത്തിലേക്കും നിരീശ്വരത്വത്തിലേക്കും സഹോദരൻ ചെന്നെത്തിയപ്പോഴും സ്വാമിക്ക് അപ്രീതിയല്ല ഉണ്ടായത്. മതഗ്രന്ഥങ്ങൾക്കും ആചാര്യന്മാർക്കും അടിമയാകാതെ യുക്തിമാർഗത്തെ അവലംബിച്ചുള്ള സഹോദരന്റെ സ്വതന്ത്രചിന്താശീലത്തെ ഗുരു ഏറ്റവും വിലമതിച്ചിരുന്നു. ഈഴവസമുദായ നേതാക്കളിൽ മറ്റാരോടും തോന്നാത്ത സ്നേഹവാത്സല്യങ്ങൾ സ്വാമിക്ക് ഈ ശിഷ്യനോട് ഉണ്ടായിരുന്നു....

സഹോദരൻ ഒരു കടുത്ത വർഗീയവാദിയായിരുന്നുവെന്ന് ആക്ഷേപിക്കുന്ന ചില ദേശീയവാദികളുണ്ട്. അവർക്ക് അവരുടെ നാണയത്തിൽത്തന്നെ ചുട്ടമറുപടി കൊടുക്കാൻ വിദഗ്ധനായിരുന്നു അദ്ദേഹം. അതു കേൾക്കാൻ രസമുണ്ട്; ആലോചനയ്ക്കും വകനൽകും. ഇക്കൂട്ടരുടെ സങ്കുചിതമായ ദേശീയവാദത്തിന്റെ തനിനിറം വെറും വർഗീയമാണെന്നും ശാസ്ത്രീയമായ ദേശീയവാദമാണ് തന്റേതെന്നും അദ്ദേഹം യുക്തിയുക്തം സമർഥിച്ചിരുന്നു. അതു ഖണ്ഡിക്കാൻ അത്ര എളുപ്പവുമല്ല. അവശസമുദായങ്ങളുടെ സാമ്പത്തികവും സാമൂഹികവുമായ പരാധീനത നിശേഷം നീങ്ങിയെങ്കിലേ ശുദ്ധദേശീയഭാവം സാർവത്രികമായി പുലരുകയുള്ളൂ എന്നത് ആർക്കും നിഷേധിക്കവയ്യ. അധഃകൃത നേതാവായിരുന്ന ഡോക്ടർ അംബേദ്കറും ഇത്തരം ആക്ഷേപങ്ങൾക്ക് പാത്രമായിട്ടുണ്ട്. (*സ്മരണമഞ്ജരി*, തൃശൂർ, 1990, പുറം 82–83)

സോഷ്യലിസത്തോടും കമ്യൂണിസത്തോടും 1917–ലെ ഒക്ടോബർ സോഷ്യലിസ്റ്റ് വിപ്ലവത്തിന്റെ ശിൽപ്പിയായ വി ഐ ലെനിനോടും സഹോദരൻ അയ്യപ്പന് ഉണ്ടായിരുന്ന ആദരാതിശയങ്ങൾ അക്കാലത്തെ അദ്ദേഹത്തിന്റെ ലേഖനങ്ങളിലും പ്രസംഗങ്ങളിലും പ്രതിഫലിച്ചിരുന്നു. 1920–കളിൽ ബാരിസ്റ്റർ എ കെ പിള്ളയുടെ *സ്വരാട്ട്* പത്രികയിലും അയ്യപ്പന്റെ *സഹോദരനി*ലും ആണ് ലെനിനെപ്പറ്റിയും ഒക്ടോബർ വിപ്ലവത്തെപ്പറ്റിയും മലയാ

ലെനിൻ ജനങ്ങളെ അഭിസംബോധന ചെയ്യുന്നു

ളികൾക്ക് വായിക്കാൻ കിട്ടിയ ആദ്യ ലേഖനങ്ങൾ പ്രത്യക്ഷപ്പെട്ടത്. സോഷ്യലിസത്തെക്കുറിച്ചും മാർക്സിനെക്കുറിച്ചും എ കെ പിള്ളയുടെ ഭാര്യാപിതാവ് കൂടിയായിരുന്ന സ്വദേശാഭിമാനി രാമകൃഷ്ണപിള്ളയുടെ *മാർക്സിന്റെ ജീവചരിത്ര*ത്തിൽനിന്നും *ആത്മപോഷിണി* പത്രികയിലെ ലേഖനങ്ങളിൽനിന്നും മലയാളികൾ കുറച്ചൊക്കെ അറിഞ്ഞിരുന്നെങ്കിലും അതെല്ലാം ഒക്ടോബർ സോഷ്യലിസ്റ്റ് വിപ്ലവം നടക്കുന്നതിനു വളരെ മുമ്പായിരുന്നു. സോഷ്യലിസത്തെയും ഒക്ടോബർ വിപ്ലവത്തെയും ലെനിനെയും കുറിച്ച് *സഹോദരൻ* പലതവണ എഴുതുകയും പ്രസംഗിക്കുകയും ചെയ്തിട്ടുണ്ടെങ്കിലും 1919–ൽത്തന്നെ അദ്ദേഹം രചിച്ച *ഈഴവോൽബോധനം* എന്ന കവിത മാത്രമേ ഇവിടെ ഉദ്ധരിക്കുന്നുള്ളൂ.

നിങ്ങളെപ്പോലെയുള്ള യുവാക്കളേറെക്കാലം
ഭംഗമില്ലാതെചെയ്തു ഘോരമാം ത്യാഗത്തിന്റെ
ഫലമായത്രേ മഹാദാസ്യത്തിൽ കേണ റഷ്യാ
ധരണി വിശ്വോത്തര സ്വാതന്ത്ര്യ സുഭഗയായ്
സകല ഭോഗക്ഷമരായുള്ളയെത്രയെത്ര
യുവതീയുവാക്കന്മാർ തങ്ങളുടെ രാജ്യത്തിന്റെ
അവശസ്ഥിതിപോക്കി സ്വാതന്ത്ര്യം സ്ഥാപിക്കുവാൻ
അവിടെ ജീവിതങ്ങൾ സാമോദം ബലിചെയ്താർ
രചിപ്പിൻ വേഗം നിങ്ങളിവിടെ സഖാക്കളെ,
ശ്രവിക്കിൽ രോമം ചീർക്കും താദൃശ ചരിത്രങ്ങൾ

1930 കളുടെ അവസാനം സോവിയറ്റ് യൂണിയനിൽ ബോൾഷെവിക് പാർട്ടിയിലെ വിമതവിഭാഗങ്ങൾക്ക് എതിരെ ജെ വി സ്റ്റാലിന്റെ നേതൃത്വത്തിൽ നടന്ന കുറ്റവിചാരണകളും കനത്ത ശിക്ഷാനടപടികളും മറ്റു പലരെയും എന്നപോലെ അയ്യപ്പനെയും അസ്വസ്ഥനാക്കി. അക്കാര്യങ്ങൾ എടുത്തുപറഞ്ഞുകൊണ്ട് സോവിയറ്റ് യൂണിയനെയും നേതൃത്വത്തെയും അദ്ദേഹം വിമർശിച്ചിട്ടും ഉണ്ട്. എങ്കിലും സോഷ്യലിസ്റ്റ് ആദർശത്തോടുള്ള അദ്ദേഹത്തിന്റെ ആദരം അവസാനകാലംവരെ തുടർന്നിരുന്നു എന്ന് *സഹോദരൻ* വാരികയിലെ കുറിപ്പുകൾ വ്യക്തമാക്കുന്നു.

VI

1930–31 ലെ മഹാത്മാഗാന്ധിയുടെ ദണ്ഡിയാത്ര, ഉപ്പുസത്യഗ്രഹം, ഉപ്പുസത്യഗ്രഹം പിൻവലിച്ചുകൊണ്ടുള്ള 1931–ലെ ഗാന്ധി–ഇർവിൻ ഉടമ്പടി, ഇന്ത്യയുടെ ഭാവി ഭരണസംവിധാനത്തെക്കുറിച്ച് ചർച്ചചെയ്യാൻ ബ്രിട്ടീഷ് സർക്കാർ ലണ്ടനിൽ വിളിച്ചുചേർത്ത വട്ടമേശസമ്മേളനം, അതിൽ ഗാന്ധി പങ്കെടുത്തത് തുടങ്ങിയ സംഭവപരമ്പരകളും അവയുടെ അവസാനം 1935–ൽ ബ്രിട്ടീഷ് പാർലമെന്റ് പാസാക്കി നടപ്പാക്കിയ ഇന്ത്യാഗവൺമെന്റ് ആക്ട് മുതലായവ ബ്രിട്ടീഷ് ഇന്ത്യൻ രാഷ്ട്രീയത്തെയാണ് നേരിട്ട് ബാധിച്ചതെങ്കിലും അതിന്റെ അലയടികൾ തിരുവിതാംകൂർ–കൊച്ചി മു

തലായ നാട്ടുരാജ്യങ്ങളിലും മുഴങ്ങിത്തുടങ്ങിയിരുന്നു. തിരുവിതാംകൂറിലെ നിവർത്തന പ്രക്ഷോഭവും സ്റ്റേറ്റ് കോൺഗ്രസ് രൂപീകരണവും ഉത്തരവാദിത്വഭരണ പ്രക്ഷോഭവും കോളിളക്കങ്ങൾ സൃഷ്ടിച്ചപ്പോൾ 1938-ൽ കൊച്ചി രാജാവ് ഒരു ഭരണപരിഷ്കാരം പ്രഖ്യാപിച്ചു. അതിൻപ്രകാരം ഗ്രാമോദ്ധാരണം, പൊതുജനാരോഗ്യം തുടങ്ങിയ ഏതാനും അപ്രധാന വകുപ്പുകൾ തിരഞ്ഞെടുക്കപ്പെട്ട മന്ത്രിമാർക്ക് കൈമാറി—1935-നുമുമ്പ് മദിരാശി പ്രവിശ്യയിലും മറ്റും നിലവിലിരുന്ന 'ഡയാർക്കി' അഥവാ ദ്വിഭരണവ്യവസ്ഥയുടെ മാതൃകയിൽ.

സഹോദരൻ അയ്യപ്പന്റെ തുടർന്നുള്ള രാഷ്ട്രീയ പ്രവർത്തനങ്ങളെക്കുറിച്ചും നിയമസഭാ പ്രവേശനങ്ങളെക്കുറിച്ചും മറ്റും വിവരിക്കുന്നതിനു മുമ്പ് എസ് എൻ ഡി പിയുമായി അദ്ദേഹം പുലർത്തിപ്പോന്ന ബന്ധത്തെക്കുറിച്ച് പരാമർശിക്കേണ്ടിയിരിക്കുന്നു. പഠിച്ചിരുന്ന കാലത്തും പഠനം നിർത്തി പഠിപ്പിക്കാൻ തുടങ്ങിയ കാലത്തും ശ്രീനാരായണഗുരുവും എസ് എൻ ഡി പിയുമായി അദ്ദേഹം പുലർത്തിപ്പോന്ന ആരാധനാ മനോഭാവത്തെയും പ്രവർത്തനങ്ങളെപ്പറ്റിയും നേരത്തെ പരാമർശിച്ചിരുന്നുവല്ലോ. 1921-ൽ ചേർന്ന എസ് എൻ ഡി പി യോഗത്തിന്റെ 18-ാം വാർഷികം 'ദേശാഭിമാനി' ടി കെ മാധവനെയും അയ്യപ്പനെയും സഹകാര്യദർശിമാരായി തെരഞ്ഞെടുത്തതോടുകൂടിയാണ് യോഗവുമായി അദ്ദേഹം ഔദ്യോഗികബന്ധം സ്ഥാപിക്കുന്നത്. 1920-കളിൽ ടി കെ മാധവന്റെ രംഗപ്രവേശത്തോടെ എസ് എൻ ഡി പി യോഗത്തിന്റെ ജനകീയ അടിത്തറയും സമരോത്സുകതയും വിപുലമായി. ശ്രീനാരായണഗുരുവിനോടൊപ്പം മാധവൻ ആദരിച്ചാരാധിച്ചിരുന്ന മഹാത്മാഗാന്ധിയുടെ രംഗപ്രവേശത്തോടെ ഇന്ത്യൻ നാഷണൽ കോൺഗ്രസിന് ഉണ്ടായ ജനകീയ സ്വഭാവവികാസം തന്നെയാണ് മാധവന്റെ പ്രവർത്തനങ്ങളോടുകൂടി എസ് എൻ ഡി പിക്ക് കൈവന്നത് എന്നുപറഞ്ഞാൽ തെറ്റാവുകയില്ല. എസ് എൻ ഡി പിയുടെ ഈ പുതിയ ഉണർവിലും വ്യാപനത്തിലും മാധവനോടൊപ്പം പത്രാധിപരും പ്രഭാഷകനും സംഘാടകനും ആയി സഹോദരൻ അയ്യപ്പൻ നൽകിയ സംഭാവനകൾ ഗണ്യമാണ്.

തുടർന്നുള്ള എസ് എൻ ഡി പിയുടെ ചരിത്രം വൈക്കം സത്യഗ്രഹം, സംയുക്ത രാഷ്ട്രീയസഭ, നിവർത്തന പ്രക്ഷോഭം, സ്റ്റേറ്റ് കോൺഗ്രസ് നേതൃത്വത്തിലുള്ള ഉത്തരവാദഭരണ സമരം തുടങ്ങിയവകൊണ്ട് മുഖരിതമാണ്. ഈ കാലയളവിലെല്ലാം കൊച്ചി സംസ്ഥാനത്തിലെ രാഷ്ട്രീയ പ്രവർത്തനങ്ങളിലും യുക്തിവാദി സംഘത്തിന്റെ പ്രചാരണ യത്നങ്ങളിലും മറ്റും ആകണ്ഠം മുഴുകിയിരുന്ന അയ്യപ്പൻ, എസ് എൻ ഡി പിയിലെ ഔദ്യോഗിക സ്ഥാനങ്ങൾ ഒന്നും വഹിക്കാതെതന്നെ അതിന്റെ സമരപരിപാടികൾക്കെല്ലാം പിന്തുണ നൽകിപ്പോന്നു. നിവർത്തനപ്രക്ഷോഭത്തിന്റെയും മറ്റും ശക്തനായ പ്രചാരകനായിരുന്നു അദ്ദേഹം.

1938-ൽ ചേർന്ന എസ് എൻ ഡി പി യോഗത്തിന്റെ 35-ാം വാർഷിക യോഗത്തിൽവച്ച് യോഗാധ്യക്ഷനായി സഹോദരൻ അയ്യപ്പൻ തിരഞ്ഞെടു

ക്കപ്പെട്ടത് യോഗത്തിന്റെ ചരിത്രത്തിലും അയ്യപ്പന്റെ ജീവിതത്തിലും ഒരു പ്രധാനപ്പെട്ട അധ്യായം വിരചിച്ചു. ഇതിനകം 1932–ൽ ആരംഭിച്ച നിവർത്തന പ്രക്ഷോഭത്തിന്റെ മുഖ്യ ലക്ഷ്യങ്ങൾ നിറവേറുകയും ആ പ്രക്ഷോഭത്തിന് നേതൃത്വം നൽകിയ സംയുക്ത രാഷ്ട്രീയസഭ ഉത്തരവാദിത്വഭരണത്തിനു വേണ്ടിയുള്ള തിരുവിതാംകൂർ സ്റ്റേറ്റ് കോൺഗ്രസായി രൂപാന്തരപ്പെട്ട് കൂടുതൽ വികസിക്കുകയും ചെയ്തു. 1931–ൽ തിരുവിതാംകൂർ മഹാരാജാവിന്റെ ഉപദേഷ്ടാവായി വരികയും ഭരണത്തിന്റെ അണിയറയിലെ മുഖ്യ സൂത്രധാരനായി വർത്തിക്കുകയും ചെയ്തുപോന്ന സർ സി പി രാമസ്വാമി അയ്യർ 1936–ൽ ദിവാനായി തീരുകയും ചെയ്തിരുന്നു. ക്ഷേത്രപ്രവേശന വിളംബരം, നിയമസഭാ പരിഷ്കാരം തുടങ്ങി വൻ പ്രചാരണ സാധ്യതയുള്ള നടപടികളുടെ കോലാഹലത്തോടുകൂടിയാണ് സർ സി പി അണിയറയിൽനിന്ന് അരങ്ങത്തുവന്ന് തുറന്ന ഭരണം ആരംഭിച്ചത് എങ്കിലും തുടക്കം തൊട്ടേ കുറെ വൈതാളികരെ ഒഴിച്ചുനിർത്തിയാൽ, ജനങ്ങൾ അദ്ദേഹത്തെ സംശയദൃഷ്ടിയോടെയാണ് വീക്ഷിച്ചുവന്നത്. സി പിയുടെ പൗരാവകാശ നിഷേധകമായ സ്വേച്ഛാധിപത്യ ഭരണശൈലിയും മർദനവാഴ്ചയും ജനകീയ പ്രതിഷേധങ്ങൾക്ക് വഴിവച്ചു. 1938–ൽ രൂപംകൊണ്ട തിരുവിതാംകൂർ സ്റ്റേറ്റ് കോൺഗ്രസ് പ്രായപൂർത്തി വോട്ടവകാശത്തോടുകൂടി മഹാരാജാവിന്റെ പരമാധികാരത്തിന്റെ കീഴിൽ ഉത്തരവാദഭരണം നേടുക എന്ന ലക്ഷ്യത്തോടുകൂടി ആരംഭിച്ച സത്യഗ്രഹസമരത്തെ ഒരുഭാഗത്ത് ഉരുക്കുമുഷ്ടി ഉപയോഗിച്ചും മറുഭാഗത്ത് ഉപജാപങ്ങളിലൂടെയും പ്രലോഭനങ്ങളിലൂടെയും നേതാക്കളെയും സംഘടനകളെയും വിലയ്ക്കെടുത്ത് സർ സി പി നേരിട്ടു. എസ് എൻ ഡി പി യോഗം സംയുക്ത രാഷ്ട്രീയസഭയുടെ നട്ടെല്ലായി വർത്തിച്ചതുപോലെ സ്റ്റേറ്റ് കോൺഗ്രസിന്റെയും ശക്തികേന്ദ്രമായി പ്രവർത്തിച്ചത് സർ സി പിയെ സ്വാഭാവികമായും ക്രുദ്ധനാക്കി.

ഈ വലിയ വഴിത്തിരിവിന്റെ ഘട്ടത്തിലാണ് എസ് എൻ ഡി പി യോഗത്തിന്റെ അധ്യക്ഷസ്ഥാനം അയ്യപ്പനിൽ നിക്ഷിപ്തമായത്. സാധാരണഗതിയിൽ നിയമലംഘനങ്ങളോടും പ്രക്ഷോഭശൈലിയോടും അനുകൂല മനോഭാവം ഇല്ലാത്ത മിതവാദിയും സമാധാനപരമായ പരിഷ്കരണപക്ഷപാതിയും ആണ് അയ്യപ്പൻ. അതുകൊണ്ടാണ് കോൺഗ്രസിന്റെ തന്നെ സമരോത്സുക പരിപാടികളിൽനിന്ന് അദ്ദേഹം പ്രായേണ ഒഴിഞ്ഞുനിന്നത്. എന്നാൽ സ്വാതന്ത്ര്യം, ജനാധിപത്യം, സോഷ്യലിസം തുടങ്ങിയ ജനകീയ ലക്ഷ്യങ്ങൾക്ക് അദ്ദേഹം എതിരായിരുന്നില്ല എന്നു മാത്രമല്ല, അവയ്ക്കുവേണ്ടി ശക്തിയുക്തം വാദിച്ചുപോരുകയും ചെയ്തു. എസ് എൻ ഡി പി യോഗത്തിന്റെ അധ്യക്ഷൻ എന്ന നിലയിൽ ചെയ്ത നയപ്രഖ്യാപന പ്രസംഗത്തിലും 35–ാം വാർഷിക സമ്മേളനത്തിന്റെ ദൂരവ്യാപകമായ ഫലങ്ങൾ ഉളവാക്കുന്ന വിവിധ പ്രമേയങ്ങളിലും അയ്യപ്പന്റെ വീക്ഷണം മേൽ സൂചിപ്പിച്ച പരിമിതികളെ ഉല്ലംഘിച്ച് പ്രവഹിക്കുന്നത് കാണാൻ കഴിയും.

എസ് എൻ ഡി പി യോഗ നേതാക്കൾക്കും അനൗപചാരികമായി യോഗത്തിനു തന്നെയും സ്റ്റേറ്റ് കോൺഗ്രസ് പ്രക്ഷോഭണത്തിൽ ഉണ്ടായിരുന്ന പങ്കാളിത്തം മൂലം രോഷാകുലനായ സർ സി പി കമ്പനി നിയമപ്രകാരം രജിസ്റ്റർ ചെയ്ത യോഗത്തിന്റെ ലൈസൻസ് റദ്ദാക്കുമെന്ന് ഭീഷണി പുറപ്പെടുവിച്ചിരുന്നു. ഈ പശ്ചാത്തലത്തിലാണ് യോഗവാർഷികം ചേർന്നത്. അയ്യപ്പനെപ്പോലെ ഒരു കുശാഗ്രബുദ്ധിയായ യുക്തിവാദിക്ക് മാത്രം കഴിയുന്ന വിധത്തിൽ സർക്കാരിന്റെ ഈ നീക്കത്തിനു പുറകിലുള്ള നിയമരാഹിത്യത്തെയും യുക്തിഹീനതയെയും അദ്ദേഹം പച്ചില മുറിക്കുന്ന കത്രികയുടെ ചടുലതയോടെ മുറിച്ചു മുറിച്ചു തള്ളുന്നത് വായിക്കാൻ രസമാണ്. അതെല്ലാം അദ്ദേഹത്തിൽനിന്ന് പ്രതീക്ഷിക്കാവുന്നതുതന്നെ. എന്നാൽ അതോടൊപ്പം അദ്ദേഹത്തിൽനിന്ന് കേരളീയർ സാധാരണ കേട്ടിട്ടില്ലാത്തതും ഒരു എ കെ ജിയിൽനിന്നോ സി കേശവനിൽനിന്നോ മാത്രം കേൾക്കാൻ കഴിയുന്നതും ആയ വെല്ലുവിളിയുടെയും സമരത്തിന്റെയും സ്വരവും അയ്യപ്പന്റെ അധ്യക്ഷപ്രസംഗത്തിൽ അനുരണനം ചെയ്യുന്നത് അസ്വാഭാവികം എങ്കിലും ആവേശജനകമാണ്. അതും സന്ദർഭം ആവശ്യപ്പെട്ടാൽ തനിക്ക് സാധിക്കുമെന്നും തന്റെ സാധാരണ രീതിയിലുള്ള രാഷ്ട്രീയ മിതവാദം (പൊളിറ്റിക്കൽ ലിബറലിസം) സമരോത്സുകമായ വിപ്ലവത്തിന് (റാഡിക്കൽ റെവല്യൂഷനിസം) വഴിമാറുമെന്നും സഹോദരൻ അയ്യപ്പൻ തെളിയിക്കുമ്പോൾ അദ്ദേഹത്തിന്റെ സൈദ്ധാന്തിക ചക്രവാളം പ്രതീക്ഷിച്ചതിനെക്കാൾ വികസ്വരമാണെന്ന് നാം മനസിലാക്കുന്നു. എസ് എൻ ഡി പി യോഗത്തിന്റെ 35-ാം വാർഷികത്തിൽ അയ്യപ്പൻ ചെയ്ത പ്രക്ഷോഭജനകമായ പ്രഭാഷണത്തിന്റെ ചില ഭാഗങ്ങൾ താഴെ ചേർക്കുന്നു:

> പ്രക്ഷുബ്ധമായ ഒരു രാജ്യാന്തരീക്ഷത്തിൽ സമ്മേളിച്ചിരിക്കുന്ന നമ്മുടെ ആലോചനയ്ക്കുവരുന്ന ഗൗരവപ്പെട്ട സംഗതികളെപ്പറ്റി വികാരാധീനത വരാതെ ശാന്തമായും വിവേകപൂർവമായും ചിന്തിച്ച് തീരുമാനങ്ങൾ ചെയ്യേണ്ട ആവശ്യകത നമ്മൾ പ്രത്യേകം ഓർത്തിരിക്കേണ്ടതാണ്....
>
> യോഗം പ്രാതിനിധ്യം വഹിക്കുന്ന ഈഴവർ ഉൾപ്പെടെ തിരുവിതാംകൂറിലെ സർവജനങ്ങളും ചേർന്ന് സ്റ്റേറ്റ് കോൺഗ്രസിന്റെ ആഭിമുഖ്യത്തിൽ നടത്തുന്ന ഘോരമായ സഹനസമരം മൂർധന്യത്തിൽ എത്തിയിരിക്കുന്ന അവസരമാണിത്. യോഗത്തിന് സ്റ്റേറ്റ് കോൺഗ്രസുമായി ബന്ധമില്ലെങ്കിലും സ്റ്റേറ്റ് കോൺഗ്രസിന്റെ ഘടനപ്രകാരം യോഗത്തിന് അതുമായി ബന്ധത്തിനു മാർഗമില്ലെങ്കിലും യോഗത്തിന്റെ അംഗങ്ങളുടെ നിലയിലല്ലാതെതന്നെ സ്റ്റേറ്റ് കോൺഗ്രസിന്റെ അംഗങ്ങളെന്ന നിലയിലും സ്വതന്ത്രമായും ഈഴവർകൂടി ഏർപ്പെട്ടു നടത്തുന്ന ആ ഉത്തരവാദഭരണസ്ഥാപന ശ്രമ

ത്തെപ്പറ്റി ഈ പ്രസംഗത്തിൽ പറയേണ്ടത് ആവശ്യമാണ്. അത് വാസ്തവത്തിൽ തിരുവിതാംകൂറിനെ മാത്രം സംബന്ധിക്കുന്ന ഒരു പ്രശ്നമല്ല, ഒരു സർവേന്ത്യാ പ്രശ്നമാണ്. ഇന്ത്യ ഐക്യത്തിലേക്ക് ത്വരിതപ്രയാണം ചെയ്യുന്നു. ആ ഐക്യം ഫെഡറേഷൻ കൊണ്ടേ സാധിക്കുകയുള്ളൂ. യഥാർഥവും ഉറച്ചതുമായ ഫെഡറേഷൻ സാധിക്കണമെങ്കിൽ നാട്ടുരാജ്യങ്ങൾ ഉത്തരവാദഭരണം സാധിച്ച് സ്വയംഭരണമുള്ള സംസ്ഥാനങ്ങളോടൊപ്പമെത്തണം. അതിനുള്ള ഓട്ടമാണ് ഇപ്പോൾ മൈസൂരിലും കാശ്മീരിലും ഹൈദരാബാദിലും മറ്റുമെന്നപോലെ തിരുവിതാംകൂറിലും കാണുന്നത്. ആ ഗതിയെ തടയുന്ന ഗവൺമെന്റ് അതിന്റെ വേഗം കൂട്ടുകയാണ്, അറിയാതെയാണെങ്കിലും, വാസ്തവത്തിൽ ചെയ്യുന്നത്. സ്വാതന്ത്ര്യത്തിനുവേണ്ടി സ്വാഭാവികമായ ആന്തരപ്രേരണയാൽ തനിയെ മുന്നോട്ടുവരുന്ന ഒരു ജനത്തെ തടഞ്ഞുവയ്ക്കുവാൻ ഒരു ശക്തിക്കും സാധ്യമല്ല. അതിന് ദൃഷ്ടാന്തത്തിനു പുറത്തെങ്ങും പോകേണ്ട ആവശ്യമില്ല. ഇവിടത്തെ സ്വാതന്ത്ര്യസമരം തടയാൻ ഗവൺമെന്റ് ഇതേവരെ എടുത്ത മർദന നടപടികളുടെ അനുഭവം തന്നെ അതു തെളിയിക്കുന്നുണ്ട്. നിരോധന ഉത്തരവുകൾകൊണ്ടുള്ള ശ്വാസം മുട്ടിക്കൽ നിയമലംഘനത്തെ ക്ഷണിച്ചുവരുത്തി. അറസ്റ്റുകളും ശിക്ഷകളും അറസ്റ്റവരിക്കൽ വർധിപ്പിച്ചു. അപ്പോൾ ക്രിമിനൽ ലാ ഭേദഗതി നിയമംകൊണ്ട് പ്രക്ഷോഭം അടിച്ചമർത്താമെന്ന് ഗവൺമെന്റ് നിശ്ചയിച്ചു. ആ നിയമത്തിന് ജനങ്ങളെ ആകെ മനസില്ലാതെ തന്നെയും നിയമലംഘകരാക്കുന്ന ഫലമാണ് ഉണ്ടായിരിക്കുന്നത്. അതുമൂലം ഉണ്ടായിരിക്കുന്ന ലാത്തിച്ചാർജുകളും വെടിവയ്പുകളും അവർക്ക് സംശയവും ഭയവും വല്ലതും ശേഷിച്ചിരുന്നെങ്കിൽ അതുകൂടി നിശേഷം ഇല്ലാതാക്കി. നിരോധന ഉത്തരവുകൾക്കു മുമ്പുള്ള തിരുവിതാംകൂറിലെ ജനസാമാന്യത്തിന്റെ സംശയിച്ചുള്ള നിലയും വെടിവയ്പുകൾക്കുശേഷമുള്ള അവരുടെ നിർഭയമായ പ്രവർത്തനവും തമ്മിലുള്ള വ്യത്യാസം ശരിക്കും മനസിലാക്കുകയാണെങ്കിൽ ഗവൺമെന്റിന്റെ വിഷമങ്ങളും ജനങ്ങളുടെ ക്ലേശാനുഭവങ്ങളും ഒരേകാലം ഇല്ലാതാക്കാനുള്ള സാന്ത്വന നയത്തിലേക്ക് ഗവൺമെന്റ് ഉടനെ തിരിയുമെന്നുള്ളതിൽ രണ്ടുപക്ഷത്തിന് അവകാശമില്ല. ലോകമെങ്ങും പ്രത്യേകിച്ച്, ഇന്ത്യയിലും വ്യാപിച്ചു തിരതല്ലുന്ന സ്വാതന്ത്ര്യാശയങ്ങളുടെ പ്രവാഹം ലോകത്തിൽ ഓരോ ഭാഗങ്ങളിൽ നടക്കുന്ന സ്വാതന്ത്ര്യസമരങ്ങളുടെ വിവരങ്ങൾ ദിനംപ്രതി പത്രങ്ങളിൽ വാ

യിച്ച് ഉൾക്കൊള്ളുന്ന പ്രബുദ്ധരായ തിരുവിതാംകൂർ ജനസാമാന്യത്തിന്റെ ഉള്ളിൽ തള്ളിക്കയറുന്നതിനെ ഇനി തടയുവാൻ സാധ്യമല്ല. സ്വാതന്ത്ര്യത്തിനായിട്ടുള്ള അവരുടെ ഇളക്കം അവരുടെ വളർച്ചയിൽ സ്വാഭാവികമായിത്തന്നെ അനിവാര്യമായി ഉണ്ടായതാണ്. അത് ഏതാനും പേരുടെ സൃഷ്ടിയായ ഒരു പ്രസ്ഥാനമാണെന്ന് ഗവൺമെന്റ് ധരിക്കുന്നത് അപകടമേറിയ അബദ്ധമായിരിക്കും. പട്ടം താണുപിള്ളമാരും ടി എം വർഗീസുമാരും വി കെ വേലായുധന്മാരും പി കെ കുഞ്ഞുമാരും ആ പ്രസ്ഥാനത്തിന്റെ സൃഷ്ടികളല്ലാതെ സ്രഷ്ടാക്കളല്ല. അവരെ അറസ്റ്റ് ചെയ്താൽ അത് അറസ്റ്റ് ചെയ്യപ്പെടുകയില്ല. രാജഭക്തിയിലും സമാധാനപൂർണമായ സേവനത്തിലുംനിന്ന് വ്യതിചലിക്കാത്ത അതിനെ അരാജകത്വവും വിധ്വംസകവുമായി വിചാരിച്ചാലും അതിന് ശക്തികേടു വരികയില്ല. ജനങ്ങളോട് ഉത്തരവാദിത്വമില്ലാത്ത, അതായത്, ജനങ്ങൾക്ക് വയ്ക്കുവാനോ നീക്കുവാനോ ഒരു കൈയുമില്ലാത്ത, ദിവാൻജി പോയി, ആ സ്ഥാനത്ത് ജനങ്ങളോട് ഉത്തരവാദിത്വമുള്ള—അതായത് അവരുടെ വിശ്വാസം സമ്പാദിച്ച് അവരാൽ തിരഞ്ഞെടുക്കപ്പെട്ടു പോരുന്ന—അവരുടെ പ്രതിനിധികൾ അടങ്ങിയ അസംബ്ലിയുടെ ഭൂരിപക്ഷത്തിന്റെ അഭിപ്രായമുള്ളിടത്തോളം കാലം മാത്രം ഉദ്യോഗമുള്ളവരും ആ വിശ്വാസം ഇല്ലാതാകുമ്പോൾ ഉദ്യോഗം ഒഴിയുന്നവരുമായ മന്ത്രിമാർ വന്ന് മഹാരാജാവ് തിരുമനസിലെ പരമാധികാരത്തിൻകീഴിൽ ഭരണം നടത്തുന്ന സമ്പ്രദായം വരുത്താനുള്ള ശ്രമങ്ങൾ തുടങ്ങുകയല്ലാതെ ഇപ്പോഴത്തെ സ്വാതന്ത്ര്യപ്രക്ഷോഭണത്തെ ശമിപ്പിക്കുവാനുള്ള വേറൊരു മാർഗവും ഇല്ല.

....യോഗം ജനറൽ സെക്രട്ടറിയും ആക്ടിങ് ജനറൽ സെക്രട്ടറിയും ഒന്നിലധികം ഡയറക്ടർമാരും സഹോദര സമുദായങ്ങളിലെ അവരുടെ സുഹൃത്തുക്കളും രാജ്യശ്രേയസിനുവേണ്ടി പൂജപ്പുരയിൽ ചെയ്യുന്ന തപവും നെയ്യാറ്റിൻകരയിലും മറ്റും വെടിയും അടിയും ഏറ്റവരിൽ മരിച്ചവരുടെ കുടുംബങ്ങൾക്ക് നേരിട്ട നഷ്ടവും ശേഷിച്ചവർ ആശുപത്രികളിൽ കിടന്ന് അനുഭവിക്കുന്ന വേദനകളും നമ്മൾ എപ്പോഴും ഓർമിക്കുകയും പുറത്തുനിൽക്കുവാൻ സാധിക്കുന്നിടത്തോളം കാലം അവരോടും അവരെല്ലാം ആത്മാർപ്പണം ചെയ്ത പ്രസ്ഥാനത്തോടും നമുക്കുള്ള കടമ നിറവേറ്റുന്നതിൽ ഉന്നിദ്രരായിരിക്കുകയും ചെയ്യേണ്ടതാണെന്നും ഞാൻ നിങ്ങളെ ഉൽബോധിപ്പിച്ചുകൊള്ളട്ടെ. (അതേ പുസ്തകം, പുറം 257–63)

അയ്യപ്പന്റെ അധ്യക്ഷതയിൽ ഈ സമ്മേളനം അംഗീകരിച്ച വിവിധ പ്രമേയങ്ങൾ ഈഴവർ ഉൾപ്പെടെ ജനസാമാന്യത്തിന്റെ സമഗ്രമായ പുരോഗതിക്ക് ഉതകുന്നവയായിരുന്നു. സംസ്ഥാനത്തിന് എല്ലാ വിധത്തിലും ദ്രോഹകരമായ നടപടികളിൽ ഏർപ്പെട്ടിരിക്കുന്ന ദിവാൻ സർ സി പിയെ പിരിച്ചയയ്ക്കുക, നിർബന്ധിതവും സൗജന്യവുമായ പ്രാഥമികവിദ്യാഭ്യാസം നടപ്പിലാക്കുക, തൊഴിലാളികളുടെ കൂലി, വേല സമയം മുതലായവ നിയന്ത്രിക്കുക, ആലപ്പുഴയിലെ തൊഴിലാളി പ്രസ്ഥാനത്തിന്റെ ആദ്യകാല നേതാക്കളിൽ ഒരാളായ ബാവ ലാത്തിയടിയേറ്റ് മരിച്ചതിൽ വ്യസനവും പ്രതിഷേധവും, രാഷ്ട്രീയത്തടവുകാർക്ക് മോചനം, ക്രിമിനൽ നടപടി നിയമത്തിലെ 144–ാം വകുപ്പുപോലുള്ള പൗരാവകാശ നിഷേധ വ്യവസ്ഥകൾ പിൻവലിക്കുക എന്നിങ്ങനെ പോകുന്നു ആ പ്രമേയങ്ങൾ.

മാത്രമല്ല, തൊഴിലാളികളെ സംഘടിപ്പിച്ച് അവകാശ സമരങ്ങൾ നടത്തുന്നതിന് എസ് എൻ ഡി പി നേതൃത്വം സഹായവും നൽകണമെന്ന് അഭ്യർഥിച്ചു. സഹോദരൻ അയ്യപ്പൻ ജന്മഗ്രാമമായ വൈപ്പിൻകരയിലെ ആദ്യ തൊഴിലാളി സംഘടനകളുടെ സ്ഥാപകനായിരുന്നു എന്നത് ഈ അവസരത്തിൽ ഓർമിക്കേണ്ടതുണ്ട്.

VII

ആയിരത്തി തൊള്ളായിരത്തി മുപ്പത്തിയാറിലെ തിരുവിതാംകൂറിലെ ക്ഷേത്രപ്രവേശന വിളംബരം കൊച്ചിയിലും അതിന്റെ അലകൾ ഉയർത്തി. എന്നാൽ അതുപോലൊരു ധീരമായ കാൽവയ്പിനുള്ള ധൈര്യം യാഥാസ്ഥിതികനായ രാജാവിനോ അബ്രാഹ്മണനായ ദിവാൻ സർ ഷൺമുഖം ചെട്ടിക്കോ (1935–41) ഉണ്ടായില്ല. ഉത്തരവാദഭരണത്തിനെതിരെ ജനകീയ അഭിപ്രായം സൃഷ്ടിക്കുന്നതിനും നിവർത്തന പ്രക്ഷോഭത്തിലെ ഈഴവ–ക്രിസ്ത്യൻ സഖ്യം തകർത്ത് ക്രിസ്ത്യാനികളെ ഒറ്റപ്പെടുത്തി സ്വന്തം നിലപാട് ശക്തിപ്പെടുത്താനും ആണ് സർ സി പി ക്ഷേത്രപ്രവേശന വിളംബരത്തിന് പ്രേരണ നൽകിയതെങ്കിലും ഈ വിളംബരത്തെത്തുടർന്നുള്ള അഖിലേന്ത്യാ പ്രതികരണം സി പിക്ക് അനുകൂലമായിരുന്നു. ഈ പ്രതികരണം മൂലം എന്തെങ്കിലും ഒന്ന് ഒരു മറുകൃതിയായി ചെയ്ത് തങ്ങളുടെ പേരും പെരുമയും വളർത്തണം എന്ന് ഷൺമുഖം ചെട്ടിക്കും കൊച്ചി രാജാവിനും ഉണ്ടായത് സ്വാഭാവികം.

ക്ഷേത്രപ്രവേശന വിളംബരം പുറപ്പെടുവിക്കാം എന്നു വച്ചാൽ അതിന് ധൈര്യം ഇല്ലെന്ന് മാത്രമല്ല, എങ്ങനെയെങ്കിലും ധൈര്യം സംഭരിക്കാം എന്നു വച്ചാൽ അത് തിരുവിതാംകൂറിനെ അനുകരിക്കാൻ ആണെന്ന ആക്ഷേപം കേൾക്കേണ്ടിയും വരും. ഈ പശ്ചാത്തലത്തിലാണ് ഷൺമുഖം ചെട്ടിയുടെ ബുദ്ധിശാലയിൽ മറ്റൊരാശയം പൊട്ടിമുളച്ചത്. മൊണ്ടേഗു–ചെംസ്ഫോർഡ് ശുപാർശകൾ പ്രകാരം 1919–ൽ നിയമമായി 1921–ൽ ചില ബ്രിട്ടീഷ് പ്രവിശ്യകളിൽ നിലവിൽവന്ന ദ്വിഭരണവ്യവസ്ഥ കൊച്ചിയിൽ

നടപ്പിലാക്കുകയും ഉത്തരവാദഭരണത്തിലേക്കുള്ള ആദ്യത്തെ ചുവടുവയ്പ് ഇന്ത്യൻ നാട്ടുരാജ്യങ്ങളിൽ കൊച്ചിയിലാണ് നടന്നതെന്ന ഖ്യാതി നേടുകയും ആയിരുന്നു ഷൺമുഖം ചെട്ടിയുടെ ലക്ഷ്യം. അതിൻപ്രകാരം നിയമസഭയോട് ഉത്തരവാദിത്വമുള്ള ഒരു ജനകീയ മന്ത്രിക്ക് അപ്രധാനമായ ചില ഭരണവകുപ്പുകൾ കൈമാറുകയായിരുന്നു പരിപാടി. ഒരു ഭരണപരിഷ്കാര വിളംബരം മുഖേന 1938–ൽ അത് പ്രഖ്യാപനം ചെയ്യപ്പെട്ടു. അതിൻപ്രകാരം നിയമസഭയിലേക്ക് നടത്തപ്പെട്ട തിരഞ്ഞെടുപ്പിൽ സഹോദരൻ അയ്യപ്പനും തൃപ്പൂണിത്തുറയിൽ ഒരു സ്ഥാനാർഥിയായി നിന്ന് മത്സരിച്ച് ജയിച്ചു.

അഖിലേന്ത്യാ പ്രസ്ഥാനത്തിന്റെ ആദർശങ്ങൾ ഉൾക്കൊണ്ടുകൊണ്ട് സംസ്ഥാനത്ത് ഉത്തരവാദഭരണം സ്ഥാപിക്കുക എന്ന ലക്ഷ്യത്തോടുകൂടി പ്രവർത്തിച്ചുതുടങ്ങിയ കൊച്ചിരാജ്യ പ്രജാമണ്ഡലം തിരഞ്ഞെടുപ്പിൽ ഒരു വലിയ സാന്നിധ്യം ആയിരുന്നു എങ്കിലും അവർക്ക് ഭൂരിപക്ഷം നേടാൻ കഴിഞ്ഞില്ല. ചെറിയ ചില ഗ്രൂപ്പുകളും സ്വതന്ത്രന്മാരുമാണ് നിയമസഭയിലെ സംഖ്യാബലത്തിൽ മികച്ചുനിന്നത്. ഈഴവരാദി പിന്നോക്ക സമുദായക്കാരും ക്രിസ്ത്യാനികളെപ്പോലുള്ള ന്യൂനപക്ഷ സമുദായക്കാരും ഏറ്റവും കൂടുതൽ ഈ വിഭാഗത്തിലായിരുന്നു. അവരെല്ലാം ചേർന്ന് 'നാഷണലിസ്റ്റ് പാർട്ടി' എന്നൊരു കക്ഷി രൂപവൽക്കരിച്ചു. സഹോദരനും ഈ പാർട്ടിയിൽ അംഗമായി. അതിന്റെ നേതാവായി തിരഞ്ഞെടുക്കപ്പെട്ട പറമ്പി ലോനപ്പനാണ് കൊച്ചിയിലെ ആദ്യത്തെ ജനകീയ മന്ത്രിയായി നിയമിക്കപ്പെടാൻ ഭാഗ്യമുണ്ടായത്. അദ്ദേഹത്തിനു കിട്ടിയ പൊതുജനാരോഗ്യം, പഞ്ചായത്ത്, സഹകരണം, കൃഷി, ആയുർവേദം, അധഃകൃതസംരക്ഷണം, കുടിൽവ്യവസായ വികസനം എന്നീ വകുപ്പുകൾ ജനസേവനത്തിന് ഉതകുന്നവയാണെങ്കിലും അധികാര രാഷ്ട്രീയത്തിൽ ദുർബലമായിരുന്നു. ധനകാര്യം അപ്പോഴും ദിവാന്റെ കൈയിലാകയാൽ ഈ വകുപ്പുകളിലൂടെ യഥാർഥ ചരടും ദിവാന്റെ കൈയിൽ തന്നെയായിരുന്നു എന്നു പറയാം. ബ്രിട്ടീഷ് ഇന്ത്യയിലെ ഡയാർക്കി അഥവാ ദ്വിഭരണത്തിന്റെ തിക്തഫലങ്ങൾ ഈ വ്യവസ്ഥയ്ക്ക് എന്തെങ്കിലും സൽപ്പേര് നൽകുന്നതല്ലതാനും.

ഈ ഭരണപരിഷ്കാരം നടപ്പിലാക്കി മാസങ്ങൾ പിന്നിടുന്നതിനുമുമ്പ് അന്നത്തെ രാമവർമ രാജാവ് നിര്യാതനാവുകയും കേരളവർമ അധികാരത്തിൽ എത്തുകയും ചെയ്തു. കേരളവർമയുടെ കിരീടധാരണം ആഘോഷിക്കുന്നതിന്റെ ഭാഗമായി ദ്വിഭരണത്തിന്റെ അടിത്തറ കുറെക്കൂടി വ്യാപിപ്പിക്കുകയും ഒരു ജനകീയ മന്ത്രിക്കു പകരം രണ്ട് ജനകീയ മന്ത്രിമാരെ നിയമിക്കാൻ തീരുമാനം ആവുകയും ചെയ്തു. പറമ്പി ലോനപ്പനു പുറമെ രണ്ടാമത്തെ മന്ത്രിയായി സഹോദരൻ അയ്യപ്പനെ നിർദേശിക്കാൻ നീക്കം നടന്നെങ്കിലും ചില സവർണ പ്രമാണിമാരുടെയും യാഥാസ്ഥിതികരുടെയും ഉപജാപങ്ങൾമൂലം അത് നടന്നില്ല. രണ്ടാമത്തെ മന്ത്രിസ്ഥാനം ലഭിച്ചത് കെ ബാലകൃഷ്ണമേനോന് ആയിരുന്നു.

ഒരു പിന്നോക്ക സമുദായക്കാരൻ മന്ത്രിയാകുന്നതിന് എതിരെ ഉപജാപം നടത്തിയ ചില നാഷണലിസ്റ്റ് പാർട്ടിക്കാരോടുള്ള പ്രതിഷേധമായി അയ്യപ്പൻ ഉൾപ്പെടെ 7 പേർ ആ പാർട്ടിയിൽനിന്ന് രാജിവച്ച് 'സോഷ്യലിസ്റ്റ് പാർട്ടി' എന്ന പേരിൽ ഒരു പുതിയ കക്ഷി രൂപീകരിച്ചു. അക്കാലത്തും പിൽക്കാലത്തും കൊച്ചി രാഷ്ട്രീയത്തിൽ പ്രമുഖനായിരുന്ന ധീവരസമുദായ നേതാവ് പി കെ ഡീവർ സോഷ്യലിസ്റ്റ് പാർട്ടിയിൽ ഉണ്ടായിരുന്നത് അതിന്റെ പിന്നോക്കവിഭാഗ ചായ്വ് വ്യക്തമാക്കി. സാമൂഹ്യപരിഷ്കരണങ്ങൾക്കും ഉത്തരവാദിത്വഭരണത്തിനും വേണ്ടി പ്രജാമണ്ഡലത്തോടൊപ്പം നിന്ന് സോഷ്യലിസ്റ്റ് പാർട്ടി വാദിച്ചു. ഈ പാർട്ടി അധികകാലം നീണ്ടുനിന്നില്ലെങ്കിലും അതിന്റെ പേരുതന്നെ അയ്യപ്പന്റെ രാഷ്ട്രീയ പക്ഷപാതങ്ങളുടെ പ്രഖ്യാപനമായി.

1939–ൽ രണ്ടാം ലോകമഹായുദ്ധം പൊട്ടിപ്പുറപ്പെടുകയും മദിരാശി ഉൾപ്പെടെ ബ്രിട്ടീഷ് പ്രവിശ്യകളിലെ കോൺഗ്രസ് മന്ത്രിസഭകൾ രാജിവയ്ക്കുകയും രാജ്യത്താകെ യുദ്ധകാലത്ത് സാധാരണമായ പൗരസ്വാതന്ത്ര്യ നിഷേധ നടപടികൾ ഊർജിതമാവുകയും ചെയ്തതോടെ കൊച്ചി ഉൾപ്പെടെയുള്ള നാട്ടുരാജ്യങ്ങളിൽ രാഷ്ട്രീയ പ്രവർത്തനങ്ങൾ സ്തംഭനാവസ്ഥയിലായി. പിന്നീട് രാഷ്ട്രീയപ്രവർത്തനം വീണ്ടും ഊർജിതപ്പെടുന്നത് 1945–ൽ രണ്ടാം ലോകമഹായുദ്ധം അവസാനിക്കുകയും ബ്രിട്ടനിൽനിന്ന് ഇന്ത്യക്കാരിലേക്ക് അധികാരം കൈമാറുന്നതിനുള്ള കൂടിയാലോചനകൾ ആരംഭിക്കുകയും ചെയ്തതോടെയാണ്. ഇന്ത്യയിലുടനീളം സാമ്രാജ്യത്വവിരുദ്ധ സമരങ്ങൾ വ്യാപിച്ചതോടെ നാട്ടുരാജ്യങ്ങളിലും ഉത്തരവാദഭരണത്തിനുള്ള സമരങ്ങൾ ആരംഭിച്ചിരുന്നു. തിരുവിതാംകൂറിനെയും ഹൈദരാബാദിനെയും ജമ്മു–കാശ്മീരിനെയും പോലുള്ള ചില നാട്ടുരാജ്യങ്ങൾ ജനകീയ പ്രക്ഷോഭങ്ങളെ രൂക്ഷമായി അടിച്ചമർത്താൻ ശ്രമിച്ചപ്പോൾ കൊച്ചിയെപ്പോലുള്ള ചില രാജ്യങ്ങൾ പരിമിതമായ അധികാരക്കൈമാറ്റം കൊണ്ട് പ്രക്ഷോഭകരെ അനുനയപൂർവം നേരിടാനാണ് തീരുമാനിച്ചത്.

ഈ അനുനയത്തിന്റെ തെളിവായിരുന്നു പ്രഥമ സ്വാതന്ത്ര്യസമരത്തിന്റെ തലേന്ന്, അതായത് 1947 ആഗസ്ത് 14–ന് കൊച്ചി രാജാവ് പ്രഖ്യാപിച്ച ഭരണപരിഷ്കാരങ്ങൾ. ഈ സന്ദർഭത്തിൽ ദിവാൻ സർ സി പിയുടെ നേതൃത്വത്തിൽ തിരുവിതാംകൂർ ഇന്ത്യൻ യൂണിയനിൽനിന്ന് വിട്ടുപിരിഞ്ഞ് ഒരു സ്വതന്ത്ര പരമാധികാര രാഷ്ട്രമായി തീരാനുള്ള ശ്രമവും പൂർണ ജനാധിപത്യത്തിനുപകരം 'അമേരിക്കൻ മോഡൽ' എന്ന ഓമനപ്പേര് നൽകി ദിവാന്റെ സർവാധിപത്യം സ്ഥാപിക്കാനുള്ള നീക്കവും നടക്കുകയായിരുന്നു എന്ന് ഓർക്കുക. കൊച്ചി രാജാവിന്റെ ഭരണപരിഷ്കാര വിളംബരം അനുസരിച്ച് ദേവസ്വം, പട്ടാളം, പൊലീസ്, ജയിൽ, കൊട്ടാരം എന്നീ ദത്ത (വെസ്റ്റഡ്) വകുപ്പുകൾ ഒഴിച്ച് എല്ലാ വകുപ്പുകളും ജനപ്രതിനിധികളായ മന്ത്രിമാർക്ക് കൈമാറും. കോൺഗ്രസിലെ ഒരു പുരോഗമനവിഭാഗവും സോഷ്യലിസ്റ്റ്–കമ്യൂണിസ്റ്റ് പാർട്ടികളും ഇങ്ങനെ

ഏതാനും വകുപ്പുകൾ ദത്തമായി പരിഗണിച്ച് പിടിച്ചുവയ്ക്കുന്നതിനെ എതിർത്തിരുന്നു എങ്കിലും പൊതുവെ മറ്റ് പാർട്ടികളെല്ലാം വിളംബരത്തെ സ്വാഗതം ചെയ്യുകയാണുണ്ടായത്. ഇതേക്കുറിച്ച് സഹോദരൻ അയ്യപ്പൻ തന്റെ വാരികയിൽ എഴുതിയ കുറിപ്പ് അദ്ദേഹത്തിന്റെ അന്നത്തെ രാഷ്ട്രീയ നിലപാടുകളിലേക്ക് വെളിച്ചം വീശുന്നു:

> മഹാരാജാവിന്റെ സന്ദേശത്തിൽ ഇന്ത്യക്കാർക്ക് സാമുദായികാവലോകനത്തിൽ ഒരു വിപ്ലവവും സാംസ്കാരികമായ പുനരുജ്ജീവനവും അത്യന്താപേക്ഷിതമാണെന്ന് എടുത്തു പറഞ്ഞിട്ടുണ്ട്. ഞങ്ങൾക്ക് വളരെ മുമ്പുമുതൽക്കുള്ള ഒരഭിപ്രായമാണിത്. ഇന്ത്യയിൽ ദേശീയ ബോധമുള്ളവരെന്ന് അഭിമാനിക്കുന്നവരിലധികം പേരും സാമൂഹ്യമായ വ്യത്യാസങ്ങളെ മുറുകെ പിടിക്കുന്നവരും രാഷ്ട്രീയ രംഗങ്ങളിൽ ആ വ്യത്യാസങ്ങളില്ലെന്നു ഭാവിക്കുകയും അവ ഉണ്ടെന്നു വാദിക്കുന്നവരെ സമുദായവാദികളെന്നു പറഞ്ഞ് പുച്ഛിക്കുകയും ചെയ്യുന്നവരുമായിട്ടാണ് കണ്ടുവരുന്നത്. ഈ പൊരുത്തമില്ലാത്ത നയത്തിൽ കായ്ച്ച തിക്തഫലമാണ് ഇന്നത്തെ ഇന്ത്യൻ വിഭജനമെന്ന് തീർത്തും പറയാവുന്നതാണ്. അതുകൊണ്ട്, പകുത്തവ വീണ്ടും ഒന്നിക്കണമെങ്കിൽ മഹാരാജാവ് പറയുന്ന മാതിരി ഒരു അവലോകന വിപ്ലവം ഇവിടെ ഉണ്ടായേ മതിയാകൂ. രാഷ്ട്രീയ പുരോഗതിക്കൊപ്പംതന്നെ സാമുദായിക പരിഷ്കാര ശ്രമങ്ങളും നടക്കേണ്ടതായിരുന്നു എന്ന അഭിപ്രായമാണ് ഞങ്ങൾക്കുള്ളത്. ആ പരിഷ്കാരം ഉണ്ടാകാതെ രാഷ്ട്രീയ സ്വാതന്ത്ര്യത്തിൽ സാമുദായിക വ്യത്യാസങ്ങളും തജ്ജന്യമായ അസ്വസ്ഥതകളും പിന്നെയും അവശേഷിക്കുകതന്നെ ചെയ്യും. ജാതി ഇല്ലാതായി മതം വ്യക്തികാര്യമായിത്തീർന്ന ഇംഗ്ലണ്ടിലെയും ഫ്രാൻസിലെയും മറ്റും ജനങ്ങൾ തങ്ങൾ ഇംഗ്ലീഷുകാരും ഫ്രഞ്ചുകാരും മറ്റുമാണെന്ന് അഭിമാനം കൊള്ളുന്ന രീതിയിലും അർഥത്തിലും ഇന്ത്യയിലെയും ജനങ്ങൾക്ക് തങ്ങൾ ഇന്ത്യക്കാരാണെന്ന് വിചാരിക്കാനും അഭിമാനിക്കാനും സാമുദായികമായി തമ്മിൽ കലരാനും സാധിക്കണം. (അതേ പുസ്തകം, പുറം 285)

അന്ന് കൊച്ചി നിയമസഭയിൽ ഉണ്ടായിരുന്നത് കോൺഗ്രസുകാരുടെ പ്രജാമണ്ഡലത്തിനു പുറമെ പറമ്പി ലോനപ്പന്റെ നാഷണലിസ്റ്റ് പാർട്ടി, കെ അയ്യപ്പന്റെ സോഷ്യലിസ്റ്റ് പാർട്ടി, ടി കെ നായരുടെ പ്രോഗ്രസീവ് പാർട്ടി എന്നിവയായിരുന്നു. ഈ കക്ഷികൾ എല്ലാവരും ചേർന്ന് പ്രധാനമന്ത്രി പനമ്പിള്ളി ഗോവിന്ദമേനോന്റെ നേതൃത്വത്തിൽ മന്ത്രിസഭ രൂപീകരിച്ചു. സി ആർ ഇയ്യുണ്ണി, ടി കെ നായർ എന്നിവരോടൊപ്പം സഹോദരൻ അയ്യപ്പനും

മന്ത്രിസഭയിൽ ചേർന്നു. പക്ഷേ ഇന്ത്യ ആഗസ്ത് 15-ന് സ്വതന്ത്രയാവുകയും തിരുവിതാംകൂർ, ഹൈദരാബാദ്, ജനഗഡ്, ജമ്മു-കാശ്മീർ തുടങ്ങിയ ചില നാട്ടുരാജ്യങ്ങൾ ഒഴിച്ച് മറ്റുള്ളവ എല്ലാം ഒന്നിനു പുറകെ ഒന്നായി ഇന്ത്യൻ യൂണിയനിൽ ചേരുകയും ചെയ്തതോടെ കൊച്ചിയും ആ മാതൃക പിന്തുടർന്നു. അതോടുകൂടി ആഗസ്ത് 14-ന് പ്രഖ്യാപിച്ച ദ്വിഭരണം അവസാനിപ്പിച്ച് സമ്പൂർണ ഉത്തരവാദിത്വഭരണം നിലവിൽവരികയും പനമ്പിള്ളി തന്നെ പ്രധാനമന്ത്രിയായി മന്ത്രിസഭ ഉടച്ചുവാർക്കുകയും ചെയ്തു. ഈ മന്ത്രിസഭയിലും അയ്യപ്പൻ അംഗമായിരുന്നു. പോലീസ് വകുപ്പിന്റെ ചുമതല ഉണ്ടായിരുന്ന ടി കെ നായരും പനമ്പിള്ളിയും തമ്മിലുള്ള തർക്കങ്ങൾ ഈ മന്ത്രിസഭയുടെ തകർച്ചയ്ക്ക് വഴിവച്ചു. രാജേന്ദ്ര മൈതാനത്ത് നടന്ന ഒരു സമ്മേളനത്തിനു നേരെ ടി കെ നായരുടെ പൊലീസ് നടത്തിയ നരനായാട്ട് മന്ത്രിസഭയുടെ തകർച്ച ത്വരിതപ്പെടുത്തി. തുടർന്ന് ടി കെ നായർ പ്രധാനമന്ത്രിയായി രൂപീകരിച്ച മന്ത്രിസഭയിലും തുടർന്നു. എന്നാൽ ടി കെ നായരുടെ മന്ത്രിസഭയ്ക്കെതിരെ നാട്ടിലാകെ ഉയർന്നുവന്ന ജനരോഷം കാരണം ആ മന്ത്രിസഭ പിരിച്ചുവിടപ്പെട്ടു. ഈ ജനകീയ പ്രക്ഷോഭണത്തിനു നേതൃത്വം നൽകിയ പ്രജാമണ്ഡലവും കമ്യൂണിസ്റ്റ് പാർട്ടിയും സോഷ്യലിസ്റ്റ് ഗ്രൂപ്പുകളും മുൻനിരയിൽ എത്തിയതോടെ മറ്റു

1948-ൽ പ്രജാമണ്ഡലം മന്ത്രിമാർ സത്യപ്രതിജ്ഞയ്ക്കുശേഷം. ഇടത്തുനിന്ന്- പനമ്പിള്ളി, അയ്യപ്പൻ, ഇക്കണ്ടവാരിയർ, ഔസേപ്പ്

കക്ഷികൾക്ക് നിൽക്കക്കള്ളിയില്ലാതായി. സഹോദരനും പ്രജാമണ്ഡല ത്തിൽ ചേരാൻ തീരുമാനിച്ചു. പ്രജാമണ്ഡലം പ്രതിനിധീകരിക്കുന്ന കോൺ ഗ്രസ് രാഷ്ട്രീയത്തിന്റെ സവർണ യാഥാസ്ഥിതികത്വത്തെ എക്കാലത്തും എതിർത്തുപോന്നിട്ടുള്ള അയ്യപ്പന്റെ ഈ പുതിയ ചുവടുമാറ്റം അദ്ദേഹ ത്തിന്റെ അനുയായികളിൽത്തന്നെ അമ്പരപ്പുളവാക്കി. അവരെ സമാശ്വ സിപ്പിക്കാൻ അയ്യപ്പൻ നടത്തിയ വിശദീകരണം അദ്ദേഹത്തിന്റെ കാഴ്ച പ്പാടിന്റെ പരിണാമത്തെയാണോ അതോ കോൺഗ്രസിന് കൊച്ചിയിലും ഇന്ത്യ ഒട്ടാകെയും ലഭിച്ച മുൻകൈമൂലം ഉളവായ ആശയക്കുഴപ്പത്തെയാ ണോ പ്രതിഫലിപ്പിക്കുന്നതെന്ന് വ്യക്തമായി പറയാൻ വിഷമമാണ്. ഏതായാലും ഈ രണ്ട് ഘടകങ്ങളും അയ്യപ്പന്റെ ചുവടുമാറ്റത്തിൽ പ്രതി ഫലിച്ചിരുന്നു എന്നത് വാസ്തവം. അയ്യപ്പന്റെ വിശദീകരണത്തിൽ സ്വ തഃസിദ്ധമായ യുക്തിസാമർത്ഥ്യത്തിന്റെയും ചിന്താ പരിണാമത്തിന്റെയും അനുരണനങ്ങൾ കേൾക്കാൻ കഴിയും. അയ്യപ്പൻ വാദിക്കുന്നു:

> യോഗത്തിലെ അംഗങ്ങൾക്ക് സ്വന്തനിലയിൽ ഏതു രാ ഷ്ട്രീയ ഘടനയിലും ചേരാവുന്നതാണ്. യോഗത്തിലെ പല അംഗങ്ങളും യോഗസംഘടനയിലെ പല ഉദ്യോഗസ്ഥന്മാ രും ഇതിനുമുമ്പുതന്നെ മണ്ഡലം, കമ്യൂണിസ്റ്റ് പാർട്ടി മുത ലായ രാഷ്ട്രീയ സംഘടനകളിൽ ചേർന്നിട്ടുണ്ട്.... ഉത്തര വാദഭരണവും പ്രായപൂർത്തിവോട്ടും നടക്കുമ്പോൾ സമു ദായങ്ങൾ ഏതെങ്കിലും രാഷ്ട്രീയകക്ഷികളിൽ പെടാതെ സമുദായ സംഘടനകളെ മാത്രം ആശ്രയിച്ച് ഒറ്റതിരിഞ്ഞു നിൽക്കുന്നത് പൊതുതാൽപ്പര്യങ്ങൾക്കു മാത്രമല്ല, സമു ദായ താൽപ്പര്യങ്ങൾക്കുതന്നെ ഹാനികരമായിരിക്കും. (അതേ പുസ്തകം, 292)

1948–ൽ കൊച്ചി നിയമസഭയിലേക്കു നടന്ന തിരഞ്ഞെടുപ്പിൽ പള്ളിപ്പുറം നിയോജകമണ്ഡലത്തിൽ നിന്നും അയ്യപ്പൻ തിരഞ്ഞെടുക്കപ്പെട്ടു. 53 തിര ഞ്ഞെടുക്കപ്പെട്ട അംഗങ്ങളിൽ 43 പേർ പ്രജാമണ്ഡലംകാരായിരുന്നു. പ്ര ജാമണ്ഡലം നേതാവ് ഇക്കണ്ടവാര്യർ പ്രധാനമന്ത്രിയായി രൂപീകരിക്ക പ്പെട്ട മന്ത്രിസഭയിൽ കെ അയ്യപ്പൻ പൊതുമരാമത്ത് മന്ത്രിയായി. അദ്ദേഹ ത്തിന്റെ രണ്ടാമത്തെ മന്ത്രിസഭാ പ്രവേശനമായിരുന്നു. 1949 ജൂലായ് 1–ന് തിരുവിതാംകൂറും കൊച്ചിയും ലയിച്ച് തിരു–കൊച്ചി സംസ്ഥാനം രൂപം കൊണ്ടതോടെ ഇരു സംസ്ഥാനങ്ങളുടെയും നിയമസഭകൾ പരസ്പരം ലയിപ്പിച്ച് ഒരു പുതിയ മന്ത്രിസഭ രൂപീകരിക്കേണ്ടത് ആവശ്യമായിവന്നു.

തിരുവിതാംകൂർ മുഖ്യമന്ത്രിയായിരുന്ന പറവൂർ ടി കെ നാരായണപി ള്ളയുടെ നേതൃത്വത്തിൽ പ്രഥമ തിരു–കൊച്ചി മന്ത്രിസഭ രൂപീകരിച്ച പ്പോൾ അതിൽ അയ്യപ്പൻ അംഗമായിരുന്നു. ഈ മന്ത്രിസഭയുടെ പ്രവർ ത്തനങ്ങൾ കൊച്ചിക്കാരും തിരുവിതാംകൂർകാരും തമ്മിലുള്ള ഭിന്നതക

ളും കോൺഗ്രസിനകത്തെ സ്ഥാപിതതാൽപ്പര്യക്കാരും വർഗീയവാദികളും നടത്തിയ കുത്തിത്തിരിപ്പുകളും മൂലം സുഗമമായിരുന്നില്ല. അസുഖകരമായ ഈ അന്തരീക്ഷം അയ്യപ്പനെ ശ്വാസം മുട്ടിച്ചു. കൂടാതെ അദ്ദേഹത്തിന്റെ ആരോഗ്യനില വഷളായിവരികയും ചെയ്തു. ചെലവ് ചുരുക്കൽ പരിപാടിയുടെ ഭാഗമായി കുറെ കീഴ്ജീവനക്കാരെ പിരിച്ചുവിടാനുള്ള മന്ത്രിസഭയുടെ തീരുമാനവും അയ്യപ്പന് ഇഷ്ടപ്പെട്ടില്ല. ഇക്കാരണങ്ങൾ എല്ലാം മുൻനിർത്തി 1949 ഡിസംബറിൽ അയ്യപ്പൻ തിരു-കൊച്ചി മന്ത്രിസഭയിൽനിന്ന് രാജിവച്ചു. രാജി പിൻവലിക്കാൻ മുഖ്യമന്ത്രി ടി കെ ഉൾപ്പെടെ പല നേതാക്കളും പരിശ്രമിച്ചെങ്കിലും അയ്യപ്പൻ രാജിതീരുമാനത്തിൽ ഉറച്ചുനിൽക്കുകയാണ് ചെയ്തത്. അങ്ങനെ മൂന്നാം തവണത്തെ ഹ്രസ്വകാല മന്ത്രിപദവും അവസാനിച്ചു. പിന്നീട് അദ്ദേഹം നിയമസഭകളിലേക്ക് മത്സരിക്കുകയോ മന്ത്രിപദം സ്വീകരിക്കുകയോ ഉണ്ടായിട്ടില്ല.

എങ്കിലും 1968 മാർച്ച് 6-ാം തീയതി നിര്യാതനാകുന്നതുവരെ സർവാദരണീയനായ രാഷ്ട്രതന്ത്രജ്ഞൻ, കുശാഗ്രബുദ്ധിയായ യുക്തിവാദി, കൃതഹസ്തനായ പത്രാധിപർ എന്നീ നിലകളിൽ 1957 വരെ പ്രധാനമായി തിരു-കൊച്ചിയിലും 1957-നുശേഷം കേരളത്തിലാകെയും രാഷ്ട്രീയ, സാമൂഹ്യ, സാംസ്കാരിക രംഗങ്ങളിൽ ഒരു ഉപദേഷ്ടാവും തിരുത്തൽശക്തിയുമായി സഹോദരൻ അയ്യപ്പൻ പ്രവർത്തിച്ചുപോന്നു.

സഹോദരൻ അയ്യപ്പന്റെ സംഭാവനകളെ വിലയിരുത്തുന്ന ഇ എം എസ് നമ്പൂതിരിപ്പാടിന്റെ ഉദ്ധരണിയോടുകൂടി ഈ അധ്യായം ഉപസംഹരിക്കാം:

> ശ്രീനാരായണഗുരുവിന്റെ ഒരു അടുത്ത ശിഷ്യനായ സഹോദരൻ അയ്യപ്പനിൽനിന്നാണ് യുക്തിവാദത്തെയും നിരീശ്വരവാദത്തെയും കുറിച്ച് ഞാൻ ആദ്യം കേൾക്കുന്നത്. കാൾ മാർക്സിനെക്കുറിച്ച് കേൾക്കുന്നതിനു മുമ്പുതന്നെ സഹോദരന്റെ ലേഖനങ്ങൾ ഞാൻ വായിച്ചുപഠിച്ചിരുന്നു. ഒരു തലമുറയെയാകെ കരുപ്പിടിപ്പിക്കുന്ന കാര്യത്തിൽ ഇത്രയേറെ സുപ്രധാനമായ പങ്കുവഹിച്ച മറ്റൊരാൾ ഈ കാലഘട്ടത്തിൽ കേരളത്തിലുണ്ടായിരുന്നുവോ എന്ന് സംശയമാണ്. ●

13

കുറ്റിപ്പുഴ കൃഷ്ണപിള്ള യുഗപ്രഭാവനായ യുക്തിവാദി

മഹാനായ സ്വതന്ത്രചിന്തകനും സാംസ്കാരിക നായകനും അധ്യാപകപ്രവരനും പ്രശസ്ത വാഗ്മിയും ആയിരുന്ന പ്രൊഫ. കുറ്റിപ്പുഴ കൃഷ്ണപിള്ള 1900 ആഗസ്ത് 1–ാം തീയതിയാണ് ജനിച്ചത്. 1971 ഫെബ്രുവരി 11–ാം തീയതി അന്തരിച്ചു. ഈ സന്ദർഭത്തിൽ അദ്ദേഹം കേരളത്തിന്റെ നവോത്ഥാനത്തിനു നൽകിയ ബൃഹത്തായ സംഭാവന കളെ സ്മരിക്കുന്നത് ഉചിതമായിരിക്കും.

എറണാകുളം ജില്ലയിലെ പറവൂർ താലൂക്കിന്റെ കിഴക്കേഭാഗത്തുള്ള കുന്നുകര ഗ്രാമത്തിലെ കുറ്റിപ്പുഴ എന്ന പ്രദേശത്താണ് കുറ്റിപ്പുഴ ജനിച്ചത്. താഴ്ന്ന ഇടത്തരം കുടുംബത്തിൽപ്പെട്ട കുറ്റിപ്പുഴയുടെ സാഹചര്യങ്ങൾ സമ്പന്നമായിരുന്നുവെന്നു പറഞ്ഞുകൂടാ. അയൽപ ക്കത്തുള്ള അയിരൂർ പ്രാഥമിക വിദ്യാലയത്തിലും പത്തുപന്ത്രണ്ട് നാഴിക അകലെ ആലുവാ സെന്റ് മേരീസ് സ്കൂളിലും പഠിച്ചശേഷം കോളേജ് വിദ്യാഭ്യാസത്തിന് പോകാനുള്ള ധനശേഷി ഇല്ലാതിരുന്ന തിനാൽ മലയാളം വിദ്വാൻ പരീക്ഷയ്ക്കാണ് അദ്ദേഹം പോയത്. തുടർ

ന്നദ്ദേഹം ആലുവായിലെ അദ്വൈതാശ്രമ വിദ്യാലയത്തിൽ ചുരുങ്ങിയ വേതനത്തിന് ഒരു മലയാളം മുൻഷിയായി ജോലിയിൽ പ്രവേശിച്ചു. ഇക്കാലമെല്ലാം തന്റെ മിതമായ പരീക്ഷായോഗ്യതകൾക്കപ്പുറം മലയാളത്തിനു പുറമെ സംസ്കൃതം, ഇംഗ്ലീഷ് മുതലായ ഭാഷകളിലും വാസനാവൈഭവവും കഠിനാധ്വാനവുംകൊണ്ട് അവഗാഹം നേടാൻ യത്നിച്ചു.

അദ്വൈതാശ്രമത്തിലെ അധ്യാപനകാലം ശ്രീ നാരായണഗുരുവിന്റെ സന്ദർശന സാമീപ്യങ്ങൾകൊണ്ട് കുറ്റിപ്പുഴയ്ക്ക് അനുഗ്രഹമായി. വിവേകാനന്ദന്റെ കൃതികളും ഗുരുവിന്റെ സാമീപ്യവും കുറ്റിപ്പുഴയെ വേദാന്തത്തിൽ പണ്ഡിതനും വിശ്വാസിയുമാക്കി. ചെറുപ്പംതൊട്ടേ ഭക്തനും വേദേതിഹാസങ്ങളിൽ നിഷണാതനും ആയിരുന്ന കുറ്റിപ്പുഴയുടെ വിശ്വാസങ്ങൾക്ക് ഒരു നവീന മാനം നൽകാൻ നാരായണഗുരുവിന്റെ ഉപദേശങ്ങളും ജാതിവിരുദ്ധ നവോത്ഥാനയത്നങ്ങളും ഉപകരിച്ചു. കുറ്റിപ്പുഴ അദ്വൈതാശ്രമ വിദ്യാലയത്തിൽ 1926–ൽ ചേർന്ന് 1928–ൽ പിരിഞ്ഞുപോരുമ്പോഴേക്കും സ്വാമി സമാധിയടഞ്ഞിരുന്നു. 1928–ൽ ആലുവാ യൂണിയൻ ക്രിസ്ത്യൻ കോളേജിൽ മലയാളം അധ്യാപകന്റെ ജോലി ഒഴിവ് വന്നപ്പോൾ കുറ്റിപ്പുഴയ്ക്ക് അത് ലഭിച്ചു. 1961 വരെ ആദ്യം മുൻഷിയും പിന്നെ ലക്ചററും അവസാനം പ്രൊഫസറുമായി തുടർന്നു. ജോലിയിൽനിന്ന് വിരമിച്ചശേഷമുള്ള പത്തുവർഷക്കാലവും വളരെ പ്രവർത്തനനിരതമായ ഒരു ജീവിതമാണ് അദ്ദേഹം നയിച്ചത്. സാഹിത്യ അക്കാദമി അധ്യക്ഷൻ, യൂണിവേഴ്സിറ്റികളിലെ വിവിധ വിദഗ്ധസമിതികളിൽ അധ്യക്ഷൻ, കാൾ മാർക്സിന്റെ *മൂലധനം* മൂന്ന് സഞ്ചികകളുടെ വിവർത്തനം നിർവഹിച്ച സംഘത്തിന്റെ തലവൻ, സർവോപരി സാംസ്കാരിക നായകനും വാഗ്മിയും എന്നീ നിലകളിലുള്ള വ്യാപകമായ പ്രവർത്തനങ്ങൾ തന്റെ അവസാനത്തെ പത്തുവർഷം അദ്ദേഹത്തെ കർമനിരതനാക്കി.

ഭക്തിയിൽനിന്ന് യുക്തിയിലേക്ക്

ഭക്തിയിലും വേദാന്തത്തിലും ജീവിതം ആരംഭിച്ച കുറ്റിപ്പുഴ കൃഷ്ണപിള്ളയുടെ വീക്ഷണത്തിൽ വലിയൊരു പരിവർത്തനം വരുത്തിയത് ചാൾസ് ഡാർവിന്റെ പരിണാമവാദം സംബന്ധിച്ച പുസ്തകങ്ങളാണ്. ചാൾസ് ഡാർവിന്റെ *ഒറിജിൻ ഓഫ് സ്പീഷിസ്*, *ഡിസന്റ് ഓഫ് മാൻ* മുതലായ കൃതികൾ കുറ്റിപ്പുഴയുടെ ചിന്തകളെ കീഴ്മേൽ മറിക്കുകയും ശാസ്ത്രചിന്തയുടെയും യുക്തിവാദത്തിന്റെയും മാർഗത്തിലേക്ക് അദ്ദേഹത്തെ നയിക്കുകയും ചെയ്തു. ഭാരതീയ ദർശനത്തിൽ സ്വപരിശ്രമംകൊണ്ട് അവഗാഹം നേടിയിരുന്ന കുറ്റിപ്പുഴ പ്രാചീന യവന ദർശനങ്ങളും ചൈനീസ് ദർശനങ്ങളും ആധുനിക പാശ്ചാത്യ ദർശനങ്ങളും വിപുലമായ പഠനത്തിന് വിധേയമാക്കി. ഇവയെപ്പറ്റിയൊക്കെ മലയാളത്തിൽ ഇപ്പോൾ ലഭ്യമായ കൃതികളിൽ ലാളിത്യം കൊണ്ടും ശാസ്ത്രീയ നിഷ്കർഷ

ചാൾസ് ഡാർവിൻ

കൊണ്ടും വിലപ്പെട്ടത് കുറ്റിപ്പുഴയുടെ ഉപന്യാസ രൂപത്തിലുള്ള കൃതികളാണ്.

ഇങ്ങനെ ഭക്തിയിൽനിന്നും അദ്വൈതത്തിൽനിന്നും ആധുനിക ചിന്തയുടെ രാജപാതയിലേക്ക് കുറ്റിപ്പുഴ പ്രവേശിച്ച് മുന്നേറുമ്പോഴാണ് കാൾ മാർക്സിന്റെയും എംഗൽസിന്റെയും കൃതികളിൽ ചെന്നെത്തിയത്. അത് അദ്ദേഹത്തിന്റെ ബൗദ്ധിക പുരോഗതിയിൽ പുതിയൊരു പടവായിത്തീർന്നു. ഈ കാലഘട്ടത്തെക്കുറിച്ച് കുറ്റിപ്പുഴ ഇങ്ങനെ എഴുതുന്നു:

> ആ ഇടയ്ക്ക് ഞാൻ ഏറ്റവുമധികം ഇഷ്ടപ്പെട്ടിരുന്ന ഗ്രന്ഥകാരനാണ് ബർട്രാൻഡ് റസ്സൽ. അദ്ദേഹത്തിന്റെ യുക്തിവാദമനോഭാവം എന്നെ ഒട്ടധികം ആകർഷിച്ചു. ഞാൻ മാർക്സിസം പഠിക്കാൻ തുടങ്ങിയത് ഇത്രയും കഴിഞ്ഞതിനുശേഷമാണ്. കാൾ മാർക്സ്, എംഗൽസ്, ലെനിൻ—ഈ ഗ്രന്ഥകാരന്മാർ എന്റെ വിജ്ഞാന മാർഗത്തിൽ കുറെയധികം വെളിച്ചം വീശിയിട്ടുണ്ട്. ഇവരോട് താരതമ്യപ്പെടുത്തുമ്പോൾ എനിക്കിതുവരെ പരിചിതമായ മിക്ക ഗ്രന്ഥകാരന്മാരും ഒരുപടി താഴെ മാത്രമേ നിൽക്കുന്നുള്ളൂ. ഒരുപക്ഷേ എന്റെ നോട്ടക്കുറവുകൊണ്ടാകാം ഇങ്ങനെ തോന്നുന്നത്. എന്തെങ്കിലും ആകട്ടെ, എന്റെ അനുഭവം അതാണ്. മാർക്സിസം വിജ്ഞാന ശ്രേണിയുടെ പരമോന്നത പടിയാണെന്നോ അതിനപ്പുറം ഒന്നുമില്ലെന്നോ ഞാൻ പറയുന്നില്ല. അങ്ങനെ അതിർത്തി കൽപ്പിക്കുന്നത് വിഡ്ഢിത്തമാണെന്ന് മാർക്സിസംതന്നെ നമ്മെ പഠിപ്പിക്കുന്നുണ്ട്. പക്ഷേ ജീവിതത്തെ സമഗ്രമായി വീക്ഷിച്ച് സ്വതന്ത്രമായി ചിന്തിക്കുന്നവർക്ക് പ്രസ്തുത സിദ്ധാന്തം താരതമ്യേന കൂടുതൽ സ്വീകാര്യമാണെന്ന് പറയേണ്ടിവരും. (*ഗ്രന്ഥാവലോകനം*, 1990, പുറം 112)

അധ്യാപനവും നവോത്ഥാനവും

ഒരു അധ്യാപകൻ എന്ന നിലയിൽ കുറ്റിപ്പുഴയുടെ ജീവിതം മാതൃകാപരവും പ്രശസ്തവുമായിരുന്നു. അദ്ദേഹം പഠിപ്പിച്ചുവിട്ട ആയിരക്കണക്കിനു വിദ്യാർഥികളിൽ അനേകംപേർ സമൂഹത്തിന്റെ വിവിധ തലങ്ങളിൽ പ്രശസ്തരായി. രാഷ്ട്രീയരംഗത്തെ പല പ്രാമാണികരും, പ്രത്യേകിച്ച്, ഇടതുപക്ഷ രാഷ്ട്രീയനേതാക്കൾ രാഷ്ട്രീയത്തിലെയും പ്രത്യയശാസ്ത്രത്തിലെയും ആദ്യപാഠങ്ങൾ പഠിച്ചത് കുറ്റിപ്പുഴയിൽനിന്നാണ്. പി കെ വാസുദേവൻനായർ, മലയാറ്റൂർ രാമകൃഷ്ണൻ, എം എം ചെറിയാൻ, കെ സി മാത്യു, അഡ്വക്കേറ്റ് ജനറലായിരുന്ന എം എം

അബ്ദുൾ ഖാദർ, പന്തളം രവിവർമ, ജെ ചിത്തരഞ്ജൻ, ഐസക് തോമസ് തുടങ്ങി പിൽക്കാലത്ത് ഉയർന്ന നിലകളിൽ എത്തിയ ഇടതുപക്ഷക്കാർ ഇടതുപക്ഷത്തെയും മാർക്സിസത്തെയും കുറിച്ച് ആദ്യം കേട്ടത് കുറ്റിപ്പുഴയിൽനിന്നാണ്. ഈ ലേഖകനും അദ്ദേഹത്തിന്റെ ക്ലാസിലിരുന്ന് പഠിക്കുവാൻ ഭാഗ്യമുണ്ടായിട്ടുണ്ട്.

കുറ്റിപ്പുഴ അധ്യാപകജോലിയിൽ ചേർന്നശേഷമാണ് അധ്യാപക വിദ്യാർഥികൾക്കുള്ള പ്രത്യേക ആനുകൂല്യങ്ങൾ ഉപയോഗപ്പെടുത്തി ആദ്യം ബി ഒ എല്ലും പിന്നീട് എം എയും കരസ്ഥമാക്കിയത്. കുറ്റിപ്പുഴയുടെ കാലത്ത് മലയാളം കോളേജ് അധ്യാപകർക്ക് മറ്റുള്ളവരോടൊപ്പം ശമ്പളമോ മറ്റു സേവനവ്യവസ്ഥകളോ പ്രൊഫസർ പദവിപോലുമോ അപ്രാപ്യമായിരുന്നു. 1957–ൽ അധികാരത്തിൽ വന്ന പ്രഥമ കേരള മന്ത്രിസഭയിലെ വിദ്യാഭ്യാസ മന്ത്രി എന്ന നിലയിൽ പ്രൊഫ. ജോസഫ് മുണ്ടശ്ശേരിയാണ് മാതൃഭാഷാധ്യാപകരോടുള്ള ഈ വിവേചനം അവസാനിപ്പിച്ചത്. സഹാധ്യാപകരുടെയും വിദ്യാർഥികളുടെയുമിടയ്ക്ക് മലയാളം അധ്യാപകരോട് അർഹമായ ബഹുമാനമൊന്നും ഉണ്ടായിരുന്നില്ല. ശീലാവതി എന്ന പരിഹാസപ്പേരും മലയാളം മുൻഷിമാർക്ക് പലരും കൽപ്പിച്ചിരുന്നു. എന്നാൽ കുറ്റിപ്പുഴയാകട്ടെ, വിനയാന്വിതനെങ്കിലും പ്രതിഭാപ്രഭാവം കൊണ്ടും സഹാധ്യാപകരുടെയും വിദ്യാർഥികളുടെയും സാർവത്രികമായ പ്രീതികൊണ്ടും ബഹുമാനം പിടിച്ചുപറ്റി എന്നുതന്നെ പറയാം.

കോളേജ് യൂണിയന്റെയും മറ്റ് കലാ–സാംസ്കാരിക സംഘടനകളുടെയും യോഗത്തിൽ കുറ്റിപ്പുഴയുടെ സാന്നിധ്യം സദസ് നിറച്ചിരുന്നു. പ്രസിദ്ധ സാഹിത്യ നിരൂപകനായ ഡി. പത്മനാഭനുണ്ണി, പിൽക്കാലത്ത് കോൺഗ്രസ് എം പിയായ സി പി മാത്യു, ഷേക്സ്പിയർ വിദഗ്ധനായ അരുവാമുദം അയ്യങ്കാർ, പ്രശസ്ത വാഗ്മിയും സംഗീതജ്ഞനുമായിരുന്ന ധനശാസ്ത്ര അധ്യാപകൻ രാമാനുജം, ഓക്സ്ഫോർഡിൽ പഠിച്ചുവന്ന എം എ, എംലിറ്റ് ബിരുദധാരി പ്രൊഫ. ഇട്ടിയേര, സർവാദരണീയനായ കെ സി ചാക്കോ തുടങ്ങിയ പല പ്രഗത്ഭമതികളുമടങ്ങിയ പ്രൊഫസർമാരുടെ ഇടയിൽ യുക്തിവാദിയും മാർക്സിസ്റ്റുമായ കുറ്റിപ്പുഴ എന്ന മലയാളം മുൻഷിയുടെ സ്ഥാനം ഒരിക്കലും പിന്നിലായിരുന്നില്ല. യുക്തിവാദവും നിരീശ്വരത്വവും അക്ഷന്തവ്യമായ മഹാപാപമാണെന്ന് കരുതുന്നവർപോലും കുറ്റിപ്പുഴയുടെ വാക്ധോരണിയിൽ ലയിച്ച് സംഗീതംപോലെ ആസ്വദിച്ച് തലയാട്ടുന്ന രംഗങ്ങൾ അരനൂറ്റാണ്ട് പിന്നിട്ടിട്ടും മറക്കാനാവുന്നില്ല.

1930–കൾ തൊട്ടുതന്നെ കുറ്റിപ്പുഴ മറ്റു പ്രവർത്തനങ്ങളിലും ഏർപ്പെടാൻ തുടങ്ങി. സാംസ്കാരിക സമ്മേളനങ്ങളിൽ കുറ്റിപ്പുഴയുടെ സാന്നിധ്യം വളരെ വിലപ്പെട്ടതായി കണക്കാക്കപ്പെട്ടു. ഇക്കാലത്തുതന്നെയാണ് യുക്തിവാദിസംഘടനയുമായും അതിലെ പ്രാമാണികരായ സഹോദരൻ അയ്യപ്പൻ, എം സി ജോസഫ്, രാമവർമ തമ്പാൻ, സ്വതന്ത്രസമുദായം മാധവൻ തുടങ്ങിയവരുമായി അദ്ദേഹം നിരന്തരം ഇടപഴകിത്തുടങ്ങിയത്.

എം സി ജോസഫിന്റെ പത്രാധിപത്യത്തിൽ ഇരിങ്ങാലക്കുടനിന്ന് പ്രസിദ്ധീകരിക്കപ്പെട്ടിരുന്ന *യുക്തിവാദി* മാസികയിലെ സ്ഥിരം എഴുത്തുകാരനായിരുന്നു കുറ്റിപ്പുഴ. 1940-കളുടെ മധ്യത്തോടുകൂടി ഇടതുപക്ഷ സമ്മേളനങ്ങളിലും ട്രേഡ്യൂണിയൻ സാംസ്കാരിക യോഗങ്ങളിലും കുറ്റിപ്പുഴ പങ്കെടുത്തുതുടങ്ങി. പ്രത്യേകിച്ചും ആലപ്പുഴ, ചേർത്തല മേഖലയിലെ ട്രേഡ്യൂണിയൻ സമ്മേളനങ്ങളിൽ അദ്ദേഹം ഒരു നിത്യ പങ്കാളിയായി.

കൃതികൾ

ആയിരത്തിത്തൊള്ളായിരത്തി നാൽപ്പത്തിനാലിൽ പ്രസിദ്ധീകരിക്കപ്പെട്ട കുറ്റിപ്പുഴയുടെ രണ്ടാമത്തെ ലേഖനസമാഹാരമായ *വിചാരവിപ്ലവം* (ഒന്നാമത്തേത് 1936-ൽ പുറത്തുവന്ന *സാഹിതീയം*) അക്കാലത്ത് ഒരു ചെറിയ കോളിളക്കംതന്നെ ഉണ്ടാക്കി. സോഷ്യലിസം, മാർക്സിസം, വൈരുധ്യാത്മക ഭൗതികവാദം, ഒക്ടോബർ സോഷ്യലിസ്റ്റ് വിപ്ലവം, ലിയോൺ ട്രോത്സ്കി തുടങ്ങിയ വിഷയങ്ങളെ അധികരിച്ച് പിൽക്കാലത്തെപ്പോലെ പുസ്തകങ്ങളൊന്നും കാര്യമായി പുറത്തുവന്നിട്ടില്ലാത്ത അക്കാലത്ത് *വിചാരവിപ്ലവം* വിദ്യാർഥികൾക്കിടയിലും വായനക്കാർക്കിടയിലും രാഷ്ട്രീയ പ്രവർത്തകർക്കിടയിലും ഒരു പ്രാഥമിക പാഠപുസ്തകം തന്നെയായി പ്രയോജനപ്പെട്ടു.

അതിനുശേഷം അദ്ദേഹത്തിന്റെ ജീവിതകാലത്തുതന്നെ പത്ത് ലേഖനസമാഹാരങ്ങൾ പ്രസിദ്ധീകരിക്കപ്പെട്ടു. പൂർണമായ പുസ്തകരൂപത്തിൽ ഒന്നുംതന്നെ കുറ്റിപ്പുഴയിൽനിന്ന് നമുക്ക് ലഭിച്ചിട്ടില്ല. അദ്ദേഹത്തിന്റെ ജീവിതകാലത്ത് പ്രസിദ്ധീകരിക്കപ്പെട്ട 12 കൃതികൾ *സാഹിതീയം* (1936), *വിചാരവിപ്ലവം* (1944), *വിമർശനരശ്മി* (1947), *നിരീക്ഷണം* (1951), *ഗ്രന്ഥാവലോകനം* (1959), *ചിന്താതരംഗം* (1960), *മാനസോല്ലാസം* (1963), *മനനമണ്ഡലം* (1965), *സാഹിതീകൗതുകം* (1965), *നവദർശനം* (1967), *ദീപാവലി* (1967), *സ്മരണമഞ്ജരി* (1969) എന്നിവയാണ്. ഇവയിൽനിന്നെല്ലാം തിരഞ്ഞെടുക്കപ്പെട്ട ലേഖനങ്ങൾ ചേർത്ത് 1969-ൽ സാഹിത്യപ്രവർത്തക സഹകരണസംഘം സാമാന്യം വലിയ ഒരു സഞ്ചിക കൂടി പ്രസിദ്ധീകരിക്കുകയുണ്ടായി. 1971-ൽ കുറ്റിപ്പുഴ നിര്യാതനായതിനെത്തുടർന്ന് *വിമർശനദീപ്തി* (1974), *യുക്തിവിഹാരം* (1975), *വിമർശനവും വീക്ഷണവും* (1976) എന്നിവ കൂടി പ്രസിദ്ധീകരിക്കപ്പെട്ടു. 1990-ൽ സാഹിത്യ അക്കാദമി അദ്ദേഹത്തിന്റെ ലേഖനങ്ങൾ മൂന്ന് സഞ്ചികകളായി പ്രസിദ്ധീകരിച്ചത് പഴയ പുസ്തകങ്ങൾ പലതും കിട്ടാനില്ലാത്ത സാഹചര്യത്തിൽ വായനക്കാർക്ക് അനുഗ്രഹമായി.

മനംമയക്കുന്ന ശബ്ദജാലം

എന്താണീ ശബ്ദജാലം? ആ അപകടംപിടിച്ച വാക്കുതന്നെ—മതം. മതം, എവിടെയും നാം ആ പദം പ്രയോഗിക്കുന്നു. എന്ത് അർഥവും നാം അതിന് കൊടുക്കുന്നു. ഇതുപോലെ അർഥവിചാരമില്ലാതെയും വാദക്കു

ഴപ്പം വരുത്തിയും പ്രയോഗിക്കുന്ന യാതൊരു വാക്കും ഇല്ലെന്നു പറയാം. വാഗർഥസംബന്ധമായ യാതൊരു വ്യവസ്ഥയും ഈ വാക്ക് ഉപയോഗിക്കുന്നവർ ആദരിക്കാറില്ല. എത്രയെത്ര വാദകോലാഹലങ്ങളാണ് തന്മൂലം ലോകരംഗത്ത് പ്രത്യക്ഷപ്പെടാറുള്ളത്! മനുഷ്യന്റെ വിചാരത്തിലും വിശ്വാസത്തിലും ഇത്രയും കലുഷത കലർത്തിയിട്ടുള്ള വേറൊരു പദം പ്രചാരത്തിലില്ലെന്നു തോന്നുന്നു. മതം എന്ന വാക്കിന്റെ അർഥവലയത്തിൽ എന്തെല്ലാം കടന്നുകൂടുന്നുണ്ടെന്നു നോക്കുക! പരബ്രഹ്മധ്യാനം മുതൽ ഹിന്ദു-മുസ്ലീം ലഹളവരെ അതിനകത്തു കാണാം. ജനനനിയന്ത്രണത്തിനും സ്പെയിനിലെ കലാപത്തിനും കൂടി അതിൽ സ്ഥാനമുണ്ട്. ഇങ്ങനെ ഒരു വ്യവസ്ഥയും ഇല്ലാതെ ചുറ്റിക്കളിക്കുന്ന ഈ വാക്കിന് ഒരു അർഥപരിമിതി നിശ്ചയിക്കേണ്ടത് അത്യാവശ്യമായിരിക്കുന്നു.

മതം ആവശ്യമാണെന്നു കാണിക്കാനും തത്സംബന്ധമായ കലഹം ശമിപ്പിക്കുവാനും ഇപ്പോൾ ഒരു പുതിയ വാദം പ്രചരിച്ചുതുടങ്ങിയിട്ടുണ്ടല്ലോ; അതായത്, എല്ലാ മതങ്ങളും ഒന്നാണെന്നുള്ളത്. ഇതും പരമാബദ്ധമായ ഒരു അഭിപ്രായമാകുന്നു. മതത്തിന് കൽപ്പിക്കുന്ന അർഥത്തിന് ഇവിടെയും കുഴപ്പം വരുത്തുന്നുണ്ട്. അതിന്റെ രൂഢിയായ അർഥം സ്വീകരിക്കുകയാണെങ്കിൽ എല്ലാ മതങ്ങളും ഒന്നാകാൻ നിവൃത്തിയില്ല. അപ്രകാരം ഒന്നാകുമ്പോൾ മതം എന്നുള്ളത് ഇല്ലാതായിപ്പോകുന്നതാണ്. ക്രിസ്തുവും കൃഷ്ണനും ഒന്നാണോ? അതുപോലെ പള്ളിയും അമ്പലവും ഒന്നാകുമോ? ഇതുപോലെ ആചാരാനുഷ്ഠാനങ്ങളിലും ഭിന്നമതങ്ങൾ തമ്മിൽ വ്യത്യാസങ്ങളില്ലേ? സർവതിന്റെയും ആന്തരതത്വം ഒന്നായതുകൊണ്ട് എല്ലാം ഒന്നാണെന്നുള്ള വാദം ഒരിക്കലും സാധുവല്ല. ഇങ്ങനെ വാദിക്കുന്നവർ മനുഷ്യനും മൃഗവും മരവും ഒന്നാണെന്നു പറയുമോ? ഈ മൂന്നും സൂക്ഷ്മരൂപത്തിൽ വിദ്യുന്മയകണങ്ങളായി മാറി ഒന്നായിത്തീരാമെന്ന് സയൻസ് പഠിപ്പിക്കുന്നതുകൊണ്ട് വ്യാവഹാരികലോകത്തിൽ വ്യത്യാസം നശിച്ചുപോകുന്നുണ്ടോ? ഇതുപോലെതന്നെയാണ് മതങ്ങളുടെ നിലയും. ആചാരം, അനുഷ്ഠാനം, വിശ്വാസം, സംഘടന, ഈശ്വരാവതാരങ്ങൾ മുതലായവയിൽ വ്യത്യാസങ്ങൾ ഉള്ളിടത്തോളംകാലം മതങ്ങളും ഭിന്നമായിരിക്കും. എന്തെന്നാൽ മേൽപ്പറഞ്ഞവയുടെ ആകെത്തുകയാണ് മതം. അതുതന്നെയാണ് അതിന്റെ സാധാരണ അർഥം. മതം എന്നു കേൾക്കുമ്പോൾ നാം എല്ലാവരും മനസിലാക്കുന്നതും ഇതൊക്കെത്തന്നെയാണ്. അവയെല്ലാം മറച്ചുവച്ചുകൊണ്ട് മതമാഹാത്മ്യം കാണിക്കാൻ അവയുടെ ഉള്ളിൽ കിടക്കുന്ന സൂക്ഷ്മബീജമായ ഈശ്വരാംശം മാത്രം എടുത്ത് ഉൽഘോഷിക്കുന്നത് സാമാന്യജനതയെ വഞ്ചിക്കാനുള്ള ഒരു ശബ്ദജാലം തന്നെയാകുന്നു.

മതവും ഭാരതവും

ബ്രിട്ടീഷ് ഗവൺമെന്റോ മഹാത്മാഗാന്ധിയോ അല്ല, മതമാണ് ഇന്ത്യയെ ഭരിക്കുന്നത്. പുരാതന ചരിത്രത്തിൽ എത്ര പുറകോട്ടു നോക്കിയാ

ലും ഈ കാഴ്ചതന്നെ കാണാം. ഭാരതം മതത്തിലൂടെ ഉറങ്ങുകയും ഉണരുകയും ചെയ്തുകൊണ്ടിരിക്കുന്നു. ചിന്തയിൽ സ്വാതന്ത്ര്യം, ആചാരത്തിൽ അടിമത്തം ഇതാണ് ഭാരതീയരുടെ മതജീവിതം. ഇതുകൊണ്ട് അഭിവൃദ്ധിയും അധഃപതനവും ഉണ്ടായിട്ടുണ്ട്. മതത്തിന്റെ രസം കലർന്നെങ്കിലേ ഏതിനും ഈ നാട്ടിൽ വളർച്ച ലഭിക്കൂ. ഈശ്വരനില്ലെന്ന വാദവും ഒരു മതാകൃതി പൂണ്ടാൽ ഇവിടെ ആദരണീയമാകും! മതപരമായ ചിന്തയിലും ആചാരങ്ങളിലും മറ്റെങ്ങും കാണാത്ത വൈവിധ്യവും വൈചിത്ര്യവുമാണ് ഈ രാജ്യത്ത് നിലനിന്നുപോരുന്നത്. ഹിന്ദുമതം എന്ന പേരുതന്നെ നോക്കുക: ഹിന്ദുക്കളുടെ മതം എന്നൊരു സാമാന്യാർഥമേ ഈ വാക്കിനുള്ളൂ. എന്താണ് ഹിന്ദുക്കളുടെ മതം എന്നു ചോദിച്ചാലോ, ഉത്തരം പറയുവാൻ വിഷമിക്കും. എത്രയെത്ര ഭിന്നമതങ്ങൾ ഹിന്ദുക്കൾക്കിടയിൽ പ്രചരിച്ചിരിക്കുന്നു? ഹിന്ദുമതമെന്ന ആ മഹാസമുദ്രത്തിനകത്ത് എന്തെല്ലാം ഉൾപ്പെടുന്നുണ്ടെന്ന് ഇതുവരെ ആരും തിട്ടപ്പെടുത്തി പറഞ്ഞിട്ടില്ല. പരബ്രഹ്മതത്വം മുതൽ പാഷണ്ഡമതം വരെയുള്ള നാനാവിധ സിദ്ധാന്തങ്ങളും ജപധ്യാനയാഗഹോമാദിയായി നരബലിപര്യന്തമുള്ള കർമകാണ്ഡപരിപാടികളും ഓങ്കാരംതൊട്ട് 'ഭരണിപ്പാട്ട്' വരെയുള്ള സങ്കീർത്തനാവലികളും ആ വിശാലവലയത്തിൽ സ്ഥലം പിടിച്ചിരിക്കുന്നു. പരസ്പര വൈപരീത്യങ്ങളുടെ ഒരു സമാഹാരമാണ് മനുഷ്യൻ എന്നൊരു പണ്ഡിതൻ അഭിപ്രായപ്പെട്ടിട്ടുണ്ട്; ഹിന്ദുമതവും ഏതാണ്ട് ഇതുപോലെയത്രെ. അന്യോന്യാഭിഘട്ടനം നടത്തുന്ന സിദ്ധാന്തങ്ങളുടെ സമ്മേളനം ഇതുപോലെ വിചിത്രമായി മറ്റൊരു മതത്തിലുമില്ല. ഏകാനേകദേവത്വം, ദ്വൈതാദ്വൈതം, സഗുണനിർഗുണബ്രഹ്മം ഇങ്ങനെ ജോടി ജോടിയായി എത്രയോ ഉദാഹരണങ്ങളുണ്ട്. ഈശ്വരനും ആത്മാവുമില്ലാത്ത ഒരു മതം വേറൊരിടത്തും ഒരു മതമായി ഗണിക്കപ്പെട്ടിട്ടുണ്ടെന്നു തോന്നുന്നില്ല. അതിനും ഹിന്ദുക്കളുടെ ഇടയിൽ ഒരു സ്ഥാനം ലഭിച്ചു. ഈ പ്രസ്ഥാനത്തിന് അവർ ഇട്ട പേരാണ് ചാർവാകമതമെന്നത്.

ചാതുർവർണ്യവും ഭഗവദ്ഗീതയും

വിശിഷ്ടതത്വരത്നങ്ങളുടെ ഒരു പേടകമാണ് ഗീത എന്നതിന് സംശയമില്ല. എങ്കിലും ആധുനിക ചിന്താഗതിക്ക് യോജിക്കാത്തതും ആവശ്യമില്ലാത്തതുമായ പല ആശയങ്ങളും അതിൽ കടന്നുകൂടിയിട്ടുണ്ട്. ഇക്കൂട്ടത്തിൽ തിരസ്കാരമർഹിക്കുന്ന ഒന്നാണ് അതിലെ ചാതുർവർണ്യസിദ്ധാന്തം. ഗീതയിൽ ഭഗവദ്വചനങ്ങളെന്നു വിശ്വസിക്കപ്പെടുന്നവയെല്ലാം വാസ്തവത്തിൽ വ്യാസവചനങ്ങളാണല്ലോ. ബ്രാഹ്മണപ്രാമാണ്യത്തെയും ഇതരജാതികളുടെ ബ്രാഹ്മണദാസ്യത്തെയും ഇന്ത്യയിൽ അരക്കിട്ടുറപ്പിക്കുന്നതിനു സഹായിച്ചിട്ടുള്ള രണ്ട് മഹാകവികളാണ് വ്യാസനും വാൽമീകിയുമെന്ന്, അവരോടുള്ള ഭക്ത്യാദരങ്ങൾക്ക് തെല്ലും കുറവില്ലാതെതന്നെ, പറയേണ്ടിയിരിക്കുന്നു. ഭാരത രാമായണ ഗ്രന്ഥങ്ങൾക്ക് സാഹിതീയവും സാംസ്കാരികവുമായ മൂല്യം എന്തുമാത്രമുണ്ടായാലും മേൽ

പ്പറഞ്ഞ വസ്തുത നിഷേധിക്കാവുന്നതല്ല. അതിനുള്ള തെളിവുകൾ എത്ര വേണമെങ്കിലും രണ്ടു ഗ്രന്ഥത്തിലുമുണ്ട്. ബ്രാഹ്മണപ്രാമാണ്യ ത്തിന്റെ അധിഷ്ഠാനമാണ് ചാതുർവർണ്യം. ഒരു തത്വശാസ്ത്രഗ്രന്ഥമായ ഗീതയിൽപ്പോലും അതിന് അമിതമായ പ്രാധാന്യം ലഭിച്ചിരിക്കുന്നു. അർജുനനെ യുദ്ധോദ്യുക്തനാക്കാൻ കൃഷ്ണൻ ക്ഷത്രിയധർമം ഉപ ദേശിക്കുന്നതിന്റെ ഉപപത്തി മനസിലാക്കാം. എന്നാൽ ഈയൊരു കാര്യ ത്തിനുവേണ്ടി നാലു ജാതിയെയും നിരത്തിനിർത്തി ഇത്രയേറെ ചാതുർ വർണ്യവിചാരം നടത്തേണ്ടതുണ്ടോ? ഓരോ ജാതിയും അതതിന്റെ തൊ ഴിൽ വിട്ടൊന്നും ചെയ്യരുതെന്നും ചെയ്തുപോയാൽ വർണസങ്കരം എന്ന ഭയങ്കരദോഷത്തിൽപ്പെട്ട് ലോകം നശിക്കുമെന്നും അർഥംവരുന്ന ശ്ലോ കങ്ങൾ അനേകമുണ്ട് ഗീതയിൽ. ഇത്രയൊക്കെ വിസ്തരിക്കാതെതന്നെ, സർവജ്ഞനായ ഭഗവാന് അർജുനനെ സ്വധർമനിരതനാക്കാമല്ലോ. അ തിനുപകരം,

ചാതുർവർണ്യം മയാ സൃഷ്ടം
ഗുണകർമവിഭാഗശഃ
തസ്യ കർത്താരമപി മാം
വിധ്യ കർത്താരമവ്യയം

എന്ന് ജാതിവ്യവസ്ഥയുടെ ഉൽപ്പത്തിമാഹാത്മ്യത്തെ ഘോഷിച്ചു കൊണ്ടാണ് ഗീതാകാരന്റെ പുറപ്പാട്.

ഗാന്ധിയും വർണാശ്രമവ്യവസ്ഥയും

മഹാത്മാഗാന്ധി മിശ്രവിവാഹത്തെ അനുകൂലിക്കുകയും അയി ത്തോച്ചാടനത്തിനുവേണ്ടി അനവരതം പ്രയത്നിക്കുകയും ചെയ്തിരു ന്നുവെങ്കിലും അദ്ദേഹം വർണധർമത്തിന് എതിരല്ലായിരുന്നു. ഒരിക്കൽ ഡോക്ടർ അംബേദ്കർക്ക് കൊടുത്ത മറുപടിയിൽ ഗാന്ധിജി ഇങ്ങനെ പറയുകയുണ്ടായി: “ഞാൻ വിശ്വസിക്കുന്ന ഹിന്ദുമതത്തിൽ ഊച്ചനീച ത്വമില്ല. എന്നാൽ ഡോക്ടർ അംബേദ്കർ വർണാശ്രമധർമത്തോടുതന്നെ സമരത്തിനു പുറപ്പെടുമ്പോൾ അദ്ദേഹത്തിന്റെ ക്യാമ്പിൽ നിൽക്കുക എ നിക്ക് സാധ്യമല്ല. എന്തെന്നാൽ വർണാശ്രമധർമം ഹിന്ദുമതത്തിന്റെ ഒരു അവിഭാജ്യഘടകമാണെന്ന് ഞാൻ വിശ്വസിക്കുന്നു.” രാഷ്ട്രപിതാവിനെ ഈ വിശ്വാസത്തിൽ കൊണ്ടെത്തിച്ചത് അദ്ദേഹം ഒരു പ്രമാണഗ്രന്ഥമായി കരുതിയിരുന്ന ഭഗവദ്ഗീതയാണെന്നുവരാം. ഉപനിഷത്തുകളിൽ ഇന്നും നമ്മെ സംബന്ധിച്ചിടത്തോളം യാതൊരു പ്രസക്തിയും അർഥവുമില്ലാത്ത തും നിസാരവുമായ കാര്യങ്ങൾ ധാരാളമുണ്ടെന്ന് (There is much that is trivial and without any meaning or relevence for us today) നെഹ്രു, *ഇന്ത്യ യെ കണ്ടെത്തൽ* എന്ന ഗ്രന്ഥത്തിൽ അഭിപ്രായപ്പെട്ടിട്ടുണ്ട്. ഈ അഭിപ്രാ യം ഭഗവദ്ഗീതയ്ക്കും കുറെയൊക്കെ യോജിക്കുന്നില്ലേ? അതേ ഗ്രന്ഥ ത്തിൽത്തന്നെ ജാതിയെപ്പറ്റി നെഹ്രു “അത് ഇപ്പോഴും ഒരു ഭാരവും ശാപ വുമാണ്” (It is still a burden and curse) എന്ന് അധിക്ഷേപിച്ചിരിക്കുന്നു.

ഈ ഭാരത്തിന്റെയും ശാപത്തിന്റെയും ബീജങ്ങളാണ് ഗീതയിലെ ചാതുർവർണ്യ സിദ്ധാന്തത്തിൽ തത്വചിന്തയുടെ വേഷമണിഞ്ഞുകിടക്കുന്നത്. അവയെ വേർതിരിച്ച് കണ്ടറിയാനുള്ള ചിന്താസ്വാതന്ത്ര്യവും നിരൂപണബുദ്ധിയും നിത്യപാരായണോത്സുകരായ ഗീതാഭക്തന്മാർക്കും വേണ്ടതാകുന്നു.

ചാർവാകമതം

പ്രപഞ്ചം, മിഥ്യ, സംസാരം, ദുഃഖമയം, ഇഹലോകം, നിസാരം, പരലോകം, പ്രധാനം, ശരീരം, നികൃഷ്ടം, ആത്മാവ്, ഉൽക്കൃഷ്ടം ഇത്യാദി പ്രത്യക്ഷാനുഭവവിരുദ്ധങ്ങളായ ആശയങ്ങൾ സാമാന്യജനതയിൽ ഒരു വിഷാദാത്മകത്വവും നൈരാശ്യവുമാണ് ഉളവാക്കിയത്. മൃഗബലി, മന്ത്രോച്ചാരണം, യാഗഹോമങ്ങൾ തുടങ്ങിയവയെ സ്വർഗദ്വാരകവാടങ്ങളാക്കിക്കാണിച്ച് പുരോഹിതന്മാർ ധനാപഹരണം നടത്തിപ്പോന്നു. ഇങ്ങനെ ദുഷിച്ചുപോയ വൈദികകാലത്തിന്റെ അവസാനഘട്ടത്തിൽ, യുദ്ധങ്ങളും അന്തഃഛിദ്രങ്ങളുംകൊണ്ട് ജനങ്ങളുടെ സ്വസ്ഥജീവിതം ധ്വസ്തമായതോടുകൂടി അവരുടെ വൈദിക മതവിശ്വാസം ശിഥിലമായിത്തുടങ്ങി. ഇങ്ങനെയൊരു പരിതഃസ്ഥിതിയിലാണ് ഭൗതികവാദപ്രധാനമായ ചാർവാകമതത്തിന്റെ ഉൽപ്പത്തി. ഇരുട്ടിൽക്കൊളുത്തിയ ദീപംപോലെ, അത് ജനതയുടെ ബുദ്ധിക്ക് വെളിച്ചംകൊടുത്തു. വൈദികമത സംബന്ധിയായ സകലതിനെയും ചോദ്യംചെയ്തുകൊണ്ടും അപഹസിച്ചുകൊണ്ടുമായിരുന്നു അതിന്റെ പുറപ്പാട്. തൽഫലമായി സംശയിക്കുവാനും അന്വേഷിക്കുവാനുമുള്ള സ്വതന്ത്രമനോഭാവം ജനങ്ങളിൽ അങ്കുരിച്ചു. ചുരുക്കത്തിൽ, വൈദികത്വത്തെ വെല്ലുവിളിച്ച ഒരു വിചാരവിപ്ലവമാണ് ചാർവാകമതം. അഥവാ മതത്തിൽനിന്നു മോചനം നേടാനുള്ള മതം എന്നു പറയാം. വേദങ്ങളുടെ പ്രാമാണ്യവും ഈശ്വരസത്തയും ആത്മാവിന്റെ അനശ്വരത്വവും ഇന്ത്യയിലെ തത്വാന്വേഷണത്തെ ഒരു ക്ലിപ്തവൃത്തത്തിൽ തടഞ്ഞുനിർത്തിയ കോട്ടകളാകുന്നു. വിശ്രുതരായ ദാർശനികർക്കുപോലും ഇവയെ ഭേദിക്കാൻ ധൈര്യമുണ്ടായിട്ടില്ല. സാംഖ്യാദർശകനായ കപിലൻ അതിപ്രശസ്തനായ ഒരു യുക്തിവാദിയായിരുന്നെങ്കിലും അദ്ദേഹവും വേദപ്രാമാണ്യത്തെ അയുക്തമാംവണ്ണം വകവച്ചുകൊടുത്തു. അഭേദ്യങ്ങളെന്നു കരുതപ്പെടുന്ന ഈ മൂന്നു കോട്ടകളെയും തകർക്കുവാൻ ചാർവാകന്മാർക്കേ ധൈര്യമുണ്ടായുള്ളൂ. അവർ വെട്ടിത്തുറന്ന സ്വതന്ത്രപന്ഥാവിനെത്തുടർന്നാണ് ജൈനബുദ്ധമതങ്ങൾ ആവിർഭവിച്ചത്.

യുക്തിവാദം

ഇംഗ്ലീഷിൽ 'റാഷണലിസം' (Rationalism) എന്നുള്ള വാക്കിന് മലയാളത്തിൽ സാധാരണ പറഞ്ഞുവരുന്ന പേരാണല്ലോ യുക്തിവാദം. ഈ പദംകൊണ്ട് വിവക്ഷിതാർഥം വേണ്ടുവോളം വെളിവാകുന്ന സ്ഥിതിക്ക്

ഇതിന്റെ വ്യാകരണവും വ്യുൽപ്പത്തിയും മറ്റും ശരിയോ തെറ്റോ എന്ന് അന്വേഷിച്ച് സമയം കളയേണ്ട ആവശ്യമില്ല. യുക്തിയെ അഥവാ ന്യായത്തെ അവലംബിച്ചുള്ള വാദമാണ് യുക്തിവാദം എന്ന് ഏവർക്കും അറിയാവുന്നതാണ്. എല്ലാവരിലും യുക്തിവിചാരശീലം ഉണ്ടായിരിക്കെ, യുക്തിവാദികൾ എന്നൊരു പ്രത്യേകതരക്കാർ എങ്ങനെ വന്നുകൂടിയെന്നു തോന്നാം. അവർ യുക്തിവാദത്തിനു പ്രത്യേക പ്രാധാന്യവും പരിപോഷണവും നൽകുന്നതുകൊണ്ടുതന്നെയെന്ന് ഇതിനു സമാധാനം.

ചാൾസ് ബ്രാഡ്‌ലോ

മനനശീലം മനുഷ്യസ്വഭാവത്തിൽ ഉള്ളതാണെങ്കിലും ജ്ഞാനസമ്പാദനത്തിൽ യുക്തിയുക്തമായ വിചാരം അധികം പേരിലും കാണുന്നില്ല. ശരിയായ ബോധനത്തിന് അത്യാവശ്യമായ ആ ശീലം പരിപാലിക്കുവാൻ നാം ആരും ശ്രമിക്കുന്നില്ല. ചിന്തയിലും പരിശീലനം വേണ്ടതാണെന്നു വിചാരിക്കുന്നവർ വളരെ ചുരുക്കമാകുന്നു. സാധാരണ വിചാരസരണിയിൽ കടന്നുകൂടാറുള്ള കാടും പടലും നീക്കം ചെയ്യുവാൻ നമ്മളിൽ എത്രപേർ യത്നിക്കാറുണ്ട്? നമ്മളിൽ രൂപപ്പെട്ടിരിക്കുന്ന അഭിപ്രായങ്ങൾ മിക്കവാറും അന്യന്മാരുടേതാണ്. അവരുടെ സാധുത്വാസാധുത്വത്തെപ്പറ്റി വിചിന്തനം ചെയ്തിട്ടല്ല നാം അവയെ സ്വീകരിച്ചിട്ടുള്ളത്. "മിക്ക ആളുകളും അന്യന്മാരുടെ പകർപ്പുകളാണ്, അവരുടെ ജീവിതം വെറും അനുകരണം, അവരുടെ അഭിലാഷങ്ങളോ കേവലം ഉദ്ധാരണങ്ങൾ" (Most people are other people. Their lives a mimicry, their passions a quotation) എന്നിങ്ങനെ ഓസ്കർ വൈൽഡ് (Oscar Wilde) പറഞ്ഞിട്ടുള്ളത് ഇപ്പോൾ ഓർമവരുന്നു. ഇപ്രകാരം സ്വകീയം മിക്കവാറും പരകീയമായിരിക്കുന്നതിനാൽ അതിനെപ്പറ്റിയുള്ള യുക്തിയുക്തമായ ഗുണദോഷചിന്ത അത്യന്താപേക്ഷിതമത്രെ. ഇതുപോലെതന്നെ, നമുക്ക് നേരിട്ടുണ്ടാകുന്ന പ്രത്യക്ഷാനുഭവങ്ങളും യുക്തിവിചാരത്തിനു വിഷയമാകേണ്ടവയാണ്. അല്ലെങ്കിൽ, പലതരം മിഥ്യാബോധങ്ങളും മനസിൽ കയറി കുടിപാർപ്പുതുടങ്ങിയേക്കും. പ്രത്യക്ഷം, അനുമാനം, ഉപമാനം, ശാബ്ദം എന്ന നാല് മാർഗമായിട്ടാണ് നമുക്ക് അറിവുണ്ടാകുന്നതെന്ന് താർക്കികന്മാർ പറയുന്നു. ഈ വഴികളിലെല്ലാം തെറ്റുപറ്റാനിടയുണ്ട്. അതുകൊണ്ടാണ് ജ്ഞാനത്തെ പ്രമാ (യഥാർഥം), ഭ്രമം (അയഥാർഥം) എന്ന് അവർ രണ്ടായി തിരിച്ചിരിക്കുന്നത്. അയഥാർഥ ജ്ഞാനംകൊണ്ട് ലോകത്തിനു നേരിട്ടിട്ടുള്ള ആപത്ത് അൽപ്പമൊന്നുമല്ല. ജ്ഞാനവിഷയകമായി വന്നുചേരുന്ന ഈ ഭ്രമം നിവാരണം ചെയ്യുന്നതും യുക്തിവിവാദമാകുന്നു.

വിശ്വാസശീലം

ജന്മനാ വിശ്വാസിയാണ് മനുഷ്യൻ. എന്തും എളുപ്പം വിശ്വസിച്ചുപോകുക എന്നത് അവന്റെ സ്വഭാവത്തിൽ മുന്നിട്ടുനിൽക്കുന്നു. ഈ വിശ്വാസശീലം ഒരു മാനസിക ദൗർബല്യമാകുന്നു. എന്ത് അബദ്ധമായാലും വേണ്ടില്ല ഒൻപതു പ്രാവശ്യം ഉച്ചത്തിൽ വിളിച്ചുപറഞ്ഞാൽ നാം അത് വിശ്വസിച്ചുപോകുമെന്ന് ഒരു പണ്ഡിതൻ അഭിപ്രായപ്പെട്ടിട്ടുള്ളത് ഈ ദൗർബല്യത്തിന്റെ ആധിക്യത്തെ കാണിക്കുന്നുണ്ട്. പത്രങ്ങളിൽ കാണുന്ന പരസ്യങ്ങൾക്കും മറ്റു പ്രചാരണോപകരണങ്ങൾക്കും മനുഷ്യനെ പെട്ടെന്നു വിശ്വസിപ്പിക്കുവാനുള്ള ശക്തി നോക്കുക. ഒന്നിനും കൊള്ളാത്ത ഒരു മരുന്നിന്റെ പേര് ഒരു പത്തു പ്രാവശ്യം കണ്ടാൽ നാം അതിൽ വിശ്വസിക്കുവാൻ തുടങ്ങും. കച്ചവടക്കാര്യങ്ങളിൽ മാത്രമോ? മതം, രാജ്യതന്ത്രം തുടങ്ങിയ പ്രവർത്തന രംഗങ്ങളിൽ എത്രയെത്ര പ്രചാരണ കൗശലങ്ങൾ പ്രയോഗിക്കപ്പെടുന്നു! അവയെല്ലാം മനസിന്റെ ഈ ദൗർബല്യത്തിന് ഉദാഹരണങ്ങളല്ലേ? മനുഷ്യവർഗത്തിൽ കുന്നുകൂടി കാണുന്ന അന്ധവിശ്വാസങ്ങൾക്കെല്ലാം കാരണം പ്രസ്തുത മനോഭാവമാകുന്നു. ശരിയോ തെറ്റോ എന്ന് തെളിവുസഹിതം വിചാരണ ചെയ്യാതെ ഒരു സംഗതിയെപ്പറ്റി 'കണ്ണടച്ച്' വിശ്വസിക്കുവാൻ തുടങ്ങുമ്പോഴാണല്ലോ വിശ്വാസം അന്ധമായിത്തീരുന്നത്. വിചാരശീലത്തിനെക്കാൾ വിശ്വാസശീലത്തിനാണ് പ്രാബല്യം. രണ്ടാമത്തേതിന് മനുഷ്യവർഗത്തോളംതന്നെ പഴക്കമുണ്ടെന്നു പറയാം. വിദ്യാഭ്യാസ പുരോഗമനത്തിൽ ഇടക്കാലത്ത് മനുഷ്യനിൽ തെളിഞ്ഞുവന്നതാണ് ചിന്താശീലം. അതിന് ഇനിയും വേണ്ടത്ര പരിശീലനം സിദ്ധിച്ചിട്ടില്ല. അതുകൊണ്ട് ഇപ്പോഴും നാം വിചാരണ കൂടാതെയുള്ള വിശ്വാസങ്ങൾക്ക് വിധേയരായിപ്പോകുന്നു.

മാർക്സിസം

മനുഷ്യജീവിതത്തെ ഭരിക്കുന്ന ഘടകങ്ങൾ പലതുമുണ്ടെങ്കിലും അവയിൽ മർമപ്രധാനമായത് സാമ്പത്തിക ഘടകമാണെന്നുള്ള സത്യം ആദ്യമായി ദർശിക്കുകയും അതിന്മേൽ പ്രായോഗികമായ ഒരു തത്വസംഹിത കെട്ടിപ്പടുത്ത മനുഷ്യരാശിയുടെ സർവതോമുഖമായ അഭിവൃദ്ധിക്ക് വഴിതുറക്കുകയും ചെയ്ത മഹാത്മാവാണ് കാൾ മാർക്സ്.

തത്വശാസ്ത്രം അദ്ദേഹത്തിന്റെ കാലംവരെ ഒരു എത്തുംപിടിയുമില്ലാതെ എങ്ങോട്ടും എങ്ങനെയും പോകാമെന്ന മട്ടിൽ ഇരുട്ടിൽ തപ്പിത്തടഞ്ഞു നടക്കുകയായിരുന്നു. മനുഷ്യർക്ക് പ്രയോജനപ്പെടുത്താവുന്ന സുവ്യക്തമായ ഒരു ലക്ഷ്യബോധം അതിനുണ്ടായിരുന്നില്ല. ക്രിസ്തുവർഷാരംഭത്തിനു മുമ്പുതന്നെ തത്വചിന്ത രണ്ടു കൈവഴിയായി പിരിഞ്ഞിരുന്നു; ഒന്ന്, ആശയവാദം (Idealism) രണ്ട്, ഭൗതികവാദം (Materialism). ആദ്യത്തേത് പ്രപഞ്ചത്തിന്റെ വസ്തുനിഷ്ഠമായ യാഥാർഥ്യത്തെ (Objective reality) നിഷേധിക്കുകയും രണ്ടാമത്തേത് അതിനെ സ്ഥാപിക്കുകയും ചെയ്യുന്നു. രണ്ടിനും തമ്മിലുള്ള മൗലികമായ വ്യത്യാസം മാത്രമാണ് ഇവിടെ

ചൂണ്ടിക്കാണിച്ചത്. പ്ലാറ്റോവിന്റെ കാലം മുതൽ പതിനെട്ടാം നൂറ്റാണ്ടു വരെ ചിന്താലോകത്തിൽ ആധിപത്യം ചെലുത്തിപ്പോന്നത് അപ്രായോഗികമായ ആശയവാദത്തിന്റെ ബഹുവിധ വിചാരധാരകളായിരുന്നു. പ്ലാറ്റോവിനു മുമ്പുതന്നെ യവനദേശത്ത് ഡെമോക്രിറ്റസ് എന്നൊരു വിശ്രുത തത്വജ്ഞാനി ഭൗതികവാദത്തിന്റെ യൗക്തികതയും പ്രാധാന്യവും തെളിയിച്ചിരുന്നുവെങ്കിലും അതിന് സാർവത്രികമായ സ്വാഗതം ലഭിച്ചില്ല. ലോകത്തിൽ ആദ്യമായി അണുസിദ്ധാന്തം അവതരിപ്പിച്ച ശാസ്ത്രജ്ഞൻ എന്ന നിലയ്ക്കും ഡെമോക്രിറ്റസ് സ്മർത്തവ്യനാണ്. ഇക്കാലത്തോടടുത്ത് ഇന്ത്യയിലും വൈശേഷിക ദാർശനികനായ കണാദൻ ഒരുതരം അണുസിദ്ധാന്തം അവതരിപ്പിച്ചുവെങ്കിലും അത് ഇത്രത്തോളം ശാസ്ത്രീയമായിരുന്നില്ല. പ്രപഞ്ചം സ്ഥൂലദൃഷ്ടിക്ക് അദൃശ്യങ്ങളായ അണുക്കളെക്കൊണ്ട് സംഘടിതമാണെന്നും അവയെല്ലാം സദാപി ദ്രുതചലനത്തിലേർപ്പെട്ടിരിക്കുകയാണെന്നും ഡെമോക്രിറ്റസ് വെളിപ്പെടുത്തി. എന്നാൽ ആതൻസ് നഗരത്തിലെ പണ്ഡിതന്മാരിൽ അധികംപേർക്കും ഇത് സ്വീകാര്യമായിത്തോന്നിയില്ല. സോക്രട്ടീസും പ്ലാറ്റോവും ഇതിനെ എതിർക്കുകയാണ് ചെയ്തത്. ഡെമോക്രിറ്റസിന്റെ ഗ്രന്ഥങ്ങൾ ചുട്ടെരിക്കണമെന്നു കൂടി പ്ലാറ്റോ പറയുകയുണ്ടായി. അരിസ്റ്റോട്ടിൽ ഡെമോക്രിറ്റസിനെ ബഹുമാനിച്ചിരുന്നുവെങ്കിലും അണുകവാദം അബദ്ധമാണെന്നുതന്നെ അദ്ദേഹവും തീരുമാനിച്ചു. പിന്നീട് എപ്പിക്യൂറസ് തുടങ്ങിയ ഭൗതികവാദികൾ അണുസിദ്ധാന്തം ഉദ്ധരിക്കാൻ ശ്രമിച്ചെങ്കിലും അത് അത്ര ഫലിച്ചില്ല. ഇങ്ങനെ അനർഘമായ ഈ വിജ്ഞാനപേടകം ആയിരത്തഞ്ഞൂറു വർഷത്തോളം ആശയവാദത്തിന്റെ ആധിപത്യം മൂലം, ആർക്കും വേണ്ടാതെ വിസ്മൃതകോടിയിൽ കിടന്നു. പതിനാറാം ശതാബ്ദത്തിൽ മാത്രമേ വീണ്ടും അത് തുറന്നു നോക്കാൻ ശാസ്ത്രജ്ഞന്മാർ മുതിർന്നുള്ളൂ. ചുരുക്കത്തിൽ, രണ്ടായിരത്തിൽപ്പരം വർഷങ്ങൾക്കുമുമ്പ് ഇന്നത്തെ അണുയുഗത്തിന്റെ നാന്ദികുറിച്ച ഭൗതികവാദിയാണ് ഡെമോക്രിറ്റസ്. ദീർഘകാലം ആശയവാദികളുടെ അവഗണനയ്ക്ക് പാത്രീഭൂതനായിത്തീർന്ന ദീർഘദർശിയായ ഈ തത്വചിന്തകനെയും എപ്പിക്യൂറസിനെയുംപറ്റി ഒരു പ്രബന്ധമെഴുതി സമർപ്പിച്ചിട്ടാണ് കാൾ മാർക്സ് ഫിലോസഫിയിൽ ഡോക്ടറേറ്റ് ബിരുദം നേടിയതെന്ന വസ്തുത ഇവിടെ എടുത്തു പറയേണ്ടതുണ്ട്.

ഫ്രെഡറിക് എംഗൽസ്

മേൽ സൂചിപ്പിച്ചതുപോലെ, ആശയവാദത്തിന്റെ തിരത്തള്ളലിൽ ഏറെക്കാലം ലബ്ധപ്രചാരമായിക്കിടന്ന ഭൗതികവാദത്തിന് പതിനെട്ടാം നൂറ്റാണ്ടിൽ ഒരു പുനരുജ്ജീ

വനം ലഭിച്ചു. പക്ഷേ, ക്രമേണ അത് കേവലം യാന്ത്രികവും തന്മൂലം നിർജീവവും ആയ ഒരു ചട്ടക്കൂടിൽ പെട്ടുപോയി എന്നു പറയേണ്ടിയിരിക്കുന്നു. സയൻസിന്റെ ത്വരിതപുരോഗതിക്കൊപ്പം നിൽക്കാനോ അതിനോട് ആശയപരമായി അനുരഞ്ജനപ്പെടാനോ അന്നത്തെ ഭൗതികവാദത്തിനു കഴിഞ്ഞില്ല. പത്തൊമ്പതാം നൂറ്റാണ്ടുവരെ തുടർന്നുപോന്ന ഈ നിർജീവാവസ്ഥ നിശേഷം പരിഹരിച്ച് ഭൗതികവാദത്തെ സയൻസിന്റെ നൂതന തത്വങ്ങൾക്ക് യോജിക്കത്തക്കവിധം സജീവവും ശാസ്ത്രീയവുമാക്കിയത് കാൾ മാർക്സ് ആകുന്നു.

എംഗൽസിന്റെ ഒറ്റവാക്യത്തിൽ അതിന് ഇങ്ങനെയൊരു നിർവചനം കൊടുക്കാം: പ്രകൃതി, മനുഷ്യസമൂഹം, ചിന്താലോകം ഇവയുടെ ചലനവികസനങ്ങളെ സംബന്ധിക്കുന്ന സാമാന്യനിയമങ്ങളുടെ സയൻസാണ് ഡയലക്റ്റിക്സ്. (Dialectics is nothing more than the science of the general laws of motions and development of nature, human society and thought.) പോരാ, അത് വിപ്ലവത്തിന്റെ ഫിലോസഫിയുമാണെന്നു പറഞ്ഞാലേ പൂർണമാകൂ. സാധാരണ തത്വശാസ്ത്രസിദ്ധാന്തങ്ങളെപ്പോലെ ഗ്രന്ഥങ്ങളിൽ ഉറങ്ങിക്കിടക്കുന്ന വെറുമൊരു സിദ്ധാന്തമല്ലെന്നുള്ളതാണ് ഇതിനുള്ള പ്രത്യേക വൈശിഷ്ട്യം. തന്റെ സാമ്പത്തികശാസ്ത്രത്തിൽ സമന്വയിപ്പിച്ച് മാർക്സ് അതൊരു കാര്യപരിപാടിയുമാക്കിത്തീർത്തു. അതുകൊണ്ടാണ് ഇന്ന് അത് ജീവിക്കുന്നതും ജനസമൂഹത്തെ, വിശേഷിച്ച് തൊഴിലാളിവർഗത്തെ, ജാഗ്രത്താക്കി ശാസ്ത്രീയ സോഷ്യലിസത്തിന്റെ മാർഗത്തിലേക്കു നയിച്ചുകൊണ്ടിരിക്കുന്നതും. തത്വജ്ഞാനികൾ ഈ ലോകത്തെ വ്യാഖ്യാനിക്കുക മാത്രമേ ചെയ്തിട്ടുള്ളൂ. നമ്മുടെ കർത്തവ്യം അതിനൊരു പരിവർത്തനം വരുത്തുകയെന്നതാണ് (Philosophers have only interpreted this world; our duty is to change it) എന്ന് ഉദ്ഘോഷിച്ച കാൾ മാർക്സ് ആ പരിവർത്തനത്തിനുള്ള പദ്ധതി ഒരു നൂറ്റാണ്ടിനുമുമ്പേ വെട്ടിത്തുറന്നു കാണിച്ചു. അത്ഭുതാവഹമല്ലേ ഈ പ്രതിഭാപ്രഭാവന്റെ ദീർഘദർശിത്വം? എല്ലാംകൂടി പരിഗണിച്ചു പറഞ്ഞാൽ, മാർക്സിന്റെ ദാർശനികചിന്തയ്ക്കുള്ള പ്രത്യേക മഹിമ, അനന്യസാധാരണമായ അതിന്റെ പ്രയോഗക്ഷമതയാകുന്നു. അതുകൊണ്ടാണ് ഇന്ന് സർവത്ര കാണുംവിധം അത് സമൂഹജീവിതത്തിന് നിയാമകവും ഉജ്ജീവകവുമായിത്തീർന്നത്. സർവപ്രധാനമായ ഈ വസ്തുത മനസിൽ വച്ചുകൊണ്ട്, ലെനിൻ ബൂർഷ്വാ ഫിലോസഫിയുടെ കൊള്ളരുതായ്മയെ രൂക്ഷമായി ആക്ഷേപിച്ചിട്ടുണ്ട്. സിദ്ധാന്തവും പ്രയോഗവും തമ്മിലുള്ള വേർപാടാണ് ബൂർഷ്വാ തത്വശാസ്ത്രത്തിന്റെ ഏറ്റവും വെറുപ്പുണ്ടാക്കുന്ന സ്വഭാവം (Divorcement of theory from practice is the most disgusting feature of Bourgeois Philosophy) എന്ന ആ വാക്യവും ഇവിടെ സ്മരണീയമാകുന്നു.

(ഉദ്ധരണികൾ *കുറ്റിപ്പുഴ കൃഷ്ണപിള്ളയുടെ തിരഞ്ഞെടുത്ത ഉപന്യാസങ്ങൾ* എന്ന പുസ്തകത്തിൽനിന്ന്, എസ് പി സി എസ്, കോട്ടയം, 1969). ●

ഇ. മാധവൻ

14 സ്വതന്ത്രസമുദായം മാധവൻ വൈക്കത്ത് നിന്നൊരു വാഗ്ഭടൻ

ശ്രീനാരായണ പ്രസ്ഥാനത്തിലൂടെ വളർന്ന ചിന്തകനും അതിന്റെ പരിധികളെ ഉല്ലംഘിച്ച ഒരു നവോത്ഥാന നായകനുമായിരുന്നു 1903 ജൂലായിൽ വൈക്കത്ത് ജനിച്ച് 1962 ഏപ്രിൽ 26 ന് നിര്യാതനായ വൈക്കം ഇ മാധവൻ. അദ്ദേഹത്തിന്റെ പ്രക്ഷോഭജനകവും നിരോധിക്കപ്പെട്ടതും ആയ *സ്വതന്ത്രസമുദായം* എന്ന പുസ്തകത്തെ മുൻനിർത്തി 'സ്വതന്ത്ര സമുദായം മാധവൻ' എന്നും അദ്ദേഹത്തെപ്പറ്റി പരാമർശിക്കാറുണ്ട്.

വെള്ളൂർ ചെറുകാട്ടിൽ അയ്യൻകുഞ്ഞിന്റെയും ഇച്ചിരയുടെയും ഏഴു മക്കളിൽ മൂന്നാമനായി പിറന്ന മാധവൻ മെട്രിക്കുലേഷൻ പരീക്ഷ പാസായശേഷം ഇൻഷുറൻസ് ഇൻസ്പെക്ടറായി ജീവിതം ആരംഭിച്ചു. ശ്രീനാരായണ പ്രസ്ഥാനത്തിൽ ആകൃഷ്ടനായ മാധവൻ അക്കാലത്തെ നിലയ്ക്ക് സാമാന്യം നല്ല വരുമാനവും അന്തസും ഉള്ള ഉദ്യോഗം രാജിവച്ച് സാമൂഹ്യപ്രവർത്തനങ്ങളിലേക്ക് എടുത്തുചാടി. ഉജ്വലനായ പ്രഭാഷകനും സമർഥനായ സംഘാടകനും ആയിരുന്ന അദ്ദേഹം പടിപടിയായി എസ് എൻ ഡി പി യോഗത്തിന്റെ സംഘടനാ സെക്രട്ടറിയായി ഉയർന്നു. സംഘടനാകാര്യങ്ങൾക്കായി പണം ശേഖരിക്കുന്നതിന് പ്രശസ്തരായ പ്രഭാഷകരെ ക്ഷണിച്ചുവരുത്തി ടിക്കറ്റ് വച്ച് പ്രഭാഷണം നടത്തുന്ന ഒരു പതിവുണ്ടായിരുന്നു അക്കാലത്ത്. അത്തരം പ്രസംഗകരിൽ പ്രമുഖനായി

രുന്നു മാധവൻ. മാധവന്റെ പ്രസംഗം കേൾക്കാൻ എതിരഭിപ്രായക്കാർ പോലും ടിക്കറ്റെടുത്ത് മുൻകൂറായി ഹാളിൽ സ്ഥാനംപിടിക്കുക അപൂർവ മല്ലായിരുന്നു. പരന്ന വായനയും ആഴത്തിലുള്ള ചിന്തയും ഉള്ള മാധവൻ യുക്തിവാദം, സോഷ്യലിസം തുടങ്ങിയ മേഖലകളിലേക്ക് കുതിച്ചു.

കേരളത്തിൽ കമ്യൂണിസ്റ്റ് പാർട്ടിയുടെ പ്രഥമ ഘടകം രൂപീകരിക്കുന്നതിന് മൂന്നുകൊല്ലം മുമ്പ് 1934–ൽ ആണ് മാധവൻ, അദ്ദേഹത്തിന്റെ പ്രക്ഷോഭജനകമായ *സ്വതന്ത്രസമുദായം* എഴുതി പ്രസിദ്ധീകരിച്ചത്. മാധവന്റെ സഹപ്രവർത്തകനും പിൽക്കാലത്ത് കമ്യൂണിസ്റ്റ് എം പിയും ആയ എം കെ കുമാരൻ, 1979–ൽ ആ പുസ്തകം പുനഃപ്രസിദ്ധീകരിച്ചപ്പോൾ എഴുതിയ അവതാരികയിൽ പറയുന്നു:

> മാധവൻ വെറുമൊരു ചിന്തകനോ എഴുത്തുകാരനോ ആയിരുന്നില്ല. താൻ ജീവിച്ചിരുന്ന കാലഘട്ടത്തിലെ സാമൂഹ്യ, രാഷ്ട്രീയ പ്രവർത്തനങ്ങളിൽ അദ്ദേഹം ഊർജസ്വലമായ പങ്കു വഹിച്ചു. എസ് എൻ ഡി പി യോഗം, സഹോദരസംഘം, യുക്തിവാദം, തീയയുവജനസംഘം, നിവർത്തനം എന്നീ പ്രസ്ഥാനങ്ങളുടെ സജീവ പ്രവർത്തകനായിരുന്നു അദ്ദേഹം. എസ് എൻ ഡി പി യോഗം ഒരു രാജ്യദ്രോഹപ്രസ്ഥാനമായിരുന്ന നിവർത്തനപ്രക്ഷോഭകാലത്ത് മാധവൻ യോഗത്തിന്റെ പ്രഗത്ഭനായ സംഘടനാ സെക്രട്ടറിയായിരുന്നു. ആ വക പ്രവർത്തനങ്ങളിൽനിന്നെല്ലാം നേടിയ അറിവും അനുഭവങ്ങളുമാണ് ഇത്തരം ഒരു പുസ്തകമെഴുതാൻ അദ്ദേഹത്തെ പ്രേരിപ്പിച്ചത്.
>
> മാധവൻ വിഭാവനം ചെയ്ത 'സ്വതന്ത്രസമുദായം' ഈഴവ സമുദായമാണ്. ഈഴവർ ഹിന്ദുക്കളല്ല. ബുദ്ധമതവിശ്വാസികളായിരുന്ന ഒരു വമ്പിച്ച ജനവിഭാഗത്തെ ബ്രാഹ്മണാധിപത്യത്തിലുള്ള ഹിന്ദുമതം കുടുക്കിലാക്കുകയാണ് ചെയ്തത്. ഈഴവർക്ക് ഹിന്ദുമതത്തിൽനിന്ന് ദ്രോഹവും അപമാനവും മാത്രമേ അനുഭവപ്പെട്ടിട്ടുള്ളൂ. അവർ ഈ നുകം വലിച്ചെറിഞ്ഞ് സ്വതന്ത്രരാകണം. യാതൊരു മതവുമായും ബന്ധമില്ലാത്ത ഒരു സമുദായമായി അവർ ജീവിക്കണം. ഈ പ്രമേയമാണ് മാധവൻ ചർച്ച ചെയ്തിരിക്കുന്നത്.

ഈ പുസ്തകം ആദ്യം തിരുവിതാംകൂറിലും തുടർന്ന് കൊച്ചിയിലും അവസാനം മലബാർ ജില്ല ഉൾക്കൊള്ളുന്ന മദിരാശി പ്രവിശ്യയിലും നിരോധിക്കപ്പെട്ടു. തിരുവിതാംകൂറിലെയും കേരളത്തിലെ ആകെയും ജനങ്ങൾക്കിടയിൽ സമരോത്സുകമായ പുതിയ ആശയങ്ങളും പ്രക്ഷോഭണങ്ങളും വളർന്നുകൊണ്ടിരുന്ന ഒരു ഘട്ടമായിരുന്നു അത്. മലബാറിൽ ഉപ്പുസത്യഗ്രഹത്തോടുകൂടി വ്യാപിച്ച സ്വാതന്ത്ര്യസമരാവേശവും തിരുവിതാംകൂറിൽ അധഃസ്ഥിത ജനവിഭാഗങ്ങളുടെയും ന്യൂനപക്ഷങ്ങളുടെയും അവ

കാശങ്ങൾക്കുവേണ്ടി ആരംഭിച്ച നിവർത്തനസമരവും ഇളക്കിവിട്ട അലകൾക്ക് ദിശാബോധവും ഗതിവേഗവും നൽകാൻ ഉദ്ദേശിച്ചുകൊണ്ടുള്ള ആശയങ്ങളും കർമപദ്ധതികളും ആണ് മാധവൻ ഈ കൃതിയിൽ ആവിഷ്കരിക്കുന്നത്. നിരോധനം മൂലം പരസ്യമായ വിൽപ്പനയും പ്രചാരണവും തടസപ്പെട്ടു എങ്കിലും എങ്ങനെയെങ്കിലും നിരോധിക്കപ്പെട്ട ഈ അപൂർവകൃതി രഹസ്യമായി തേടിപ്പിടിച്ച് വായിക്കാനുള്ള ആവേശം വർധിക്കുകയാണ് ചെയ്തത്.

ഇക്കാലത്താണ് ഈ പുത്തനുണർവിന്റെ ഭാഗമായി എസ് എൻ ഡി പിയിൽ തന്നെ പുതിയ ഉന്മേഷവും സമരാവേശവും വളർത്താനായി ഒരു ഈഴവ യുവജനസമാജം രൂപംകൊണ്ടത്. സി കേശവനായിരുന്നു ഈ യുവസന്നാഹത്തിന്റെ നേതാവ്. അതിന്റെ പ്രഥമ സമ്മേളനം സി കേശവന്റെ അധ്യക്ഷതയിൽ 1933–ൽ ചേർത്തലയിൽ ചേർന്നു. അതിന്റെ മുഖ്യ സംഘാടകരിൽ ഒരാളായിരുന്ന ഇ മാധവനാണ് 1934–ൽ പട്ടണക്കാട്ട് വച്ച് ചേർന്ന തീയയുവജനസമാജം സമ്മേളനത്തിൽ അധ്യക്ഷത വഹിച്ചത്. ഈ സമ്മേളനത്തിൽ അദ്ദേഹം നടത്തിയ ഉജ്ജ്വലമായ പ്രഭാഷണത്തിന്റെ വികസിതരൂപമാണ് സ്വതന്ത്രസമുദായം.

മാധവന്റെ പ്രവർത്തനം തിരുവിതാംകൂറിൽനിന്ന് കൊച്ചിയിലേക്കും വ്യാപിച്ചു. കൊച്ചിയിലെ കുടികിടപ്പുകാരെയും കുടിയാന്മാരെയും സംഘടിപ്പിച്ച് കൊടുങ്ങല്ലൂരിലെ ഇബ്രാഹിം സാഹിബ് മുതൽപേർ ആരംഭിച്ച പ്രഥമ കർഷക സംഘടനാ യത്നങ്ങളിൽ മാധവൻ പ്രധാന പങ്കാളി ആയി. മാധവന്റെ പ്രസംഗം കൊച്ചിയിലും നിരോധിക്കപ്പെട്ടു.

ദിവാൻ സി പി നിരോധിക്കുകയും കണ്ടുകെട്ടുകയും ചെയ്ത *സ്വതന്ത്ര സമുദായം* പുറത്തുനിന്ന് പുനഃപ്രസിദ്ധീകരിച്ച് കേരളത്തിലേക്ക് ഒളിച്ചു കടത്തുക എന്ന പദ്ധതിയുമായി മാധവൻ ശ്രീലങ്ക സന്ദർശിച്ച് ചില ശ്രമങ്ങൾ നടത്തി എങ്കിലും അത് വിജയിച്ചതായി കാണുന്നില്ല. *സ്വതന്ത്രസമുദായ*ത്തിനു പുറമെ *എസ് എൻ ഡി പി യോഗചരിത്രം, ഈഴവസമുദായ ചരിത്രം* തുടങ്ങി ചില കൃതികൾ എഴുതിത്തുടങ്ങിയതായിട്ടോ എഴുതി പൂർത്തിയാക്കിയതായിട്ടോ കേൾവിയുണ്ട്. എന്നാൽ അവയൊന്നും നിർഭാഗ്യവശാൽ പ്രസിദ്ധീകരിക്കപ്പെട്ടിട്ടില്ല.

എസ് എൻ ഡി പി യോഗത്തിന്റെ പല പ്രാമാണികരും സമുദായ താൽപ്പര്യവും രാജ്യതാൽപ്പര്യവും മറന്ന് ദിവാൻ സി പി രാമസ്വാമി അയ്യരുടെ പ്രലോഭനങ്ങളിൽ കുടുങ്ങിപ്പോയപ്പോഴും (വി കെ വേലായുധൻ, കെ സുകുമാരൻ, സി വി കുഞ്ഞിരാമൻ, ആർ ശങ്കർ തുടങ്ങിയവർ) സി കേശവനെപ്പോലുള്ള ദേശീയ വിപ്ലവകാരികളുടെ പക്ഷത്ത് മാധവൻ അന്ത്യകാലംവരെ ഉറച്ചുനിന്നു. കോൺഗ്രസിൽനിന്ന് തനിക്ക് ന്യായമായി ലഭിക്കേണ്ട സ്ഥാനങ്ങൾ ഉപജാപകരുടെ കുതന്ത്രങ്ങളാൽ നഷ്ടപ്പെട്ടപ്പോഴും ആദർശരാഷ്ട്രീയത്തിൽനിന്നോ വിപ്ലവചിന്തയിൽനിന്നോ മാധവൻ വ്യതിചലിച്ചില്ല. കമ്യൂണിസ്റ്റ് പാർട്ടിയിൽ അംഗത്വമൊന്നും എടുത്തിരുന്നില്ലെങ്കിലും മാധവൻ സോഷ്യലിസത്തിന്റെയും സോവിയറ്റ് യൂണിയന്റെ

യും ആരാധകനായിരുന്നു എന്ന് *സ്വതന്ത്രസമുദായ*ത്തിലെ പല പരാമർശങ്ങളും വ്യക്തമാക്കുന്നു. അദ്ദേഹത്തിന്റെ മക്കളും മരുമക്കളും എല്ലാം കമ്യൂണിസ്റ്റുകാരോ കമ്യൂണിസ്റ്റ് അനുഭാവികളോ ആണെന്നതും മാധവന്റെ മനോഭാവങ്ങൾക്ക് തെളിവാണ്.

അദ്ദേഹത്തിന്റെ ഭാര്യ വടക്കൻ പരവൂർ പാലിയത്തുരുത്ത് കുടുംബത്തിലെ സി കെ കൗസല്യ ഒരു അധ്യാപികയായിരുന്നു. ഭർത്താവിന്റെ വിശ്വാസങ്ങളിലും പ്രവർത്തനങ്ങളിലും ഉറച്ച പങ്കാളി. അദ്ദേഹത്തിന്റെ മകൾ സി കെ തുളസിയെ ജാതിവിലക്കുകൾ ലംഘിച്ച് കണ്ണാടി കോവിലകത്തെ രാമവർമ തമ്പാൻ വിവാഹം ചെയ്തത് അക്കാലത്ത് വാർത്താപ്രാധാന്യം ഉള്ള ഒരു സംഭവമായിരുന്നു. മറ്റൊരു മകളും അധ്യാപികയും എഴുത്തുകാരിയും ആയ സി കെ ലില്ലി വിവാഹം ചെയ്തത് പ്രശസ്ത കവിയും സി പി ഐ നേതാവും ആയ പെരുമ്പുഴ ഗോപാലകൃഷ്ണനെയാണ്. കമ്യൂണിസ്റ്റ് പ്രവർത്തകയായ മറ്റൊരു മകൾ സി കെ ഓമനയെ വിവാഹം ചെയ്തത് സി പി ഐ നേതാവും ത്യാഗോജ്ജ്വലമായ വിപ്ലവജീവിതത്തിന്റെ ഉടമയും ആയിരുന്ന മുൻ എം എൽ എ സി കെ വിശ്വനാഥനായിരുന്നു. അവരുടെ മകനാണ് എഴുത്തുകാരനും സി പി ഐ നേതാവും എം എൽ എയുമായ ബിനോയ് വിശ്വം. ആകെ ഏഴു മക്കളിൽ മറ്റുള്ളവരെപ്പറ്റി എഴുതാമെങ്കിലും ചുരുക്കുന്നു. 'സ്വതന്ത്രസമുദായം' മാധവന്റെ ഊർജ്ജസ്വലമായ വ്യക്തിപ്രഭാവം രാജ്യത്തെങ്ങും എന്നപോലെ കുടുംബത്തിലും പിന്മുറക്കാരിലും പ്രസരിക്കുന്നു എന്ന് ചൂണ്ടിക്കാട്ടാനാണ് ഇത്രയും കുറിച്ചത്.

II

മാധവന്റെ നവോത്ഥാന ചിന്തകൾ മനസിലാക്കാൻ *സ്വതന്ത്രസമുദായ*ത്തിൽനിന്നും ഏതാനും ഉദ്ധരണികൾ താഴെ ചേർക്കാം. സുമാർ 70 വർഷം മുമ്പ് മാധവൻ എഴുതിയ തീപ്പൊരിപാറുന്ന ശൈലി വെടിഞ്ഞ് മിതഭാഷയിൽപ്പോലും ഇന്ന് എഴുതിയാൽ വലിയ കോലാഹലം സംഭവിക്കുന്നവയാണ് മാധവന്റെ വിലയിരുത്തലുകളും പരാമർശങ്ങളും. *സ്വതന്ത്രസമുദായ*ത്തിൽനിന്ന് ഏതെങ്കിലും ഖണ്ഡികയോ വാചകമോ തെരഞ്ഞെടുത്ത് ഉദ്ധരിക്കുക വൈഷമ്യമേറിയ ഒരു കർത്തവ്യമാണ്. എന്തുകൊണ്ടെന്നാൽ, ഉദ്ധരിക്കപ്പെടാൻ അർഹതയില്ലാത്തവയായി തിരസ്കരിക്കാൻ ഒന്നും അതിൽ ഇല്ല. അത്രമാത്രം സ്ഫോടനാത്മകമാണ് അതിലെ ഓരോ വാചകവും.

പൗരോഹിത്യത്തിനെതിരെ

മതോപദേഷ്ടാക്കളെന്നും ആചാര്യന്മാരെന്നും മറ്റും പറയുന്ന പുരോഹിതർ മതത്തിന്റെ പേരിൽ ജനതയെ അന്ധവിശ്വാസത്തിൽ ആഴ്ത്തിക്കൊണ്ട് അവരെ ചൂഷണം ചെയ്ത് സ്വാർഥം നേടുകയാണ് ചെയ്യുന്നത്. ഇക്കാണുന്നതത്രയും മിഥ്യ, നശ്വരം എന്നെല്ലാം പറഞ്ഞുനട

ക്കുന്ന സന്യാസിവര്യന്മാർ ഊണിലും ഉടുപ്പിലും എടുപ്പിലും നടപ്പിലും എത്ര ലോലുപന്മാരായിരുന്നു എന്നു നോക്കുക! എല്ലാം ത്യജിച്ച് കോണകം കൊടിയടയാളമാക്കി കുറേമുമ്പ് നമ്മുടെ നാടുകളിൽ വന്നുപോയ കുംഭകോണം ശങ്കരാചാര്യരുടെ ആഡംബരത്തെപ്പറ്റി ആരും അറിയാത്തതല്ലല്ലോ. പരിസേവ ചെയ്യുവാൻ എത്ര ഭൃത്യന്മാർ, എത്രവണ്ടി സാമാനങ്ങൾ, എത്ര കുതിരകൾ, എത്ര ചുമട്ടുകഴുതകൾ, എത്ര കറവപ്പശുക്കൾ ആ ഭിക്ഷാംദേഹിയെ അകമ്പടി സേവിച്ചു! ഇവരെപ്പോലുള്ളവർ മായയെന്നും ത്യാഗമെന്നും മറ്റും ഉരുക്കഴിക്കുമ്പോൾ അത് പരമാർഥമായി കരുതുന്ന പാവങ്ങളെപ്പറ്റി എന്തുപറയട്ടെ!

"നിനക്കുള്ള മുതലുകളെല്ലാം വിറ്റ് പണം പാവങ്ങൾക്ക് വീതിച്ചു കൊടുത്തതിനുശേഷമേ എന്റെ ശിഷ്യനാകാൻ യോഗ്യതയുള്ളൂ" എന്ന് ഉപദേശിച്ച ക്രിസ്തുവിന്റെ ശിഷ്യപ്രധാനിയായ റോമിലെ പോപ്പിന്റെ ആഡംബരജീവിതത്തെപ്പറ്റി നാം എന്തറിഞ്ഞു? അദ്ദേഹത്തിന്റെ വത്തിക്കാൻ അരമന ലോകത്തിലേക്കും വലിയ വീടാണ്....

വെറും കല്ലിലും മുള്ളിലുംകൂടി നടന്ന് ദാരിദ്ര്യത്തെ കീർത്തിച്ച യേശുവിന്റെ ധർമപ്രചാരകന്മാരായ പുരോഹിതന്മാർക്ക് പടിക്കു പുറത്തിറങ്ങണമെങ്കിൽ വായുവേഗത്തെയും ജയിക്കുന്ന മോട്ടോർ കാറുകൾ വേണം! ചുങ്കക്കാരുടെയും പാപികളുടെയും ഇടയിൽ ജീവിച്ച് അവരെ കൂട്ടുകാരായി കൊണ്ടുനടന്ന ക്രിസ്തുവിന്റെ അനുയായികളായ പുരോഹിതന്മാർക്ക് കൂട്ടുകാർ, മാടമ്പികളും മാന്യന്മാരും മാത്രം! തച്ചന്റെ മകനായി പിറന്ന് തൊഴിൽ ചെയ്ത് കേവലം തൊഴിലാളിയെപ്പോലെ ലഘുജീവിതം നയിച്ച ദീനവൽസലനായ മിശിഹയുടെ മതോപദേഷ്ടാക്കളായ പുരോഹിതന്മാർ പരന്മാരെക്കൊണ്ട് പണിയെടുപ്പിച്ചും തൊഴിലെന്നത് എന്തെന്നറിയാതെയും ആഡംബരമായി ജീവിച്ചു സുഖിക്കുന്നു!

മതവും കലഹവും

മതം ചെയ്യുന്ന മറ്റൊരു നാശം അത് മനുഷ്യ സാഹോദര്യത്തെയും മൈത്രിയെയും ഭഞ്ജിച്ച് വർഗീയ കലഹങ്ങളും പരസ്പര വൈരങ്ങളും വർധിപ്പിക്കുന്നു എന്നുള്ളതാണ്. മതം നിലനിൽക്കുന്നിടത്തോളം കാലം സമുദായം അതാതു ഭൂഖണ്ഡത്തിൽത്തന്നെ നിൽക്കുകയും പരസ്പരം പൊരുതി നശിക്കുകയും ചെയ്യുമെന്നുള്ളതിനു സംശയമില്ല. ഇന്ത്യയിലെന്നല്ല, കേരളത്തിലും മതം ഉണ്ടാക്കിയിട്ടുള്ളതും ഉണ്ടാക്കുന്നതുമായ വർഗീയലഹളകൾ അനവധിയാണ്. നാട്ടിൽ സ്വൈരമായി കഴിഞ്ഞുകൂടുന്ന സമുദായങ്ങളെ തമ്മിലടിപ്പിക്കുവാൻ മതം പലപ്പോഴും പ്രേരകമായിത്തീരുന്നു.

മതവും ശാസ്ത്രവും

ഡാർവിൻ, വാൾട്ടയർ, ബ്രാഡ്‌ലോ, ഇംഗർ സോൾ, പെയിൻ മുതലായ സ്വതന്ത്രചിന്തകരോട് ക്രിസ്തുവിന്റെ അനുയായികൾ അനുവർ

ത്തിച്ചുവന്ന നയവും രീതിയും എത്രയോ പൈശാചികമായിരുന്നു. മതപരമായ അഭിപ്രായങ്ങൾക്കും വിശ്വാസങ്ങൾക്കും വിപരീതമായി നടക്കുകയും എഴുതുകയും പറയുകയും ചെയ്ത നമ്മുടെ ചില സ്വതന്ത്ര ചിന്തകന്മാർക്കും മതപക്ഷപാതികളിലും പുരോഹിതന്മാരിലും നിന്നു ലഭിച്ചിട്ടുള്ള ഉപദ്രവങ്ങൾ ചില്ലറയല്ല. പന്തിഭോജന വിലക്കുകളും സമുദായഭ്രഷ്ടുകളും ദേവാലയ വിലക്കുകളും മറ്റ് ഉപദ്രവകരങ്ങളായ പ്രവൃത്തികളും എത്രയെത്ര ഈ കേരളത്തിൽത്തന്നെ നടന്നിരിക്കുന്നു; ഇന്നും നടന്നുകൊണ്ടിരിക്കുന്നു. ഹിന്ദുമതത്തിലെ ജാതിവ്യവസ്ഥയ്ക്ക് വിപരീതമായി മിശ്രഭോജന പ്രസ്ഥാനം, സഹോദരസംഘം മുതലായവ തുടങ്ങുകയും അവയ്ക്കൊത്ത് പ്രസംഗിക്കുകയും എഴുതുകയും ചെയ്ത ധീരനായ സഹോദരൻ അയ്യപ്പൻ അവർകൾ മാമൂൽപ്രിയന്മാരായ മതഭക്തന്മാരിൽനിന്നും സഹിക്കേണ്ടിവന്ന ഉപദ്രവങ്ങളും കഷ്ടനഷ്ടങ്ങളും എത്രയെന്ന് കേരളീയരായ ഏവർക്കും അറിയാവുന്നതാണല്ലോ. ബൈബിളിലെ ചില അയുക്തികളെയും അശാസ്ത്രീയമായ അഭിപ്രായഗതികളെയും എതിർത്തുകൊണ്ട് *സംശയ നിവർത്തി* എന്നൊരു പുസ്തകം എഴുതിയ മിസ്റ്റർ ലോനൻ ആലപ്പാടന് കത്തോലിക്കാമതക്കാരിൽനിന്നും അനുഭവിക്കേണ്ടിവന്ന വിഷമതകളും നഷ്ടങ്ങളും എത്ര ദുസ്സഹമായിരുന്നു! തനിക്കു തോന്നിയ അഭിപ്രായം തുറന്നുപറഞ്ഞുപോയ കുറ്റം ചുമത്തി ആ ധീരനായ യുക്തിവാദിയെ മഹറോൺ ചൊല്ലി പുറത്താക്കുകയും തന്റെ ഉപജീവനമാർഗമായ അധ്യാപകവൃത്തിയിൽനിന്ന് നിഷ്കാസനം ചെയ്കയുമാണുണ്ടായത്.

തോമസ് പെയിൻ

ഇങ്ങനെ തലമുറയായി മതം പണ്ഡിതന്മാരായ ശാസ്ത്രജ്ഞന്മാരോടും സ്വതന്ത്രചിന്തകരോടും ചെയ്തിട്ടുള്ള ദ്രോഹങ്ങൾക്ക് കൈയും കണക്കുമില്ല.

മതം പുരോഗതിക്കെതിരെ

മതം മൂലമുള്ള മറ്റൊരു അപകടം അത് മനുഷ്യരുടെ നാനാമുഖങ്ങളായ പരിഷ്കാരങ്ങളെയും എതിർക്കുന്നു എന്നുള്ളതാണ്. രോഗം പ്രകൃത്യാതീതമായ ഒന്നാകയാൽ അതിന് ചികിത്സിക്കുന്നത് ദൈവകോപഹേതുകമായിത്തീരുമെന്ന് ക്രൈസ്തവസഭ മുൻകാലങ്ങളിൽ പഠിപ്പിച്ചിരുന്നു. എങ്കിലും ഇന്ന് ആരും ഈ വിഡ്ഢിത്തം പറഞ്ഞുകാണുന്നില്ല. ഇംഗ്ലണ്ടിൽ ശസ്ത്രക്രിയക്കുവേണ്ടി ബോധം കെടുത്തുന്നതിനെയും വേദന ഉണ്ടാകാതിരിക്കാൻ മരുന്നു കൊടുക്കുന്നതിനെയും എതിർത്തുകൊണ്ട് മതക്കാർ ഒരു പ്രഭാഷണംതന്നെ നടത്തിയിട്ടുണ്ട്. ഇതുപോലെ, പ്രസവ

ത്തിന് മരുന്ന് ഉപയോഗിക്കുകയോ ശസ്ത്രക്രിയ ചെയ്യുകയോ ചെയ്യുന്നത് വേദശാസ്ത്രവിപരീതമെന്നും വാദിക്കാതിരുന്നിട്ടില്ല. 1591–ൽ, തീവ്രമായ പ്രസവവേദനയുടെ ശമനത്തിനായി ഡോക്ടറുടെ സഹായം സ്വീകരിച്ചുപോയ അപരാധത്തിന് ഒരു സാധുസ്ത്രീയെ മതകിങ്കരന്മാർ ജീവനോടെ തീയിലിട്ട് ചുട്ടുകളയുകപോലും ചെയ്തിട്ടുണ്ട്. ഇന്ത്യയിലെ മതപരമായ ആരാധനകളും ആചാരാനുഷ്ഠാനങ്ങളും എത്ര അപരിഷ്കൃതമായിരിക്കുന്നു എന്നു പറഞ്ഞറിയിക്കാവുന്നതല്ല. ഹിന്ദുക്കളുടെ സതി, ശൈശവവിവാഹം, വിധവാവിവാഹനിഷേധം മുതലായവ പരിഷ്കാരത്തിന് എത്ര വിപരീതമായിരിക്കുന്നു! നിർദയവും നിന്ദ്യവുമായിരുന്ന അടിമവ്യാപാരത്തെ ക്രിസ്തുമതം സഹായിച്ചുകൊടുക്കുകയാണ് ഉണ്ടായിട്ടുള്ളത്. ചൂഷണപരമായ മുതലാളിമേധാവിത്വത്തെ എതിർത്ത് സ്ഥിതിസമത്വത്തെയും മനുഷ്യസാഹോദര്യ സമത്വങ്ങളെയും പുലർത്തുന്ന സോഷ്യലിസത്തെ കത്തോലിക്കാ മതാധിപനായ പോപ്പ് സർവശക്തികളും ഉപയോഗിച്ച് ഇന്നും എതിർത്തുകൊണ്ടിരിക്കുന്നു. ദൈവപ്രകാശിതമായ *ഖുർ–ആൻ* ഭരണം നടക്കുന്ന ഈജിപ്ത്, പേർഷ്യ മുതലായ സ്ഥലങ്ങൾ പരിഷ്കാരത്തോട് അടുത്തിരിക്കുന്നു എന്നു മാത്രമേ പറയാവൂ. എല്ലാ പരിഷ്കാരികളും ചിന്തകന്മാരും കാംക്ഷിക്കുന്നതും പരിഷ്കൃത ഗവൺമെന്റുകൾ നടപ്പിൽ വരുത്തിയിട്ടുള്ളതുമായ സന്താനനിയന്ത്രണത്തിന് മതാസക്തന്മാർ എവിടെയെല്ലാം ബഹളങ്ങൾ ഉണ്ടാക്കി? ഇപ്പോഴും ഉണ്ടാക്കിക്കൊണ്ടിരിക്കുന്നു! മദ്രാസ് ഗവൺമെന്റിൽനിന്നും ഏർപ്പെടുത്തിയിരിക്കുന്ന സന്താനനിയന്ത്രണപദ്ധതിക്ക് കത്തോലിക്കമതക്കാരും കത്തനാരന്മാരും എത്ര എതിരുകളും ബഹളങ്ങളുമാണ് ഇവിടെ കൂട്ടുന്നത്? ഒരു ശതാബ്ദംകൊണ്ട് ലോകത്തിലെ ജനസംഖ്യ നേരെ ഇരട്ടിച്ചിട്ടുണ്ട്. ഇനിയും ദശാബ്ദങ്ങൾ കുറെ ഈ മതക്കാരുടെ അഭിപ്രായാനുസരണം വിട്ടിരുന്നാൽ മനുഷ്യരുടെ ഭാരംതന്നെ താങ്ങുവാൻ ഭൂമിക്ക് കെൽപ്പുണ്ടായിരിക്കുമോ? മതം മനുഷ്യന്റെ മസ്തിഷ്കത്തിൽ എത്രമാത്രം ചെളികോരി നിറച്ചിരിക്കുന്നു എന്ന് നോക്കുക!

സോവിയറ്റ് സോഷ്യലിസം

ഇങ്ങനെ മതം മാത്രമല്ല ദൈവവുംകൂടി വേണ്ടെന്ന് തീർച്ച ചെയ്തിട്ടുള്ളവർക്ക് മറ്റുള്ളവരെക്കാൾ യാതൊരു പ്രകാരത്തിലും താഴ്ചയുള്ളതായി അറിവില്ല. ഇതിനും ബോൾഷെവിക് റഷ്യ ഒരു മാനദണ്ഡമാകുന്നു. ഭൂമിയുടെ ആകെ വിസ്തീർണത്തിൽ ഏഴിലൊരു ഭാഗമുള്ളതും 1500 ലക്ഷം ജനങ്ങൾ അധിവസിക്കുന്നതുമായ റഷ്യ ഇന്ന് എത്ര സന്തുഷ്ടിയോടെ ജീവിതനിർവഹണം ചെയ്യുന്നു! ഉണ്ണാനും ഉടുക്കാനുമില്ലാതെയും വേലയും കൂലിയും കിട്ടാതെയും മനുഷ്യർ കഷ്ടപ്പെട്ടു വലയുമ്പോൾ റഷ്യക്കാർ സുഖമായി ഉണ്ണുന്നു; സ്വൈരമായി കഴിയുന്നു. അവിടെ തൊഴിലില്ലായ്മ തീണ്ടുന്നുമില്ല. നീചമായ മുതലാളി തൊഴിലാളി വ്യത്യാസവും ദുഷിച്ച ഉൽകൃഷ്ടാപകൃഷ്ട ചിന്തയും അവിടെയില്ല. അവിടെ

ഏവരും ഏക യോഗക്ഷേമമായും സംതൃപ്തരായും ജീവിക്കുന്നു. സ്ത്രീകൾക്കും പുരുഷന്മാർക്കും തമ്മിൽ അസമത്വങ്ങളും അവിടെയില്ല. വിദ്യാഭ്യാസം 100–ന് 90 ആയിരിക്കുന്നു. എവിടെയും സുഖം; എവിടെയും സമാധാനം; എവിടെയും സന്തോഷമയം. ഇതിൽപ്പരം മനുഷ്യന് മറ്റെന്തുവേണം? മതങ്ങളും ദൈവങ്ങളുംകൂടി ഇതുവരെ പരിശ്രമിച്ചിട്ടും കണ്ടുകിട്ടാത്ത ഈ പരമാനന്ദം—അതേ; ഭൂമിയിൽ നാകംചമച്ച് വസിക്കുന്ന പരമാനന്ദം—പുരോഹിതന്മാരെയും ദൈവങ്ങളെയും വേണ്ടെന്നുവച്ച റഷ്യ വെറും പത്തുപതിനേഴ് കൊല്ലംകൊണ്ട് സ്വായത്തമാക്കിയിരിക്കുന്നു. നേരേമറിച്ച്, മതത്തിന്റെയും പുരോഹിതരുടെയും വാഴ്ചക്കാലമെന്ന് തികച്ചും പറയാമായിരുന്ന സാർ ചക്രവർത്തിയുടെ ഭരണകാലത്ത് റഷ്യക്കാർ അനുഭവിച്ചിരുന്ന ദുരന്ത ദുരിതങ്ങളെപ്പറ്റി പറയാതിരിക്കുകയാണ് ഭേദം. വിസ്തരിക്കാതെയും അവധി നിർണയിക്കാതെയും തടവിലിടുക, നാടുകടത്തുക, വെറും ശങ്കാവേശത്താൽ ബന്ധനസ്ഥരാക്കുക, രാജ്യകാര്യങ്ങളെ ആസ്പദമാക്കി നിഷ്കരുണം വധിക്കുക മുതലായ ക്രൂരകൃത്യങ്ങൾപോലും ഒരുവക തമാശയായിട്ടെന്നവണ്ണമാണ് റഷ്യയിൽ ഒരു കാൽനൂറ്റാണ്ടിനു മുമ്പുവരെ നടന്നിരുന്നത്. ഒരു കൊല്ലത്തിൽ ശരാശരി 18,000 ആളുകൾവീതം നാടുകടത്തപ്പെട്ടിരുന്നു എന്നു പറഞ്ഞാൽ ആ ഭരണം എത്ര മർദനപരമായിരിക്കണം? മതമത്തനായ സാറിന്റെ ഭരണരീതിയെ തെളിയിക്കുവാനും മതവാഴ്ചക്കാലത്ത് റഷ്യൻജനത അനുഭവിച്ച ദുരിതങ്ങൾ ഗ്രഹിക്കുവാനും ഈ ദൃഷ്ടാന്തങ്ങൾ മതിയാകുമല്ലോ.

സ്വതന്ത്രസമുദായം

ഏതായാലും മതബാധയാൽ ശരിക്കു വികസിക്കാതെ മൊരടിച്ചുകിടക്കുന്ന സമുദായങ്ങൾ പുതിയ ജീവൻവീണ് ധൈര്യം അവലംബിക്കണം. ഹിന്ദുമതത്തോടും മതപരമായി ഹിന്ദുക്കളോടും ഉള്ള സകല ബന്ധങ്ങളും പരിപൂർണമായി ഉപേക്ഷിക്കണം. നമുക്ക് ആ മതത്തോട് യാതൊരു ബന്ധവുമില്ലെന്നും നാം ആ മതകുടുംബത്തിൽ പെട്ടവരല്ലെന്നും എവിടെയും ആരോടും ഉച്ചൈസ്തരം തുറന്നുപറയണം. മതം വിട്ട് നാം ഒരു സ്വതന്ത്രജനതയായി നിൽക്കുമ്പോൾ ക്രമേണ മറ്റുള്ളവർക്ക് നമ്മോട് ബഹുമാനവും മതിപ്പും സ്നേഹവും ഉണ്ടാകാതെ തരമില്ല. അതോടുകൂടി സമുദായങ്ങൾ തമ്മിലുള്ള ഇന്നത്തെ മേലു കീഴ് ചിന്തകൾ സ്വയം

നശിച്ച്, ശാശ്വതമായ മൈത്രിയും സാഹോദര്യവും സംസ്ഥാപിതമായി ത്തീരുകയും ചെയ്യും. ഈ മൈത്രിയുടെ ഫലമായി മനുഷ്യസമൂഹത്തെ കരണ്ടുനശിപ്പിക്കുന്ന ജാതിയും മതവും അതുകളെ നിലനിർത്തുന്ന മിശ്ര ഭോജന മിശ്രവിവാഹ നിഷേധങ്ങളും പോയി മനുഷ്യരെല്ലാം ഏകോദര സഹോദരരെപ്പോലെ ഒന്നായി വർത്തിക്കതന്നെ ചെയ്യും. ഇതിനെ ക്കാൾ കാമ്യമായ ഒരു ദശ മനുഷ്യർക്ക് സമാഗതമാകേണ്ടതുണ്ടോ?

സ്വതന്ത്രസമുദായവാദം ഇങ്ങനെ നായരെയും നമ്പൂതിരിയെയും ക്ഷത്രിയനെയും തിയ്യനെയും പുലയനെയും മുഹമ്മദീയനെയും ക്രിസ്ത്യനെയും ആരെയും സ്വതന്ത്രരാക്കുവാൻ പര്യാപ്തമായ ഒരു പ്രസ്ഥാനമാണെന്ന് ആലോചനയുള്ളവർക്ക് അറിയുവാൻ കഴിയും. സ്വാർഥസംപൂർത്തിക്കുവേണ്ടി പുരോഹിതന്മാർ കരുതിക്കൂട്ടി ചമച്ചുവച്ചി ട്ടുള്ള മതാന്ധതകളാകുന്ന പെരും കെട്ടുകളുടെ ദുർഭരഭാരത്താൽ തളർ ന്ന് വശംകെടുന്ന സഹോദരലക്ഷങ്ങളെ ഉയർത്തുവാനാണ് സ്വതന്ത്രസ മുദായവാദികളായ "അഖിലകേരള തീയയുവജനസംഘക്കാർ" ആശി ക്കുന്നത്. ഈ ഉദ്ദേശശുദ്ധിയിൽ വിശ്വസിച്ചും അനുകൂലിച്ചും ജനസമൂ ഹം മതത്തോടും പുരോഹിതമേധാവിത്വത്തോടും പോരാടുവാൻ സന്ന ദ്ധരായിവരുമെങ്കിൽ അതെത്ര ശുഭോദർക്കമായിരിക്കും. ആ ഒരു സൽ ബുദ്ധി എല്ലാ സമുദായക്കാരിലും ഉണ്ടാകുമാറാകട്ടെ! ●

www.ingramcontent.com/pod-product-compliance
Lightning Source LLC
LaVergne TN
LVHW100807051026
849519LV00006B/1996